AF742786

ഗ്രീൻ ബുക്സ്

നാലാം ലോകം
ഒരു പുനർവായന

എം.പി. പരമേശ്വരൻ

1935 ജനുവരി 18ന് ജനനം. 1956ൽ തിരുവനന്തപുരം എൻജിനീയറിംഗ് കോളേജിൽനിന്ന് ബിരുദം. ബോംബെയിലെ ഭാഭാ ആറ്റോമിക് റിസർച്ച് സെന്ററിൽ സയിന്റിസ്റ്റായി ഔദ്യോഗിക ജീവിതം ആരംഭിച്ചു. 1965ൽ മോസ്കോ പവർ എൻജിനീയറിംഗ് ഇൻസ്റ്റിറ്റ്യൂട്ടിൽ നിന്ന് ഗവേഷണ ബിരുദം. കേരളത്തിലെ ശാസ്ത്ര സാഹിത്യ പരിഷത്തിന്റെ പ്രോദ്ഘാടകൻ. പിന്നീട് കേരള ശാസ്ത്ര സാഹിത്യ പരിഷത്തിന്റെ മുഴുവൻ സമയ പ്രവർത്തകൻ. അറുപതോളം ശാസ്ത്ര കൃതികൾ മലയാളത്തിലും ആറു കൃതികൾ ഇംഗ്ലീഷിലും പ്രസിദ്ധീകരിച്ചിട്ടുണ്ട്. മുന്നൂറിൽ പരം ലേഖനങ്ങൾ വിവിധ മാസികകളിൽ. ബുക്സ് ഫോർ നിയോ ലിറ്ററേറ്റ്സ് (1962), ബേസിക് ആന്റ് കൾച്ചറൽ ലിറ്ററേറ്റർ (ഇന്ത്യാ ഗവൺമെന്റ്), ബാലസാഹിത്യ അവാർഡ് (1982) എന്നിവയും നേടിയിട്ടുണ്ട്.

പഠനം

നാലാം ലോകം
ഒരു പുനർവായന

എം.പി.പരമേശ്വരൻ

ഗ്രീൻ ബുക്സ്

green books private limited
gb building, civil lane road, ayyanthole,
thrissur- 680 003, kerala
ph: +91 487-2381066, 2381039
website: www.greenbooksindia.com
e-mail: info@greenbooksindia.com

(malayalam)
nalam lokam oru punarvayana
(study)
by
m.p. parameswaran

first published december 2016

cover design : rajesh chalode
cover photo : qwerty2013/depositephotos

branches:
thrissur 0487-2422515
palakkad 0491-2546162
kannur 0497-2763038
thiruvananthapuram 9846670899

isbn : 978-93-86120-79-3

GBPL/849/2016

മുഖക്കുറി

എന്താണ് പുതിയ സമൂഹത്തിന്റെ കാതലായ
വശങ്ങൾ? ചൂഷണത്തിൽനിന്നും മത്സരത്തിൽനിന്നും
സഹകരണത്തിലേക്കും സാമൂഹിക
സന്തുഷ്ടിയിലേക്കുമുള്ള പരിവർത്തനം.
സമത്വത്തിലും സുസ്ഥിരതയിലും അധിഷ്ഠിതമായ സമൂഹം.
സോഷ്യലിസ്റ്റ് ചേരിയുടെ തകർച്ചയോടുകൂടി
മുതലാളിത്തത്തിനു ഭയപ്പെടേണ്ട ശത്രുക്കൾ ഇല്ലാതായി.
സാമ്പത്തിക അസമത്വത്തോടൊപ്പം ധൈഷണിക
തലത്തിലും സാമൂഹികതലത്തിലുമുള്ള അസമത്വങ്ങളും
വർധിച്ചുവരികയാണ്. മുതലാളികളും തൊഴിലാളികളും
മാത്രമല്ല, മുതലാളികളും മുതലാളികളും തമ്മിലും
സാമ്രാജ്യത്വവും ദേശീയതയും തമ്മിലും
വൈരുദ്ധ്യങ്ങൾ മൂർച്ഛിച്ചുകൊണ്ടിരിക്കുകയാണ്.
പുതിയ സാമൂഹികസൃഷ്ടി ഒറ്റയടിക്ക്
ഒരു രാജ്യത്താകെയോ ലോകത്താകെയോ
നടക്കുന്ന ഒരു വിപ്ലവത്തിന്റെ രൂപത്തിലായിരിക്കുക
ഇനി അസാദ്ധ്യമായിരിക്കും.
'നാലാം ലോകം - ഒരു പുനർവായന'യിൽ
ഈ വക ദാർശനികസമസ്യകളാണുള്ളത്.
നമുക്കെന്ത് ചെയ്യാൻ കഴിയുമെന്ന അന്വേഷണം.

കൃഷ്ണദാസ്
മാനേജിങ് എഡിറ്റർ

ഉള്ളടക്കം

ഒന്ന്

നാലാം ലോകം - നവലോകം

ആമുഖം

മാനവരാശിയുടെ ഭാവിയെക്കുറിച്ച് ഒരു ലക്ഷ്യപ്രസ്താവന

1. എല്ലാ മനുഷ്യരുടെയും അടിസ്ഥാന ഭൗതികാവശ്യങ്ങൾ – basic needs – തൃപ്തിപ്പെടുത്താൻ കഴിയണം. ഈ ആവശ്യങ്ങൾക്ക് പരിധിയുണ്ട്. അവ തൃപ്തിപ്പെടുത്താൻ കഴിയുന്നതാണ്. ആർത്തിക്കും അത്യാഗ്രഹങ്ങൾക്കും പരിധിയില്ല. അവയിൽനിന്ന് മോചനം നേടണം.
2. മനുഷ്യർക്ക് ഭൗതികേതരമായ – ആത്മീയമായ – ആവശ്യങ്ങളും (meta needs) ഉണ്ട്. അവ തൃപ്തിപ്പെടുത്താനും കഴിയണം. അതിന് പ്രകൃതിവിഭവങ്ങളോ ഊർജമോ ആവശ്യമില്ല. സ്നേഹിക്കുക, സ്നേഹിക്കപ്പെടുക, കൂട്ടായ്മയിൽ അംഗമാകുക, സർഗാത്മക പ്രവർത്തനങ്ങൾ നടത്തുക, സൗന്ദര്യം ആസ്വദിക്കുക, സ്വന്തം കഴിവുകൾ വികസിപ്പിക്കുക. ഇതിനൊന്നും ഗണ്യമായ പ്രകൃതിവിഭവങ്ങളോ ഊർജമോ ചെലവഴിക്കേണ്ട ആവശ്യമില്ല.
3. ഭക്ഷണം, കുടിവെള്ളം പോലുള്ള ചില സാധനങ്ങൾ നമ്മുടെ ഭൗതികജീവിതത്തെ മെച്ചപ്പെടുത്തുന്നു. അവ ക്ഷേമമൂല്യം ഉള്ളവയാണ്. ചിലവ നമ്മുടെ പൊങ്ങച്ചത്തെ മാത്രമേ തൃപ്തിപ്പെടുത്തൂ. അവ പൊങ്ങച്ചമൂല്യം മാത്രം ഉള്ളവയാണ്. മദ്യം, മയക്കുമരുന്ന്, ആയുധങ്ങൾ മുതലായവ സമൂഹത്തിന്റെ ക്ഷേമത്തെ നശിപ്പിക്കുന്നു. അവ നശീകരണമൂല്യം മാത്രം ഉള്ളവയാണ്. ഉൽപാദനപ്രവർത്തനം ക്ഷേമമൂല്യങ്ങൾക്ക് മാത്രമായി പരിമിതപ്പെടുത്തിയാൽ വിഭവവ്യയം കുറയുന്നു. സാമൂഹികമായി ആവശ്യമായി വരുന്ന അധ്വാനസമയവും കുറയുന്നു. സാമൂഹികമായ ഒഴിവുസമയം വർധിക്കുന്നു.
4. ഈ ഒഴിവുസമയം തങ്ങളുടെ ആത്മീയ ആവശ്യങ്ങൾ തൃപ്തിപ്പെടുത്താൻ ഉപയോഗിക്കാം. മാനവരാശിയുടെ പുരോഗതി – Human Development – എന്നു പറഞ്ഞാൽ, ഏറ്റവും കുറഞ്ഞ അധ്വാനംകൊണ്ട് ഏറ്റവും ഉയർന്ന രോഗരഹിതമായ ആയുസ്സ് ലഭ്യമാക്കുകയും

ഭൗതികേതര ആവശ്യങ്ങൾ തൃപ്തിപ്പെടുത്താനായി വർധിച്ച തോതിൽ ഒഴിവുസമയം ലഭ്യമാക്കുകയും എന്നതാണ്.

5. മൃഗസഹജമായ പരിമിതികളിൽ നിന്നുള്ള മോചനമാണത്. സ്വന്തം ജീവിതത്തിനു മേൽ വർധിച്ചുവരുന്ന നിയന്ത്രണം, ആത്മബാഹ്യമായ നിയന്ത്രണങ്ങളിൽനിന്നുള്ള മോചനം - emancipation - ആണത്. അധ്വാനത്തെ യാന്ത്രികതയിൽനിന്ന് മോചിപ്പിച്ച് സർഗാത്മകതയിലേക്ക് ഉയർത്തുകയെന്നത് ഇതിൽ പ്രധാനമാണ്. അധ്വാനം തന്നെ ആനന്ദമായി മാറുന്ന ഒരു അവസ്ഥയിൽ എത്തണം.

6. ഓരോ സമൂഹത്തിനും താന്താങ്ങൾ അധിവസിക്കുന്ന പ്രദേശത്തെ ഉപയോഗിക്കാൻ അധികാരം വേണം. ഭൂമിയും അതിലുള്ള വിഭവങ്ങളും ആരുടെയും സ്വത്ത് അല്ല. മാനവരാശിയുടെ പൊതു സ്വത്തു പോലും അല്ല. മനുഷ്യർക്കും മറ്റു ജീവജാലങ്ങൾക്കും താത്കാലികമായി അനുഭവിക്കാനുള്ള അവകാശം മാത്രമേ ഉള്ളൂ. തങ്ങൾക്ക് കിട്ടിയതിനേക്കാൾ മെച്ചപ്പെട്ട അവസ്ഥയിൽ വരുംതലമുറകൾക്ക് കൈമാറാൻ നമ്മൾ ബാധ്യസ്ഥരാണ്. നല്ലൊരു തറവാട്ടുകാരണവരെപ്പോലെ.

7. ആ സമൂഹത്തിന്റെ നിലനില്പിന് ആവശ്യമായതെല്ലാം വർധിച്ചു വരുന്ന തോതിൽ അവിടെത്തന്നെ ഉൽപാദിപ്പിക്കണം. ശാസ്ത്രവും സാങ്കേതികവിദ്യകളും വളരുന്ന മുറയ്ക്ക്, കൂടുതൽ കൂടുതൽ ആവശ്യങ്ങൾ തദ്ദേശീയമായിതന്നെ നിറവേറ്റുവാൻ കഴിയുന്നതാണ്. വിദൂരത്ത് ഉൽപാദിപ്പിക്കപ്പെടുന്നവ തദ്ദേശീയമായി ഉണ്ടാക്കിയോ, ബദൽ സാധനങ്ങൾ ഉപയോഗിച്ചോ അവയുടെ മേലുള്ള ആശ്രിതത്വം കുറച്ചുകുറച്ചുകൊണ്ടുവരും.

8. അങ്ങനെ ചരക്കുകളുടെ 'കടത്ത്' - ട്രാൻസ്പോർട് ഗണ്യമായി കുറയ്ക്കും. ഇതുകൊണ്ട് പല നേട്ടങ്ങളും ഉണ്ട്. ട്രാൻസ്പോർടിങ്ങിനു വേണ്ട അധ്വാനവും ഊർജവും കുറയുന്നു. സുരക്ഷിതത്വം വർധിക്കുന്നു. ഉൽപാദനപ്രവർത്തനത്തിനുവേണ്ടി വീടുവിട്ടു പോകേണ്ട ആവശ്യം കുറയ്ക്കുന്നു. ഒരു സമൂഹത്തിന്റെ നിലനില്പിനും വികാസത്തിനും വേണ്ട ശരാശരി അവശ്യയാത്രാദൂരവും അവശ്യ ചരക്കുകടത്തും കുറഞ്ഞു കുറഞ്ഞ് വരുന്നത് ആ സമൂഹത്തിന്റെ പുരോഗതിയുടെ മാനദണ്ഡമാണ്.

9. സമൂഹത്തിലെ അംഗങ്ങൾ തമ്മിലുള്ള പരസ്പരബന്ധങ്ങൾ, ഉൽപാദനബന്ധങ്ങൾ, മറ്റു സമൂഹങ്ങളോടുള്ള ബന്ധങ്ങൾ എന്നിവ ക്രമീകരിക്കുന്നതിലും ഓരോ പൗരനും തന്റേതായ പങ്കുവഹിക്കേണ്ടതുണ്ട്. സ്ഥിരം രാഷ്ട്രീയക്കാർ, സ്ഥിരം ഭരണക്കാർ എന്നീ കാറ്റഗറികൾ - സംവർഗങ്ങൾ - പടിപ്പടിയായി ഇല്ലാതാകണം. എല്ലാവരും അതിൽ പങ്കാളികളാകണം. അതാണ് യഥാർഥ ജനാധിപത്യം, യഥാർഥ സ്വരാജ്. തങ്ങൾക്കു വേണ്ടി (പലപ്പോഴും അല്ലാതെയും) തീരുമാനങ്ങൾ എടുക്കാനും നടപ്പാക്കാനും സ്ഥിരമായി ചിലരെ

ഏല്പിക്കുന്ന സമ്പ്രദായം അപകടകരമാണെന്ന് അനുഭവം നമ്മെ പഠിപ്പിക്കുന്നു.

10. കായികാധ്വാനത്തിനും കായികേതരഅധ്വാനത്തിനും (എല്ലായ്പോഴും ബൗദ്ധികാധ്വാനം മാത്രമായിക്കൊള്ളണമെന്നില്ല) സമൂഹം കല്പിക്കുന്ന മൂല്യത്തിന് ഇന്നു നിലനിൽക്കുന്ന ഭീമമായ അന്തരം ഒരിക്കലും സാധൂകരിക്കാൻ പറ്റില്ല. ബൗദ്ധികാധ്വാനത്തിനുള്ള എല്ലാവരുടെയും കഴിവ് വർധിപ്പിച്ചുകൊണ്ട് ഈ അന്തരം പടിപ്പടിയായി കുറച്ചുകൊണ്ടുവരും. സ്വന്തം ജീവിതത്തിനു മേലുള്ള നിയന്ത്രണത്തിന്റെ കാര്യത്തിലാകട്ടെ ഒരു വ്യത്യാസവും ഉണ്ടാകാൻ പാടില്ല. എല്ലാ തരത്തിലുള്ള അസമത്വങ്ങളും കുറച്ചുകൊണ്ടുവരും.

11. വ്യത്യസ്ത സമൂഹങ്ങൾ തമ്മിലുള്ള ബന്ധങ്ങൾ തുല്യതയുടെ അടിസ്ഥാനത്തിലായിരിക്കും. ചില ഉൽപാദനപ്രവർത്തനങ്ങൾ വലിയതോതിൽ നടത്തേണ്ടിവരും. അതുപോലെ ഇടക്കാലത്തെങ്കിലും സമൂഹങ്ങളുടെ കൂട്ടങ്ങളും കൂട്ടങ്ങളുടെ കൂട്ടങ്ങളും ആവശ്യമായി വന്നേക്കാം. ഈ കൂട്ടങ്ങളും അടിസ്ഥാനസമൂഹങ്ങളും തമ്മിലുള്ള ബന്ധം കീഴ്മേൽ ശ്രേണിയിലുള്ള ഒന്നായിരിക്കില്ല. തിരശ്ചീനബന്ധമായിരിക്കും. രാഷ്ട്രീയത്തിലാകട്ടെ ഇത് തലതിരിച്ചിട്ട ശ്രേണീബന്ധമായിരിക്കും. പഞ്ചായത്തിനെ പിരിച്ചുവിടാൻ ജനങ്ങൾക്കേ അധികാരമുള്ളൂ. പാർലമെന്റ് അടക്കമുള്ള സംവിധാനങ്ങൾ, ആത്യന്തികമായി, പഞ്ചായത്തുകൾക്കും അവയിലൂടെ ജനങ്ങൾക്കും കീഴ്പെട്ടിരിക്കും. ജനങ്ങൾക്ക് ഏതുതലത്തിലുള്ള പ്രതിനിധിയേയും തിരിച്ചുവിളിക്കാനുള്ള അവകാശം ഉണ്ടായിരിക്കും. അത് നടപ്പാക്കാനുള്ള സംവിധാനങ്ങളും ഉണ്ടായിരിക്കും.

12. അയൽക്കൂട്ടം, ഗ്രാമം/വാർഡ്, പഞ്ചായത്ത്, ബ്ലോക്ക്/മണ്ഡലം/താലൂക്ക്, ജില്ല, സംസ്ഥാനം, പാർലമെന്റ് - എല്ലാ തലങ്ങളിലും തിരിച്ചുവിളിക്കാൻ അധികാരവും സൗകര്യവും ഉണ്ടായിരിക്കും. അയൽക്കൂട്ടത്തിൽ മാത്രമാണ് പ്രത്യക്ഷജനാധിപത്യം. വാർഡ് മെമ്പറെയും പ്രസിഡന്റ് മുതലായവരെയും അയൽക്കൂട്ടത്തിന്റെ വക്താക്കൾ (പ്രതിനിധികൾ) ആണ് തിരഞ്ഞെടുക്കുന്നത്. ബ്ലോക്ക് പഞ്ചായത്തിലെ പ്രതിനിധികളെ തിരഞ്ഞെടുക്കുന്നതും അയൽക്കൂട്ട പ്രതിനിധികൾ ആണ്. പഞ്ചായത്ത് അംഗങ്ങൾ ചേർന്ന് ജില്ല പഞ്ചായത്ത് പ്രതിനിധികളെയും ബ്ലോക്ക് പഞ്ചായത്ത് അംഗങ്ങൾ ചേർന്ന് ജില്ലാ പഞ്ചായത്ത് അംഗങ്ങളെയും സംസ്ഥാനനിയമസഭാ അംഗങ്ങളെയും പാർലമെന്റ് അംഗങ്ങളെയും തിരഞ്ഞെടുക്കുന്നു. തിരഞ്ഞെടുക്കപ്പെട്ടവർക്ക് കാലാവധി ഇല്ല. പിൻവിളിക്കപ്പെടുന്നതുവരെ അവർ അംഗങ്ങൾ ആയിരിക്കും. പഞ്ചായത്ത്, അസംബ്ലി, പാർലമെന്റ് എന്നിവയെല്ലാം സ്ഥിരം സഭകളാണ്. ആവശ്യാനുസരണം അംഗങ്ങൾ പുതുക്കപ്പെടും. അത്രമാത്രം. കൂടുതൽ വിശദാംശങ്ങൾ ഉണ്ടാക്കാവുന്നതേയുള്ളൂ.

13. പുതിയ സമൂഹത്തിന്റെ സമ്പദ്‌വ്യവസ്ഥയുടെ ഘടകങ്ങൾ

- സുസ്ഥിരമായ കൃഷിയിലൂടെ ഭക്ഷ്യസുരക്ഷ; രാസവസ്തുക്കളിൽ നിന്ന് വർധമാനമായ തോതിൽ മോചനം.
- മണ്ണ്, അതിൽ വീഴുന്ന സൂര്യപ്രകാശം, ലഭ്യമായ വെള്ളം, അധ്വാനം - ഇവ സംയോജിപ്പിച്ച് അവസാനത്തെ തുണ്ട് ഭൂമിയിലും കൃഷി ചെയ്യും.
- കാർഷികാധ്വാനത്തിന്റെ മൂല്യം ഉയർത്തി, മറ്റു തരത്തിലുള്ള അധ്വാനത്തിന്റേതിനോട് തുല്യമാക്കും.
- പാൽ, മുട്ട, മത്സ്യം, മാംസം - എല്ലാറ്റിലും പരമാവധി സ്വയംപര്യാപ്തത കൈവരുത്തും.
- ആവശ്യത്തിൽ കൂടുതലായുണ്ടാകുന്ന വിളകൾ അതാവശ്യമുള്ളവർക്ക് (ഏറ്റവും അടുത്തുള്ളവർക്ക്) കൊടുത്ത് അവരിൽനിന്ന് ആവശ്യമുള്ളത് പകരം വാങ്ങും.
- ആവശ്യമായ വ്യാവസായിക ഉൽപന്നങ്ങൾ വർധിച്ചുവരുന്ന തോതിൽ തദ്ദേശീയമായി ഉൽപാദിപ്പിക്കും. ചിലപ്പോൾ ഏതാനും സമൂഹങ്ങൾ കൂടിച്ചേരേണ്ടി വരും.
- ഊർജത്തിന്റെ കാര്യത്തിൽ പരമാവധി തദ്ദേശീയ സ്വയംപര്യാപ്തത കൈവരിക്കും.
- എല്ലാ മാലിന്യങ്ങളെയും സമ്പത്താക്കി മാറ്റും.
- പുതുക്കപ്പെടാവുന്ന വിഭവങ്ങളുടെ പുതുക്കൽ നിരക്കിന് അനുയോജ്യമായ നിരക്കിൽ മാത്രം ഉപഭോഗം നിയന്ത്രിക്കും.
- കാർബൺ പാദമുദ്ര കുറച്ചുകൊണ്ടുവരും.
- പൊങ്ങച്ചവസ്തുക്കളുടെ ഉപഭോഗവും ഉൽപാദനവും കുറച്ചുകൊണ്ടുവരും.
- നശീകരണ വസ്തുക്കളുടെ ഉൽപാദനം കുറച്ചുകൊണ്ടുവന്ന് നിർമാർജനം ചെയ്യും.

14. പുതിയ സമൂഹത്തിലെ സംസ്കാരത്തിന്റെ മുഖമുദ്രകൾ

- ഭരണത്തിനും ക്രമസമാധാനത്തിനും നീതിനിർവഹണത്തിനും പ്രതിരോധത്തിനും ആവശ്യമായി വരുന്ന അധ്വാനവും വിഭവങ്ങളും പടിപടിയായി കുറച്ചുകൊണ്ടുവരും.
- എല്ലാ തരത്തിലുമുള്ള കുറ്റകൃത്യങ്ങളും കുറച്ചുകൊണ്ടുവരും.
- പ്രത്യേകിച്ചും സ്ത്രീകൾക്കെതിരായ അക്രമങ്ങൾ.
- ലൈംഗികതയുമായി ബന്ധപ്പെട്ട് സമൂഹത്തിൽ രൂഢമായിത്തീർന്നിട്ടുള്ള സദാചാരസങ്കല്പങ്ങളിൽ മാറ്റംവരുത്തും.
- ആഡംബരങ്ങളും ആഡംബരപരിപാടികളും നിരുത്സാഹപ്പെടുത്തും.

- കുട്ടികൾ, വൃദ്ധർ, വികലാംഗർ മുതലായ ദുർബലവിഭാഗങ്ങൾക്ക് ആവശ്യമായ എല്ലാ സുരക്ഷാസംവിധാനങ്ങളും ശക്തിപ്പെടുത്തും.
- ഭൗതികേതര ആവശ്യങ്ങൾ - meta needs - തൃപ്തിപ്പെടുത്താൻ സാഹചര്യങ്ങൾ സൃഷ്ടിച്ചുകൊണ്ടിരിക്കും.
- ഓരോരുത്തർക്കും, അവരുടെയുള്ളിൽ ലീനമായി കിടക്കുന്ന കഴിവുകളും സാധ്യതകളും പുറത്തുകൊണ്ടുവരാനും പരമാവധി വളർത്താനും വേണ്ട സാഹചര്യങ്ങൾ ഒരുക്കും.

15. ഇത്തരത്തിലുള്ള ഒരു സമൂഹത്തിലേക്കുള്ള സംക്രമണം ഭാഗികമായും പ്രാദേശികമായും മാത്രമേ നടക്കൂ. ബോധപൂർവം ശ്രമിച്ചാൽ നടക്കുകയും ചെയ്യും. ആദ്യത്തെ ചുവട് കൂട്ടായ്മകൾ രൂപപ്പെടുത്തുകയും കൂടുതൽ നല്ലൊരു സമൂഹം കെട്ടിപ്പടുക്കാൻ കഴിയുമെന്ന ശുഭാപ്തിവിശ്വാസം വളർത്തുകയുമാണ്. കൃഷി, ഡയറി, ആടു വളർത്തൽ മുതലായ കൂട്ടുപ്രവർത്തനങ്ങളിലൂടെയും അതിൽനിന്ന് ഉണ്ടാകുന്ന സാമ്പത്തികനേട്ടങ്ങളിലൂടെയും സാഹോദര്യത്തിൽ കൂടെയുമാണ് ഈ കൂട്ടായ്മ വളരുന്നത്. ഒരു ഘട്ടമെത്തുമ്പോൾ അത് സ്വയം ചാലകമായിത്തീരും.

16. ഉൽപാദകരെയും ഉപഭോക്താക്കളെയും നേരിട്ടു ബന്ധിപ്പിച്ചുകൊണ്ട് ഉൽപാദനത്തിന്റെ സ്വഭാവത്തിൽ മാറ്റം വരുത്താം. വിറ്റ് ലാഭം ഉണ്ടാക്കാനുള്ള ചരക്കുകൾ ആയിരിക്കില്ല ഉൽപാദിപ്പിക്കുക. മറിച്ച് ഉപഭോക്താവിന്റെ ആവശ്യങ്ങൾ തൃപ്തിപ്പെടുത്തുക എന്നതായിരിക്കും ലക്ഷ്യം. സമൂഹത്തിലെ എല്ലാ അംഗങ്ങളും ഒരേസമയത്തു തന്നെ ഉൽപാദകരും ഉപഭോക്താക്കളുമാണ്. ഉൽപാദനബന്ധങ്ങളിൽ ഇത്തരത്തിലുള്ള മാറ്റങ്ങൾ വരുത്താനുള്ള ശ്രമം നടത്തും.

17. ക്ഷേമമൂല്യമില്ലാത്ത ചരക്കുകളിൽനിന്നും സേവനങ്ങളിൽനിന്നുമുള്ള സ്വയംമോചനം, തുടർച്ചയായ പഠനം, അയൽക്കൂട്ടം, ഗ്രാമസഭ എന്നിവയിലെ സജീവ പങ്കാളിത്തം, തദ്ദേശീയ ഉൽപാദനവും ഉപഭോഗവും, വിദേശി-ദൂരദേശി ഉൽപന്ന ബഹിഷ്കരണം - എല്ലാം ശക്തിപ്പെടുത്തിക്കൊണ്ടുവരുന്ന പാരസ്പര്യം അടങ്ങിയ നടപടികളിലൂടെ തദ്ദേശീയ സമൂഹങ്ങളിൽ വിപ്ലവപരമായ മാറ്റങ്ങൾ വരുത്താൻ ശ്രമിച്ചുകൊണ്ടിരിക്കും.

18. നിയോലിബറൽ ആഗോളവത്കരണം, അത് സൃഷ്ടിക്കുന്ന ദുരന്ത സാധ്യത, പ്രാദേശികമായി ഉയർന്നുവരുന്ന ഫാഷിസ്റ്റ് ചിന്തകളും സംഘടനാസംവിധാനങ്ങളും സൃഷ്ടിക്കുന്ന ആപത്ത് മുതലായവയെക്കുറിച്ചുള്ള സംവാദവിവാദങ്ങൾ, പ്രസിദ്ധീകരണങ്ങൾ, കലാ മാധ്യമങ്ങൾ എന്നിവയിലൂടെ അതിവിപുലമായ തോതിൽ പൗരബോധനം നടത്തും. ഗ്രാമ/വാർഡ്തലത്തിൽ പലവിധത്തിലുള്ള റഫറണ്ടങ്ങളും നടത്തും. വളരെ ബോധപൂർവം ഓരോ പുരുഷനെയും സ്ത്രീയെയും അയൽക്കൂട്ട സമിതികളിൽ പെടുത്തി ജനാധിപത്യ പ്രക്രിയയിലെ പങ്കാളിയാക്കും.

19. തദ്ദേശീയ സമ്പദ്‌വ്യവസ്ഥയിൽ പതുക്കെപ്പതുക്കെയാണെങ്കിലും അടിസ്ഥാനപരമായ മാറ്റങ്ങൾ വരുത്തുന്നതാണ്. ലോകത്തെമ്പാടുമുള്ള ശാസ്ത്ര-സാങ്കേതിക വിജ്ഞാനത്തിന്റെ ഏറിയ പങ്കും ബൗദ്ധികസ്വത്തവകാശത്തിന്റെ പരിധിക്കു പുറത്താണ്. അത്തരം സ്വത്തിന്റെ ഉടമകൾ അവയെ മുറുകെപ്പിടിച്ച് ഇരുന്നോട്ടെ. പൊതുവിജ്ഞാനത്തിന്റെ അടിത്തറമേൽ തന്നെ ഒരു പുതുസമൂഹം പടുത്തുയർത്താം. ലോകത്തെമ്പാടുമായി ചിന്നിച്ചിതറിക്കിടക്കുന്ന ഈ പൊതുവിജ്ഞാനത്തെ സാർവജനീനമാക്കുക എന്നത് പ്രത്യേക കടമയാണ്. ഒപ്പം ജനങ്ങളെയും അവരുടെ വ്യത്യസ്ത പ്രസ്ഥാനങ്ങളെയും അറിവിന്റെ ആയുധം അണിയിക്കുക എന്നതും.

ഒന്ന്

ഉത്തരമുതലാളിത്തം: ഒന്നാം സോഷ്യലിസ്റ്റ് പരീക്ഷണം

നാലാം ലോകം സ്വപ്നവും യാഥാർഥ്യവും എന്ന പുസ്തകം പ്രസിദ്ധീകരിച്ചിട്ട് ഒരു വ്യാഴവട്ടമായി. അതിനു മുമ്പ് ആറു മാസത്തിലധികം കാലം നീണ്ടുനിന്ന മാധ്യമക്കൊടുങ്കാറ്റ് ശമിച്ച ശേഷമാണ് അതെഴുതിയത്. എന്തിനെപ്പറ്റിയായിരുന്നു വാദകോലാഹലങ്ങൾ എന്നറിയാതെ പകച്ചുനിന്നിരുന്നവർക്ക് എന്താണ് നാലാംലോക സങ്കല്പം എന്ന് പരിചയപ്പെടുത്തിക്കൊടുക്കാനായിരുന്നു ആ പുസ്തകം എഴുതിയത്. അതിനും ഒരു പതിറ്റാണ്ട് മുമ്പെയാണ്, 1994ൽ 'പുതിയ ലോകം, പുതിയ ഇന്ത്യ' എന്ന പ്രബന്ധത്തിലൂടെ ഒരു ഉത്തരമുതലളിത്ത ലോകത്തെയും ഇന്ത്യയെയും കാണാൻ ശ്രമിച്ചത്. ഉത്തരമുതലാളിത്തം സ്വാഭാവികമായും സോഷ്യലിസമായിരിക്കും, ആയിരിക്കണം എന്നും ആദ്യം ഒരു സോഷ്യലിസ്റ്റ് പൂർവഘട്ടമുണ്ടായിരിക്കുമെന്നും അതിനു ശേഷം വരുന്ന സോഷ്യലിസം 20-ാം നൂറ്റാണ്ടിലെ സോഷ്യലിസത്തിൽനിന്ന് തുലോം വിഭിന്നമായിരിക്കുമെന്നും ഞാൻ വാദിച്ചു. അതിനു കാരണമുണ്ട്. 20-ാം നൂറ്റാണ്ടിൽ നിലനിന്നിരുന്നതും സോവിയറ്റ് യൂണിയനിൽ അടക്കം, പരീക്ഷിച്ചുകൊണ്ടിരുന്നതും ആയ സോഷ്യലിസത്തിനു പല പോരായ്മകളും ഉണ്ടായിരുന്നു. ഉൽപാദനത്തിന്റെയും വിതരണത്തിന്റെയും കാര്യത്തിൽ മാത്രമേ അത് മുതലാളിത്തത്തിൽനിന്ന് വ്യത്യസ്തമായിരുന്നുള്ളു. ഉൽപാദനത്തിന്റെ കാര്യത്തിൽ തന്നെ ഉൽപാദനബന്ധങ്ങളുടെ കാര്യത്തിൽ മാത്രമേ വ്യത്യസ്തമായിരുന്നുള്ളു. ഉൽപാദനശക്തികളെപ്പറ്റി, അവയുടെ വികാസത്തെപ്പറ്റി അവർക്കുണ്ടായിരുന്ന ധാരണ ഏതാണ്ട് ഇപ്രകാരമായിരുന്നു.

a) സോഷ്യലിസത്തിലും മുതലാളിത്തത്തിലും ഉൽപാദനശക്തികളുടെ രൂപത്തിൽ, വിശിഷ്യ ഉൽപാദനഉപകരണങ്ങളുടെ കാര്യത്തിൽ, ഒരു വ്യത്യാസവും ഇല്ല. ഉൽപാദനബന്ധങ്ങളാണ് അവ എങ്ങനെ ഉപയോഗിക്കപ്പെടുമെന്ന് നിർണയിക്കുന്നത്.

b) പുതിയ ഉൽപാദനബന്ധങ്ങൾ ഉൽപാദനശക്തികളുടെ വികാസത്തെ ത്വരിതപ്പെടുത്തും. ഉൽപന്നങ്ങൾ സമൃദ്ധമാകാം. അങ്ങനെ

സോഷ്യലിസത്തിൽനിന്ന് കമ്യൂണിസത്തിലേക്കുള്ള സംക്രമണം നടക്കും.

1960 കളുടെ മധ്യത്തിൽ സോവിയറ്റ് യൂണിയനിലെങ്ങും കാണാമായിരുന്ന വലിയൊരു ബാനർ ഉണ്ടായിരുന്നു

നീനച്നയ് പകലേനിയ് ബൂദ്ത് ഴീത് പ്രി കമ്യൂണിസമേ റഷ്യൻ അക്ഷരത്തിലാണ്, സ്വാഭാവികമായും എഴുതിയിരുന്നത്. അതിനർഥം ഇതാണ്: 'ഇന്നത്തെ തലമുറ കമ്യൂണിസ്റ്റ് വ്യവസ്ഥയിൻ കീഴിൽ ജീവിക്കുന്നതായിരിക്കും.' ഓരോരുത്തനും തങ്ങളാലാവുന്ന വിധം പ്രവർത്തിച്ചാൽ മതി. എല്ലാവർക്കും താന്താങ്ങളുടെ ആവശ്യങ്ങൾ നിറവേറ്റാൻ വേണ്ട ഉൽപന്നങ്ങൾ ലഭിക്കുന്നതായിരിക്കും. കാരണം, ഉൽപാദനശക്തികൾ അത്ര കണ്ട് വളർന്നിരിക്കും. ഉൽപാദനം വർധിച്ചിരിക്കും. അമേരിക്കയെയും മറ്റു മുതലാളിത്തരാജ്യങ്ങളെയും കടത്തിവെട്ടിയിരിക്കും. കായികാധ്വാനം ഏറിയ പങ്കും ബൗദ്ധികാധ്വാനത്തിന് വഴിമാറിക്കൊടുത്തിരിക്കും. അധ്വാനം ആനന്ദകരമായിത്തീരും. സർഗാത്മകമായിത്തീരും...

പക്ഷേ, അങ്ങനെയൊന്നുമല്ല സംഭവിച്ചത്. അവരുടെ സ്വപ്നം സാക്ഷാത്കരിക്കപ്പെട്ടില്ല എന്നതിന് അന്നുതന്നെ ധാരാളം തെളിവുകൾ ഉണ്ടായിരുന്നു.

- ഒരു വശത്ത് ജനങ്ങളും പാർട്ടിയും തമ്മിലും മറുവശത്ത് ജനങ്ങളും അധികാരികളും തമ്മിലും ഉള്ള ദൂരം വർധിച്ചുവരികയായിരുന്നു.
- ജനാധിപത്യസങ്കല്പം നഷ്ട്രപ്രായമായിരുന്നു.
- പുതിയൊരു പൗരനെ, ഒരു സോഷ്യലിസ്റ്റ് പൗരനെ വളർത്തിക്കൊണ്ടുവരാൻ കഴിഞ്ഞില്ല, അതിന് ശ്രമിച്ചില്ല.
- ഭരണനിർവഹണാധികാരവും ചുമതലയും പാർട്ടിനേതാക്കളെ ദുഷിപ്പിച്ചിരുന്നു. പാർട്ടി അധികാരദുർവിനിയോഗത്തിന്റെ കേന്ദ്രമായി മാറിയിരുന്നു.
- അധികാരത്തിലിരിക്കുന്ന കോക്കസ്, എതിർക്കുന്നവരെ വകവരുത്തുക എന്നത് സാധാരണമായിത്തീർന്നു. ജനങ്ങൾക്ക് പാർട്ടിയിലും, എന്തിന് മാർക്സിസത്തിൽപോലും ഉള്ള വിശ്വാസം കുറയാൻ തുടങ്ങി.
- അഴിമതിയും കരിഞ്ചന്തയും വേശ്യാവൃത്തിയും വളരാൻ തുടങ്ങി.
- മുതലാളിത്തം അതിന്റെ നിലനില്പിനു വേണ്ടി ഉൽപാദിപ്പിക്കുന്ന കപടആവശ്യങ്ങളെപ്പോലും യഥാർഥ ആവശ്യങ്ങളായി പരിഗണിക്കാൻ തുടങ്ങി.
- സാഹചര്യങ്ങളുടെയും സമ്മർദങ്ങളുടെയും കാരണമായി സോവിയറ്റ് യൂണിയനിൽ അംഗങ്ങളായിപ്പോയ റിപ്പബ്ലിക്കുകളും കോമിന്റേണിന്റെ അംഗങ്ങളായ രാജ്യങ്ങളും റഷ്യൻ ഫെഡറേഷന്റെ വല്യേട്ടൻ മനോഭവത്തെ ഇഷ്ടപ്പെട്ടിരുന്നില്ല. വൃത്തികെട്ട റഷ്യൻ ദുരഭിമാനം ആയി അതിനെ അവർ കണ്ടു.

- റഷ്യയും ചൈനയും തമ്മിലുള്ള ശത്രുത വർധിച്ചുവന്നു. മാത്രമല്ല, റഷ്യയും യൂറോപ്യൻ സോഷ്യലിസ്റ്റ് രാഷ്ട്രങ്ങളും തമ്മിലുള്ള വൈരുധ്യങ്ങളും വർധിച്ചുവന്നു.
- 1964ൽ ചെഗുവേര അൾജീരിയയിൽ വച്ചു നടത്തിയ ഒരു പ്രസംഗത്തിൽ ഇത് എടുത്തുപറയുകയുണ്ടായി. സോവിയറ്റ് യൂണിയനും മറ്റു സോഷ്യലിസ്റ്റ് രാജ്യങ്ങളും തമ്മിൽ നടക്കുന്ന കച്ചവടങ്ങളിലെ മുതലാളിത്തസ്വഭാവത്തെ അദ്ദേഹം അപലപിച്ചിരുന്നു.
- പാർട്ടിക്കും ഗവൺമെന്റിനും വരുന്ന ച്യുതികൾ തിരുത്താൻ അവശ്യം വേണ്ട ജനാധിപത്യം ഒരു രംഗത്തും അവിടെ ഉണ്ടായിരുന്നില്ല. പാർട്ടി ആധിപത്യമാണ് ഉണ്ടായിരുന്നത്. അധ്വാനിക്കുന്നവരെ, ചൂഷിതരെ, തൊഴിലാളികളെയും കർഷകരെയും, പ്രതിനിധാനം ചെയ്യാനുള്ള അതിന്റെ ധാർമികാധികാരം നഷ്ടപ്പെട്ടുകൊണ്ടിരിക്കുകയായിരുന്നു.
- തൊഴിലാളിവർഗ സാർവദേശീയതയുടെ സ്ഥാനത്ത് സോവിയറ്റ് ദേശീയത (അതായത് റഷ്യൻ ദേശീയത) ശക്തിപ്രാപിച്ചു. സോവിയറ്റ് യൂണിയനിലെ അംഗങ്ങളായിരുന്ന മറ്റു ദേശീയ ജനവിഭാഗങ്ങൾക്ക് ഇത് അരോചകമായിരുന്നു.

ഇവയെല്ലാം കാരണം താമസിയാതെ തന്നെ ഒന്നാം സോഷ്യലിസ്റ്റ് പരീക്ഷണം പരാജയപ്പെടാൻ പോവുകയാണ് എന്ന പ്രതീതി 1970കളിൽ തന്നെ അന്തരീക്ഷത്തിൽ നിലനിന്നിരുന്നു.

അതിന്റെ പരാജയമെന്നു പറഞ്ഞാൽ മുതലാളിത്തത്തിന്റെ വിജയമാണ്. പക്ഷേ, മുതലാളിത്തത്തിന് ഏറെ നാൾ പിടിച്ചുനിൽക്കാൻ ആവില്ല എന്ന് ശാസ്ത്രീയമായിത്തന്നെ തെളിഞ്ഞ കാര്യമാണ്. ഒരു ഭാഗത്ത് ചൂഷിതരും ചൂഷകരും തമ്മിലുള്ള വൈരുധ്യം (വളർന്നുവരുന്ന അസമത്വം) മറുവശത്ത് വർധിച്ചുവരുന്ന ആവശ്യങ്ങളും കുറഞ്ഞുവരുന്ന പ്രകൃതിവിഭവശേഖരങ്ങളും തമ്മിലുള്ള - മനുഷ്യനും പ്രകൃതിയും തമ്മിലുള്ള - വൈരുധ്യം ഇവ രണ്ടും ചേർന്ന് ആ സാമൂഹികവ്യവസ്ഥ തകർക്കും എന്നറിയാമായിരുന്നു. '1962ൽ ആണ് റെയ്ച്ചൽ കാഴ്സന്റെ നിശ്ശബ്ദ വസന്തം' എന്ന കൃതി പുറത്തുവരുന്നത്. ഒരു പതിറ്റാണ്ടിനുള്ളിൽ ഐക്യരാഷ്ട്രസഭ ഒന്നാം പരിസ്ഥിതി സമ്മേളനം വിളിച്ചുകൂട്ടുന്നു. *ഒരേ ഒരു ഭൂമി, വളർച്ചയുടെ സീമകൾ* എന്ന പ്രബന്ധഗ്രന്ഥങ്ങൾ പ്രസിദ്ധീകരിക്കപ്പെടുന്നു.

'ഹേ മനുഷ്യാ നീ പ്രകൃതിക്കുമേൽ കൈവരിക്കുന്ന വിജയങ്ങളിൽ അഹങ്കരിക്കാതിരിക്കൂ. ഓരോ വിജയത്തിനും പ്രകൃതി അതിന്റെ പ്രതികാരം നടത്തിയിട്ടുണ്ട്. മിക്കപ്പോഴും തുടക്കത്തിലുണ്ടായ സദ്ഫലങ്ങളെ നിരർഥകമാക്കുന്നു ഇത്.' - എംഗൽസ് ഒരു നൂറ്റാണ്ടുമുമ്പുതന്നെ നമുക്ക് തന്നിരുന്ന മുന്നറിയിപ്പാണിത്. മണ്ണൊലിപ്പ്, മരുഭൂവത്കരണം, സർവനാശാത്മകങ്ങളായ കൊടുങ്കാറ്റുകളും ചുഴലികളും സുനാമികളും, ആഗോ

ളതാപനം, ഹിമാനികളുടെ ശോഷണം ഓരോന്നും എംഗൽസിന്റെ ഭയത്തെ ശരിവെക്കുന്നു.

റഷ്യൻ പരീക്ഷണത്തിൽനിന്ന് വ്യത്യസ്തമായ പരീക്ഷണം നടത്താൻ തുനിഞ്ഞ രാജ്യങ്ങളാണ് യുഗോസ്ലാവിയയും ചൈനയും. സമ്പദ് വ്യവസ്ഥയെ നിയന്ത്രിക്കാനുള്ള അധികാരം തൊഴിലാളികളിലർപ്പിച്ച യുഗോസ്ലാവിയയിൽ അവർ പുതിയ അധികാരിവർഗങ്ങളായി മാറി. കൃഷിക്കാരിൽ വിശ്വാസം അർപ്പിച്ചും, നഗരങ്ങളെയും വ്യവസായത്തൊഴിലാളികളെയും സംശയത്തോടെ നോക്കിയും വളർത്തിക്കൊണ്ടുവന്ന ചൈനീസ് പരീക്ഷണം അതിവേഗം പ്രതിവിപ്ലവത്തിനു വിധേയമാവുകയും തൊഴിലാളികളുടെ പേരിൽ, അവരുടെ മറവിൽ, മുതലാളിത്ത രാജ്യമായി മാറുകയും ചെയ്തു. ഇന്നു ലോകത്തിൽ ഏറ്റവും അധികം അസമത്വം ഉള്ള രാജ്യങ്ങളിൽ ഒന്നാണ് ചൈന. സങ്കുചിതമായ ദേശീയതയ്ക്ക് അടിമപ്പെട്ട ഒരു രാജ്യമാണത്. ലോകാധിപത്യം കൈയാളുക എന്ന സാമ്രാജ്യത്വമോഹത്തിന് അടിമപ്പെട്ട രാജ്യമാണത്. ഇതൊക്കെ പിന്നീട് നടന്ന സംഭവങ്ങൾ.

1960കളിൽ സോവിയറ്റ് യൂണിയനിലെ സാധാരണ ജനങ്ങളുടെ ജീവിതം സാമാന്യേന ഭദ്രമായിരുന്നു. അതിനു മുമ്പോ, പിമ്പോ ഉണ്ടാകാത്ത വിധത്തിലുള്ള സുരക്ഷിതത്വബോധം സാധാരണജനങ്ങൾക്കുണ്ടായിരുന്നു. തൊഴിലെടുക്കാനും ന്യായമായ പ്രതിഫലം ലഭിക്കാനുമുള്ള അവകാശം മൗലികമായിരുന്നു. മിനിമം വേതനമാകട്ടെ കേവലം അതിജീവനത്തിനു വേണ്ടതിന്റെ 3 മടങ്ങിൽ കൂടുതലുമായിരുന്നു. സാമൂഹികസുരക്ഷയിലെ ഏറ്റവും പ്രധാനമായ ഉപജീവനസുരക്ഷ സാമൂഹികമായിത്തന്നെ ഉറപ്പാക്കിയിരുന്നു

രോഗം വന്നു തൊഴിൽചെയ്യാൻ പറ്റാത്ത അവസ്ഥയുണ്ടായാൽ ഉപജീവനച്ചെലവും ചികിത്സാച്ചെലവും ആസ്പത്രിച്ചെലവും എല്ലാം പൂർണമായും ട്രേഡ് യൂണിയനോ മറ്റു സ്ഥാപനങ്ങളോ വഹിക്കുമായിരുന്നു. ഏത് രോഗമായാലും ശരി അത് രോഗിയുടെ കുടുംബത്തിന് താങ്ങാനാകാത്ത ഭാരമായിത്തീരുന്നതല്ല, കുടുംബത്തെ കടക്കെണിയിൽ അകപ്പെടുത്തില്ല.

വാർധക്യത്തിലും മക്കളെയോ മറ്റുള്ളവരെയോ ആശ്രയിക്കേണ്ടിവരില്ല. പരിരക്ഷണവും മറ്റു സഹായങ്ങളും ചികിത്സയും സാന്ത്വന ചികിത്സയും എല്ലാം സമൂഹത്തിന്റെ ഉത്തരവാദിത്വമായിരുന്നു. അത് സാമാന്യം തൃപ്തികരമായി നിറവേറ്റപ്പെടുകയും ചെയ്തിരുന്നു.

കുട്ടികളുടെ പൂർണ ഉത്തരവാദിത്വം സമൂഹം ഏറ്റെടുത്തിരുന്നു. ചെറിയ കുട്ടികൾക്ക് ക്രഷെകൾ, പിന്നെ ബാലവാടികൾ (കിൻഡർ ഗാർട്ടനുകൾ) സ്കൂൾ വിദ്യാഭ്യാസം. ഇതെല്ലാം സാർവത്രികവും സൗജന്യവുമായിരുന്നു. ഉപരിവിദ്യാഭ്യാസത്തിന് തെരഞ്ഞെടുപ്പു നടത്തിയിരുന്നു.

തെരഞ്ഞെടുക്കപ്പെടുന്നവർക്ക് വിദ്യാഭ്യാസം സൗജന്യമായിരുന്നു. മാത്രമല്ല സ്കോളർഷിപ്പും നൽകിയിരുന്നു. കുട്ടികളുടെ ഭാവിയെപ്പറ്റി അച്ഛനമ്മമാർക്ക് ഒട്ടുമേ ബേജാറാകേണ്ടതില്ലായിരുന്നു. സ്കാൻഡിനേവിയൻ രാജ്യങ്ങളിലൊഴികെ മറ്റൊരു മുതലാളിത്ത സമൂഹത്തിലും ഇത്തരം സാമൂഹികസുരക്ഷാസംവിധാനങ്ങളില്ലായിരുന്നു. ഉള്ളത് വളരെ ഭാഗികമായിരുന്നു. സോവിയറ്റ് യൂണിയനിലെ പൗരന്മാർക്ക് തങ്ങളുടെയോ തങ്ങളുടെ കുട്ടികളുടെയോ അവരുടെ കുട്ടികളുടെയോ ഭാവിയെക്കുറിച്ച് ഒരു തരത്തിലും ഉത്കണ്ഠപ്പെടേണ്ടതായി ഉണ്ടായിരുന്നില്ല. അതിനാൽ ഭാവിക്കുവേണ്ടി സമ്പാദിച്ചുവെക്കുക എന്ന അപകടകരമായ ശീലം അവരിൽ കുറഞ്ഞുവന്നു. അവരുടെ ജീവിതം താരതമ്യേന - ഉദാഹരണത്തിന് അമേരിക്കൻ പൗരന്റെ ജീവിതവുമായി താരതമ്യപ്പെടുത്തുമ്പോൾ - സംഘർഷരഹിതമായിരുന്നു, ശാന്തിപൂർണമായിരുന്നു. ഇതൊരു സാമാന്യചിത്രമാണ്. അപവാദങ്ങൾ ഉണ്ടായിട്ടില്ലെന്നല്ല. ഭൂമിയിലെ സ്വർഗം എന്ന് ഏതെങ്കിലും പ്രദേശത്തെ വിശേഷിപ്പിക്കാമെങ്കിൽ അത് 1960കളിലെ സോവിയറ്റ് യൂണിയനായിരുന്നു. പക്ഷേ, അത് നരകമായി അധഃപതിക്കുന്നതിന്റെ ലക്ഷണങ്ങൾ അക്കാലത്തുതന്നെ കാണാൻ തുടങ്ങിയിരുന്നു എന്നു പറഞ്ഞല്ലോ. അക്കാലത്ത് മോസ്കോവിൽ ഗവേഷണവിദ്യാർഥി ആയിരിക്കേ എനിക്കനുഭവപ്പെട്ട സൂചനകൾ പകർത്തട്ടെ:

1) പുതിയ തലമുറയ്ക്ക് മാർക്സിസം വെറും ഒരു പഠനവിഷയം മാത്രമായിക്കഴിഞ്ഞിരുന്നു. ജിവിതദർശനമല്ലാതായിക്കഴിഞ്ഞിരുന്നു.

2) വികസനം എന്നാൽ 'അമേരിക്കയെ കടത്തിവെട്ടുക' എന്നതായിരുന്നു ധാരണ. വിതരണനീതിയല്ലാതെ പുതിയ മറ്റൊരു സങ്കല്പനവും ഉൾച്ചേർത്തിരുന്നില്ല..

3) കമ്യൂണിസ്റ്റ് പാർട്ടി നേതാക്കൾ അനർഹമായ സൗകര്യങ്ങൾ അനുഭവിച്ചിരുന്നു. ജനങ്ങളുടെ ഇടയിൽ അവരോടുള്ള മതിപ്പ് കുറഞ്ഞിരുന്നു.

4) കടുത്ത സോവിയറ്റ് ബോധവും അതിലും കടുത്ത റഷ്യൻ ദേശീയതയും മുറ്റിനിന്നിരുന്നു. മറ്റെല്ലാ ദേശീയജനവിഭാഗങ്ങളും ഇതിൽ അസന്തുഷ്ടരായിരുന്നു.

5) കോമിന്റേൺ രാജ്യങ്ങളുമായുള്ള സോവിയറ്റ് യൂണിയന്റെ വ്യാപാരം സോവിയറ്റ് യൂണിയന് അനുകൂലമായ രീതിയിലായിരുന്നു.

6) വികസ്വരരാജ്യങ്ങളുമായി മുതലാളിത്തരീതിയിലുള്ള കച്ചവടബന്ധങ്ങളിലാണ് ഏർപ്പെട്ടിരുന്നത്.

7) ഇത് ചെഗുവേരയുടെ നിശിതമായ വിമർശനത്തിന് പാത്രീഭൂതമായിട്ടുണ്ട്.

8) ഈ പോരായ്മകളിൽ പലതിനെയും പറ്റി ബോൾഷെവിക് പാർട്ടി ബോധവത്തായിരുന്നു. എന്നാൽ തിരുത്താൻ ആവശ്യമായ ഉപകരണം അവരുടെ പക്കൽ ഉണ്ടായിരുന്നില്ല.

9) ജനാധിപത്യം - സജീവമായ ജനകീയ ഇടപെടൽ - എന്ന ഉപകരണം ഉണ്ടായിരുന്നില്ല. ജനങ്ങളെ 'നയിക്കാൻ' അല്ലാതെ 'സ്വതന്ത്രരാക്കാൻ' അപ്പോഴും ഭയമായിരുന്നു. പ്രതിവിപ്ലവഭയം.

10) 1960 കളായപ്പോഴേക്കും ഈ ഭയത്തിന് ഒരു അടിസ്ഥാനവും ഉണ്ടായിരുന്നില്ല. പാർട്ടിക്കകത്തെ അധികാര വടംവലി കാരണമാണ് ഭരണത്തിൽ ജനാധിപത്യം വളർത്താൻ അവർക്ക് കഴിയാതെ പോയത്.

11) സോവിയറ്റ് (ലെനിനിസ്റ്റ്-സ്റ്റാലിനിസ്റ്റ്) മാതൃകയിൽ വളർത്തിക്കൊണ്ടുവന്ന ലോകത്തെ എല്ലാ തൊഴിലാളിവർഗപ്പാർട്ടികൾക്കും, ഇന്ത്യയിലടക്കം - ഈ അപചയം സംഭവിച്ചിട്ടുണ്ട്.

ഈ ദൗർബല്യങ്ങളുടെ ആഘാത ഫലമായി ലോകത്തെ ഒട്ടുമിക്ക സോഷ്യലിസ്റ്റ് രാഷ്ട്രങ്ങളും തകർന്നു. മിക്കവയും മുതലാളിത്തരാഷ്ട്രങ്ങളായി മാറി. പ്രാകൃതമൂലധനസഞ്ചയത്തിനായി ആയുധബലത്തിനു പുറമേ 'പാർട്ടി അച്ചടക്കം', 'വിധേയത്വം' എന്ന സൗകര്യം കൂടി അവർക്കുണ്ടായിരുന്നു. ക്യൂബ മാത്രമാണ് കുറെയെങ്കിലും പിടിച്ചുനിന്നത്. ഐതിഹാസികമായ സമരത്തിലൂടെ ലോകത്തെ ഏറ്റവും വലിയ ശക്തിയായ അമേരിക്കയെ മുട്ടുകുത്തിച്ച വിയത്നാം പോലും മുതലാളിത്തവികസനസങ്കല്പത്തിനും അമേരിക്കൻ ചരക്കുകൾക്കും അടിമപ്പെടുന്നതായാണ് നമ്മൾ കാണുന്നത്.

രണ്ട്

ആഗോളമുതലാളിത്തത്തിന്റെ ജൈത്രയാത്ര

സോഷ്യലിസ്റ്റ് ചേരിയുടെ തകർച്ചയോടുകൂടി മുതലാളിത്തത്തിന് ഭയപ്പെടേണ്ട ശത്രുക്കൾ ഇല്ലാതായി. അതതിന്റെ ജൈത്രയാത്ര ആരംഭിച്ചു. ഇന്ന് ഭൂരിപക്ഷം രാജ്യങ്ങളിലും അത് ആധിപത്യം നേടിക്കഴിഞ്ഞിരിക്കുന്നു. അമേരിക്കൻ ഐക്യനാടുകളാണ് അതിന്റെ നേതാവ്. അവരുടെ അധീശത്വം അംഗീകരിക്കാത്ത ലാറ്റിനമേരിക്കൻ രാജ്യങ്ങളിലെയും സമ്പദ്വ്യവസ്ഥ മുതലാളിത്തത്തിന്റേതുതന്നെയാണ്. മുതലാളിത്തത്തിന്റെ ലാക്ഷണിക സ്വഭാവങ്ങളായ, അസമത്വവർധന, പരിസ്ഥിതിനാശം എന്നിവ എല്ലാ രാജ്യങ്ങളിലും കാണാം. എന്തിന്, അവശേഷിക്കുന്ന സോഷ്യലിസ്റ്റ് എന്ന് അവകാശപ്പെടുന്ന വിയത്നാം, വടക്കൻ കൊറിയ, ക്യൂബ മുതലായ രാജ്യങ്ങളിലും ഈ ലക്ഷണങ്ങൾ കൂടുതൽ കൂടുതൽ പ്രകടമായിക്കൊണ്ടിരിക്കയാണ്. എല്ലാ രാജ്യങ്ങളും, അക്ഷരാർഥത്തിൽ തന്നെ എല്ലാ രാജ്യങ്ങളും, ചൂതാട്ടമൂലധനത്തിന്റെ ഗതിവിഗതികൾക്ക് വിധേയമാണ്.

ഒരു നിലയ്ക്കുപറഞ്ഞാൽ ലോകമാകെത്തന്നെ ഒരൊറ്റ പരസ്പര ബന്ധിതസമൂഹം ആയിത്തീർന്നിരിക്കുന്നു. ഒരേ ഒരു അധീശശക്തിക്ക് - മൂലധനത്തിന്, മൂലധനത്തിന്റെ നിയന്ത്രകർക്ക് - കീഴിലാണ് എല്ലാവരും. ഒരു ന്യൂനപക്ഷത്തിന്റെ ഉപഭോഗത്തിനു മാത്രമായി നടത്തുന്ന ഉൽപാദനത്തിന്റെ അളവ് തുടർച്ചയായി വർധിച്ചുവരികയാണ്. അതിൽ അദ്ഭുതത്തിന് കാരണമില്ല. അവരുടെ പക്കൽ മാത്രമേ പണമുള്ളു. അസംസ്കൃത പദാർഥങ്ങളുടെയും നിർമിത ഉൽപന്നങ്ങളുടെയും കടത്തുദൂരം തുടർച്ചയായി വർധിച്ചുവരികയാണ്. ധനികർ മാത്രമല്ല, സാധാരണക്കാരും ഉപഭോഗം നടത്തുന്ന സാധനങ്ങൾ അവരിലേക്കെത്തും മുമ്പെ സഞ്ചരിക്കുന്ന ദൂരം തുടർച്ചയായി വർധിക്കുകയാണ്. ഉൽപാദകനും ഉപഭോക്താവും തമ്മിലുള്ള അകലവും അകൽച്ചയും വർധിച്ചുകൊണ്ടേയിരിക്കുന്നു. ഇന്നു നാം കഴിക്കുന്ന ഭക്ഷണംപോലും വിദൂരത്തുനിന്ന് വരുന്നതാണ്. ആര്? എവിടെ ഉണ്ടാക്കി? എന്ന് ആർക്കും അറിയില്ല.

അതുപോലെത്തന്നെ ഉപജീവനാർഥം മനുഷ്യർക്ക് ദിനംപ്രതി സഞ്ചരിക്കേണ്ടിവരുന്ന ദൂരവും സമയവും പണച്ചെലവും എല്ലാം കൂടി ക്കൂടിവരികയാണ്. സമയം ലാഭിക്കാനായി പണക്കാർ സ്വന്തം കാറ് വാങ്ങുന്നു. കൂടുതൽ വേഗതയുള്ള കാറുകൾ. അവയോടിക്കാനായി പ്രത്യേക പാതകൾ ആവശ്യപ്പെടുന്നു. വർധിച്ച വാഹനങ്ങൾക്ക് ആവശ്യ മായ തോതിലും വേഗത്തിലും റോഡുകൾ വികസിക്കുന്നില്ല. ഉള്ള റോഡു കളിൽ വാഹനത്തിരക്ക് വർധിക്കുന്നു. ജാമുകൾ സാധാരണമായിത്തീ രുന്നു. ശരാശരി യാത്രാവേഗം കുറയുന്നു. യാത്രാസമയം കൂടുന്നു. നമു ക്കെല്ലാം അനുഭവമുള്ള കാര്യമാണിത്. നാഷണൽ ഹൈവേ വന്നിട്ടും അതിലെ ശരാശരി യാത്രാവേഗം മണിക്കൂറിൽ 50 കിലോമീറ്ററിൽ അധികം ലഭിക്കാറില്ല. ഇന്നത്തെ രീതിയിലുള്ള വികസനം തുടർന്നു പോവുകയാണെങ്കിൽ കേരളത്തിലെ കാറുകളുടെ എണ്ണം 2050 ആകു മ്പോഴേക്കും ഇന്നത്തെ പത്ത് ലക്ഷത്തിൽ നിന്ന് ഒരു കോടിയിൽ അധി കമായി വർധിക്കും എന്നാണ് മതിച്ചിരിക്കുന്നത്. അവ പാർക്ക് ചെയ്യാനോ ഓടിക്കാനോ വേണ്ടത്ര ഇടം എവിടെനിന്ന് കണ്ടുപിടിക്കും? നഗരങ്ങളി ലെത്തുന്ന കാറുകളുടെ എണ്ണം നിയന്ത്രണാതീതമായി വർധിക്കുന്ന താണ്. അമേരിക്കയിലെ ജോർജിയ സംസ്ഥാനത്തിന്റെ തലസ്ഥാനമായ അത്‌ലാന്താ നഗരത്തിലേക്കു പ്രവേശിക്കുന്ന ഹൈവേകളിൽ ആറാറു പാതകളാണ് ഇരുവശത്തുമുള്ളത്. എന്നാൽ വാഹനങ്ങളുടെ ആധിക്യം മൂലം കാറുകൾക്കിടയിലുള്ള ദൂരം ഒരു മീറ്ററോളം ആയി ചുരുങ്ങുന്നു. പ്രത്യേകിച്ച് പീക് സമയങ്ങളിൽ യാത്രാ വേഗം മണിക്കൂറിൽ 20-30 കിലോമീറ്ററിൽ കൂടുതലാക്കാൻ പറ്റില്ല. ന്യൂയോർക്ക് നഗരത്തിൽ കാറു കൾ പാർക്ക് ചെയ്യാൻ ഇടമില്ല. സബർബുകളിൽ താമസിക്കുന്ന കാറു ടമകൾ കാറോടിച്ച് റെയിൽവേ സ്റ്റേഷനിൽ എത്തുന്നു. അവിടെനിന്ന് റെയിൽ മാർഗം നഗരത്തിലെത്തുന്നു. റെയിൽവേ സ്റ്റേഷനിൽനിന്ന് പണി യിടത്തേക്ക് നടന്നു പോകുന്നു. ലോകത്തെ മഹാനഗരങ്ങൾക്കൊന്നും അവയുടെ പ്രശ്നങ്ങൾ - യാത്ര, കുടിവെള്ളം, മാലിന്യസംസ്കരണം മുതലായവ - പരിഹരിക്കാൻ കഴിഞ്ഞിട്ടില്ല. അത്ര വേഗത്തിലാണ് ജന സംഖ്യ വളരുന്നത്. കൊച്ചി, കോഴിക്കോട്, തിരുവനന്തപുരം നഗരങ്ങളെ ലോകോത്തര നഗരങ്ങൾ (World Class Cities) ആയി വളർത്തണമെന്ന മൂഢ സ്വപ്നം കാണുന്ന പലരുമുണ്ട്. നഗരമല്ല നരകമാണ് സൃഷ്ടിക്ക പ്പെടുക എന്നവർ മനസ്സിലാക്കുന്നില്ല. മുതലാളിത്തത്തിന്റെ മനഃസ്ഥിതി ഇന്നു ലോകത്തെയാകെ ഗ്രസിച്ചിരിക്കുന്നു. ഗോത്രവർഗക്കാർക്ക് ഇട യിൽപോലും അത് പടരാൻ തുടങ്ങിയിട്ടുണ്ട്.

ഏറ്റവും കൂടിയ വേഗം റോക്കറ്റുകൾക്കല്ല, മൂലധനത്തിനാണ്. ഓരോ ദിവസം നടക്കുന്ന മൂലധനപ്രവാഹം ഊഹിക്കാൻ പോലും പറ്റില്ല. ആഗോളവാർഷിക ഉൽപാദനത്തിന്റെ പല മടങ്ങു വരും ഒരു ദിവസം നടക്കുന്ന മൂലധനപ്രവാഹത്തിന്റെ അളവ്. ഇവിടെ മൂലധനം അതിന്റെ യഥാർഥ ധർമം - ഉൽപാദനത്തിന്റെ ഘടകമായി വർത്തിക്കുക എന്ന

ധർമം - നിർവഹിക്കുന്നില്ല. ഷെയറുകൾ വിൽക്കുന്നതും വാങ്ങുന്നതും ലാഭം ഉണ്ടാക്കാനുമാണ്. ഒരു തരം ചൂതാട്ടം ആണ്. എല്ലാ ഷെയർ മാർക്കറ്റുകളും ചൂതാട്ടക്കളങ്ങളാണ്. ചൂതാട്ടത്തിൽ ഒട്ടേറെപേർക്ക് നഷ്ടമുണ്ടാകുന്നു. കുറച്ചുപേർക്ക് നേട്ടം ഉണ്ടാകുന്നു. ഈ നേട്ട-നഷ്ട ങ്ങൾ, ആത്യന്തികമായി രാജ്യങ്ങളുടെ സമ്പദ് വ്യവസ്ഥകളെപ്പോലും അസ്ഥിരപ്പെടുത്തുന്നു. ആ തരത്തിലാണ് സമ്പദ്ഘടനയും സാമ്പത്തിക സ്ഥാപനങ്ങളും ക്രമീകരിച്ചിട്ടുള്ളത്. 2006-2007 കാലത്ത് അമേരിക്ക യിൽ ആരംഭിച്ച റിയൽ എസ്റ്റേറ്റ് വ്യവസായത്തകർച്ചയാണ് ഇന്നും നില നിൽക്കുന്ന ആഗോള സാമ്പത്തിക മാന്ദ്യത്തിന്റെ തുടക്കം. യഥാർഥ ഉൽപാദനമൂലധനം എന്നത് യന്ത്രങ്ങളും അസംസ്കൃത വസ്തുക്കളുടെ ശേഖരവും ഉപജീവനോപാധികളുടെ ശേഖരവും ആണ്. ഷെയർ കൈമാറ്റ ചൂതാട്ടം അതിനെ ബാധിക്കേണ്ടതില്ല. എന്നാൽ ദുർബല സംരംഭങ്ങളെയും രാജ്യങ്ങളെയും പ്രതികൂലമായി ബാധിക്കുന്ന രീതി യിലാണ് പരസ്പരബന്ധങ്ങൾ ക്രമീകരിച്ചിട്ടുള്ളത്. ഇന്നു ലോകമാകെ ചൂതാട്ട മൂലധനപ്രവാഹത്തിന്റെ സ്വാധീനവലയത്തിലാണ്. ചൂതാട്ടം, ചൂതാട്ടം തന്നെയാണ്. അതിൽ കളിയാശാന്മാർ മാത്രമേ ജയിക്കൂ. മറ്റു മുതലാളിമാർ കൂടി നിസ്സഹായരാണ്.

ഈ ചൂതാട്ട മൂലധനത്തിന്റെ അധീശത്വം സാധ്യമാക്കിയത് വിവര വിനിമയത്തിൽ വന്ന വിപ്ലവകരമായ മുന്നേറ്റമാണ്. കൈമാറ്റങ്ങളുടെ സ്പീഡ് വർധിച്ചു. 24 മണിക്കൂറും ബിസിനസ്സ് സമയമായി മാറി. മൊബൈൽ മാത്രം ഉപയോഗിച്ച് കോടികളുടെ ബിസിനസ്സ് ചെയ്യാമെന്ന അവസ്ഥ വന്നിരിക്കുന്നു. പലപ്പോഴും ഈ മൂലധനപ്രവാഹത്തിൻമേലുള്ള നിയന്ത്രണം വിട്ടുപോകുന്നു. കണ്ണടച്ചുതുറക്കും മുമ്പ് അപ്രതീക്ഷിത മായി പലതും സംഭവിക്കുന്നു. താത്കാലിക പ്രതിസന്ധികൾ രൂപ പ്പെടുന്നു. അവയ്ക്ക് ഋണാത്മകവും ധനാത്മകവും ആയ പിൻപോഷ ണങ്ങൾ ഉണ്ടാകും. ധനാത്മകപിൻപോഷണം (പോസിറ്റീവ് ഫീഡ്ബാക്ക്) അസ്ഥിരതയെ ശക്തിപ്പെടുത്തുന്നു. ഇതുകൊണ്ടാണ് ഫൈനാൻസ് മൂല ധനത്തെ കാസിനോ (ചൂതാട്ട) മൂലധനം എന്ന് വിളിക്കുന്നത്. അതിന്റെ കാറ്റ് ഏറ്റാൽ മതി, പല രാജ്യങ്ങളുടെയും സമ്പദ്വ്യവസ്ഥ ആടിഉലയു വാനും തകർന്നു വീഴാനും.

ഈ ഫൈനാൻസ് മൂലധനം, ആത്യന്തികമായി നോക്കുമ്പോൾ, ഉൽപാദനപ്രക്രിയയിൽ ഒരു പങ്കും വഹിക്കുന്നില്ല. ലോകത്തുള്ള എല്ലാ സ്റ്റോക്ക് എക്സ്ചേഞ്ചുകളും പൂട്ടിയാലും ഉൽപാദനപ്രവർത്തനങ്ങളെ അത് ബാധിക്കാതെ നോക്കാവുന്നതാണ്. തദ്ദേശീയ പ്രസ്ഥാനം - ലോക്ക ലിസം - ഇതിന് വഴികാണിക്കുന്നു. ഷെയറുകൾ പൊതുവിപണിയിൽ ഇറക്കാതെ തദ്ദേശീയമായി മാത്രം വിതരണം ചെയ്യുകയും കൈമാറ്റ ങ്ങൾ സാമൂഹികസ്ഥാപനങ്ങളിലൂടെ മാത്രം നടത്തുകയും ചെയ്യുന്ന താണ് ഒരു മാർഗം. യന്ത്രങ്ങൾ, കെട്ടിടങ്ങൾ, അസംസ്കൃതപദാർഥ

സംഭരം, ഉൽപന്നസംഭരം, ഊർജസ്രോതസ്സ്, വാഹനങ്ങൾ മുതലായവ അടങ്ങുന്നതാണ് ഭൗതികമൂലധനം. ഷെയർ കടലാസ്സിന് ഒരു മൂല്യവും ഇല്ല. ഒരു വാഗ്ദാനപത്രം മാത്രമാണത്. പെട്ടിക്കകത്തുവച്ചാലും മറ്റൊരാൾക്ക് നൽകിയാലും ഒന്നും ഉൽപാദനപ്രവർത്തനത്തെ അത് ബാധിക്കില്ല. ഈ കടലാസ്സിനെ ഒരു കച്ചവടച്ചരക്കാക്കുന്നത്, പത്തു രൂപാ നോട്ടിനെ ചരക്കാക്കുന്നപോലെയാണ്. വിപണിയിൽ ഷെയറിന്റെ വില കുറഞ്ഞാലും കൂടിയാലും അത് ഫാക്ടറിയിലെ ഉൽപാദനത്തെ ബാധിക്കേണ്ടതില്ല. ഉൽപാദനമൂലധനത്തിന് ചൂതാട്ടമൂലധനമായുള്ള ബന്ധം വിച്ഛേദിക്കാവുന്നതാണ്. വിച്ഛേദിക്കേണ്ടിവരും. ചരക്കിനുമേൽ പണത്തിനുള്ള അധീശത്വം ഇല്ലാതാക്കേണ്ടതാണ്. ഇന്ന് നിലവിലുള്ള ബന്ധം ബന്ധനമാണ്. അത് ദരിദ്രരിൽനിന്ന് ധനികരിലേക്കുള്ള ധനപ്രയാണത്തിന്റെ ഉപാധി ആയിത്തീരുന്നു. അസമത്വം വർധിക്കുന്നു.

അസമത്വം

ലോകത്തെമ്പാടും അസമത്വം വർധിച്ചുവരികയാണ്. ഇന്നു മാനവരാശിയെയാകെ ഭരിക്കുന്ന മുതലാളിത്തവ്യവസ്ഥയുടെ അനിവാര്യതയാണ് അസമത്വത്തിലുള്ള വർധനവ്. മുതലാളിത്തത്തിന്റെ മർമം മൂലധനത്തിന്റെ വളർച്ചയാണ്. ആകെ ഉൽപാദിപ്പിക്കപ്പെടുന്ന സമ്പത്തിന്റെ വർധിച്ചുവരുന്ന ശതമാനത്തെ മൂലധനമാക്കി മാറ്റാൻ മുതലാളിത്തം ശ്രമിക്കുന്നു. ദരിദ്രരുടെ കൈയിൽ എത്തുന്ന ഉൽപന്നങ്ങൾ ഉപഭോഗിക്കപ്പെടുന്നു. അതിൽ മിച്ചം ഇല്ല. ധനികരുടെ കൈയിൽ എത്തുന്നതിന്റെ ഭൂരിഭാഗവും മൂലധനമായി മാറും. അവർക്ക് പരമാവധി ഉപഭോഗിക്കാവുന്നതിന് സീമയുണ്ട്. സമ്പത്ത് ധനികരുടെ കൈയിൽ കേന്ദ്രീകരിക്കുക എന്നത്, മുതലാളിത്തവ്യവസ്ഥയുടെ അനിവാര്യതയാണ്. പട്ടിക 1 ൽ തെരഞ്ഞെടുത്ത ചില രാജ്യങ്ങളിലെ ആളോഹരി വരുമാനത്തിൽ 1960 –2011 കാലഘട്ടത്തിലുണ്ടായ വർധന കൊടുത്തിരിക്കുന്നു.

പട്ടിക ഒന്ന്

ആളോഹരി വരുമാനം (PPP ഡോളറിൽ)* 1960–2011

രാജ്യം	1960	1994	2011
വികസിത രാജ്യങ്ങൾ			
നോർവെ	7985	22378	47557
ജപ്പാൻ	4706	23791	32295
അയർലന്റ്	3904	12697	29522
വികസിതരാജ്യങ്ങളുടെ ശരാശരി	**5980**	**17244**	**33352**

മുൻ സോഷ്യലിസ്റ്റ് രാജ്യങ്ങൾ			
എസ്റ്റോണിയ	3719	2454	16797
ലിഥേനിയ	2697	1033	16234
ലാത്വിയ	3346	1767	14293
കസാഖിസ്താൻ	1720	918	10585
അൽപവികസിത രാജ്യങ്ങൾ			
നിഗർ	556	275	641
ഛാദ്	213	713	1105
മഡഗാസ്കർ	340	205	826
സെനഗൽ	713	615	1768
ഹായ്തി	386	226	1125

*PPP : Purchasing Power Panity - തുല്യവാങ്ങൽ ശേഷി

വികസിതരാജ്യങ്ങൾ അതിവേഗം മുന്നോട്ടുപോകുന്നു. അവികസിതരാഷ്ട്രങ്ങൾ ആപേക്ഷികമായി കൂടുതൽ താഴോട്ടുപോകുന്നു. ഉദാഹരണത്തിന് നിഗറിന്റെ ആളോഹരി വരുമാനം 1960ൽ വികസിത രാഷ്ട്ര ശരാശരിയുടെ 11ൽ ഒന്നായിരുന്നു. 2011ൽ 55ൽ ഒന്നായി കുറഞ്ഞു. സെനഗളിന്റേത് 8.5ൽ ഒന്നിൽനിന്ന് 19ൽ ഒന്നായി കുറഞ്ഞു. മഡഗാസ്കറിന്റേത് 1960ലെ 19ൽ ഒന്നിൽനിന്ന് 2011ൽ 41 ൽ ഒന്നായി കുറഞ്ഞു.

പട്ടിക രണ്ട്

വികസിത രാജ്യങ്ങളിലെ വരുമാനവും അവികസിത രാജ്യങ്ങളിലെ വരുമാനവും തമ്മിലുള്ള അനുപാതം

രാജ്യം	1960		1994		2011	
		%		%		%
വികസിത രാജ്യങ്ങൾ	5980	100	17244	100	33582	100
നിഗർ	536	8.4	275	1.5	641	1.9
ഛാദ്	213	3.6	713	4.2	1105	3.5
മഡഗാസ്കർ	340	5.7	205	1.6	826	3.5
സെനഗൽ	713	12.1	815	4.7	1168	3.5
ഹായ്തി	386	6.5	226	1.4	1125	3.3

ആഫ്രിക്കൻ രാജ്യങ്ങളുടെ അത്രതന്നെ ഭീകരമല്ലെങ്കിലും എല്ലാ അല്പവികസിത രാജ്യങ്ങളും വികസിതരാജ്യങ്ങളുമായി താരതമ്യപ്പെടുത്തി നോക്കുമ്പോൾ ആപേക്ഷികമായി പിന്നോക്കം പോയിക്കൊണ്ടിരിക്കയാണ്. ലോകരാഷ്ട്രങ്ങൾക്കിടയിൽ അസമത്വം വർധിച്ചുകൊണ്ടിരിക്കയാണ്. ദരിദ്രരാജ്യങ്ങളിൽ നിന്ന് സമ്പത്ത് ധനികരാജ്യങ്ങളിലേക്ക് ഒഴുകിക്കൊണ്ടിരിക്കയാണ്. രാജ്യങ്ങൾക്കിടയിൽ മാത്രമല്ല രാജ്യങ്ങൾക്കുള്ളിലും ഈ പ്രതിഭാസം കാണാം. ധനം ദരിദ്രരിൽനിന്ന് ധനികരിലേക്ക് ഒഴുകിക്കൊണ്ടിരിക്കയാണ്. അസമത്വം വർധിച്ചുകൊണ്ടിരിക്കയാണ്. പട്ടിക മൂന്നിൽ വിവിധരാജ്യങ്ങളിലെ ഏറ്റവും സമ്പന്നരായ 10 ശതമാനത്തിന്റെയും 20 ശതമാനത്തിന്റെയും ശരാശരി വരുമാനം ഏറ്റവും ദരിദ്രരായ 10 ശതമാനത്തിന്റെയും 20 ശതമാനത്തിന്റെയും എത്ര മടങ്ങാണ് എന്ന് കാണിച്ചിരിക്കുന്നു. ആറു ഗ്രൂപ്പുകളിലായി രാജ്യങ്ങളെ വിഭജിച്ചിരിക്കുന്നു. ലാറ്റിൻ അമേരിക്ക, സ്കാൻഡിനേവിയൻ രാജ്യങ്ങൾ, മുൻ സോഷ്യലിസ്റ്റ് രാഷ്ട്രങ്ങൾ, ഏഷ്യ, വികസിതരാഷ്ട്രങ്ങൾ, ആഫ്രിക്കൻ രാഷ്ട്രങ്ങൾ എന്നിങ്ങനെ ആറു ഗ്രൂപ്പുകൾ, ലാറ്റിൻ അമേരിക്കൻ രാജ്യങ്ങളിലും ആഫ്രിക്കൻ രാജ്യങ്ങളിലുമാണ് ഏറ്റവും കൂടിയ അസമത്വം നിലനിൽക്കുന്നത്. രണ്ടിടത്തും കാരണം ഒന്നുതന്നെ: സാമ്രാജ്യത്വം. വിദേശികളോ, അവരുടെ പങ്കാളികളോ ആണ് രണ്ടിടത്തും സമ്പന്നവർഗം. സോഷ്യലിസ്റ്റ് രാജ്യമായിരുന്ന ചൈനയിലെ ഇന്നത്തെ അസമത്വം വികസിതമുതലാളിത്ത രാജ്യങ്ങളിലേതിനേക്കാൾ കൂടുതലാണെന്ന് കാണാം.

പട്ടിക മൂന്ന്

R/P 10: ധനിക പത്തു ശതമാനത്തിന്റെയും
ദരിദ്ര പത്തു ശതമാനത്തിന്റെയും വരുമാനങ്ങൾ
തമ്മിലുള്ള അനുപാതം.

R/P 20: ധനിക ഇരുപതു ശതമാനം/ദരിദ്ര ഇരുപത് ശതമാനം

രാജ്യം	R/P 10%	R/P 20%
എ. ലാറ്റിൻ അമേരിക്ക		
ബൊളീവിയ	93.9	42.3
ഇക്വഡോർ	60.4	25.3
ഹോൻദുരാസ്	59.4	17.2
ഹായ്തി	54.4	26.6
ബ്രസീൽ	40.6	21.8
ചിലി	26.2	15.7
വെനിസുവേല	18.6	16.0

ബി. സ്കാൻഡിനേവിയൻ രാജ്യങ്ങൾ		
ഡെൻമാർക്ക്	8.1	4.3
ഫിൻലാന്റ്	5.6	3.8
നോർവെ	6.1	3.9
സ്വീഡൻ	6.2	4.0
സി. മുൻ സോഷ്യലിസ്റ്റ് രാജ്യങ്ങൾ		
ചെക്കസ്ലോവാക്യ	5.2	3.5
ഉക്രൈൻ	5.9	4.1
ലാത്വിയ	11.6	6.8
റഷ്യ	12.7	7.6
ഡി. ഏഷ്യ		
ഇന്ത്യ	8.6	5.6
ചൈന	21.6	12.2
ഇ. വികസിത രാജ്യങ്ങൾ		
യുഎസ്എ	15.9	8.6
യുകെ	13.8	7.2
ഫ്രാൻസ്	9.1	5.6
ജർമനി	6.9	4.3
എഫ്. ആഫ്രിക്കൻ രാജ്യങ്ങൾ		
മധ്യ ആഫ്രിക്കൻ റിപ്പബ്ലിക്	69.2	32.7
നൈജീരിയ	46.0	26.7
സിയര ലോണെ	87.2	57.6
ദക്ഷിണ ആഫ്രിക്ക	33.1	17.5

അസമത്വത്തെ കുറിക്കുന്ന മറ്റൊരു രാശിയാണ് ഗിനിഗുണാങ്കം എന്നത്. പൂർണ സമത്വമുള്ള ഒരു സമൂഹത്തിൽ അത് പൂജ്യം ആകും. മുഴുവൻ സമ്പത്തും ഒരാളുടെ മാത്രം ആകുമ്പോൾ ഇത് 1.00 ആകുന്നു. അസമത്വം വർധിക്കുന്ന മുറയ്ക്ക് ഗിനിഗുണാങ്കവും വർധിക്കുന്നു. പട്ടിക 4ൽ ഏതാനും ചില രാജ്യങ്ങളിലെ ഗിനിഗുണാങ്കം കഴിഞ്ഞ 4 പതിറ്റാണ്ടുകളിൽ എങ്ങനെ മാറി എന്നു കാണിക്കുന്നു.

പട്ടിക നാല്

ചില രാജ്യങ്ങളിലെ ഗിനിഗുണാങ്കത്തിൽ വന്ന മാറ്റങ്ങൾ: കഴിഞ്ഞ നൂറ്റാണ്ടിലെ 70കൾ മുതൽ ഈ നൂറ്റാണ്ടിലെ ആദ്യ പതിറ്റാണ്ടിന്റെ മധ്യം വരെ

രാജ്യം	1970കൾ	1980കൾ	1990കൾ	2000–2010
കനഡ	0.385	0.395	0.430	0.436
ഫിൻലാന്റ്	0.343	0.387	0.479	0.483
നെഥർലാന്റ്സ്	0.426	0.473	0.489	0.426
സ്വീഡൻ	0.389	0.409	0.438	0.432
യുകെ	0.338	0.419	0.453	0.445
യുഎസ്	0.406	0.436	0.477	0.480

വളർന്നുവരുന്ന ഈ അസമത്വങ്ങൾ, മാനവസമൂഹത്തിന്റെ വികാസത്തെയല്ല, ജീർണനത്തെയാണ് സൂചിപ്പിക്കുന്നത്. ഇത് കുറച്ചുകൊണ്ടുവരിക എന്നത് മാർക്സിന്റെയും ഗാന്ധിയുടെയും ലക്ഷ്യമായിരുന്നു.

സാമ്പത്തികാസമത്വത്തോടൊപ്പം ധൈഷണികതലത്തിലും സാമൂഹികതലത്തിലുമുള്ള അസമത്വങ്ങളും വർധിച്ചുവരികയാണ്. എല്ലാ രംഗങ്ങളിലും. പണക്കാർക്ക് പഞ്ചനക്ഷത്ര-സപ്തനക്ഷത്ര ഹോസ്പിറ്റലുകൾ, ഹോട്ടലുകൾ, വിദ്യാലയങ്ങൾ, പാർപ്പിടങ്ങൾ, ദരിദ്രഭൂരിപക്ഷത്തിനാകട്ടെ ഡോക്ടറും ഉപകരണങ്ങളുമില്ലാത്ത ആസ്പത്രികൾ, വഴിയോര ചായക്കടകൾ, ചെറ്റക്കുടിലുകൾ. ആഗോളതലത്തിൽ ഈ വിടവുകൾ ഭീകരമായി വർധിച്ചുവരികയാണ് – ഒരു പൊട്ടിത്തെറിയിലേക്ക് നീങ്ങിക്കൊണ്ടിരിക്കയാണ്.

മൂർച്ഛിച്ചുവരുന്ന വൈരുധ്യങ്ങൾ

മുഖ്യധാരാ മാർക്സിസ്റ്റ് സാഹിത്യങ്ങളിൽ 20–ാം നൂറ്റാണ്ടിലെ നാലു മുഖ്യവൈരുധ്യങ്ങളെക്കുറിച്ചു പറയുന്നുണ്ട്.

1. മുതലാളികളും തൊഴിലാളികളും തമ്മിൽ
2. മുതലാളിയും മുതലാളിയും തമ്മിൽ
3. സാമ്രാജ്യത്വവും ദേശീയതയും തമ്മിൽ
4. ഇവയെല്ലാം ഉൾക്കൊള്ളുന്ന കാലഘട്ടത്തിലെ (epochal) വൈരുധ്യം – മുതലാളിത്തവ്യവസ്ഥയും സോഷ്യലിസ്റ്റ് വ്യവസ്ഥയും തമ്മിൽ. മുതലാളിയും തൊഴിലാളിയും തമ്മിലുള്ള വൈരുധ്യം പ്രകടിതമാകുന്നത് ആധുനികവ്യവസായങ്ങളിലൂടെയും സംഘടിത

തൊഴിലാളികളിലൂടെയുമാണ്. ഇവരുടെ എണ്ണം ജനസംഖ്യയിൽ ഒരു ചെറിയ ശതമാനം മാത്രമാണ്. മുതലാളിമാർ ചൂഷണത്തിലൂടെ കുന്നുകൂട്ടുന്ന സമ്പത്തിന്റെ ഒരു ഭാഗം അവർ ഈ തൊഴിലാളികൾക്ക് കൊടുക്കാൻ തയ്യാറാവുമ്പോൾ ഈ വൈരുധ്യത്തിന്റെ തീവ്രത കുറയുന്നു പ്രകടിതമാകാതെപ്പോകുന്നു. കാരണം, അത് രൂപംകൊള്ളുന്നത് അതിജീവനത്തിനു വേണ്ടിയാണ്, സമത്വത്തിനു വേണ്ടിയല്ല. 20-ാം നൂറ്റാണ്ടിൽ തന്നെ അമേരിക്കയും യൂറോപ്പും ഈ വൈരുധ്യത്തിന്റെ തീക്ഷ്ണത കുറയ്ക്കുന്നതിൽ വിജയിച്ചു. അമേരിക്കയിൽ, ഒരുകാലത്ത് മിലിറ്റന്റ് ആയിരുന്ന തൊഴിലാളിവർഗപ്രസ്ഥാനം ദുർബലപ്പെട്ടതിന്റെ കഥയാണ് ജാക് ലണ്ടന്റെ *അയൺ ഹീൽ (ഉരുക്കുപാദം)* എന്ന നോവലിന്റെ ഇതിവൃത്തം. ഇന്നത് ഒട്ടൊക്കെ സാർവത്രികമായിരിക്കുന്നു. സംഘടിത തൊഴിലാളിവർഗം മൊത്തം തൊഴിലാളികളുടെ ചെറിയൊരു ശതമാനം മാത്രമേ വരൂ. അവരുടെ ജീവിതനിലവാരം ഉയർന്നു. സമരാവേശം തണുത്തു. ഭൂരിപക്ഷം വരുന്ന അസംഘടിതർക്ക് നേതൃത്വമില്ലാതെ പോയി. ഇടയ്ക്കിടയ്ക്ക് തന്നത്താൻ പൊട്ടിപ്പുറപ്പെടുന്ന സമരങ്ങളേ ഉള്ളു. വ്യത്യസ്ത രാജ്യങ്ങളിലുള്ള തൊഴിലാളികൾക്കിടയിൽ ദേശീയത വളർന്നുവന്നു. തുടങ്ങിയത് അമേരിക്കയിലാണ്. പിന്നീട് യൂറോപ്യൻ രാജ്യങ്ങളിലും സോവിയറ്റ് യൂണിയനിലും ഒക്കെ ഇത് വളർന്നുവരാൻ തുടങ്ങി. എല്ലാ രാജ്യങ്ങളിലെയും തൊഴിലാളിവർഗം താന്താങ്ങളുടെ ഗവൺമെന്റുകൾക്ക്, പ്രതിരോധബഡ്ജറ്റിൽ നല്കുന്ന പിന്തുണ ഈ വളർച്ചയുടെ തെളിവാണ്. അങ്ങനെ നാലു കാലഘട്ട വൈരുധ്യങ്ങളിൽ ഒന്നായ മുതലാളി-തൊഴിലാളി വൈരുധ്യത്തിന് ഇന്ന് നിർണായക പ്രാധാന്യം നഷ്ടപ്പെട്ടിരിക്കയാണ്. സാങ്കേതികവിദ്യകളിലുണ്ടായ മാറ്റങ്ങളും ഇതിന് കാരണമായിട്ടുണ്ട്.

തമ്മിൽ തമ്മിലുള്ള മത്സരം തങ്ങളെ ക്ഷീണിപ്പിക്കാതിരിക്കാൻ മുതലാളിമാർ തന്നെ മാർഗം കണ്ടെത്തിയിരിക്കുന്നു. വിവിധങ്ങളായ സംഘടനകളിലൂടെ തങ്ങൾ തമ്മിലുള്ള വൈരുധ്യങ്ങൾക്ക് താത്കാലിക പരിഹാരമെങ്കിലും കണ്ടെത്തുന്നതിൽ അവർ വിജയിച്ചിരിക്കുന്നു. ചെന്നായ്ക്കളുടെ ഒരു വലിയ കൂട്ടം ആയി അവർ മാറിയിരിക്കുന്നു. അന്തരീക്ഷത്തിലെ ഹരിതഗൃഹവാതകവർധനയ്ക്ക് തങ്ങളെപ്പോലെയോ തങ്ങളെക്കാൾ കൂടുതലോ ഉത്തരവാദിത്വം വികസ്വരരാജ്യങ്ങൾക്കും ദരിദ്രർക്കുമാണ് എന്ന് അവർ ഒരേ സ്വരത്തിൽ പറയുന്നു. അവർ തമ്മിലുള്ള വൈരുധ്യം തങ്ങൾക്ക് ഗുണകരമാകും എന്ന് തൊഴിലാളികളോ ദരിദ്രരോ വ്യാമോഹിക്കേണ്ടതില്ല. ലോകഗതിയെ നിയന്ത്രിക്കുന്ന ഒരു വൈരുധ്യമല്ലാതായി അത് മാറിയിരിക്കുന്നു.

കഴിഞ്ഞ നൂറ്റാണ്ടിൽ സാമ്രാജ്യത്വവും കോളനി രാജ്യങ്ങളും തമ്മിലുള്ള വൈരുധ്യവും സ്വാതന്ത്ര്യസമരങ്ങളും നിർണായകമായിരുന്നു. ഒരു കാലത്ത് വിയത്നാം വിമോചനസമരമായിരുന്നു കേന്ദ്രബിന്ദു. പതുക്കെ

പ്പതുക്കെ എല്ലാ രാജ്യങ്ങളും പ്രത്യക്ഷകോളനി വാഴ്ചകളിൽ നിന്ന് രക്ഷപ്പെട്ടു. എന്നാൽ അതിവേഗം വളർന്നുവന്ന സാമ്പത്തിക സാമ്രാജ്യത്വവും ആഗോളതലത്തിൽ വികസിച്ച നവലിബറലിസവും കൂടി മറ്റൊരു തരത്തിലുള്ള കോളനിവ്യവസ്ഥയ്ക്ക് രൂപം നല്കിയിട്ടുണ്ട്. ഇത് രാഷ്ട്രീയാടിസ്ഥാനത്തിലല്ല. സർവശക്തമായ മൂലധനശക്തികൾ ലോകത്തെമ്പാടുമുള്ള ദുർബലരായ ദരിദ്രവിഭാഗത്തിനുമേൽ കൈയാളിയിട്ടുള്ള ആധിപത്യമാണിത്. വർധിച്ചുവരുന്ന ധനിക-ദരിദ്രവിടവിന്, അസമത്വത്തിന് ഇതാണ് കാരണം. ഈ ധനിക-ദരിദ്രവൈരുധ്യം കൂടുതൽ കൂടുതൽ പ്രകടമാകുന്നുണ്ട്. അതിന്നെതിരായി നാനായിടങ്ങളിൽ, നാനാരൂപങ്ങളിലുള്ള സമരങ്ങൾ നടക്കുന്നുണ്ട്. എന്നാൽ അവയെ ഏകോപിപ്പിക്കാനും ഒരു മഹാശിലയായി നിൽക്കുന്ന നവലിബറൽ ശക്തികൾക്കെതിരെ തിരിക്കാനും ആവശ്യമായ പ്രത്യയശാസ്ത്രപരമായ ഒരു കാഴ്ചപ്പാട് ഇനിയും രൂപപ്പെട്ടിട്ടില്ല. 'സോഷ്യലിസമാണ് ബദൽ' എന്ന മുദ്രാവാക്യം ഇന്ന് അംഗീകരിക്കപ്പെടുന്നില്ല.

കാലഘട്ടത്തിന്റെ ആത്യന്തികവും യുഗനിർണായകവുമായ വൈരുധ്യം മുതലാളിത്തവ്യവസ്ഥയും സോഷ്യലിസ്റ്റ്വ്യവസ്ഥയും തമ്മിലുള്ളതാണ് എന്നും അംഗീകരിക്കപ്പെടുന്നില്ല. ഒന്നാം സോഷ്യലിസ്റ്റ് പരീക്ഷണങ്ങളുടെ പരാജയവും അതിനുള്ള കാരണങ്ങളും പുതിയൊരു പരീക്ഷണത്തിന് തുനിയുന്നതിൽനിന്ന് ജനങ്ങളെ പിൻവലിക്കുന്നു. ഈ പ്രശ്നം മറികടക്കാനായി പുതിയ ഇടതുപക്ഷക്കാർ സോഷ്യലിസത്തിന് ഒരു വിശേഷണം നല്കുന്നു: 21-ാം നൂറ്റാണ്ടിലെ സോഷ്യലിസം. എന്തായിരിക്കും, അതിന്റെ സവിശേഷതകൾ എന്ന് പലരും പറയുന്നത് പലതാണ്. പഴയകാല കമ്യൂണിസ്റ്റ് - സോഷ്യലിസ്റ്റ് പാർട്ടികൾ, പഴയ സോഷ്യലിസത്തിന് ചില മിനുക്കുപണികൾ ചെയ്യാൻ മാത്രമേ തയ്യാറായിട്ടുള്ളു. കേന്ദ്രഭരണകൂടം കൈവശപ്പെടുത്തി തൊഴിലാളിവർഗ സർവാധിപത്യം സ്ഥാപിച്ച് താഴോട്ട് കെട്ടിയിറക്കുന്നതാണ് ഇന്നും അവരുടെ സോഷ്യലിസം. ബഹുലത, സമ്പൂർണജനാധിപത്യം എന്നീ ആശയങ്ങൾ അവർ ഉൾക്കൊണ്ടിട്ടില്ല. ജനങ്ങൾ താഴെനിന്ന് മേലോട്ടു കെട്ടിപ്പൊക്കുന്നതാണ് സോഷ്യലിസം എന്ന് അവർ അംഗീകരിക്കുന്നില്ല.

ഫലമെന്താണ്? സോഷ്യലിസത്തിന്റെ ശക്തികൾ ആപേക്ഷികമായി ദുർബലപ്പെട്ടുവരുന്നു. മുതലാളിത്തം അവസാനിപ്പിച്ച് പുതിയൊരു സമ്പദ്വ്യവസ്ഥ രൂപപ്പെടുത്തിയെടുക്കാൻ അവയ്ക്ക് നിർണായകമായ പങ്ക് വഹിക്കാനില്ല എന്ന അവസ്ഥ വന്നിരിക്കുന്നു. മുതലാളിത്തത്തിനാകട്ടെ തുടർച്ചയായി വികസിച്ചുകൊണ്ടല്ലാതെ നിലനിൽക്കാൻ പറ്റില്ലല്ലോ. പുതുക്കപ്പെടാനാകാത്ത പ്രകൃതിവിഭവങ്ങളുടെ കലവറ ശുഷ്കിച്ചു വരികയാണ്. ഒരു വശത്ത് വളർച്ച കൂടുതൽ കൂടുതൽ തടസ്സങ്ങൾ നേരിട്ടുകൊണ്ടിരിക്കയാണ്. മറുവശത്ത് അത് സൃഷ്ടിക്കുന്ന മാലിന്യങ്ങൾ ഭൂമിക്കു താങ്ങാനാവുന്നതിൽ കൂടുതലാണ് ഇപ്പോൾത്തന്നെ എന്ന

അവസ്ഥയും. മുതലാളിത്തവികാസം - ചൈനയിലെയും ഇന്ത്യയിലെയും അടക്കം - ഉൽപാദിപ്പിക്കുന്ന ഹരിതഗൃഹവാതകങ്ങൾ ഒരു പാരിസ്ഥിതികദുരന്തത്തിലേക്കാണ് മാനവരാശിയെ നയിച്ചുകൊണ്ടിരിക്കുന്നത്. കുടിവെള്ളം വർധിച്ചതോതിൽ മലിനമാക്കപ്പെട്ടുകൊണ്ടിരിക്കയാണ്. ലോകത്തെമ്പാടുമുള്ള ആണവറിയാക്ടറുകളിലായി പ്രതിവർഷം 80,000 ഹിരോഷിമ ബോമ്പിന്റേതിന് സമാനമായ റേഡിയോ ആക്തിവപദാർഥങ്ങൾ ഉൽപാദിപ്പിക്കപ്പെട്ടുകൊണ്ടിരിക്കയാണ്. (മുതലാളിത്ത രാജ്യങ്ങളിലും റഷ്യയിലും ഉപയോഗിക്കപ്പെടാതെ കിടക്കുന്ന ബോംബ്ഗ്രേഡ് യുറേനിയത്തെ കച്ചവടച്ചരക്കാക്കി മാറ്റുകയെന്നത് അവരുടെ താൽപര്യമാണ്.)

മുതലാളിത്തവികസനവും പ്രകൃതിയുടെ പരിമിതികളും തമ്മിലുള്ള അപരിഹാര്യമായ വൈരുധ്യം ഒരു പൊട്ടിത്തെറിയിലേക്കാണ് ലോകത്തെ നയിക്കുന്നത്. അന്തിമ പരിഹാരം രണ്ടു വിധത്തിലാകാം. (i) മുതലാളിത്തം തോൽപിക്കപ്പെട്ട്, പ്രകൃതി അനുശാസിക്കുന്ന പരിധികൾ കണക്കിലെടുക്കുന്ന പുതിയ ഒരു സമൂഹം രൂപംകൊള്ളാം. അല്ലെങ്കിൽ (ii) മാനവസംസ്കാരവും മാനവരാശി ആകെത്തന്നെയും, ഒപ്പം മുതലാളിത്തവും തകർന്നുതരിപ്പണമായേക്കാം.

ഈ അവസാനം പറഞ്ഞത്, മനുഷ്യനും പ്രകൃതിയും തമ്മിലുള്ള വൈരുധ്യം കുറച്ചുകൂടി ആഴത്തിൽ പരിശോധിക്കേണ്ടിയിരിക്കുന്നു.

മൂന്ന്

താങ്ങാനാവുന്നതിനുമപ്പുറം

ബെഞ്ചമിൻ ഫ്രാങ്ക്ളിൻ മനുഷ്യനു കൊടുത്ത നിർവചനം 'ഉപകരണങ്ങൾ ഉണ്ടാക്കുന്ന ജീവി' എന്നാണ്. ഇന്ന് പുതിയ ഒരു നിർവചനം നൽകാം: 'മതിവരാത്ത ഉപഭോഗാർത്തിയുള്ള ജീവി.' ഈ മതിവരായ്ക ബോധപൂർവം ഉണ്ടാക്കിയ ഒരു സ്വഭാവമാണ്. മുതലാളിത്തം എന്ന സമ്പദ്വ്യവസ്ഥയ്ക്ക് നിലനിൽക്കണമെങ്കിൽ ചരക്കുകളുടെ ഉൽപാദനവും വിനിമയവും ഉപഭോഗവും തുടർച്ചയായി വർധിപ്പിച്ചേ മതിയാകൂ. മുതലാളിത്തവ്യവസ്ഥ രൂപംകൊള്ളുന്ന കാലത്ത് ഇതത്ര പ്രകടമായിരുന്നില്ല. അതിജീവനാവശ്യങ്ങൾ നിറവേറ്റാൻ തന്നെ ഉൽപാദനം വർധിപ്പിക്കേണ്ടിയിരുന്നു. 20-ാം നൂറ്റാണ്ടിന്റെ തുടക്കത്തോടുകൂടി മാത്രമാണ് അവശ്യം വേണ്ടാത്ത സാധനങ്ങൾ കൂടി ആളുകളെക്കൊണ്ട് വാങ്ങിപ്പിക്കണം എന്ന ആവശ്യം മുതലാളിമാർക്ക് അനുഭവപ്പെടാൻ തുടങ്ങിയത്. ചരക്കുകളുടെ ഗുണഗണങ്ങൾ വാഴ്ത്തിക്കൊണ്ടുള്ള പരസ്യങ്ങൾ പത്രങ്ങളിൽ പ്രത്യക്ഷപ്പെടാൻ തുടങ്ങിയത് അക്കാലത്താണ്. മാത്രമല്ല, സാധനങ്ങൾ കടമായി വാങ്ങിപ്പിക്കുക - ഹയർ പർച്ചേസ് - എന്ന സംവിധാനം രൂപംകൊണ്ടതും അക്കാലത്താണ്. അതിന്റെ ഇന്നത്തെ രൂപമാണ് ക്രെഡിറ്റ് കാർഡ്, ഓൺലൈൻ പർച്ചേസ് മുതലായവ. പരസ്യത്തിന്റെ രീതികളും ഊഹാതീതമായി വളർന്നിരിക്കുന്നു.

ചരക്കുകൾ ഉണ്ടാക്കാൻ വേണ്ട അസംസ്കൃതപദാർഥങ്ങൾ ഭൂമിയിൽ നിന്നാണല്ലോ എടുക്കുന്നത്. ഭൂമി സീമിതമാണ്. അതിന്റെ പുറന്തോടിൽനിന്നാണ് ആവശ്യമായ ഇരുമ്പയിരും ബോക്സൈറ്റ്, ചെമ്പ്, ടിൻ, ഈയം, സിങ്ക്, മുതലായ ലോഹങ്ങളുടെ അയിരുകളും സൾഫർ, ഫോസ്ഫറസ്, മുതലായ അലോഹങ്ങളും കിട്ടുന്നത്. ഓരോന്നും നിയതമായ ഒരളവിലേ ഭൂമിയിൽ ഉള്ളു. എടുക്കുംതോറും അവശേഷിക്കുന്നതിന്റെ അളവ്, സ്വാഭാവികമായും, കുറഞ്ഞുവരുന്നതാണല്ലോ. അടുത്തകാലം വരെ, നൂറുനൂറ്റമ്പത് കൊല്ലം മുമ്പുവരെ നാം ഓരോ കൊല്ലം എടുക്കുന്നതിന്റെ അളവ്, ഭൂമിയിലുള്ള മൊത്തം ശേഖരവുമായി തട്ടിച്ചുനോക്കുമ്പോൾ നിസ്സാരമായിരുന്നു. അതിനാൽ അവശേഷിക്കുന്നത് അനന്തമാണ് എന്ന ഒരു തോന്നൽ ആണ് ഉണ്ടായിരുന്നത്.

എന്നാൽ മുതലാളിത്തത്തിന്റെ വളർച്ചയോടൊപ്പം എടുക്കുന്നതിന്റെ നിരക്കും വർധിച്ചു. അനന്തമായി തോന്നിയിരുന്ന വിഭവശേഖരത്തിന്റെ അളവ് പ്രകടമായി കുറഞ്ഞുവരാൻ തുടങ്ങി. കഴിഞ്ഞ 50 കൊല്ലത്തിൽ ചൂഷണത്തിന്റെ നിരക്ക് അസാമാന്യമായി വർധിച്ചു. പല വിഭവങ്ങളുടെയും സ്റ്റോക്ക് തീരാറായി. ഉത്കണ്ഠാകുലമായ അവസ്ഥ വന്നുചേർന്നു. പുതിയ, നാളിതുവരെ അറിയപ്പെടാതെ കിടന്നിരുന്ന വിഭവങ്ങൾക്കുള്ള പര്യവേക്ഷണം തീവ്രമാക്കി. ചിലതിന്റെയെല്ലാം പുതിയ സ്രോതസ്സുകൾ കണ്ടെത്തിയിട്ടുണ്ട്. എന്നാൽ അവയുടെ അളവ് താരതമ്യേന നിസ്സാരമായിരുന്നു. ഇന്ന് അറിയപ്പെടുന്ന ശേഖരങ്ങൾ എത്ര കാലത്തേക്കു മതിയാകും? ഉപഭോഗനിരക്കിനെ ആശ്രയിച്ചിരിക്കും ആ ചോദ്യത്തിനുള്ള ഉത്തരം. ചൂഷണനിരക്ക് ഇതേവരെ നടന്ന രീതിയിൽ തന്നെ വർധിക്കുകയാണെങ്കിൽ - കഴിഞ്ഞ അഞ്ച് പതിറ്റാണ്ടായി അതിൽ കാര്യമായ മാറ്റമൊന്നും കണ്ടിട്ടില്ല - ചില വിഭവങ്ങൾ എത്ര കാലത്തേക്ക് മതിയാകും എന്ന് പട്ടിക 5 ൽ കൊടുത്തിരിക്കുന്നു.

പട്ടിക അഞ്ച്

പദാർത്ഥം	ലഭ്യതാവർഷങ്ങൾ
അലുമിനിയം	200–250
കൽക്കരി	150–160
ഇരുമ്പ്	70–80
പ്രകൃതിവാതകം	50–60
നിക്കൽ	50–60
എണ്ണ	40–50
ടിൻ	40–50
ചെമ്പ്	30–35
കാഡ്മിയം	30–35
സിങ്ക്	20–30
മെർക്കുറി	15–20
ഈയം	12–15

പല സ്രോതസ്സുകളിൽനിന്നായി ശേഖരിച്ച വിവരങ്ങളിൽനിന്നാണ് മേൽകൊടുത്ത പട്ടിക ഉണ്ടാക്കിയിട്ടുള്ളത്. ഏതാനും വർഷങ്ങൾ കൂടുകയോ കുറയുകയോ ചെയ്യാം. പക്ഷേ, ഒരു കാര്യം നിശ്ചിതമാണ്. അലുമിനിയവും കൽക്കരിയും ഒരുവേള ഇരുമ്പും ഒഴികെ മറ്റെല്ലാംതന്നെ ഒന്നോ രണ്ടോ തലമുറക്കാലത്തേക്കേ മതിയാകൂ. ഒരു ജീവജാതിയുടെ

ആയുസ്സിൽ ഒന്നു രണ്ടു തലമുറ എന്നു പറയുന്നത് ഒരു ക്ഷണികനേരം മാത്രമാണ്.

ഇരുമ്പും അലുമിനിയവും താരതമ്യേന കൂടുതലുള്ള ലോഹങ്ങളാണ്. ചെമ്പ്, ഈയം, സിങ്ക്, ടിൻ, മർക്കുറി മുതലായവ ഒരു തലമുറക്കാലത്തേക്കേ മതിയാവൂ. മിക്കവയുടെയും നല്ലൊരു ശതമാനം പുനശ്ചക്രണം ചെയ്യുന്നുണ്ട്. എന്നാൽ പതിവിൻപടി വികസനം നടത്തുന്നതിന് ഇത് മതിയാകില്ല. പതിവിൻപടി പാതയിൽനിന്ന് മാറേണ്ടിയിരിക്കുന്നു. എന്തിനും ഊർജം വേണം. അതിനുള്ള ഡിമാന്റ് കുറയുന്നതല്ല, കൂടുകയേ ഉള്ളൂ. എണ്ണ, പ്രകൃതിവാതകം, കൽക്കരി, ആണവം, ജലവൈദ്യുതി, കാറ്റ്, സൂര്യപ്രകാശം എന്നിവയാണ് പ്രധാന ഊർജ സ്രോതസ്സുകൾ. ഇവയിൽ അവസാനത്തെ രണ്ടും ഇന്ന് നിസ്സാരമാണ്. ഭാവിയിൽ വികസിപ്പിക്കേണ്ട പുതുക്കപ്പെടുന്ന ഊർജസ്രോതസ്സുകളാണ് അവ. ജലവൈദ്യുതിയും പുതുക്കപ്പെടുന്നതാണ്. സാങ്കേതികമായി സാധ്യമായതിന്റെ പകുതിയോളം ഇതിനകം ഉപയോഗപ്പെടുത്തിയിട്ടുണ്ട്. മൊത്തം ഉൽപാദനത്തിന്റെ 60 ശത മാനത്തിലധികം പ്രകൃതിവാതകം, എണ്ണ, കൽക്കരി എന്നിവയിൽ നിന്നാണ് ഉണ്ടാക്കുന്നത്. പുതുക്കപ്പെടാത്ത സ്രോതസ്സുകളാണിവ. പ്രകൃതിവാതകവും എണ്ണയും ഇന്നത്തെ തോതിൽ ഇനി 25–30 വർഷത്തിനു കൂടി മാത്രമേ മതിയാകൂ. 2040 ആകുമ്പോഴേക്കും ആഗോളശേഖരത്തിന്റെ 90 ശതമാനത്തിലധികം തീർന്നിരിക്കും. കൽക്കരിയെ കുറെ നാളത്തേക്കു കൂടി ആശ്രയിക്കാം. പക്ഷേ, കൽക്കരി നിലയങ്ങൾ പുറത്തുവിടുന്ന കാർബൺ ഡൈഓക്സൈഡ് ആണ് ആഗോളതാപനത്തിന്റെയും കാലാവസ്ഥാമാറ്റത്തിന്റെയും പ്രധാന കാരണം. 2050 ആകുമ്പോഴേക്കും പുതിയ കൽക്കരി നിലയങ്ങൾ പണിയാതാകും. പഴയവ അടച്ചുപൂട്ടാൻ തുടങ്ങും. ഊർജലഭ്യത കൂടുന്നതിനു പകരം കുറയാൻ തുടങ്ങും. ഇത് പതിവിൻപടി വികസനം അസാധ്യമാക്കും. പെട്ടെന്ന് വഴിമാറാൻ കഴിയില്ല. സൗരോർജത്തിന്റെ ഉൽപാദനം ത്വരിതഗതിയിൽ വർധിപ്പിക്കേണ്ടിവരും. അതിനുള്ള ശ്രമം തുടങ്ങിയിട്ടുണ്ട്. എന്നാൽ വരുന്ന 3–4 പതിറ്റാണ്ടിനുള്ളിൽ കൽക്കരി, വാതകം, എണ്ണ എന്നിവയ്ക്ക് പകരം വെക്കാറാകണമെങ്കിൽ കോടിക്കണക്കിന് മെഗാവാട്ട് സൗരനിലയങ്ങൾ സ്ഥാപിക്കേണ്ടിവരും. നിറവേറ്റാൻ പ്രയാസമായ ഒരാവശ്യമാണത്. കേരളത്തിൽ ആളൊന്നുക്ക് പ്രതിവർഷം 1500 യൂണിറ്റ് (ഇന്ന് 800 യൂണിറ്റ് ആണ്) ലഭ്യമാക്കണമെങ്കിൽ 20,000 മെഗാവാട്ട് സൗരനിലയങ്ങൾ സ്ഥാപിക്കേണ്ടിവരും. (ആളോഹരി പ്രതിവർഷം 600 യൂണിറ്റ്)

ആഗോളതാപനത്തെ അവഗണിച്ചു കുറച്ചുകൊല്ലങ്ങൾ കൂടി മുന്നോട്ടു പോകുമായിരിക്കാം. അതിനുള്ളിൽ, കുറഞ്ഞ ഊർജം കൊണ്ട് കൂടിയ ജീവിതഗുണത കൈവരിക്കാമെന്ന തിരിച്ചറിവ് ജനങ്ങൾ ആർജിക്കുമെന്ന് പ്രതീക്ഷിക്കാം. ഇല്ലെങ്കിൽ, പിന്നെയുള്ള ഗതി നിർണയിക്കുന്നത്

മനുഷ്യരായിരിക്കില്ല, പ്രകൃതിശക്തികളായിരിക്കും. അതിനകംതന്നെ അന്തരീക്ഷത്തിലെ ഹരിതഗൃഹവാതകങ്ങളുടെ അളവ് 600-700 പിപിഎം കടന്നിരിക്കും. കാലാവസ്ഥാമാറ്റം അനുഭവവേദ്യമായ ഒരു യാഥാർഥ്യ മായിത്തീരും. കാലാവസ്ഥയുടെ താളം പൂർണമായും തെറ്റിയിരിക്കും. കൊടുങ്കാറ്റ്, ചുഴലിക്കാറ്റ്, പെരുമഴ മുതലായ സംഭവങ്ങളുടെ എണ്ണവും ശക്തിയും അത്യധികം വർധിക്കുന്നതായിരിക്കും. സഹിക്കാനാകാത്ത നാശനഷ്ടങ്ങൾക്ക് ഇത് കാരണമാകും. കാലാവസ്ഥാമാറ്റം ഇപ്പോൾ തന്നെ തടയാൻ പറ്റാത്തവിധം കൈവിട്ടുപോയിരിക്കുന്നു.

ഉൽപാദനപ്രവർത്തനത്തിന്റെ ഉപോൽപന്നങ്ങൾ - മാലിന്യങ്ങൾ - മിക്കവയും മനുഷ്യരുടെയും മൃഗങ്ങളുടെയും ആരോഗ്യത്തിനും ആയു സ്സിനും ദ്രോഹം ചെയ്യുന്നവയാണ്. അവയുടെ ഉൽപാദനം ചെറിയ തോതിലായിരുന്നപ്പോൾ, പലതും പ്രകൃതിയിലെ സ്വാഭാവിക പ്രവർത്തന ങ്ങൾകൊണ്ട് ദ്രോഹകരമല്ലാതാക്കപ്പെട്ടിരുന്നു. ചിലവ അപ്പോഴും ദീർഘ കാലം കിടക്കും. ഇന്നത്തെ ഉൽപാദനനിരക്ക് നിരവധി മടങ്ങാണ്. പ്രകൃ തിക്ക് കൈകാര്യം ചെയ്യാവുന്നതിനേക്കാൾ എത്രയോ കൂടുതലാണ്. അവയിൽ പലതും ജൈവപ്രക്രിയകളിലൂടെ സാന്ദ്രീകരിക്കപ്പെട്ട് നമ്മുടെ ശരീരത്തിൽ എത്തുന്നു. അങ്ങനെ അമ്മമാരുടെ മുലപ്പാലിൽ പ്രത്യക്ഷ പ്പെട്ട ഡി.ഡി.ടിയാണ് റെയ്ച്ചൽ കാഴ്സന്റെ സുപ്രസിദ്ധ പുസ്തകമായ *നിശ്ശബ്ദവസന്ത*ത്തിന്റെ ഇതിവൃത്തം. 1962ൽ ആണ് *നിശ്ശബ്ദ വസന്തം* പ്രസിദ്ധീകരിക്കപ്പെട്ടത്. ഒരു പതിറ്റാണ്ടുകാലത്തെ ചർച്ചകൾക്കുശേഷം 1972 ൽ സ്റ്റോക് ഹോമിൽവച്ച് ഒന്നാം ലോക പരിസ്ഥിതിസമ്മേളനവും 1992ൽ റിയോ ദ് ജനീറോയിൽ വച്ച് ഒന്നാം ഭൗമ ഉച്ചകോടിയും നടന്നു. മാനവജാതി അതിന്റെ സ്വന്തം ആവാസ ഭൂമിയെ നശിപ്പിക്കുകയാണ് എന്ന് സാമാന്യമായി അംഗീകരിക്കപ്പെട്ടു. ലൊട്ടുലൊടുക്ക് പരിപാടികൾ മതിയാകില്ല, കാര്യമായ മാറ്റങ്ങൾ വേണ്ടിവരും എന്ന് സാമാന്യേന എല്ലാവരും അംഗീകരിച്ചു. അംഗീകരിക്കാത്ത ഒരു ചെറുവിഭാഗം ഉണ്ട്: അവർ വാദിച്ചു. മാനവരാശി പുരോഗമിച്ചുകൊണ്ടിരിക്കയാണെന്നും ഇതേ രീതിയിൽ ഇനിയും മുന്നോട്ടുപോകാൻ കഴിയുമെന്നും ഇന്ന് ജനിക്കുന്ന കുട്ടികളെ കാത്തിരിക്കുന്നത് ഇന്നത്തേക്കാൾ കൂടുതൽ നല്ല ഒരു ലോക മായിരിക്കും എന്ന് അവർ വാദിച്ചു. അവരോട് യോജിക്കുന്നവർ ഒരു ചെറു ന്യൂനപക്ഷമേയുള്ളു. വിപത്ത് ആസന്നമാണ് എന്നും അത് വിഭ്രാന്തി യല്ലെന്നും ഭൂരിപക്ഷംപേരും അംഗീകരിക്കുന്നു. എന്നാൽ അതു തടയാൻ വേണ്ട നടപടികൾ എടുക്കാൻ അവർക്കു കഴിയുന്നില്ല. മുതലാളിത്ത വ്യവസ്ഥയിൽ കഴിയുകയില്ലതാനും.

ഇന്നും വേണ്ടത്ര ഗൗരവത്തോടെ മനസ്സിലാക്കപ്പെടാത്ത മറ്റൊന്നാണ് റേഡിയോ ആക്തിവപദാർഥങ്ങളുടെ വളർന്നുവരുന്ന ശേഖരം. ഇന്നത് പ്രത്യേക സംരക്ഷണത്തിൻ കീഴിലാണ്. കുടത്തിലടച്ച ഭൂതത്തെപ്പോലെ യാണ് അതിന്റെ കിടപ്പ്. കുടം പൊട്ടിയാലോ, തുറന്നാലോ അത്

ലോകമാകെപ്പരക്കും. ആണവനിലയങ്ങളിലും സംഭരണശാലകളിലും അപകടങ്ങൾ ഉണ്ടായിട്ടുണ്ട്. സ്ഥാപനങ്ങളുടെ പ്രായം കൂടുന്നതനുസരിച്ച് അപകടങ്ങളുടെ എണ്ണവും ഗൗരവവും കൂടാൻ സാധ്യതകളുണ്ട്. മാനവരാശിക്കുമുമ്പിൽ ഉള്ള ഒരു ഭീഷണിയാണത്.

ഇവയെല്ലാറ്റിനേക്കാളും ഗുരുതരമാണ് ജലദൗർലഭ്യത്തിന്റേത്. ശുദ്ധജലത്തിന്റെ ആവശ്യം കൂടിക്കൂടിവരികയാണ്. ഇപ്പോൾതന്നെ കടുത്ത ജലദൗർലഭ്യം അനുഭവപ്പെടുന്ന പ്രദേശങ്ങളുണ്ട്. ആ പ്രദേശങ്ങളുടെ വിസ്തീർണം കൂടുന്നുണ്ട്, ദൗർലഭ്യകാലം നീളുന്നുമുണ്ട്. ജനങ്ങൾ മിതവ്യയം ശീലിക്കുന്നതിനു പകരം അവരെ എന്തിലും അധിക വ്യയം ശീലിപ്പിക്കുന്ന ഒരു സാമൂഹികവ്യവസ്ഥയാണല്ലോ ഇന്നുള്ളത്. ഒരാൾക്ക് ഒരു ദിവസം കുടിക്കാൻ രണ്ടോ മൂന്നോ ലിറ്റർ മതിയാകും. പക്ഷേ, അത്രയും കുപ്പിവെള്ളമുണ്ടാക്കാൻ അതിന്റെ നിരവധി മടങ്ങു വെള്ളം പാഴാക്കേണ്ടിവരുന്നു. വാഷിങ്ങ്മെഷീനിൽ തുണി കഴുകാൻ കൈകൊണ്ടു കഴുകുന്നതിന്റെ 4–5 മടങ്ങ് വെള്ളം വേണം. കുളത്തിൽ കുളിക്കാൻ അര ലിറ്റർ വെള്ളം കൂടി വേണ്ട. ബാത് ടബ്ബിൽ കുളിക്കാൻ ഇരുന്നൂറു ലിറ്ററിൽ കൂടുതൽ വേണം. പിന്നെ കുട്ടികൾക്ക് വാട്ടർ പാർക്കുകൾ. അങ്ങനെ പോകുന്നു. പണക്കാർ പ്രതിദിനം ആളോഹരി ആയിരത്തോളം ലിറ്റർ വെള്ളം ഉപയോഗിക്കുന്നു. സാധാരണക്കാർക്ക് 20–30 ലിറ്റർ കൂടി കിട്ടാത്തയിടങ്ങളാണധികം. ഉപഭോഗവും അതിലെ അസമത്വവും വർധിച്ചുവരികയാണ്.

ലഭ്യതയാകട്ടെ കുറഞ്ഞും വരികയാണ്. മഴയിൽനിന്നും മഞ്ഞിൽനിന്നുമാണ് നമുക്ക് ശുദ്ധജലം കിട്ടുന്നത്. മഞ്ഞ് ഉറച്ച് കട്ടിയായി കിടക്കുന്നു – ഗ്ലേസിയറുകൾ. വേനൽക്കാലത്ത് അത് പതുക്കെ ഉരുകി ശുദ്ധജലമായി നദികളിലൂടെ ഒഴുകി നമുക്ക് ലഭിക്കുന്നു. അന്തരിക്ഷതാപനം കാരണം ഹിമപാതം കുറഞ്ഞുവരികയാണ്. ഗ്ലേസിയറികളുടെ – ഹിമാനികളുടെ – വലുപ്പം കുറഞ്ഞ് കുറഞ്ഞ് വരികയാണ്. അതായത് ശുദ്ധജലശേഖരത്തിന്റെ വ്യാപ്തം കുറഞ്ഞുവരികയാണ്. നീണ്ട മഴക്കാലമുണ്ടായിരുന്നത് ഇടയ്ക്ക് പെരുമഴയും ഇടയ്ക്ക് തീരെ മഴയില്ലാത്ത ദിനങ്ങളുമായി മാറുന്നു. മഴപെയ്യുന്ന ദിവസങ്ങളുടെ എണ്ണം കുറയുന്നു. പെരുമഴ പെയ്യുമ്പോൾ വെള്ളത്തിന് ഭൂമിയിലേക്കിറങ്ങി ഭൗമജലസംഭരത്തെ വർധിപ്പിക്കാൻ സമയം കിട്ടുന്നതിനു മുമ്പെ കടലിലേക്ക് കുത്തിയൊലിച്ചുപോകുന്നു. വനനശീകരണം ഈ പ്രക്രിയയ്ക്ക് ആക്കം കൂട്ടുന്നു.

മനുഷ്യജീവിതത്തിൽ ഭക്ഷണം പോലെതന്നെ പ്രധാനമായ ഘടകമാണ് വെള്ളവും. അതു കിട്ടാതെ വന്നാൽ മനുഷ്യർക്ക് ഭ്രാന്ത് പിടിച്ചേക്കാം. വിശപ്പ്, ദാഹം, നിരാശ ഇവയെല്ലാം ചേർന്നാൽ മാനവികത പൂർണമായും നഷ്ടപ്പെടുന്നതിനുള്ള രസായനക്കൂട്ടായി. അതിലേക്കാണ് മാനവരാശി നീങ്ങിക്കൊണ്ടിരിക്കുന്നത്. ഇവയുടെ നേരെ കണ്ണടച്ചാണ്

ലോകരാഷ്ട്രീയ നേതൃത്വം മുന്നോട്ടുപോകുന്നത് ഫൈനാൻസ് മേഖല യിലെ ചൂതാട്ടവും മാനവജാതിയുടെ നിലനില്പ്തന്നെ അപകടത്തിലാ ക്കുകയാണ്.

- പരസ്യങ്ങൾ നാൾക്കുനാൾ ശക്തമാകുന്നു.
- ആവശ്യങ്ങൾ വർധിക്കുന്നു
- ഉൽപാദനം വർധിക്കുന്നു
- ക്രെഡിറ്റ് കാർഡ് എല്ലാവരെയും കടക്കാരാക്കുന്നു.
- ഉൽപന്നങ്ങളെ അല്പായുസ്സുക്കളാക്കി അഭികൽപനചെയ്യുന്നു
- ഉപയോഗിച്ചുവലിച്ചെറിയൽ സംസ്കാരം വളർത്തുന്നു
- പ്രകൃതിവിഭവങ്ങൾ വർധിച്ചവേഗത്തിൽ ചൂഷണം ചെയ്യപ്പെടുന്നു
- കൂടുതൽ കൂടുതൽ മാലിന്യങ്ങൾ ഉണ്ടാകുന്നു.

ഒന്നാം സോഷ്യലിസ്റ്റ് പരീക്ഷണത്തിലും ഇതേ ഉപഭോഗസംസ്കാര മായിരുന്നു വളർത്തിക്കൊണ്ടുവന്നിരുന്നത്.

ഇന്നത്തെ വിദഗ്ധരും രാഷ്ട്രീയനേതാക്കളും ചെറുപ്പക്കാരുമെല്ലാം മാർക്സിനെയും ഗാന്ധിയെയും കാലഹരണപ്പെട്ടവരായി കണക്കാ ക്കുന്നു. നഗരവും ഗ്രാമവും തമ്മിലുള്ള വ്യത്യാസം അവസാനിപ്പിച്ച്, മണ്ണിന്റെ ചയാപചയപ്രക്രിയയിൽ വന്നിട്ടുള്ള ഭംഗങ്ങൾ വിളക്കിച്ചേർത്ത് പുതിയൊരു സമൂഹവ്യവസ്ഥയ്ക്കുവേണ്ടി മാർക്സ് വാദിച്ചു. സ്വയം പര്യാപ്തഗ്രാമറിപ്പബ്ലിക്കുകളുടെ രൂപത്തിൽ ഗാന്ധിജി അതിനെ പുന രാവിഷ്കരിച്ചു.

വടക്കുനിന്ന് തെക്കോട്ടുള്ള, വടക്കിന്റെ വൈകല്യങ്ങൾ തെക്കോട്ട് വ്യാപകമാക്കുന്ന ഒരു വിക്സനസമീപനമാണ് നിയോലിബറൽ ആഗോള വത്കരണത്തിന്റേത്. ഈ ദിശയിൽ, തെക്കോട്ടുപോയാൽ നാശം - മരണം - സുനിശ്ചിതമാണ്. ഇത് കണ്ട് ഭയപ്പെട്ട പലരും തിരിഞ്ഞു നട ക്കുന്നു. 'പഴയ നല്ല കാലങ്ങളെ'പ്പറ്റി അവർ അയവിറക്കുന്നു. നഗര ങ്ങളെയും വ്യവസായങ്ങളെയും പൂർണമായി നിരാകരിക്കുന്നു. അമേ രിക്കയിൽ ജീവിച്ചിരുന്ന ഹെന്റി ഡേവിഡ് തോറോയാണ് ഇതിനു ഏറ്റവും നല്ല ഉദാഹരണം. നഗരങ്ങളിൽനിന്നും റെയിൽവേ ലൈനു കളിൽനിന്നും പരമാവധി ദൂരേയായി ഒരു കാട്ടിൽ ആശ്രമം നിർമിച്ച് (വാൾഡൻ പോണ്ട്) അവിടെ താമസിച്ചു. പല കാര്യങ്ങളിലും അദ്ദേഹ ത്തെയാണ് ഗാന്ധിജി തന്റെ ഗുരുവായി സ്വീകരിച്ചിരുന്നത്. എന്നാൽ ഗാന്ധിജി ഒറ്റപ്പെട്ട ആളായിരുന്നില്ല. സമൂഹജീവി ആയിരുന്നു.

ഇന്നും 'പ്രകൃതിയിലേക്ക് മടങ്ങുക' എന്ന മുദ്രാവാക്യം ഉയർത്തുന്ന പലരുമുണ്ട്. അത് യാഥാർഥ്യമാക്കാൻ ശ്രമിക്കുന്ന ഒന്നാണ് ന്യൂയോർക്ക് സ്റ്റേറ്റിന്റെ വടക്കുഭാഗത്തുള്ള 'ആമിഷ്' സമൂഹം. വൈദ്യുതിയും മോട്ടോർ വാഹനങ്ങളും വർജിച്ച ഒരു സമൂഹമാണത്. കേരളത്തിലും ഒട്ടേറെ

പ്രകൃതിസ്നേഹികളുണ്ട്. അവർ ആധുനികതയെ എതിർക്കുന്നു, വ്യവസായങ്ങളെ സംശയദൃഷ്ട്യാ വീക്ഷിക്കുന്നു. ചുരുക്കം ചിലർ കാടുകളിൽ ആശ്രമങ്ങൾ കെട്ടി അവിടെ സ്ഥിരതാമസമാക്കാൻ ശ്രമിച്ചിട്ടുണ്ട്. മുഖ്യധാരാ സമൂഹത്തിനുമേൽ ഒരു സ്വാധീനവും ചെലുത്താൻ അവർക്ക് കഴിഞ്ഞിട്ടില്ല. അതേമാതിരി ജൈവകൃഷിക്കും ഫുക്കുവോക്കോ കൃഷിരീതിക്കും വേണ്ടി വാദിക്കുന്നവർ, ലോകത്ത് ഇന്നുള്ള 700 കോടി പ്ലസ് ആളുകൾക്കും ഭാവിയിൽ ഉണ്ടാവാൻ പോകുന്ന 200-300 കോടി ആളുകൾക്കും ആവശ്യമായ ഭക്ഷണം എങ്ങനെ ഉൽപാദിപ്പിക്കാമെന്ന് ആലോചിക്കുകപോലും ചെയ്യുന്നില്ല. പഴയ കൃഷിരീതിയിലേക്കോ, വൈദ്യുതിരാഹിത്യത്തിലേക്കോ, പദയാത്രയിലേക്കോ ഒന്നും തിരിച്ചുപോകാൻ പറ്റില്ല. മുന്നോട്ടുപോവുക തന്നെ വേണം. നാളിതുവരെ പ്രയാണം ചെയ്ത ദിശയിൽ - തെക്കോട്ട് - അല്ല യാത്രചെയ്യേണ്ടത്. ഒരു തിരിവെടുക്കണം. കിഴക്കോട്ട്, സൂര്യന്റെ ദിശയിലേക്ക് - ഇടത്തോട്ട് - തിരിയണം. ഊർജത്തിനും ഭക്ഷണത്തിനും സൂര്യനെ ആശ്രയിക്കുന്ന ഒരു സമൂഹനിർമിതിയിലേക്ക്. ആ സമൂഹത്തിൽ എല്ലാവരുടെയും അടിസ്ഥാനപരമായ ഭൗതികാവശ്യങ്ങളും ഭൗതികേതര ആവശ്യങ്ങളും തൃപ്തിപ്പെടുത്താൻ കഴിയണം. സമത്വം, വൈവിധ്യം, സുസ്ഥിരത എന്നിവയിൽ അധിഷ്ഠിതമായിരിക്കും അത്. ആ സമൂഹത്തിൽ മനുഷ്യർക്ക് കൂടുതൽ കൂടുതൽ ഒഴിവുസമയം - തങ്ങൾ ഇഷ്ടപ്പെടുന്നത് ചെയ്യാൻ ലഭിക്കുന്ന സമയം - ഉണ്ടാകും. ഇത് പുതിയൊരു വികസനസങ്കല്പം, ധാരാളിത്തത്തിൽനിന്നും വൈരാഗ്യത്തിൽനിന്നും വ്യത്യസ്തമായ ഒരു വികസനസങ്കൽപം ആവശ്യമാക്കുന്നു. അതിലേക്ക് നമ്മുടെ ശ്രദ്ധ തിരിക്കാം.

നാല്

മാനവവികാസം

ആത്മഹത്യാപരമായ, ഇന്നത്തെ വികസനപാതയിൽനിന്ന് രക്ഷപ്പെട ണമെങ്കിൽ മാനവപുരോഗതിയെക്കുറിച്ച് ഇന്നുള്ള ധാരണകൾ പുനഃപരി ശോധിക്കണം. വികസനത്തിന്റെ ഒരു അവിഭാജ്യഘടകമായാണ് ഉൽപാ ദനവർധനവിനെ സാമാന്യമായി കാണുന്നത്. ആദ്യകാലങ്ങളിൽ മനു ഷ്യന്റെ ഒരേയൊരു ഉത്കണ്ഠ നാളത്തെ ഭക്ഷണം എങ്ങനെ കിട്ടും എന്ന തായിരുന്നു. ഇരതേടൽ, ഇരയാവാതെ നോക്കൽ, ഇണചേരൽ - ഇത്രയും ആയിരുന്നു അവരുടെ ജോലികൾ. ഇര-ഭക്ഷണം-ദുർലഭമായ അവസ്ഥ, ഏതാണ്ട് രണ്ടു ലക്ഷത്തോളം കൊല്ലക്കാലത്തേക്ക് ഇത് തുടർന്നു. ഈ 'ഇല്ലായ്മ'യുടെ അന്തരിക്ഷത്തിലാണ് മാനവജാതി വളർന്ന് വികാസം വരിച്ചത്. തങ്ങൾ ഉണ്ടാക്കുന്നതിനെ - ഉൽപാദനത്തെ - അടിസ്ഥാന ലക്ഷ്യമാക്കി അവർ കണ്ടതിൽ അദ്ഭുതപ്പെടാനില്ല. എന്നാൽ കഴിഞ്ഞ സഹസ്രാബ്ദത്തിന്റെ ഉത്തരാർധത്തിൽ നടന്ന ശാസ്ത്രവിപ്ലവവും വ്യാവ സായവിപ്ലവവും ഈ അവസ്ഥയിൽ നിർണായകമായ മാറ്റം വരുത്തി. കാർഷികോൽപാദനവും വ്യാവസായികോൽപാദനവും ത്വരിതഗതിയിൽ വർധിച്ചു. ലോകത്തുള്ള എല്ലാ മനുഷ്യരുടെയും അടിസ്ഥാന ആവശ്യ ങ്ങൾ നിറവേറ്റാൻ കഴിയും എന്ന അവസ്ഥ വന്നു. അതിനു തടസ്സമായി നിൽക്കുന്നത് സമ്പത്ത് കുന്നുകൂട്ടുന്നതിന് പ്രാധാന്യം കല്പിക്കുന്ന സമൂഹവ്യവസ്ഥയായിരുന്നു. ആ വ്യവസ്ഥ മാറ്റി, വിതരണനീതി ഉറപ്പാ ക്കുന്ന, ഉൽപാദനോപാധികൾ എല്ലാവർക്കും ലഭ്യമായ ഒരു വ്യവസ്ഥ യിൽ നാളെയെപ്പറ്റിയുള്ള ഉത്കണ്ഠ മനുഷ്യരുടെ മനസ്സിൽനിന്ന് മായ്ച്ചു കളയാൻ കഴിയും എന്ന നിലവന്നു. അതിനെപ്പറ്റി പത്തൊമ്പതാം നൂറ്റാ ണ്ടിന്റെ ഉത്തരാർധത്തിൽ കാൾ മാർക്സ് ഇങ്ങനെ എഴുതി: മനുഷ്യ ജാതി സ്വാതന്ത്ര്യത്തിന്റെ, മൃഗസഹജമായ പരിമിതികളിൽനിന്നുള്ള മോചനത്തിന്റെ, പടിവാതിലിൽ എത്തിയിരിക്കുന്നു. ഒരു ചുവടുകൂടി മുന്നോട്ടു വച്ചാൽ മതി, മോചനത്തിന് തടസ്സം നിൽക്കുന്ന സമൂഹ വ്യവസ്ഥ മാറ്റിയാൽ മതി, മനുഷ്യർക്ക് മനുഷ്യർ എന്ന നിലയിൽ വളരുവാൻ കഴിയുന്നതാണ്. അതിജീവനത്തിന്റേതായ തത്രപ്പാടിൽ നിന്നു മോചനം ലഭിച്ച മനുഷ്യർക്ക് സർഗാത്മകപ്രവർത്തനങ്ങൾക്ക് സമയം

കിട്ടുന്നു. ശാസ്ത്രത്തിലും സംഗീതത്തിലും കൃഷിയിലും സാഹിത്യത്തിലും എല്ലാം നിമഗ്നനാകാൻ സ്വാതന്ത്ര്യം ലഭിക്കുന്നു. മാനവജാതിയുടെ മുഴുവൻ സാധ്യതകളും സാക്ഷാത്കരിക്കാൻ സാധ്യമായ സാഹചര്യം സൃഷ്ടിക്കപ്പെടുന്നു. ഒരു നിലയ്ക്ക് പറഞ്ഞാൽ മനുഷ്യജാതിയുടെ യഥാർഥ ചരിത്രം ആരംഭിക്കുന്നു.'

150 കൊല്ലത്തിലധികം മുമ്പാണ് മാർക്സ് ഇതെഴുതിയത്. മനുഷ്യജാതിയുടെ യഥാർഥ ചരിത്രം ആരംഭിക്കുന്നതിനു പകരം അതിന്റെ അന്ത്യത്തിലേക്ക് അടുക്കുന്നതായാണ് ഇന്ന് നാം കാണുന്നത്. നിലവിലുള്ള സാമ്പത്തിക വ്യവസ്ഥ ആവശ്യമാക്കിത്തീർത്ത വികസനസങ്കല്പത്തെ, വികസനം സമം ഉപഭോഗവർധന എന്ന സമീകരണത്തെ, ചോദ്യംചെയ്തു കൊണ്ടല്ലാതെ മനുഷ്യജാതിയുടെ സാധ്യതകൾ സാക്ഷാത്കരിക്കാൻ കഴിയില്ല.

മാനവ വികാസസൂചിക

ഒരു രാജ്യത്തിന്റെയോ, ഒരു സമൂഹത്തിന്റെയോ പുരോഗതിയുടെ മാനദണ്ഡമായി ആളോഹരി ഉൽപാദനത്തെ - GNPയെ - കാണുന്ന രീതിക്ക് ഏറെ കാലപ്പഴക്കമുണ്ട്. എന്നാൽ വരുമാനം മാത്രമല്ല, അത് എങ്ങനെ ചെലവഴിക്കപ്പെടുന്നു എന്നതും പ്രധാനമാണ്. ആത്യന്തികമായി, സമൂഹത്തിന്റെ ഭൗതികജീവിതത്തിലും സാംസ്കാരികജീവിതത്തിലും എന്തു നേട്ടമുണ്ടായി എന്നതാണ് പ്രധാനം. ഇവ കണക്കിലെടുക്കാനായി വരുമാനത്തിനു പുറമേ, ആയുസ്സും വിദ്യാഭ്യാസവും കൂടി കണക്കിലെടുത്ത് പുതിയ ഒരു വികസനസൂചിക, മാനവവികാസസൂചിക (HDI) നിർവചിക്കപ്പെട്ടു. എന്നാൽ അതിലും ആളോഹരി വരുമാനത്തെക്കൂടി ഉൾക്കൊള്ളിച്ചിരിക്കുന്നു. വരുമാനത്തിന്റെ ദുർവ്യയം മറച്ചുപിടിക്കാനുള്ള ശ്രമമാണിത്. ഒരു പരിധി കഴിഞ്ഞാൽ വരുമാനം ജീവിതഗുണത വർധിപ്പിക്കുന്നതല്ല. ഒരു വേള കുറയ്ക്കുകതന്നെ ചെയ്തേക്കാം. അതിനാൽ മാനവവികാസസൂചികയ്ക്ക് പകരം മാനവസന്തുഷ്ടി സൂചിക (Human Happiness Index) എന്ന ഒരു രാശി നിർദേശിക്കപ്പെട്ടു. 1972ൽ ഭൂട്ടാനിൽനിന്ന് ആണ് ഈ നിർദേശം വന്നത്. എന്നാൽ സന്തുഷ്ടി എന്നത് വളരെ ആത്മനിഷ്ഠമായ ഒരു സങ്കല്പമാണ്. അതിനെ മാപനത്തിന് വിധേയമാക്കിയാലേ പുരോഗതിയാണോ, അധോഗതിയാണോ എന്നു നിർണയിക്കാൻ പറ്റൂ. ഇതിന് പൊതുവെ സമ്മതമായ ഒരു രീതി കണ്ടെത്താൻ ഇനിയും കഴിഞ്ഞിട്ടില്ല, കാരണം സന്തുഷ്ടിയെന്നത് അത്രയധികം ആത്മനിഷ്ഠമായ ഒരു സങ്കല്പനമാണ്.

സന്തുഷ്ടി

തൃപ്തി, ആനന്ദം, സന്തുഷ്ടി എന്നീ മൂന്നു പദങ്ങളുണ്ട്. ആനന്ദം തരാത്ത തൃപ്തിയുണ്ടാകാം. സന്തുഷ്ടി തരാത്ത ആനന്ദമുണ്ടാകാം. വളരെയേറെ ആത്മനിഷ്ഠമായ ഒരു സങ്കല്പനമാണ് സന്തുഷ്ടിയെന്നത്.

ഒറ്റപ്പെട്ട വ്യക്തികളിൽ ഈ ആത്മനിഷ്ഠ ഘടകം ഏറെ വൈവിധ്യമാർന്ന താകാം. എന്നാൽ ഒരു സമൂഹത്തെയെടുത്താൽ, ഒരു സമൂഹം ആഗ്ര ഹിക്കുന്നതിന്റെ സാകല്യവും അത് നേടിയതിന്റെ സാകല്യവും തമ്മി ലുള്ള അന്തരം കുറയുന്ന മുറയ്ക്ക് ആ സമൂഹം കൂടുതൽ സന്തുഷ്ട മാണ് എന്നു പറയാം. ഒരു സമുഹത്തിന്റെ ആഗ്രഹങ്ങൾ, അടിസ്ഥാന പരമായി രണ്ടു തരത്തിൽപെടുത്താം; ഒരു ജീവി എന്ന നിലയിലുള്ള ആഗ്രഹം, മരണത്തെയും രോഗത്തെയും പട്ടിണിയെയും ചെറുക്കുക എന്ന ആഗ്രഹം. രണ്ടാമത്തേത് മനുഷ്യനിൽ മനുഷ്യനെന്ന നിലയ്ക്ക് സ്വാഭാവികമായി വളർന്നുവരുന്നവയും വ്യാപകമായ അർഥത്തിലുള്ള (പരസ്യങ്ങൾ അടക്കമുള്ള) വിദ്യാഭ്യാസത്തിലൂടെ വളർത്തിക്കൊണ്ട് വരുന്നവയും, ആകാം. അങ്ങനെ വളർത്തിക്കൊണ്ടുവരുന്ന ആഗ്രഹങ്ങൾ തൃപ്തിപ്പെടുത്താൻ ഒരു സമൂഹത്തിനും കഴിയില്ല. ചിലവയ്ക്ക് ഒട്ടും കഴിയില്ല. ചിലവയ്ക്ക് കുറച്ചു കഴിയും. ആവശ്യവും ആർത്തിയും വേർതിരിച്ചറിയാൻ കഴിയുന്ന ഒരു സമൂഹത്തിന്, ആർത്തിയെ തള്ളി ക്കളയാൻ കഴിയുന്ന ഒരു സമൂഹത്തിന് കൂടുതൽ സന്തുഷ്ടി ഉണ്ടാകും. ചെറുപ്പം മുതൽക്കേ കുട്ടികളിൽ ആർത്തി വളർത്തിക്കൊണ്ടുവരുന്ന അച്ഛനമ്മമാരും വിദ്യാഭ്യാസവും അവരുടെ ഭാവിസന്തുഷ്ടി നശിപ്പിക്കു കയാണ് ചെയ്യുന്നത്. ഇവിടെ ആവശ്യം, ആർത്തി എന്നീ വ്യത്യസ്ത സംവർഗങ്ങൾ നിർവചിക്കപ്പെടേണ്ടതുണ്ട്. സന്തുഷ്ടിയെ ഒരു കേവല രാശിയായി നിർവചിക്കാൻ കഴിയില്ലെങ്കിലും സമൂഹത്തിന് ഭൂരിപക്ഷം പേരും ആഗ്രഹിക്കുന്നതും പരിമാണാത്മകമായി അളക്കാൻ പറ്റുന്നതു മായ പലതുമുണ്ട്. ആരോഗ്യവും ദീർഘായുസ്സും അതിൽ പെടും. രണ്ടും അളക്കാൻ പറ്റുന്ന രാശികളാണ്. തന്റെയോ തന്റെ കുടുംബത്തിന്റെയോ ഭാവിയെക്കുറിച്ച് ഉത്കണ്ഠ ആവശ്യമില്ലാത്ത അവസ്ഥ - 1960കളിൽ സോവിയറ്റ് യൂണിയനിൽ ഉണ്ടായിരുന്ന അവസ്ഥ - എല്ലാവരും ഇഷ്ട പ്പെടുന്ന ഒന്നാണ്. ഈ സാമൂഹികസുരക്ഷയും മാപനത്തിനു വിധേയ മായ ഒരു രാശിയാണ്. സമൂഹത്തിലെ ഓരോ അംഗത്തിനും അധ്വാനി ക്കേണ്ടിവരുന്ന സമയം കുറഞ്ഞുവരിക, തനിക്കിഷ്ടപ്പെട്ട കാര്യങ്ങൾ ചെയ്യാൻ കുടുതൽ കൂടുതൽ സമയം ലഭ്യമാക്കുക - ഇത് എല്ലാവരും ഇഷ്ടപ്പെടുന്ന കാര്യമാണ്. സാമൂഹികമായി ആവശ്യമായ അധ്വാന സമയം (socially necessary labour time), യാത്രാസമയം അടക്കം കണ ക്കാക്കാവുന്നതും സാങ്കേതികവിദ്യകളുടെ സഹായത്തോടെ കുറയ്ക്കാ വുന്നതും ആണ്. ഒരു സമൂഹം ഉൽപാദിപ്പിക്കുന്ന സമ്പത്തിന്റെ ഏറിയ പങ്കും പോലീസ്, കോടതി, ഭരണം എന്നിവയ്ക്കായി ഉപയോഗിക്കേണ്ടി വരുന്നത് അഭിലഷണീയമല്ല. അത് കുറഞ്ഞുവരികയെന്നത് സമൂഹ പുരോഗതിയുടെ ലക്ഷണമായി, സമൂഹത്തിന്റ മൊത്തം ക്ഷേമത്തിന്റെ അളവുകോലായി എടുക്കാവുന്നതാണ്. അങ്ങനെ നോക്കുമ്പോൾ, വികസിത രാജ്യങ്ങൾ എന്ന് സാധാരണ പറയാറുള്ള രാജ്യങ്ങൾ

ക്ഷേമത്തിന്റെയും സന്തുഷ്ടിയുടെയും കാര്യത്തിൽ വളരെ പിന്നിലാണ് എന്നു കാണും.

സന്തുഷ്ടി എന്നത് അത്യന്തം വ്യക്തിഗതവും വൈകാരികവും ആയ ഒരു സംവർഗമാണ്. വ്യക്തികൾക്ക് ഓരോ സാഹചര്യങ്ങളിൽ, സവിശേഷമായ, പൂർണമായും വാക്കുകൾകൊണ്ട് വിവരിക്കാനാകാത്ത ഒരു തരത്തിലുള്ള അവസ്ഥ - പിന്നീട് ഓർക്കുകയും അത് വീണ്ടും ഉണ്ടാകാൻ ആഗ്രഹിക്കുകയും ചെയ്യുന്ന ഒരു അവസ്ഥ - അനുഭവപ്പെടാറുണ്ട്. അതിനെ സന്തുഷ്ടമായ ഒരവസ്ഥ എന്നു പറയാറുണ്ട്. പക്ഷെ അതിന് ഒരായിരം കാരണങ്ങൾ കാണാം. ചിരിക്കുന്ന ഒരു കുട്ടിയുടെ മുഖം, ഒരു പൂവ്, സൂര്യോദയം, ഒരു ഓർമ്മ, സിനിമയിലെ ഒരു രംഗം, ഒരു പ്രകൃതി ദൃശ്യം, ഒരു നിറം........ എന്തുമാകാം. ആ അർഥത്തിലുള്ള സന്തുഷ്ടി മാപനത്തിന് വഴങ്ങുന്നതല്ല. ഈ അവസ്ഥയ്ക്ക് സന്തുഷ്ടി എന്ന പദത്തേക്കാൾ യോജിച്ച പദമാണ് 'ആനന്ദം' (bliss).

ഒരു വ്യക്തിയുടെയോ, സമൂഹത്തിന്റെയോ സന്തുഷ്ടി എന്നാൽ എന്താണ് എന്നു മനസ്സിലാക്കാൻ അതിന്റെ വിപരീതം - അസന്തുഷ്ടി എന്താണ് എന്ന് മനസ്സിലാക്കിയാൽ എളുപ്പമായിരിക്കും. എല്ലാ മനുഷ്യർക്കും ആവശ്യങ്ങൾ ഉണ്ട്, അഭിലാഷങ്ങൾ ഉണ്ട്, ആഗ്രഹങ്ങൾ ഉണ്ട്, അത്യാഗ്രഹങ്ങളും ഉണ്ട്. ആവശ്യങ്ങൾ വ്യക്തമാണ്. അവയെ മൊത്തത്തിൽ രണ്ടായി തരംതരിക്കാം. ഭൗതികാവശ്യങ്ങളും ഭൗതികേതരാവശ്യങ്ങളും. ഭൗതികാവശ്യങ്ങൾ എല്ലാവർക്കും അറിയാവുന്നവയാണ്. ആഹാര, വസ്ത്ര, പാർപ്പിടാദികളും ആരോഗ്യ, വിദ്യാഭ്യാസ, വിനോദ, വിശ്രമാദികളും. അതേപോലെ തന്നെ, മനുഷ്യപരിണാമപരമായ മറ്റൊരു ആവശ്യമാണ് ബന്ധങ്ങൾ. മറ്റു മനുഷ്യരുമായി ബന്ധപ്പെട്ടുകൊണ്ടല്ലാതെ ഒരാൾക്കും ജീവിക്കാൻ പറ്റില്ല. ഏതെങ്കിലും ഒരു കൂട്ടത്തിൽ സ്വീകാര്യനാവുക എന്നത് മനുഷ്യരുടെ അടിസ്ഥാന ആവശ്യമാണ്, മനുഷ്യൻ ആ പേരിന് പൂർണമായും അർഹനായതാകട്ടെ, ഭൗതികമായ ജീവിതത്തിനു പറമേ ഭൗതികേതരമായ ജീവിതവും ഉണ്ടായതു കൊണ്ടാണ്. സ്വാഭിമാനം, ആത്മസാക്ഷാത്കാരം, ഒരു സമൂഹത്തിലെ അംഗമാകൽ, പാരസ്പര്യം മുതലായവ ഭൗതികേതര ആവശ്യങ്ങളുടെ ദൃഷ്ടാന്തങ്ങളാണ്.

പട്ടിക ആറ്

ആവശ്യങ്ങൾ: മാസ്ലോവിയൻ കീഴ്-മേൽ ക്രമത്തിൽ

അടിസ്ഥാന ആവശ്യങ്ങൾ - ഭൗതികം (basic needs)

- ആഹാര,വസ്ത്ര, പാർപ്പിടാദികൾ
- ആരോഗ്യ,വിദ്യാഭ്യാസ,വിനോദ,വിശ്രമാദികൾ
- സുരക്ഷ

അടിസ്ഥാനആവശ്യങ്ങൾ - ഭൗതികേതരം
• ഒരു സമൂഹത്തിൽ അംഗമാകൽ - ബന്ധങ്ങൾ • സ്നേഹം • അംഗീകാരം • ആത്മാഭിമാനം
ഉയർന്ന ആവശ്യങ്ങൾ: ഭൗതികേതരം (ആത്മീയം) (meta needs)
• ആത്മസാക്ഷാത്കാരം • സത്യം, നന്മ, നീതി, സൗന്ദര്യം, ശാന്തി, ഐക്യം • സാർഥകത, തനിമ, സജീവപൂർണത • ലാളിത്യം, ക്രമം, കൃത്യത, ആയാസരാഹിത്യം • മാനസിക സമ്പന്നത, തടസ്സങ്ങൾ മറികടക്കൽ കഴിവ്

ഇവയിൽ ഭൗതികമായ അടിസ്ഥാന ആവശ്യങ്ങൾ തൃപ്തിപ്പെടുത്താൻ കഴിയാത്ത സമൂഹങ്ങൾ നശിക്കും. ഭൗതികേതരമായ, അടിസ്ഥാന ആവശ്യങ്ങൾ തൃപ്തിപ്പെട്ടാലെ മൃഗത്തിൽനിന്ന് മനുഷ്യനിലേക്കുള്ള സംക്രമണം പൂർത്തിയാകൂ. അവസാനം കൊടുത്ത ഭൗതികേതരമായ ഉയർന്ന ആവശ്യങ്ങളാണ്. മനുഷ്യർ എന്ന നിലയ്ക്കുള്ള വികാസത്തിന്റെ ലക്ഷണം. ഇവ, പക്ഷേ, അളക്കാൻ പ്രയാസമാണ്. ഇവ അനുഭവപ്പെടുന്നതിലാണ് വ്യക്തിയുടെയും സമൂഹത്തിന്റെയും യഥാർഥ സന്തുഷ്ടിയുടെ അടിസ്ഥാനം.

ഈ ആവശ്യങ്ങൾ തൃപ്തിപ്പെടാതിരിക്കുന്നിടത്തോളം കാലം മനുഷ്യർ അസന്തുഷ്ടരായിരിക്കും. സമൂഹജീവിയാകയാൽ, തന്റെ സമൂഹത്തിലെ മറ്റു അംഗങ്ങളുടെ ഭൗതികവും ഭൗതികേതരവും ആയ ആവശ്യങ്ങൾ തൃപ്തിപ്പെടുന്നില്ലെങ്കിലും വ്യക്തികൾ അസന്തുഷ്ടരായിരിക്കും.

ഭൗതികമായ ആവശ്യങ്ങൾ തൃപ്തിപ്പെടുന്നതിന്റെ സൂചകമായി ആ സമൂഹത്തിന്റെ ആയുസ്സും ആരോഗ്യവും എടുക്കാം. ശരാശരി രോഗാതുരത കുറയുകയും ശരാശരി പ്രതീക്ഷിത ആയുസ്സ് കൂടുകയും ചെയ്യുന്നത് കൂടുതൽ സന്തോഷത്തിന് വക നല്കുന്നു. വ്യക്തിഗത സന്തുഷ്ടിയിൽ, തന്റെ അഭിരുചിക്കൊത്ത ഭക്ഷണം, വിദ്യാഭ്യാസം, മുതലായവയ്ക്ക് - വൈവിധ്യത്തിന് - പ്രാധാന്യമുണ്ട്. സന്തുഷ്ടി എന്നു പറയുമ്പോൾ, ഒരിക്കൽകൂടി പറയട്ടെ, അത് ഭൗതികം മാത്രമല്ല, ആത്മീയവും - ഭൗതികേതരവും - കൂടിയാണ്.

താൻ ആഗ്രഹിക്കുന്നത് കിട്ടണമെന്ന് ആളുകൾ അഭിലഷിക്കുന്നു. ഈ ആഗ്രഹങ്ങൾ, ആവശ്യങ്ങളാകാം, ആർത്തിയുമാകാം. ഇവിടെ

ആർത്തി എന്ന പദത്തെ നിർവചിക്കേണ്ടതുണ്ട്. മാധ്യമങ്ങളിലൂടെയും വിദ്യാഭ്യാസത്തിലൂടെയും അംഗീകാരത്തിനുള്ള മാനദണ്ഡങ്ങളിലൂടെയും സമൂഹം ബോധപൂർവം സൃഷ്ടിക്കുന്ന കപട ആവശ്യങ്ങളെയാണ് ആർത്തി എന്നു പറയുന്നത്. ഭൗതികജീവിതഗുണതയെ, രോഗരഹിതമായ ആയുസ്സിനെ വർധിപ്പിക്കുന്ന ഒന്നല്ല അത്. ആർത്തിയുടെ വളർച്ചയ്ക്ക് സീമകളില്ല. നിലവിലുള്ള സാമൂഹികവ്യവസ്ഥയിൻ കീഴിൽ, മുതലാളിത്തത്തിൻകീഴിൽ, ആർത്തി കുറയുന്നതല്ല, തുടർച്ചയായി വർധിപ്പിച്ചുകൊണ്ടിരിക്കും. അവ തൃപ്തിപ്പെടുത്താനുള്ള ഭൗതികവിഭവങ്ങൾ. ഈ ഭൂമിയിലില്ല. ഭൂരിപക്ഷംപേരുടെയും യഥാർഥ ആവശ്യങ്ങൾപോലും തൃപ്തിപ്പെടുത്താൻ കഴിയാത്ത ഒരവസ്ഥയിലേക്കാണ് ലോകം നീങ്ങിക്കൊണ്ടിരിക്കുന്നത്.

അങ്ങനെ, അഭിലാഷങ്ങളും അവയുടെ സാക്ഷാത്കാരങ്ങളും തമ്മിലുള്ള അന്തരം കൂടിക്കൊണ്ടുവരുന്നതാണ്. ഇത് അസന്തുഷ്ടി വർധിക്കുന്നതിനു കാരണമാകുന്നു. ആർത്തിയെന്ന സംവർഗത്തെ, ആശയത്തെ അംഗീകരിക്കാൻ തയ്യാറല്ലാത്ത, അവയെ ഭാവിയിൽ തൃപ്തിപ്പെടുത്താൻ കഴിയുന്ന ആവശ്യമായി മാത്രം കാണുന്ന ഒരു സമൂഹത്തിൽ അസന്തുഷ്ടി വർധിച്ചുകൊണ്ടേയിരിക്കും. അതായത് ലോകത്തിൽ സന്തുഷ്ടി കുറഞ്ഞുവരുന്നതാണ്. 2011 ജൂലായിൽ ചേർന്ന ഐക്യരാഷ്ട്ര സഭയുടെ ജനറൽ അസംബ്ലി 'സന്തുഷ്ടി'യെ ആഗോളവികസനത്തിലെ ഒരു ഇനമായി പ്രഖ്യാപിച്ചു. മൊത്തം ദേശീയ സന്തുഷ്ടിയുടെ നാലു തൂണുകൾ ഇവയാണ്: (i) സുസ്ഥിരവികസനം (ii) സാംസ്കാരിക മൂല്യങ്ങൾ നിലനിർത്തുക, വികസിപ്പിക്കുക (iii) പ്രകൃതിയെയും പരിസ്ഥിതിയെയും സംരക്ഷിക്കുക (iv) സദ്ഭരണം സ്ഥാപിക്കുക.

സന്തുഷ്ടി അളക്കുക എളുപ്പമല്ല എന്ന് പറഞ്ഞല്ലോ ഭൂട്ടാൻ കഴിഞ്ഞ നാലു പതിറ്റാണ്ടായി ശ്രമിച്ചുകൊണ്ടിരിക്കയാണ്. ഗണിതക്രിയകൾക്കു വിധേയമാക്കാൻ പറ്റുന്ന തരത്തിൽ അതിനെ നിർവചിക്കാൻ കഴിഞ്ഞിട്ടില്ല. എന്നിരുന്നാലും, ശിശുമരണനിരക്കുപോലുള്ള ചില ഭൗതികരാശികളെയും വ്യക്തികളുടെ അഭിപ്രായങ്ങളെയും അടിസ്ഥാനമാക്കി 'മൊത്തം ദേശീയ സന്തുഷ്ടി' അളക്കാനായി ചില ശ്രമങ്ങൾ നടന്നിട്ടുണ്ട്. അവയെല്ലാം കാണിക്കുന്ന ഒരു കാര്യമുണ്ട്: യൂറോപ്യൻ രാജ്യങ്ങളോ, വടക്കെ അമേരിക്കയോ അല്ല സന്തുഷ്ടിയുടെ കാര്യത്തിൽ മുന്നിൽ നിൽക്കുന്നത്. കോസ്റ്ററിക്ക, ശ്രീലങ്ക, വിയത്നാം മുതലായ വികസ്വരരാജ്യങ്ങളാണ്. മൂന്നു പതിറ്റാണ്ടു മുമ്പുവരെ കേരളവും അക്കൂട്ടത്തിൽ പെട്ടിരുന്നു. 'കേരള മാതൃക' എന്ന ഒരു പദപ്രയോഗംതന്നെ അന്താരാഷ്ട്ര വികസനവേദികളിൽ മുഴങ്ങിക്കേൾക്കുമായിരുന്നു. സമ്പന്നരാജ്യങ്ങൾ സമ്പന്നങ്ങളാകുന്നതിനു കാരണം ആർത്തി-കപട ആവശ്യങ്ങൾ - ബോധപൂർവം വളർത്തിക്കൊണ്ടാണ്. കേരളവും ആ

പാത സ്വീകരിച്ചതോടെ അതിന്റെ സമ്പത്ത് വർധിക്കാൻ തുടങ്ങി; സന്തുഷ്ടി കുറയാൻ തുടങ്ങി. ആത്മഹത്യാനിരക്കിന്റെ വർധന, സ്ത്രീകൾക്കെതിരായ അതിക്രമങ്ങളുടെ വർധന, മദ്യത്തിന്റെയും മയക്കുമരുന്നുകളുടെയും ഉപഭോഗത്തിലുള്ള വർധന, തീവ്രമായിക്കൊണ്ടിരിക്കുന്ന വിശ്വാസരാഹിത്യവും അവനവനിസവും - ഇവയൊക്കെ വർധിച്ചുവരുന്ന അസന്തുഷ്ടിയുടെ ലക്ഷണങ്ങളാണ്.

മനുഷ്യർ സന്തുഷ്ടിയാണ് ആഗ്രഹിക്കുന്നത്. അസന്തുഷ്ടിയല്ല. അസന്തുഷ്ടിയുടെ കാരണങ്ങൾ കുറച്ചുകൊണ്ടുവന്നാൽ സന്തുഷ്ടമാകാനുള്ള സാധ്യത കൂടുന്നു. അസന്തുഷ്ടിയുടെ കാരണങ്ങൾ താഴെ പറയുന്നവയാണ്.

- വർധിച്ച ശാരീരികവും മാനസികവും ആയ രോഗാതുരത
- കറഞ്ഞ ആയുസ്സ്
- അന്യവത്കരണം - തന്റെ അധ്വാനത്തിന്റേയോ അതിന്റെ ഉൽപന്നത്തിന്റെയോ മേൽ ഒരു അധികാരവും ഇല്ലാത്ത അവസ്ഥ

ഇവ കുറയുന്ന മുറയ്ക്ക് അസന്തുഷ്ടി കുറയുന്നു. അത്ര മാത്രമേ പറയാൻ കഴിയു. യഥാർഥ സന്തുഷ്ടി കൂടണമെങ്കിൽ ഉണ്ടായിരിക്കേണ്ട അടിസ്ഥാനസാഹചര്യങ്ങളാണ് ഉയർന്ന ആയുസ്സ്, കുറഞ്ഞ രോഗാതുരത, ഇഷ്ടപ്പെടുന്ന അധ്വാനം, വർധിച്ച വിശ്രമസമയം, ആ സമയത്ത് ചെയ്യാൻ ആഗ്രഹിക്കുന്നത് ചെയ്യാൻ കഴിയുമാറാവുക എന്നിവയൊക്കെ.

ജീവിതഗുണതയും സന്തുഷ്ടിയും

ജീവിതഗുണത എന്നത് മൂർത്തവും വസുതുനിഷ്ഠവും ആയ ഒരു സങ്കൽപനമാണ്. 'ഗുണത' അളക്കാൻ പറ്റുന്ന ഒരു രാശി ആയാണ് സങ്കൽപിക്കുന്നത്. അതിന്റെ ഘടകങ്ങൾ

1. ഉയർന്ന പ്രതീക്ഷിത ആയുസ്സ്, കുറഞ്ഞ രോഗതുരത, കുറഞ്ഞ ശിശുമരണനിരക്ക്
2. കുറഞ്ഞുവരുന്ന സാമൂഹികമായി ആവശ്യമായ അധ്വാനസമയം
3. ആനന്ദകരമായ - വ്യക്തികൾ ഏറ്റവും അധികം ഇഷ്ടപ്പെടുന്ന - അധ്വാനം
4. അധ്വാനത്തിന്റെ മൂല്യത്തിലും മാന്യതയിലുമുള്ള അന്തരം കുറഞ്ഞുവരൽ
5. സമ്പൂർണ സാമൂഹിക സുരക്ഷ
6. കുറഞ്ഞുവരുന്ന കുറ്റകൃത്യങ്ങൾ
7. വർധിച്ചുവരുന്ന പങ്കാളിത്തം

വ്യത്യസ്ത രാജ്യങ്ങളിലെ അവസ്ഥ താരതമ്യപ്പെടുത്താനും, ഒരു രാജ്യത്തിനകത്തുതന്നെ കാലക്രമത്തിൽവരുന്ന പുരോഗതി തിട്ടപ്പെടുത്താനും ഇവയെ പരിമാണവത്കരിക്കേണ്ടതുണ്ട്, പ്രമാണവത്കരിക്കേണ്ടതും ഉണ്ട്. അതിനു ശ്രമിക്കുമ്പോൾ ചില പുതിയ സങ്കല്പനകൾ കൊണ്ടുവരേണ്ടിവരും. ചിലവയ്ക്ക് പുതിയ അർഥകല്പന നൽകേണ്ടതായും വരും. അതിനു ശ്രമിക്കുന്നതിനു മുമ്പ്, പിടികിട്ടാൻ ഏറ്റവും പ്രയാസമുള്ള ആത്മസാക്ഷാത്കാരം എന്ന സങ്കല്പനത്തെക്കുറിച്ച് രണ്ടു വാക്ക്.

ആത്മസാക്ഷാത്കാരം

ഇതാണ് പരമമായ സന്തുഷ്ടി. വിദ്യാഭ്യാസത്തിന്റെ ലക്ഷ്യമായി പറയുന്നത് ഇങ്ങനെയാണല്ലോ: വ്യക്തിയിൽ ഒളിഞ്ഞുകിടക്കുന്ന സാധ്യതകൾ പുറത്തുകൊണ്ടുവന്ന് അവ പരമാവധി സാക്ഷാത്കരിക്കാൻ അയാളെ സഹായിക്കുക. കുറെയൊക്കെ അതിൽ വിജയിച്ച ഒറ്റപ്പെട്ട വ്യക്തികളെ കാണാം. ഒരു സമൂഹത്തെ കാണാൻ കഴിയില്ല. അടിസ്ഥാന ആവശ്യങ്ങൾ തന്നെ തൃപ്തിപ്പെടുത്താൻ ഒരു സമൂഹത്തിനും കഴിഞ്ഞിട്ടില്ല. അവ തൃപ്തിപ്പെട്ടതിനു ശേഷമേ ഉയർന്ന ആവശ്യങ്ങൾ തൃപ്തിപ്പെടുത്താൻ കഴിയൂ.

പ്രതീക്ഷിത ആയുസ്സ് ഉയർത്തുന്നതിന്, ആഹാരം, വസ്ത്രം, പോഷകഗുണമുള്ള ആഹാരം, മനുഷ്യവാസയോഗ്യമായ പാർപ്പിടം, നല്ല ആരോഗ്യസേവനസംവിധാനവും വിദ്യാഭ്യാസവും ശുദ്ധമായ വെള്ളവും വായുവും വൃത്തിയുള്ള ചുറ്റുപാടും ഒക്കെ വേണം. ഇതിലെല്ലാം മിനിമം -മാക്സിമം സീമകളുണ്ട്. പരിധിയില്ലാതെ വർധിക്കേണ്ടവയല്ല. ഇവയ്ക്കെല്ലാം തന്നെ പരിമാണാത്മകമായ മൂല്യങ്ങൾ നൽകാം. ഇന്നത്തെ അവസ്ഥ ഇതാണ്.

പ്രതീക്ഷിത ആയുസ്സ് - 40 വർഷം മുതൽ 90 വർഷം വരെ കാണും

അതിൽ രോഗാതുരകാലം - 9 മുതൽ 13 വർഷം വരെ

രോഗരഹിത ആയുസ്സ് - 30 വർഷം മുതൽ 75 വർഷം വരെ

മാനവജാതിയുടെ, എല്ലാ സമൂഹങ്ങളുടെയും, രോഗരഹിത ആയുസ്സ് 80 വർഷത്തിലെത്തിക്കുക എന്ന ലക്ഷ്യമിടാം. കേരളത്തിലെ ശരാശരി രോഗരഹിത ആയുസ്സ് ഇന്ന് 65-66 കൊല്ലമാണ്. സമ്പൂർണ സാമൂഹിക സുരക്ഷ നല്കാൻ മൊത്തം ദേശീയോൽപന്നത്തിന്റെ 10-12 ശതമാനം മതിയാകും. ഉൽപാദനശക്തികൾ വളരുന്ന മുറയ്ക്കും അധ്വാനസമയം കുറയ്ക്കാം. അധ്വാനത്തെ കൂടുതൽ ആസ്വാദ്യകരമാക്കുകയും ചെയ്യാം. ഇന്ന് ഉൽപാദിപ്പിക്കുന്ന ചരക്കുകളിൽ ചെറിയൊരു ശതമാനം മാത്രമേ ആയുസ്സുകൂട്ടാനും രോഗാതുരത കുറയ്ക്കാനും ഉപകരിക്കൂ. ഏറിയ പങ്കും പൊങ്ങച്ചത്തെ തൃപ്തിപ്പെടുത്താൻ വേണ്ടിമാത്രമാണ്. മറ്റൊരു നല്ല പങ്ക് സ്വയം നശിപ്പിക്കാനും മറ്റുള്ളവരെ നശിപ്പിക്കാനുമാണ്. മദ്യം, മയക്കു

മരുന്ന്, ആയുധങ്ങൾ. ഇവയുടെ ഉൽപാദനം കുറച്ചുവരുന്നതോടെ രണ്ടു വിധത്തിൽ ജീവിതഗുണത വർധിപ്പിക്കാം. ഒന്ന് അധ്വാനസമയം കുറയുന്നു, രണ്ട്, ഓരോരുത്തർക്കും തങ്ങൾക്ക് ഇഷ്ടമായ തൊഴിൽ തിരഞ്ഞെടുക്കാനുള്ള സാധ്യത വർധിക്കുകയും ചെയ്യുന്നു.

എല്ലാത്തരം അധ്വാനത്തിലും വിവരത്തിന്റെയും വിരുതിന്റെയും അംശങ്ങൾ വർധിക്കുന്ന നിലയ്ക്ക് അവ കൂടുതൽ ആനന്ദകരമായി ത്തീരുന്നു. അത്തരത്തിലുള്ള ഒരു സമൂഹത്തെയും അതിന്റെ സൃഷ്ടിയെയും കുറിച്ച് പറയുന്നതിന് മുമ്പ് ചില സങ്കല്പനകൾ കൂടി പരിചയപ്പെടേണ്ടതുണ്ട്.

ചില സങ്കല്പനകൾ

ചരക്ക്

മനുഷ്യാധ്വാനം ചെലുത്തി രൂപാന്തരപ്പെടുത്തപ്പെട്ട സാധനങ്ങളാണ് ചരക്ക് എന്നു പറയുന്നത്. അവ മനുഷ്യരുടെ ഒന്നല്ലെങ്കിൽ മറ്റൊരു ആവശ്യം തൃപ്തിപ്പെടുത്തുന്നു. അതിനാൽ അവ വിപണിയിൽ വില്ക്കപ്പെടുന്നു. അങ്ങനെ വിറ്റ് ലാഭമുണ്ടാക്കുക എന്ന ലക്ഷ്യത്തോടെ ഉൽപാദിപ്പിക്കപ്പെടുന്നതിനെ വില്പനച്ചരക്ക് (commodity) എന്നു പറയുന്നു. ഇതിൽനിന്ന് വ്യത്യസ്തമായി മനുഷ്യരുടെ ആവശ്യങ്ങൾ തൃപ്തിപ്പെടുത്തുക എന്ന ലക്ഷ്യത്തോടെ ഉൽപാദനം നടത്താം. ഉൽപന്നത്തെ വെറും 'ചരക്ക്' എന്നു പറയുന്നു. ചരക്ക് 'സാധന'മാകാം, 'സേവന'മാകാം. മുതലാളിത്തവ്യവസ്ഥയിൽ വില്പനച്ചരക്കുകളേ ഉണ്ടാക്കുന്നുള്ളു. പുതിയ, നാലാം ലോകത്തിൽ വില്പനച്ചരക്കുകളുടെ ഉൽപാദനം കുറഞ്ഞു വരുന്നു. ഉപയോഗച്ചരക്കുകളുടെ ഉൽപാദനം കൂടുന്നു. ഈ ചരക്കുകൾ മൂന്നു വിധമുണ്ട്: ക്ഷേമമൂല്യം ഉള്ളവ, പൊങ്ങച്ചമൂല്യം ഉള്ളവ, നശീകരണമൂല്യം ഉള്ളവ.

ക്ഷേമമൂല്യം

ആഹാരം, വസ്ത്രാദികളായ വസ്തുക്കൾ എല്ലാവർക്കും വേണം. അവയില്ലെങ്കിൽ, ആരോഗ്യം നഷ്ടപ്പെടും, ആയുസ്സ് കുറയും, ഭൗതിക ജീവിതഗുണത കുറയും. മരുന്നുകൾ, ആരോഗ്യസേവനസംവിധാനങ്ങൾ എന്നിവ ആവശ്യമാണ്. അവയ്ക്കെല്ലാം യഥാർഥമായ ക്ഷേമമൂല്യം ഉണ്ട്. പക്ഷേ, അവയുടെ ആവശ്യങ്ങൾക്ക് സീമകളുമുണ്ട്.

പൊങ്ങച്ചമൂല്യം

ഇന്ന് മനുഷ്യർ ഉൽപാദിപ്പിക്കുന്ന ഒട്ടേറെ സാധനങ്ങൾക്കും സേവനങ്ങൾക്കും ആയുസ്സോ, ആരോഗ്യമോ വർധിപ്പിക്കുന്നതിൽ ഒരു പങ്കും വഹിക്കാനില്ല. സ്വർണാഭരണങ്ങൾ, സൗന്ദര്യവർധകവസ്തുക്കൾ, കാറുകൾ, കൊട്ടാരങ്ങൾ... ഇവയൊക്കെ പൊങ്ങച്ചത്തെ മാത്രം തൃപ്തിപ്പെടുത്തുന്നവയാണ്. അവയ്ക്ക് പൊങ്ങച്ചമൂല്യമേയുള്ളു.

നശീകരണമൂല്യം

ഇനിയും ചില വസ്തുക്കൾ ഉണ്ട്. അവ സമൂഹത്തിന്റെ ആരോഗ്യത്തിന് ഹാനികരമാണ്. ശരാശരി പ്രതീക്ഷിത ആയുസ്സ് കുറയ്ക്കുന്നതാണ്. മദ്യം, മയക്കുമരുന്നുകൾ, ബോംബുകൾ, വെടിക്കോപ്പുകൾ, അമിതസമ്പത്ത് മുതലായവ ഉദാഹരണമാണ്. നശീകരണമൂല്യം ആണവയ്ക്കുള്ളത്.

ഇത്രതന്നെ വ്യക്തമല്ലാത്ത സാധനങ്ങളും സേവനങ്ങളുമുണ്ട്. ക്ഷേമമൂല്യങ്ങൾ ഉള്ളവയെ പ്രോത്സാഹിപ്പിക്കുക. തീർത്തും പൊങ്ങച്ചമൂല്യമോ, നശീകരണമൂല്യമോ ഉള്ളവയെ നിരുത്സാഹപ്പെടുത്തുക - ഇതായിരിക്കും വിവേകബുദ്ധിയുള്ള ഒരു സമൂഹം ചെയ്യേണ്ടത്.

ആവശ്യവും ആർത്തിയും

ഇവയെപ്പറ്റി നേരത്തെ പറഞ്ഞിട്ടുള്ളതാണ്. ഇങ്ങനെ രണ്ടു സംവർഗങ്ങളുടെ ആവശ്യമേയില്ല. മനുഷ്യരുടെ ആവശ്യങ്ങൾ തന്നെ സദാ വികസിച്ചുവരികയാണ്. തത്ക്കാലം സാക്ഷാത്കരിക്കാൻ കഴിയാത്ത 'ആവശ്യങ്ങൾക്ക്' വേണ്ടിയുള്ള ആഗ്രഹം മാത്രമാണ് ആർത്തി എന്നു കതുതുന്നവർ ഉണ്ട്. ആവശ്യങ്ങൾക്കും അവ തൃപ്തിപ്പെടുത്താനുള്ള ഉപാധികൾക്കും സീമകൾ ഒന്നുമില്ലെന്ന് അവർ കരുതുന്നു. ഇത് ശരിയല്ല എന്ന് അനുഭവം നമ്മെ പഠിപ്പിക്കുന്നു.

പല ആഗ്രഹങ്ങളും മുതലാളിത്തം അതിന്റെ നിലനിൽപിനുവേണ്ടി ബോധപൂർവം സൃഷ്ടിക്കുന്നതാണ് എന്നു കണ്ടല്ലോ. ടിവിയിൽ പരസ്യം ചെയ്യുന്ന എല്ലാം തന്നെ, അക്ഷരാർഥത്തിൽ എല്ലാം തന്നെ, അനാവശ്യമായ ആഗ്രഹങ്ങളാണ് സൃഷ്ടിക്കുന്നത്. എല്ലാവർക്കും അവ തൃപ്തിപ്പെടുത്താൻ വേണ്ട വിഭവങ്ങൾ ഈ ഭൂമിയിൽ ഇല്ല. ഇക്കാര്യം നേരത്തെ ചർച്ചചെയ്തിട്ടുള്ളതാണ്. മനുഷ്യരുടെ ഭൗതികവും ആത്മീയവും ആയ ജീവിതഗുണതകൾ വർധിപ്പിക്കാൻ ഉതകുന്നവ മാത്രമാണ് യഥാർഥ ആവശ്യങ്ങൾ.

ദുർവ്യയസൂചകാങ്കം

മാനവരാശി മുന്നോട്ട് നീങ്ങുന്ന മുറയ്ക്ക്, അതിന്റെ സാമൂഹികസാമ്പത്തിക ക്രമീകരണം കൂടുതൽ കൂടുതൽ അശാസ്ത്രീയമായിക്കൊണ്ടിരിക്കയാണ്. സാധനങ്ങളുടെയും സേവനങ്ങളുടെയും ഉൽപാദകനും അവയുടെ ഉപഭോക്താവും തമ്മിലുള്ള ദൂരം വർധിച്ചുവർധിച്ചുവരികയാണ്. അങ്ങനെ ആക്കുകയാണ്. പണ്ട് നാം ഭക്ഷിക്കുന്ന ധാന്യങ്ങളും പച്ചക്കറികളും അയൽപക്കത്ത് ഉണ്ടാക്കുന്നവയായിരുന്നു. അയലത്തെ വീട്ടിലെ പശുവിന്റെ പാലാണ് കുടിച്ചിരുന്നത്. ഇന്ന് നാം ഭക്ഷിക്കുന്ന അരിയും പാലും പഴങ്ങളും എല്ലാം നൂറ്റുക്കണക്കിനോ, ആയിരക്കണക്കിനോ പോലും കിലോമീറ്റർ ദൂരം താണ്ടിയാണ് നമ്മുടെ അടുത്തെത്തുന്നത്. ഇതിനെ പരിമാണവത്കരിക്കാനായി 'ഫുഡ് മൈൽസ്' -

ഭക്ഷണദൂരം - എന്നൊരു രാശിതന്നെ നിർവചിക്കപ്പെട്ടിട്ടുണ്ട്. നാം കഴിക്കുന്ന ഭക്ഷണങ്ങൾ ആകെ എടുത്താൽ, അവ ഉൽപാദകരിൽനിന്നും എത്ര ദൂരം താണ്ടിയാണ് നമുക്ക് എത്തുന്നത് എന്നാണ് അത് കുറിക്കുന്നത്. ഈ ഭക്ഷണദൂരം കൂടിക്കൂടി വരികയാണ്. ഭക്ഷണത്തിന്റെ കാര്യത്തിൽ മാത്രമല്ല മറ്റെല്ലാറ്റിനും ഇത് ബാധകമാണ്. ഉൽപാദകരും ഉപഭോക്താക്കളും തമ്മിലുള്ള ദൂരം വർധിച്ചുവരികയാണ്. മൊത്തത്തിൽ ഇതിനെ 'ഉപഭോഗദൂരം' (Consumption miles) എന്നു പറയാം. ഈ വർധനവ് പല ദ്രോഹങ്ങളും ചെയ്യുന്നു.

- ചരക്കുകളുടെ കടത്തുദൂരവും അളവും വർധിക്കുന്നു - റോഡുകൾ, വാഹനങ്ങൾ, ഇന്ധനം എന്നിവയുടെ ആവശ്യങ്ങൾ വർധിക്കുന്നു.
- ഉൽപാദകനും ഉപഭോക്താവും തമ്മിലുള്ള ആത്മബന്ധം നഷ്ടപ്പെടുന്നു. എന്ത് ഉപഭോഗിക്കണം, എന്ത് ഉൽപാദിപ്പിക്കണം എന്നു തീരുമാനിക്കുന്നത് മൂലധനവും മുതലാളിയുമായിത്തീരുന്നു.

ഈ അവസ്ഥയിൽനിന്ന് രക്ഷപ്പെടാൻ ഉൽപാദകകൂട്ടായ്മ, ഉപഭോക്തൃകൂട്ടായ്മ, ഗ്രാമസ്വരാജ് മുതലായ സങ്കല്പങ്ങൾ ഉപകരിക്കുന്നു. മൂലധനത്തിന്റെ ആധിപത്യത്തിൽനിന്ന് രക്ഷപ്പെടാനും തദ്ദേശീയ ഉൽപാദനവും ഉപഭോഗവും സഹായിക്കുന്നു.

മാത്രമല്ല, അധ്വാനിക്കുന്നതിനായി ബഹുദൂരം യാത്രചെയ്യേണ്ടിവരുന്ന അവസ്ഥയിൽനിന്ന് മോചനം നേടാൻ, നിർബന്ധിത യാത്രാദൂരവും സമയവും കുറയ്ക്കാൻ, ഒഴിവുസമയം കൂട്ടാൻകൂടി ഇത് സഹായിക്കുന്നു. ഇന്നത്തെ രീതി തികച്ചും ബുദ്ധിശൂന്യമാണ്. ദുർവ്യയം ആണ്.

ചരക്കുകളുടെ ശരാശരി കടത്തുദൂരം, മനുഷ്യരുടെ, നിർബന്ധിത യാത്രാദൂരം എന്നീ രണ്ടു രാശികളെ ദുർവ്യയത്തിന്റെ അളവായി കണക്കാക്കാം. അവ കുറച്ചുകൊണ്ടുവരിക എന്നത് ലക്ഷ്യമായി എടുക്കാം.

അമാനവീകരണം

സമൂഹത്തിലെ അനഭിലഷണീയസംഭവങ്ങൾ നിയന്ത്രിക്കുന്നതിനും തടയാനുമുള്ള ഉപാധികളാണ് പൊലീസ്, പട്ടാളം, ജയിൽ, കോടതി എന്നിവ. ഇവയ്ക്ക് വേണ്ടിവരുന്ന ചെലവ് ആ സമൂഹത്തിന്റെ അമാനവീകരണത്തിന്റെ അളവായി എടുക്കാം. വിദ്യാഭ്യാസം, ആരോഗ്യസംരക്ഷണം മുതലായവ തികച്ചും മാനവികമായ കാര്യങ്ങളാണ്. അവയ്ക്കു വേണ്ടി ചെലവാക്കുന്ന തുകയെ മാനവീകരണത്തിന്റെ അളവുകോലായും എടുക്കാം. ഒരു സമൂഹത്തിൽ പൊലീസ്, പട്ടാളം, കോടതി, ജയിൽ എന്നിവയ്ക്കായി ആകെ ചെലവാക്കുന്ന തുകയെ, ആ സമൂഹം വിദ്യാഭ്യാസത്തിനും ആരോഗ്യത്തിനും വേണ്ടി ചെലവാക്കുന്ന തുകകൊണ്ട് ഹരിച്ചാൽ കിട്ടുന്ന രാശിയെ നമുക്ക് ആ സമൂഹത്തിന്റെ അമാനവീകരണ സൂചകാങ്കം dehumanization index - എന്നു വിളിക്കാം.

ഇതും ദൂർവ്യയസൂചകാങ്കവും കുറച്ചുകൊണ്ടുവരികയെന്നത് ഏതൊരു സമൂഹത്തിന്റെയും ലക്ഷ്യമാകണം.

പങ്കാളിത്ത സൂചകാങ്കം

മനുഷ്യർക്ക് അധ്വാനം ഒരാവശ്യമാണ്. നിലനിൽപിനു വേണ്ട സാധന സാമഗ്രികൾ ഉൽപാദിപ്പിക്കാൻ അധ്വാനിക്കണം. ഇത് ഭൗതികമായ ഒരാവശ്യമാണ്. പക്ഷേ, അധ്വാനിക്കുക എന്നത് മനുഷ്യരുടെ ആത്മീയമായ ആവശ്യം കൂടിയാണ്. സമൂഹത്തിലെ അംഗമാകുക എന്നത് ആത്മീയമായ ആവശ്യമാണ്. സാമ്പത്തിക പ്രവർത്തനങ്ങളിൽ വർധിച്ചുവരുന്ന പങ്കാളിത്തവും വരുമാനത്തിൽ വർധിച്ചുവരുന്ന സമത്വവും - ഏതൊരു വ്യക്തിയുടെയും ആവശ്യമാണ്.

ഭരണകൂടം, ഭരിക്കുന്നവരും ഭരിക്കപ്പെടുന്നവരും, ഇല്ലാത്ത, എല്ലാവരും അവരവരെത്തന്നെ ഭരിക്കുന്ന ഒരു സമൂഹത്തെയാണ് മാർക്സും (കമ്യൂണിസം) ഗാന്ധിയും (സ്വരാജ്) വിഭാവനം ചെയ്തത്. സമൂഹത്തിന്റെ നടത്തിപ്പിന്റെ ഉത്തരവാദിത്വം രാഷ്ട്രീയത്തെ ഒരു തൊഴിലാക്കിയവർക്ക് വിട്ടുകൊടുക്കാതെ, എല്ലാവരുടെയും ഉത്തരവാദിത്തമായി മാറണം. ഇതിന് ഒരു അളവുമാത്ര നിശ്ചയിക്കുക എളുപ്പമല്ല. ഗ്രാമസഭകളിലെ പങ്കാളിത്തം (എണ്ണത്തിലും സമയത്തിലും) കൂടുന്ന മുറയ്ക്ക് ജനപങ്കാളിത്തം കൂടുന്നതായി കണക്കാക്കാം.

സുരക്ഷ

ഏതൊരു സമൂഹത്തിലെയും അംഗങ്ങൾ ആഗ്രഹിക്കുന്ന കാര്യമാണ് തങ്ങളുടെയും മക്കളുടെയും പേരക്കുട്ടികളുടെയും ഭാവി സുരക്ഷിതമായിരിക്കണമെന്ന്. മത്സരാത്മകവും വ്യക്തികേന്ദ്രിതവുമായ ഇന്നത്തെ സമൂഹത്തിൽ ഇത് അതത് വ്യക്തികളുടെ ഉത്തരവാദിത്തമാണ്. ഇതിനുവേണ്ടിയാണ് ആളുകൾ കൂടുതൽ കൂടുതൽ പണം സമ്പാദിക്കാൻ നെട്ടോട്ടം ഓടുന്നത്. അഴിമതിയും അക്രമപ്രവർത്തനങ്ങളും വർധിക്കുന്നത്. ഭാവിയെക്കുറിച്ച് പ്രായേണ തീരെ ഉത്കണ്ഠ ഇല്ലാത്ത ഒരു സമൂഹമുണ്ടായിരുന്നു. നേരത്തെ പറഞ്ഞപോലെ 1960 കളിലെയും 1970 കളിലെയും സോവിയറ്റ് സമൂഹം. തങ്ങളുടെ ഉപജീവനം, ആരോഗ്യം, വാർധക്യം, തങ്ങളുടെ കുട്ടികളുടെ പോഷണം, വിദ്യാഭ്യാസം, തൊഴിൽ - എല്ലാം സമൂഹം ഏറ്റെടുത്തിരിക്കുന്നു എന്ന വിശ്വാസം അന്നത്തെ സോവിയറ്റ് പൗരന്മാർക്കുണ്ടായിരുന്നു.

ഒരു സമൂഹത്തിലെ അംഗങ്ങളുടെ ഭൗതികവും ആത്മീയവുമായ ജീവിതഗുണത വർധിപ്പിക്കാൻ കുറെയൊക്കെ അതിലെ അംഗങ്ങൾ മാത്രം തീരുമാനിച്ചാലും കഴിയും. കേരളത്തിലെപ്പോലെ പത്തുമുപ്പതിനായിരം ജനസംഖ്യയുള്ള ഒരു പഞ്ചായത്തിൽ പൂർണമായ സാമൂഹിക സുരക്ഷ ഉറപ്പാക്കാൻ, പഞ്ചായത്തിന്റെ മൊത്തം ദേശീയോൽപാദനത്തിന് 10-12 ശതമാനം നീക്കിവെച്ചാൽ മതിയാകും. ആരോഗ്യം,

വിദ്യാഭ്യാസം, പൊതുവിതരണം, പെൻഷനുകൾ മുതലായവയ്ക്കായി ഇന്നുതന്നെ ചെലവാക്കുന്നത് ഏതാണ്ട് ഇരട്ടിയായി വർധിപ്പിച്ചാൽ മതി. ഒരു കുടുംബത്തിലെ അംഗത്തന് ആ കുടുംബത്തിൽ ഉള്ള വിശ്വാസം പോലെ ആകണം 5000–6000 കുടുംബങ്ങൾ അടങ്ങുന്ന തദ്ദേശീയ സമൂഹത്തിൽ ആ സമൂഹത്തിലെ ഓരോ കുടുംബത്തിനും ഉള്ള വിശ്വാസവും. പണത്തേക്കാളേറെ പ്രധാനം ആത്മവിശ്വാസവും പരസ്പരവിശ്വാസവും ആണ്. സ്വയംപര്യാപ്തതയിലൂടെ സാമൂഹികസുരക്ഷയിലേക്കു നീങ്ങുന്ന പല പരീക്ഷണങ്ങളും ലോകത്ത് പലയിടത്തായി നടക്കുന്നുണ്ട്.

സുസ്ഥിരത

മക്കളുടെയും പേരക്കുട്ടികളുടെയും അവരുടെ മക്കളുടെയും എല്ലാം ജീവിതം സുരക്ഷിതമാകണമെങ്കിൽ, നമ്മെക്കാൾ നന്നായി അവർക്കു ജീവിക്കാൻ കഴിയണമെങ്കിൽ മാർക്സ് പറഞ്ഞപോലെ നമ്മൾ നല്ല തറവാട്ടുകാരണവന്മാരെപ്പോലെ പെരുമാറണം. നമുക്കു കിട്ടിയ ഭൂമിയെ, മണ്ണിനെയും മലകളെയും കാടുകളെയും പാടങ്ങളെയും എല്ലാം, കൂടുതൽ മെച്ചപ്പെട്ട രൂപത്തിൽ അവർക്ക് കൈമാറാൻ കഴിയണം. കാട് നശിപ്പിക്കാതെയും പാടം നികത്താതെയും പുഴകളെ കൊല്ലാതെയും അന്തരിക്ഷത്തെ മലിനപ്പെടുത്താതെയും ജീവിവൈവിധ്യത്തെ സംരക്ഷിച്ചും നമുക്ക് ഉയർന്ന ഭൗതികജീവിതഗുണതയും ആത്മീയജീവിതഗുണതയും കൈവരിക്കാൻ കഴിയുന്നതാണ്. ഈ തിരിച്ചറിവ് മുഴുവൻ സമൂഹത്തിന്റെയും ആക്കണം. അതനുസരിച്ച് ജീവിതം ക്രമീകരിക്കണം. യഥാർഥ ആവശ്യങ്ങൾ തിരിച്ചറിയണം. പ്രകൃതിയിൽനിന്ന് കുഴിച്ചെടുക്കുന്ന ലോഹങ്ങളും മറ്റു ധാതുക്കളും പൂർണമായി പുനശ്ചക്രണം ചെയ്യണം. അതിനുള്ള സാങ്കേതികവിദ്യകൾ വളർത്തിയെടുക്കണം. ഗവേഷണ–വികസനപ്രവർത്തനങ്ങൾ പൂരണപുനശ്ചക്രണരംഗത്ത് ഊന്നണം. ആവശ്യമായ ഊർജം മുഴുവൻ സൂര്യനിൽനിന്ന് ലഭ്യമാക്കാൻ കഴിയണം. അത് കറന്നെടുക്കാൻ വേണ്ട കഴിവ് ആർജിക്കണം. ആ കഴിവ് വ്യാപകമായി പ്രയോഗിക്കണം. അന്തരിക്ഷത്തിലേക്ക് അധികമായി വിസർജിച്ചിട്ടുള്ള കാർബൺ ഡൈ ഓക്സൈഡ് തടി മരങ്ങളിലൂടെ തിരിച്ചെടുത്ത് കെട്ടിടങ്ങളും ഉരുപ്പടികളുമാക്കി സ്ഥിരീകരിക്കാം. വർധിച്ച ആഗോളതാപനില വീണ്ടും കുറച്ചുകൊണ്ടുവരാം. പ്ലാവ്, കടപ്ലാവ്, തെങ്ങ്, മാവ്, മുതലായ തടിമരങ്ങൾ ഭക്ഷണവും തരുന്നതാണ്. അസാധാരണമായ സന്ദർഭങ്ങൾ നേരിടാൻ അസാധാരണമായ മാർഗങ്ങൾ സ്വീകരിക്കേണ്ടിവരും.

വികസനം

വളരെ അമൂർത്തമായ ഒരു പദമാണ് വികസനം എന്നത്. പൊതുവിൽ വലുപ്പത്തിലോ, എണ്ണത്തിലോ ഉള്ള വർധനവിനാണ് ഈ പദം

ഉപയോഗിക്കുക. ഇംഗ്ലീഷിൽ expansion എന്ന പദത്തിന്റെ സ്ഥാനത്ത്. Development എന്ന പദത്തിനും മലയാളത്തിൽ വികസനം എന്ന പദം തന്നെയാണ് ഉപയോഗിക്കുന്നത്. Progress എന്ന പദത്തിന്റെ സ്ഥാനത്ത് പുരോഗതി എന്ന പദവും അടുത്തകാലം വരെ സമ്പത്തിൽ ഉണ്ടാകുന്ന വർധനവിനാണ് ഈ പദം ഉപയോഗിച്ചിരുന്നത്. എന്നാൽ സാമൂഹിക വികസനം, സാംസ്കാരികവികസനം, ബൗദ്ധികവികസനം മുതലായ രീതിയിൽ സംയുക്തപദമായും ഉപയോഗിക്കാറുണ്ട്. നിഷ്കൃഷ്ടമായി അവ നിർവചിക്കാൻ പ്രയാസമാണ്. എങ്കിലും അവയെല്ലാം അടങ്ങുന്ന ഒരു വികസനസങ്കല്പം നിർവചിക്കപ്പെടേണ്ടിവന്നു. കൂട്ടത്തിൽ സുസ്ഥിര വികസനം എന്ന സംയുക്തപദവും. പണത്തിന്റെയോ ഭൗതികപദാർഥ ങ്ങളുടെയോ ശീലിൽ വികസനത്തെ നിർവചിക്കാൻ ശ്രമിച്ചാൽ നിരർഥ കമായ നിഗമനങ്ങളിൽ എത്തിച്ചേരും. ഒരു കോടി രൂപയുണ്ട്. ഒരു മണി ക്കൂർ പോലും വിശ്രമം കിട്ടുന്നില്ല. എപ്പോഴും രോഗമാണ്. മദ്യം എത്ര വേണമെങ്കിലുമുണ്ട്. സ്വർണവും എത്രവേണമെങ്കിലുമുണ്ട്, ആളൊന്നുക്ക് ഒന്നിൽ കൂടുതൽ വാഹനങ്ങൾ ഉണ്ട്. പെട്രോൾ ഇല്ല. ഇതൊന്നും വിക സനമല്ല എന്നു വ്യക്തം. ടോൾസ്റ്റോയിയുടെ പ്രസിദ്ധമായ ഒരു കഥ യുണ്ട്: ആറടി മണ്ണേ വേണ്ടൂ. ഒരാളോടു പറയുന്നു: സൂര്യോദയം മുതൽ സൂര്യാസ്തമയംവരെ ഓടി വളച്ചെടുക്കാൻ പറ്റുന്ന അത്രയും ഭൂമി അയാൾക്ക് നല്കാം. കൂടുതൽ കൂടുതൽ ഭൂമി കിട്ടാനുള്ള ആർത്തി മൂലം അയാൾ കൂടുതൽ കൂടുതൽ വലിയ വളയം സൃഷ്ടിക്കാനായി ഓടിക്കൊണ്ടേയിരുന്നു. അവസാനം തുടങ്ങിയടത്ത് എത്താതെ ദൂരെ എവിടെയോ മരിച്ചുവീണു. ശവമടക്കാൻ ആറടി മണ്ണ് മതിയായിരുന്നു. ഇന്നത്തെ ഐടി മേഖലയിലെ പണിയാളുകൾ ഏറിയ പങ്കും ഇത്തര ത്തിൽ പെട്ടവരാണ്. അവർക്ക് ജീവിക്കാൻ സമയമില്ല. വികസനം ഇതു പോലായിട്ട് കാര്യമില്ല. വികസനത്തെ മറ്റൊരു രീതിയിൽ കാണാൻ ശ്രമിക്കാം.

- സമൂഹത്തിന്റെ ശരാശരി പ്രതീക്ഷിത ആയുസ്സ് വർധിക്കുന്നു. സ്വാഭാവികമായും വ്യക്തിയുടെയും
- ശരാശരി രോഗാതുരകാലം കുറയുന്നു.
- ഇത് രണ്ടും സാക്ഷാത്കരിക്കാൻ ആവശ്യമായ സാധനങ്ങളും (ചരക്കുകളല്ല), സേവനങ്ങളും ഉൽപാദിപ്പിക്കാൻ വേണ്ട സമയം, ഉൽപാ ദനശക്തികളുടെ വളർച്ച മൂലം, കുറഞ്ഞുകുറഞ്ഞുവരുന്നു. ഓരോരു ത്തർക്കും ലഭ്യമായ ഒഴിവുസമയം - സ്വന്തം സമയം - വർധിക്കുന്നു.

ആയുസ്സിന്റെയും ഒഴിവുസമയത്തിന്റെയും വർധനവാണ് വികസനം. ഇതിൽ ഡോളറിനോ രൂപയ്ക്കോ സ്ഥാനമില്ല. സാധനങ്ങൾക്കും സേവ നങ്ങൾക്കുമാണ് പ്രാധാന്യം. എന്നാൽ സാർവദേശീയമായി അംഗീകരി ച്ചിട്ടുള്ള മാനവവികാസത്തിൽ ആളോഹരി വരുമാനത്തിനും ഒരു സ്ഥാനം

നല്കിയിട്ടുണ്ട്. ആയുസ്സ് വർധിപ്പിക്കാനും ഒഴിവുസമയം ദീർഘിപ്പിക്കാനും അത് ഉപകരിക്കുന്നില്ലെങ്കിൽ പിന്നെന്തു ഗുണം?

ഇന്നത്തെ മാനവസമൂഹം മൊത്തത്തിൽ ഒരു ദുർവ്യയസമൂഹമാണ്. പ്രകൃതിവിഭവങ്ങളുടെ സിംഹഭാഗവും അധ്വാനത്തിന്റെ സിംഹഭാഗവും പൊങ്ങച്ചച്ചരക്കുകളും നശീകരണച്ചരക്കുകളും ഉണ്ടാക്കാനാണ് വിനിയോഗിക്കപ്പെടുന്നത്. ഈ ചരക്കുകൾ അതിവേഗത്തിൽ കാലഹരണപ്പെടുന്നു. അവ ജങ്ക് ആയി, കളയേണ്ടവ ആയി, മാറുന്നു. പലതും ഒരിക്കൽ മാത്രം ഉപയോഗിക്കപ്പെടുന്നു. സമ്പദ്‌വ്യവസ്ഥയിലൂടെയുള്ള പ്രകൃതിവിഭവപ്രവാഹത്തിന്റെ വ്യാപ്തം കൂടിക്കൂടിവരുന്നു. ആഗോളതാപനത്തിലേക്കും കാലാവസ്ഥാമാറ്റത്തിലേക്കും വിഭവദാരിദ്ര്യത്തിലേക്കും മാലിന്യസമൃദ്ധിയിലേക്കും ഒക്കെ അത് നയിക്കുന്നു. ഈ അവസ്ഥയിൽനിന്ന് മോചനം നേടേണ്ടിയിരിക്കുന്നു. മനുഷ്യർ സ്വന്തം ജീവിതത്തിനുമേൽ ആധിപത്യം - സ്വരാജ് അഥവാ നാലാം ലോകം സൃഷ്ടിക്കേണ്ടിയിരിക്കുന്നു.

അഞ്ച്

നാലാം ലോകം: ലാക്ഷണിക സ്വഭാവങ്ങൾ

വർധിച്ചുവരുന്ന സമ്പത്തിനു പകരം വർധിച്ചുവരുന്ന സന്തുഷ്ടിയെ ലക്ഷ്യമാക്കുന്ന ഒരു സമൂഹത്തെയാണ് മുൻ അധ്യായത്തിൽ സൂചിപ്പിച്ചത്. ഇന്ന് ലോകം മുഴുവനും സമ്പത്തിന്റെ വർധനയെയാണ് വിലമതിക്കുന്നത്. അതിൽനിന്നുള്ള മാറ്റം ലോകത്ത് മുഴുവൻ ഒരുമിച്ചുനടക്കുന്നതല്ല. ഇന്നത്തെ ലോകത്തിനുള്ളിൽ അങ്ങിങ്ങായി പുതിയ ലക്ഷ്യബോധമുള്ള സമൂഹങ്ങളെ വളർത്തിക്കൊണ്ടുവരാൻ ശ്രമിക്കാം. ഒരു വേള, ഒരു രാജ്യം തന്നെ വളരെ വലിയ ഒരു യൂണിറ്റായിരിക്കും. വർധിച്ച സന്തുഷ്ടിയിലേക്ക് നീങ്ങാൻ ആഗ്രഹിക്കുന്ന, അതിലേക്ക് നീങ്ങുന്ന, കൊച്ചു കൊച്ചു പരീക്ഷണങ്ങൾ നടക്കുന്നുണ്ട്. അവ പരസ്പരം പ്രോത്സാഹിപ്പിച്ച് പുതിയ ഇടങ്ങളിലേക്ക് വ്യാപിപ്പിച്ച് സന്തുഷ്ടിക്ക് വില കല്പിക്കുന്ന സമൂഹങ്ങളുടെ ഒരു സംഘം വളർത്തിക്കൊണ്ടുവരാം. ഈ സംഘത്തെയാണ് 'നാലാം ലോകം' എന്ന പദംകൊണ്ട് വിവക്ഷിക്കുന്നത്. സമ്പത്തിൽ മാത്രം ശ്രദ്ധ കേന്ദ്രീകരിക്കുന്ന മുതലാളിത്തപാതയിൽനിന്ന് തെന്നിമാറി, സന്തുഷ്ടിപ്രധാനമായ പാതയിലേക്ക് നീങ്ങിക്കൊണ്ടിരിക്കുന്ന സമൂഹങ്ങളാണവ. ഈ സമൂഹത്തിന് ചില ലാക്ഷണിക സ്വഭാവങ്ങളുണ്ട്. അവ 20–ാം നൂറ്റാണ്ടിലെ സോഷ്യലിസത്തിന്റേതിൽ നിന്ന് വ്യത്യസ്തമാണ്. 21–ാം നൂറ്റാണ്ടിലെ സോഷ്യലിസം എന്നുകൂടി പറയാൻ പറ്റില്ല. എന്തു പേരുകൊണ്ട് അത് അറിയപ്പെടും എന്ന് ചരിത്രം രേഖപ്പെടുത്തും. അതിന്റെ ലാക്ഷണിക സ്വഭാവങ്ങൾ പരിശോധിക്കാം.

പുതിയ ലോകം: ലാക്ഷണികസ്വഭാവങ്ങൾ

1. ലോകത്തെ വിവിധ പ്രദേശങ്ങളിലെ വിവിധ ജനവിഭാഗങ്ങളുടെ അനുഭവങ്ങളും ആഗ്രഹങ്ങളും അവ നേടാനായി അവർ വിഭാവനം ചെയ്യുന്ന തന്ത്രങ്ങളും നടത്തുന്ന പ്രവർത്തനങ്ങളും വിവിധങ്ങളായിരിക്കുമെന്നും അവയ്ക്കെല്ലാം തുല്യപ്രസക്തിയുണ്ടെന്നും ഉള്ള തിരിച്ചറിവും അംഗീകാരവും.

2. ഇതിനായി രൂപപ്പെടുത്തുന്ന സംഘടനകൾക്ക് വികേന്ദ്രീകൃതസ്വഭാവ മുണ്ടായിരിക്കും; അവ ഏകാധിപത്യപരമോ, സർവാധിപത്യപരമോ ആയിരിക്കില്ല.

3. വിവിധ ജനവിഭാഗങ്ങൾക്ക് വ്യത്യസ്തങ്ങളായ സാമൂഹികാടിത്തറ കൾ ഉണ്ടെന്നും അവർക്ക് വ്യത്യസ്തങ്ങളായ ആസന്നലക്ഷ്യങ്ങൾ ഉണ്ടെന്നും അതിനാൽതന്നെ അവരുടെ രാഷ്ട്രീയ അജണ്ടകൾ വ്യത്യസ്തമായിരിക്കാമെന്നും ഉള്ള തിരിച്ചറിവ്.

4. പുതിയ ലോകത്തിന്റെ നിർമിതിയിലും നടത്തിപ്പിലും പരമ്പരാഗത രാഷ്ട്രീയപ്പാർട്ടികൾക്കുള്ളത്രതന്നെ പ്രാധാന്യം ഭരണകൂടത്തെ ചുറ്റി പ്പറ്റിയല്ലാതെ പ്രവർത്തിക്കുന്ന പൗരസമൂഹങ്ങൾക്കും ഉണ്ടെന്ന തിരി ച്ചറിവും അംഗീകാരവും.

5. പുതിയ സമൂഹസൃഷ്ടി ഒറ്റയടിക്ക് ഒരു രാജ്യത്താകെയോ, ലോക ത്താകെയോ നടക്കുന്ന ഒരു വിപ്ലവത്തിന്റെ രൂപത്തിലായിരിക്കില്ല. തദ്ദേശീയമായും ദേശീയമായും നടക്കുന്ന കൊച്ചു കൊച്ചു മാറ്റങ്ങൾ ഈട്ടംകൂടുന്നതിന്റെ പരിണതഫലമായിട്ടായിരിക്കും എന്ന ധാരണ.

   ഇത് വിപ്ലവവിരുദ്ധമാണ്, പരിഷ്കരണവാദമാണ് എന്നു വാദിച്ചേക്കാം. അങ്ങനെയല്ല. ഇതിനെ പരിഷ്കരണവാദപരമല്ലാത്ത, അല്ലെങ്കിൽ വിപ്ലവാത്മകമായ പരിഷ്കരണങ്ങൾ എന്നു വിളിക്കാം. പുതിയ സമൂഹങ്ങൾ നിലവിലുള്ള സമൂഹങ്ങൾക്കുള്ളിലാണ് ആദ്യം രൂപം കൊള്ളുന്നത്. അതിനുള്ളിൽ, പ്രതിസന്ധികളോട് ഏറ്റുമുട്ടി അവ വളരുന്നു. ഒരു ഘട്ടമെത്തുമ്പോൾ പഴയ സമൂഹം തകരുന്നു, പുതിയ സമൂഹം തൽസ്ഥാനത്തെത്തുന്നു. ഈ അന്തിമഘട്ടത്തിൽ നടക്കുന്ന മാറ്റം വലിയ ഒന്നായി, ഗുണാത്മകമായി അനുഭവപ്പെടുന്നു. ഇതിനെ യാണ് വിപ്ലവം എന്നു വിളിക്കുന്നത്. പരിമാണപരമായ മാറ്റങ്ങൾ ഗുണപരമായ മാറ്റമായിത്തീരുന്നു. അതിനാൽ 'വിപ്ലവാത്മകമായ പരിഷ്കരണം' എന്ന പദം ഒരു വിരോധാഭാസമല്ല.

6. പുതിയ സമൂഹം അങ്ങേയറ്റം ജനാധിപത്യപരമായിരിക്കും. ജനാധി പത്യത്തിന് ആഴംകൂട്ടാൻ പറ്റുന്നവിധത്തിലായിരിക്കും അതിനെ രാഷ്ട്രീയവും സാമ്പത്തികവും ആയി കരുപ്പിടിപ്പിക്കുന്നത്.

7. ജനാധിപത്യപരമാകണമെങ്കിൽ, തങ്ങളെ ബാധിക്കുന്ന ഏതു തീരു മാനമെടുക്കുന്നതിലും ജനങ്ങൾക്ക് നിർണായകമായ പങ്ക് ഉണ്ടായി രിക്കണം. ഇത് സാധിക്കണമെങ്കിൽ ജീവിതം നിലനിർത്താനും ജീവിത ഗുണത വർധിപ്പിക്കാനും ആവശ്യമായ സാധനങ്ങളുടെ ഉത്പാദന ത്തിലും വിതരണത്തിലും ജനങ്ങൾക്ക് നിയന്ത്രണമുണ്ടായിരിക്കണം. ആവശ്യമായ പ്രകൃതിവിഭവങ്ങളുടെമേലും നിയന്ത്രണമുണ്ടായിരി ക്കണം.

8. ഭൂമിയടക്കമുള്ള ഉത്പാദനോപാധികളുടെമേലുള്ള സാമൂഹികനിയ ന്ത്രണം പടിപടിയായി വർധിച്ചുവരണം. *ഭൂമി ഒരു പൊതുസ്വത്ത്*

എന്ന സങ്കല്പനത്തിന്റെ ഉള്ളടക്കം ഇതാണ്. ജീവിതാവശ്യങ്ങൾ വർധമാനമായ തോതിൽ തദ്ദേശീയമായിത്തന്നെ ഉത്പാദിപ്പിക്കാനും വിതരണം ചെയ്യാനും കഴിയുമാറാകണം. ലോകവ്യാപകമായി നില വിലുള്ള അറിവുകളും കഴിവുകളും സാർവജനീനമാക്കുന്നതി ലൂടെയും ഗവേഷണവികസനപ്രവർത്തനങ്ങൾക്ക് ഇതിനുതകുന്ന തരത്തിലുള്ള ഒരു ദിശാബോധം നല്കുന്നതിലൂടെയും ഇത് പടി പടിയായി നേടിയെടുക്കാവുന്നതാണ്.

8. തദ്ദേശീയസമ്പദ്വ്യവസ്ഥ ശക്തിപ്പെടുന്നതിനോടൊപ്പംതന്നെ തദ്ദേ ശീയഭരണസംവിധാനവും ശക്തിപ്പെടുത്തണം. തദ്ദേശതലത്തിൽ ചെയ്യാവുന്നവ പൂർണമായും ആ തലത്തിൽതന്നെ കൈകാര്യം ചെയ്യണം. അവശിഷ്ടാധികാരങ്ങൾ മാത്രമേ പുറമേയ്ക്ക് നൽകു കയുള്ളു. തദ്ദേശസമ്പദ്വ്യവസ്ഥയും ഭരണസംവിധാനവും ശക്തി പ്പെടുന്ന മുറയ്ക്ക് സംസ്ഥാന-കേന്ദ്രതലങ്ങളിലേക്ക് നേരത്തേ കൊടുത്ത അധികാരങ്ങൾ തിരിച്ചെടുക്കാനും കഴിയണം.

10. തദ്ദേശം, ജില്ല, സംസ്ഥാനം, രാജ്യം, ലോകം മുതലായവയെ ഒന്നിനു മേലെ ആയി സങ്കല്പിക്കുന്നതിനു പകരം ഗാന്ധിജി പറഞ്ഞപോലെ, വെള്ളത്തിലിട്ട കല്ല് സൃഷ്ടിക്കുന്ന ഏകകേന്ദ്രവൃത്തങ്ങളായി സങ്കല്പിക്കണം. തിരശ്ചീനമായി നെറ്റ്വർക്ക് ചെയ്യപ്പെട്ട ഗ്രാഗര (rurban) വലയങ്ങൾ ആയി അവയെ കാണണം. പരമാധികാരം തദ്ദേശ സമൂഹത്തിനും വ്യക്തിക്കും ആണ്. അവിടെ പ്രത്യക്ഷജ നാധിപത്യം സാധ്യമാണ്. കൂടുതൽ വിപുലമായ സമൂഹങ്ങളിൽ പ്രാതിനിധ്യജനാധിപത്യമേ സാധ്യമാകൂ. പ്രതിനിധികളെ തെരഞ്ഞെ ടുത്തവർക്ക് അവരെ എപ്പോൾ വേണമെങ്കിലും തിരികെ വിളിക്കാൻ അധികാരമുണ്ടായിരിക്കും.

11. സാമ്പത്തികമേഖലയിൽ പ്രാധാന്യം കൊടുക്കുന്നത് ജീവിതഗുണത വർധിപ്പിക്കാനാവശ്യമായ ഉത്പാദന-വിതരണ പ്രവർത്തന ങ്ങൾക്കാണ്, ആഹാര, വസ്ത്ര, പാർപ്പിട, ഔഷധാദികൾ ആവശ്യ ത്തിനും എല്ലാവർക്കും ലഭ്യമാക്കുന്നതിനാണ്. അതായത്, ക്ഷേമ മൂല്യമുള്ള സാധനങ്ങളും സേവനങ്ങളും ഉത്പാദിപ്പിക്കുന്നതിനാണ്. പൊങ്ങച്ച-നശീകരണച്ചരക്കുകളുടെ ഉത്പാദനം പടിപടിയായി കുറച്ചുകൊണ്ടുവരുന്നതാണ്. അതുപോലെ എല്ലാതരത്തിലുള്ള അസമത്വവും വിവേചനവും കുറച്ചുകൊണ്ടുവരുന്നതാണ്.

12. പുതിയ ലോകത്തിൽ, മാർക്സും ഗാന്ധിയും പറഞ്ഞപോലെ നഗരവും ഗ്രാമവും തമ്മിലുള്ള വ്യത്യാസം കുറച്ചുകൊണ്ടുവരും. ഇന്നത്തെ തരത്തിലുള്ള നഗരങ്ങളോ മെട്രോപ്പോളീസുകളോ ഉണ്ടാ യിരിക്കില്ല. കൃഷിയും വ്യവസായവും പരസ്പരം ഇടകലർന്നിരിക്കും. മണ്ണിൽനിന്നെടുത്തതെല്ലാം, അങ്ങനെ, മണ്ണിലേക്ക് തിരിച്ചുനൽകാ നാകും, മണ്ണിന്റെ ആരോഗ്യം മെച്ചപ്പെടുത്താനാകും. വരുംതലമുറ കൾക്ക് മെച്ചപ്പെടുത്തിയ രീതിയിൽ പ്രകൃതിയെ കൈമാറാനാകും.

13. സമൂഹത്തിന്റെ ഭൗതികവും ആത്മീയവും ആയ ജീവിതഗുണത തുടർച്ചയായി വർധിച്ചുകൊണ്ടിരിക്കും. അതായത്,

- പ്രതീക്ഷിതായുസ്സ് വർധിക്കും
- രോഗാതുരതയും ശിശുമരണനിരക്കും കുറയും
- അന്യവത്ക്കരിക്കപ്പെട്ട അധ്വാനത്തിൽനിന്ന് മോചനം നേടും.
- വരുമാനത്തിലെ അസമത്വം - ഗിനിഗുണാങ്കം - കുറഞ്ഞുവരും.
- സമൂഹത്തിന്റെ നടത്തിപ്പിൽ കൂടുതൽ കൂടുതൽ പേർ പങ്കാളികളാകും.
- സ്ത്രീകളുടെ അവസ്ഥ തുടർച്ചയായി മെച്ചപ്പെടും
- കുട്ടികളും പ്രാന്തവത്കരിക്കപ്പെട്ടവരും രോഗികളും വൃദ്ധരും സുരക്ഷിതരായിരിക്കും.
- ഇവയെല്ലാം സാക്ഷാത്കരിക്കാൻ വേണ്ടി സൗരോർജത്തെ വർധമാനമായ തോതിൽ ആശ്രയിക്കും.
- അന്തരിക്ഷത്തിലേക്ക് വിസർജിക്കപ്പെടുന്ന CO_2ന്റെ അളവ് തുടർച്ചയായി കുറച്ചുകൊണ്ടുവരും. ഒരു വശത്ത് സ്ഥിരമായി നിൽക്കുന്ന ബയോമാസ് ശേഖരം വർധിപ്പിച്ചും, മറുവശത്ത് കെട്ടിടാദിനിർമാണത്തിലൂടെ മരത്തിന്റെ രൂപത്തിൽ സ്ഥിരീകരിച്ചും അന്തരിക്ഷത്തിലെ CO_2 ന്റെ അളവ് തുടർച്ചയായി കുറച്ചുകൊണ്ടുവരും.
- തദ്ദേശീയോത്പാദനം വികസിപ്പിച്ചുകൊണ്ട് ചരക്കുകളുടെ ബഹുദൂരകടത്ത് കുറച്ചുകൊണ്ടുവരും. തൊഴിലിടത്തെയും പാർപ്പിടത്തെയും സമഞ്ജസമായി കൂട്ടിയിണക്കിക്കൊണ്ട് മനുഷ്യരുടെ നിർബന്ധിതയാത്രയുടെ അളവ് കുറയ്ക്കുന്നതായിരിക്കും.
- പട്ടാളം, പൊലീസ്, ഭരണം, കോടതി, ജയിൽ മുതലായവയ്ക്കുവേണ്ടി വരുന്ന ചെലവ് തുടർച്ചയായി കുറയ്ക്കുകയും (ഭരണകൂടം അപ്രധാനമായിത്തീരും) ആരോഗ്യം, വിദ്യാഭ്യാസം, സാമൂഹികസുരക്ഷ മുതലായവയ്ക്കായി ചെലവാക്കുന്ന തുക വർധിപ്പിക്കുകയും ചെയ്യും.
- പൊങ്ങച്ചമൂല്യവും നശീകരണമൂല്യവും (മദ്യം, ആയുധങ്ങൾ തുടങ്ങിയവ) ഉത്പാദിപ്പിക്കുന്നത് കുറച്ചുകൊണ്ടുവരും.

14. ഇങ്ങനെയുള്ള പുതിയ സമൂഹങ്ങൾ ലോകഘടനയെതന്നെ മാറ്റും. ദേശീയരാഷ്ട്രങ്ങൾക്ക് ഇന്നു കൊടുക്കുന്ന പ്രാധാന്യം കുറയും. തദ്ദേശസ്വയംഭരണപ്രദേശങ്ങളായിരിക്കും കേന്ദ്രസ്ഥാനത്ത്. അവയുടെ എണ്ണം ലക്ഷക്കണക്കിന് വരും. അവ തമ്മിലുള്ള ചരക്കുകളുടെ കൊടുക്കൽ-വാങ്ങലുകൾ കുറഞ്ഞുകുറഞ്ഞുവരും. എന്നാൽ സാംസ്കാരികവും വൈജ്ഞാനികവുമായ കൊടുക്കൽ-വാങ്ങലുകൾ തുടർച്ചയായി വർധിച്ചുകൊണ്ടിരിക്കും. വിവരവിനിമയസാങ്കേതികവിദ്യയിൽ വന്നിട്ടുള്ള വികാസം ഇത് ക്ഷിപ്രസാധ്യമാക്കുന്നു.

15. ഇതെല്ലാം സാധ്യമാകണമെങ്കിൽ സമൂഹത്തിൽ ഇന്നു നടക്കുന്ന ഗവേഷണ-വികസന പ്രവർത്തനങ്ങൾക്ക് ഒരു പുതിയ ദിശ നൽകണം. സൂര്യനിൽനിന്ന് സുലഭമായും ചെലവുകുറഞ്ഞ രീതിയിലും ഊർജം എടുക്കാനുള്ള സാങ്കേതികവിദ്യ വികസിപ്പിക്കുക, എല്ലാ മാലിന്യത്തെയും പുതിയ സമ്പത്തിന്റെ അസംസ്കൃതവസ്തുവാക്കാൻ വേണ്ട സാങ്കേതികവിദ്യ വളർത്തുക, അന്തരിക്ഷത്തിലേക്കും ചുറ്റുപാടിലേക്കും വിസർജിച്ചിട്ടുള്ള മാലിന്യങ്ങളെ തിരിച്ചുപിടിക്കുക, ചെറുകിട ഉത്പാദനത്തെ കാര്യക്ഷമമാക്കുക, ആവശ്യത്തെ ആർത്തിയിൽനിന്ന് വ്യവച്ഛേദിച്ചറിയുക മുതലായവ ആയിരിക്കണം പുതിയ ലക്ഷ്യങ്ങൾ.

മേൽപറഞ്ഞതൊക്കെ ഭാവിയിൽ ഉണ്ടാകണമെന്നു നാം പ്രതീക്ഷിക്കുന്ന കാര്യങ്ങളാണ്. ഇന്നത്തെ സ്ഥിതിയും ഗതിയും ഇതിനെല്ലാം കടകവിരുദ്ധമാണ്. ലോകഗതിയെ ഒറ്റയടിക്ക് ആകെ മാറ്റാൻ ശ്രമിക്കുന്നത് മൗഢ്യമാണ്. ആർക്കും പറ്റില്ല. എന്നാൽ തദ്ദേശസമൂഹങ്ങളുടെ തലത്തിൽ ചിലതെല്ലാം ചെയ്യാൻ കഴിയും. നിയോലിബറലിസത്തിനെതിരായി, ആഗോളസാമ്രാജ്യത്വത്തിനെതിരായി, തദ്ദേശീയമായ പ്രതിരോധദുർഗങ്ങൾ നിർമിക്കാൻ സാധിക്കും. പ്രതിരോധത്തിന്റെ രണഭൂമി വിപണിയാണ്. മാളുകൾ, ബിഗ് ബസാറുകൾ, സൂപ്പർ ബസാറുകൾ മുതലായവയാണ്. അവയെ ബഹിഷ്കരിക്കുന്നതിലൂടെ, ബഹുരാഷ്ട്രകുത്തകകളും അവരുടെ ദല്ലാളുകളും നിർമിക്കുന്ന ഉത്പന്നങ്ങൾ ബഹിഷ്കരിക്കുന്നതിലൂടെ, പൊങ്ങച്ചമൂല്യമോ നശീകരണമൂല്യമോ മാത്രമുള്ള ചരക്കുകൾ ബഹിഷ്കരിക്കുന്നതിലൂടെ, തങ്ങളുടെ അയൽക്കാർ ഉത്പാദിപ്പിക്കുന്ന സാധനങ്ങൾ വർധിച്ചതോതിൽ വാങ്ങുന്നതിലൂടെ, തങ്ങളുടെ പോക്കറ്റിലെ പണം തദ്ദേശീയചംക്രമണത്തിലേക്ക് പ്രവേശിപ്പിക്കുന്നതിലൂടെ, ഇന്നത്തെ മാനവഗതി സൃഷ്ടിക്കുന്ന അപകടം വരുംതലമുറയെ പഠിപ്പിക്കുന്നതിലൂടെ ഒരു പരിധിയിൽ കൂടുതലുള്ള സമ്പത്തിലും വരുമാനത്തിലും ഭാരിച്ച നികുതികൾ ചുമത്തി അവരുടെ അമിതമായ വാങ്ങൽക്കഴിവിനെ ദുർബലപ്പെടുത്തുന്നതിലൂടെ ഈ പ്രതിരോധദുർഗങ്ങൾ പടുത്തുയർത്താം. ഗ്രാമസഭകളിലും അയൽക്കൂട്ടങ്ങളിലും സജീവമായി പങ്കെടുക്കുന്നതിലൂടെ, വികസനപ്രവർത്തനങ്ങളിൽ സർഗാത്മകമായി പങ്കുചേരുന്നതിലൂടെ, തുടർച്ചയായ സ്വയംപഠനത്തിൽ ഏർപ്പെടുന്നതിലൂടെ, മത്സരത്തിന്റെ സ്ഥാനത്ത് സഹകരണത്തെ പ്രതിഷ്ഠിക്കാൻ ശ്രമിക്കുന്നതിലൂടെ ഒക്കെ ഈ പ്രതിരോധദുർഗങ്ങളെ ബലപ്പെടുത്താം. ഇതിന്റെയൊക്കെ അടിസ്ഥാനത്തിൽ പുതിയൊരു ലോകത്തെപ്പറ്റി ചിന്തിക്കാം.

രണ്ടു ഗ്രാമങ്ങൾ

മഹാരാഷ്ട്ര സംസ്ഥാനത്തിലെ അഹമ്മദ് നഗർ ജില്ലയിലെ പാർനേർ താലൂക്കിൽപ്പെട്ട രണ്ടു ഗ്രാമങ്ങളാണ് ഹിവ്റെ ബസാറും റാലെഗൺ

സിദ്ധിയും. ജനപങ്കാളിത്തത്തോടെയും ജലസംരക്ഷണത്തിലൂടെയും എങ്ങനെ ദാരിദ്ര്യത്തെയും പട്ടിണിയെയും കീഴടക്കാം എന്ന് നമുക്ക് കാണിച്ചുതന്ന രണ്ടു ഗ്രാമങ്ങളാണവ. രണ്ടും മഴ കുറഞ്ഞ പ്രദേശമാണ്. റാലെഗൺ സിദ്ധിയിലെ വാർഷികവർഷപാതം 450-500 മി.മീ. ഹിവ്റെ ബസാറിലേത് 400-450 മി.മീ. രണ്ടു ഗ്രാമത്തിന്റെയും വിസ്തീർണം 900 -1000 ഹെക്ടാർ വീതം വരും. 250-300 വീടുകൾ. ജനസംഖ്യ 1200-1300. ഇന്ത്യയിലെ ഏറ്റവും ദരിദ്രമായ ഗ്രാമങ്ങളുടെ കൂട്ടത്തിൽപെട്ട ഗ്രാമങ്ങൾ. എഴുപതുകളിൽ ഉണ്ടായ തുടർച്ചയായ വരൾച്ച അവയുടെ ദരിദ്രമായ നിലനില്പിനെപ്പോലും തകർത്തു. കൃഷി ഏതാണ്ട് പാടെ ഉപേക്ഷിക്കപ്പെട്ടു. കുടിവെള്ളത്തിനുപോലും ദൗർലഭ്യമായിരുന്നു. പുരുഷന്മാർ ഉപജീവനം തേടി നഗരത്തിലേക്ക് ചേക്കേറി. അവശേഷിച്ചവർ സാധ്യമായ ഒരേയൊരു വ്യവസായത്തിൽ - കള്ളവാറ്റിൽ - വ്യാപൃതരായി. മദ്യത്തിലൂടെ അവർ തങ്ങളുടെ ദാരിദ്ര്യം മറക്കാൻ ശ്രമിച്ചു. പക്ഷേ, പരസ്പരസംഘട്ടനങ്ങളും കൊലപാതകങ്ങളും വർധിച്ചുവന്നു. ഹിവ്റെ ബസാർ ഒരു ക്രിമിനൽ ഗ്രാമമായി പ്രഖ്യാപിക്കപ്പെടുകപോലും ചെയ്തു.

അങ്ങനെയിരിക്കെയാണ് റാലെഗൺ സിദ്ധിയിലെ സ്വദേശിയായ അണ്ണാ ഹസാരെ സൈനിക സേവനത്തിൽനിന്ന് പിരിഞ്ഞ് നാട്ടിൽ എത്തുന്നത്. യുദ്ധരംഗത്ത് തന്റെ സുഹൃത്തുക്കളെ മുഴുവൻ നഷ്ടപ്പെട്ട, അവിവാഹിതനായ, അദ്ദേഹം തന്റെ അവശേഷിച്ച ജീവിതത്തെ ഒരു രണ്ടാം ജന്മമായി കരുതി. ഗ്രാമത്തിൽ കണ്ട ശോചനീയമായ അവസ്ഥ അദ്ദേഹത്തെ വേദനിപ്പിച്ചു. മദ്യപാനത്തിൽനിന്ന് അവരെ മോചിപ്പിച്ചല്ലാതെ ഗ്രാമത്തിന്റെ ദാരിദ്ര്യം ഇല്ലാതാക്കാൻ പറ്റില്ല എന്നു കണ്ട അദ്ദേഹം അവശേഷിച്ച ഏതാനും യുവാക്കളുടെ സഹായത്തോടെ മദ്യപാനത്തിന്നെതിരായ ഒരു കുരിശുയുദ്ധം ആരംഭിച്ചു. 'വെള്ളമടി'യിൽ നിന്ന് മോചനം ലഭിക്കാതെ സാമ്പത്തിക നില മെച്ചപ്പെടുത്തുന്നതിനുള്ള പരിപാടികൾ വിജയിക്കുകയില്ല. അടുത്തതായി വേണ്ടതും വെള്ളമാണ്. മഴവെള്ളത്തിന്റെ അവസാനത്തെ തുള്ളിപോലും നഷ്ടമാകാതെ ഉപയോഗപ്പെടുത്തുക. കുടിവെള്ളം ഉറപ്പാക്കുക. കാർഷികോൽപാദനം വർധിപ്പിക്കുക, കാർഷികാഭിവൃദ്ധിയിലൂടെയല്ലാതെ ഗ്രാമീണർക്ക് നിലവിലുള്ള ശോചനീയമായ അവസ്ഥയിൽനിന്ന് കരകയറാനാകില്ല എന്നത് അദ്ദേഹം തിരിച്ചറിഞ്ഞിരുന്നു. ജലസംരക്ഷണത്തിന് ഉതകുന്ന എല്ലാ നടപടികളും സ്വീകരിച്ചു നടപ്പാക്കി. പതുക്കെപ്പതുക്കെ ഗ്രാമം ഉണരാൻ തുടങ്ങി. റാലെഗൺ സിദ്ധി എന്ന പേരും അണ്ണാ ഹസാരെ എന്ന പേരും ഇന്ന് പ്രസിദ്ധമാണ്. ഇന്ന് ദാരിദ്ര്യരേഖയ്ക്ക് താഴെ അവിടെ പ്രായേണ ആരുമില്ല. കാർഷികോൽപാദനം നിരവധി മടങ്ങ് വർധിച്ചു. പാലിന്റെ ഉൽപാദനവും. സൗരോർജം, ബയോഗ്യാസ് മുതലായ ഊർജസ്രോതസ്സുകൾ വ്യാപകമായി ഉപയോഗിക്കപ്പെട്ടു. സങ്കരയിനം പശുക്കളാണുള്ളത്. സ്കൂളിൽ കമ്പ്യൂട്ടറുകൾ ഉണ്ട്. ലാബറട്ടറി ഉണ്ട്, ലൈബ്രറി ഉണ്ട്, കളിസ്ഥലങ്ങൾ ഉണ്ട്. കളികളുണ്ട്. ഏറ്റവും മുന്തിയ. സ്വാശ്രയ സ്കൂളുകളോട്

കിടപിടിക്കാൻ കഴിയുന്നതാണ് സ്കൂളുകൾ. പഠനനേട്ടം വളരെ ഉയർന്ന താണ്. സങ്കീർണമായ ശസ്ത്രക്രിയപോലും നടത്താൻ കഴിയുന്ന ആസ്പത്രി ഉണ്ട്, റോഡുണ്ട്. സവർണ-ദളിതഭേദം വളരെ കുറഞ്ഞിരിക്കുന്നു. കടത്തിൽ മുങ്ങിയിരുന്ന ദളിതകുടുംബങ്ങളെ കടവിമുക്തരാക്കി. അതിനായി ഗ്രാമം മുഴുവൻ, സവർണരടക്കം ശ്രമദാനം നടത്തി. ശരാശരി ഇന്ത്യൻ ഗ്രാമങ്ങളുമായി തട്ടിച്ചുനോക്കുമ്പോൾ റാലെഗൺ സിദ്ധി ഒരു സമ്പന്ന ഗ്രാമമാണ് - സാമ്പത്തികമായും സാമൂഹികമായും സാംസ്കാരികമായും. ഗ്രാമസഭകൾ ഏറെ സജീവമാണ്. ഗാന്ധിജി വിഭാവനം ചെയ്ത സ്വയംപര്യാപ്ത ഗ്രാമങ്ങളും മാർക്സ് വിഭാവനം ചെയ്ത ഗ്രാഗരങ്ങളും സാധ്യമാണ് എന്നതിനുള്ള തെളിവാണ് റാലെഗൺ സിദ്ധി. മൂന്നു-നാലു പതിറ്റാണ്ടിനുള്ളിലാണ് ഈ മാറ്റം ഉണ്ടായത്. അഞ്ച് സർവസമ്മത ധാരണകളുടെ അടിത്തറമേലാണ് പുതിയ റാലെഗൺ സിദ്ധി പടുത്തുയർത്തിയത്.

1. ചെറിയ കുടുംബം
2. മദ്യവർജനം
3. കാലിമേയൽ നിരോധനം
4. മരം മുറിക്കാൻ പാടില്ല
5. ശ്രമദാനം.

റലെഗൺ സിദ്ധിയേക്കാൾ ദരിദ്രമായ ഒരു ഗ്രാമമായിരുന്നു ഹിവ്റെ ബസാർ. പരിവർത്തനത്തിന്റെ പഥം ഒട്ടൊക്കെ സദൃശമാണ്. അണ്ണാ ഹസാരെയുടെ മാതൃകതന്നെയാണ്, പരിവർത്തനത്തിന് നേതൃത്വം കൊടുത്ത പോപട് റാവ് പവാർ സ്വീകരിച്ചത്. രണ്ടു പേർക്കും യുവാക്കളുടെ പിന്തുണ ഉണ്ടായിരുന്നു. മദ്യവർജനത്തോടെയാണ് ആരംഭം. അതില്ലാതെ ദാരിദ്ര്യത്തിൽനിന്ന് കരകയറാൻ പറ്റില്ല എന്ന് അറിയാമായിരുന്നു. മറ്റു നിബന്ധനകൾ താഴെ പറയുന്നവയാണ്.

1. ശ്രമദാനം
2. എല്ലാ തീരുമാനങ്ങളും സർവസമ്മതപ്രകാരം
3. ചെറുകുടുംബം
4. ജലത്തിന്റെ ഉപയോഗത്തിന് പൂർണമായ സാമൂഹിക നിയന്ത്രണം
5. ഗ്രാമത്തിലെ ഭൂമി പുറത്തുള്ളവർക്ക് കൈമാറില്ല.

സാമ്പത്തിക പ്രവർത്തനം ആരംഭിക്കുന്നത് ജലസംരക്ഷണത്തിലൂടെ തന്നെ ആയിരുന്നു ഹിവ്റെ ബസാറിലെ ശരാശരി വാർഷിക മഴ 400 മി.മീ. മാത്രമാണ്. ഗള്ളിപ്ലഗ്ഗുകൾ, കിനിഞ്ഞിറക്കുകുളങ്ങൾ, ചെക് ഡാമുകൾ, അടിയണകൾ - ജലസംരക്ഷണത്തിനുള്ള എല്ലാ സാങ്കേതിക വിദ്യകളും പ്രയോഗിക്കപ്പെട്ടു. പതുക്കെപ്പതുക്കെ ഭൗമജലനിരപ്പ് ഉയരാൻ തുടങ്ങി. മൈനസ് 75-80 അടി ആഴത്തിൽനിന്ന് മൈനസ് 20-25 അടി

വരെ ഉയർന്നു. കാർഷികോൽപാദനവും ക്ഷീരോൽപാദനവും നിരവധി മടങ്ങായി വർധിച്ചു. കമ്പ്യൂട്ടറുകൾ. പൂർണമായ കണക്റ്റിവിറ്റി. അവിടത്തെ ഹയർസെക്കണ്ടറി സ്കൂൾ ചുറ്റുമുള്ള ഗ്രാമങ്ങളിലെ കുട്ടികളെ കൂടി ആകർഷിക്കുന്നു. ദാരിദ്ര്യരേഖയ്ക്ക് താഴെ ആരുമില്ല. തൊഴിലുറപ്പുപദ്ധതിക്ക് ആവശ്യക്കാരില്ല. തികച്ചും സമ്പന്നമായ ഒരു ഗ്രാമമാണത്. ശാസ്ത്രസാങ്കേതികവിദ്യകളെ പൂർണമായി ഉപയോഗിക്കുന്ന ഒരു ഗ്രാഗരപ്രദേശം. പ്രതിമാസ ആളോഹരി വരുമാനം നാല് ലക്ഷത്തോളം രൂപ ഒരു കാലത്ത് ഏറ്റവും ദരിദ്രവും കുറ്റവാളികളുടെ ഗ്രാമം എന്ന് ഗവൺമെന്റുപോലും മുദ്രകുത്തിയിരുന്നതുമായ ഹിവ്റെ ബസാർ ഇന്ന് ആദർശഗ്രാമമാണ്. ആയിരക്കണക്കിന് സന്ദർശകരെ ആകർഷിക്കുന്നു. പല ഗ്രാമങ്ങളിലും ഇന്ന് സദൃശമായ പ്രവർത്തനങ്ങൾ ആരംഭിച്ചിട്ടുണ്ട്.

അണ്ണാ ഹസാരെയും പോപട് റാവ് പവാറും സാധാരണ മനുഷ്യരാണ്. ഗാന്ധിയെ പ്പോലെയോ മാർക്സിനെപ്പോലെയോ ഉള്ള നേതാക്കളല്ല. അബ്ദുൾ കലാമിനെപ്പോലെയുള്ള ശാസ്ത്രജ്ഞരുമല്ല. ആത്മാർഥത, സഹിഷ്ണുത, പഠനോത്സുകത മുതലായവ ഒരു വശത്തും യുവാക്കളുടെ ആത്മവിശ്വാസം, പങ്കാളിത്തം, പ്രവർത്തനസന്നദ്ധത മുതലായവ മറുവശത്തും - ഇത് രണ്ടും ചേർന്നാണ് ഈ ഗ്രാമങ്ങൾ സൃഷ്ടിച്ചത്. ആരും തന്നെ അവതാരപുരുഷന്മാരല്ല. സാധാരണക്കാരായ പച്ച മനുഷ്യർ. ഏതു ഗ്രാമത്തിനും പരീക്ഷിച്ചുനോക്കാവുന്നതാണ് ഇത്. അന്തരിച്ച വെനിസുവേലൻ പ്രസിഡന്റ് ഹ്യൂഗോ ഷാവേസ് ഏതാദൃശമായ പരീക്ഷണങ്ങൾ അവിടെയും ആരംഭിച്ചിരുന്നു. എന്നാൽ ഇന്ത്യയിലേതിനേക്കാൾ വിഷമമാണ് അവിടെ പരീക്ഷണം നടത്താൻ.

മാനുഷികവിഭവങ്ങളുടെ കാര്യമെടുത്താൽ ഇന്ത്യയിലെ ഏറ്റവും സമ്പന്നമായ ഗ്രാമങ്ങളാണ് കേരളത്തിലേത്. ആവേശമുള്ള യുവാക്കളുണ്ടിവിടെ. കൂടുതൽ മഹത്തായ പരീക്ഷണങ്ങൾ നടത്താൻ അവർക്ക് കഴിയുന്നതാണ്.

സുപ്രസിദ്ധ സാമൂഹികശാസ്ത്രജ്ഞനായ എറിക് ഹോബ്സ്ബാം "The Age of the Extremes" എന്നപേരിൽ ഇരുപതാം നൂറ്റാണ്ടിന്റെ ഒരു ലഘുചരിത്രം എഴുതിയിട്ടുണ്ട്. ആ പുസ്തകം അദ്ദേഹം അവസാനിപ്പിക്കുന്നത് ഇങ്ങനെയാണ്: "മാനവരാശി ഇന്ന് ഇവിടെ, ഇരുപതാം നൂറ്റാണ്ടിന്റെ അവസാനത്തിൽ എത്തിയിരിക്കുകയാണ്. ഏതെല്ലാം വഴികൾ താണ്ടിയാണ് ഇവിടെ എത്തിയിരിക്കുന്നത് എന്നതിനെക്കുറിച്ച് ഒരു ഏകദേശധാരണയുണ്ട്. ഇനി ഏത് വഴിയിലൂടെ മുന്നോട്ട് പോകണം? നാമിതുവരെ തുടർന്ന 'പുരോഗതി' യുടെ പാതതന്നെ തുടരാനാണ് ഭാവമെങ്കിൽ അത് അന്ധകാരത്തിലേക്കാണ് നമ്മെ നയിക്കുക, സർവനാശമായിരിക്കും ഫലം."

പുതിയ പാത വെട്ടിത്തുറക്കുക തന്നെ വേണം. ഇന്നത്തേതിന്

ലംബദിശയിലുള്ള ഒരു പാത. കഴിഞ്ഞ നൂറ്റാണ്ടിൽ നടന്ന ശ്രമമാണ്. മഹത്തായ സോഷ്യലിസ്റ്റ് പരീക്ഷണം. പക്ഷേ, ഒന്നാം അധ്യായത്തിൽ സൂചിപ്പിച്ചപോലെ ആ പാതയ്ക്ക് വഴിക്കുവെച്ച് എവിടെയൊക്കെയോ "വളവുകൾ" ഉണ്ടാവുകയും അറിയാതെതന്നെ വഴിമാറിപ്പോവുകയും അവസാനം പഴയ പാതയിൽതന്നെ എത്തിച്ചേരുകയും ചെയ്തു. സമ്പദ്വ്യവസ്ഥയാകുന്ന എൻജിൻ വെച്ചുകൊണ്ട് രാഷ്ട്രീയമാകുന്ന വാഹനം ഓടിച്ചപ്പോൾ, സംസ്കാരമാകുന്ന സ്റ്റിയറിങ്ങ് വീൽ അവഗണിക്കപ്പെട്ടതായിരിക്കാം വഴി തെറ്റാൻ കാരണം. പ്രശസ്ത മാർകിസ്റ്റ് ദാർശനികനും അർഥശാസ്ത്രജ്ഞനുമായ സമീർ അമീൻ പറയുന്ന പോലെ "ആധുനിക മുതലാളിത്ത ലോകത്തിന് അതിന്റേതായ തനത് സംസ്കാരമുണ്ട്, മൂന്ന് പ്രധാനഘടകങ്ങളാണ് അതിനുള്ളത്: ഒന്നാമതായി വ്യക്തിസ്വാതന്ത്ര്യം (ബൂർഷ്വാ അർഥത്തിലുള്ള സ്വാതന്ത്ര്യം); രണ്ടാമതായി മതപരമായ കെട്ടുപാടുകളിൽ നിന്ന് സ്വതന്ത്രമായ യുക്തിചിന്ത (മുമ്പുള്ള കാലഘട്ടങ്ങളിൽ യുക്തിചിന്തയെ മതപരമായ വിശ്വാസങ്ങളുമായി പൊരുത്തപ്പെടുത്തേണ്ടിയിരുന്നു. ഇപ്പോൾ തിരിച്ച് മതവിശ്വാസങ്ങളെ സാമ്പത്തിക താൽപര്യങ്ങൾക്ക് അനുഗുണമായ വിധത്തിൽ വ്യാഖ്യാനിക്കുന്നു!) മൂന്നാമതായി യുക്തിചിന്തയും മോചനവും തമ്മിലുള്ള അഭേദ്യമായ ബന്ധം."ഈ സാംസ്കാരിക വിപ്ലവം സാമ്പത്തിക വിപ്ലവത്തിന്റെ ഫലമായി ഉണ്ടായതല്ല, അതിനോടൊപ്പമോ അതിനുമുന്നോടിയായോ നടന്നതാണ്. സാമ്പത്തിക മാറ്റങ്ങൾക്ക് പിന്നാലെ മാത്രമേ സാംസ്കാരിക മാറ്റങ്ങൾ ഉണ്ടാകൂ (അടിത്തറയും ഉപരിഘടനയും) എന്ന സിദ്ധാന്തം ശരിയല്ല. മാർക്സിനെ അത്തരത്തിൽ യാന്ത്രികമായി വ്യാഖ്യാനിക്കുന്നതും തെറ്റാണ്. സമീർ അമീൻ തുടരുന്നു : 'സാംസ്കാരിക വിപ്ലവത്തിന്റെ പ്രാധാന്യം മനസ്സിലാക്കാത്തതാണ് സോഷ്യലിസ്റ്റ് പരീക്ഷണത്തിനു നേരിട്ട പരാജയത്തിന് ഒരു കാരണം എന്നു ഞാൻ വിശ്വസിക്കുന്നു. ഞാൻ മനസ്സിലാക്കിയിടത്തോളം മാർക്സ് സോഷ്യലിസത്തെ കണ്ടത് മുതലാളിമാരില്ലാത്ത മുതലാളിത്തമായല്ല (മുതലാളിത്തത്തിൽ നിന്ന്) തികച്ചും വ്യത്യസ്തമായ ഒരു മാനവസംസ്കാരമായിട്ടാണ്. പുതിയൊരു മനുഷ്യന് വേണ്ടിയുള്ള ആഹ്വാനം പൊള്ളയായ ഒന്നായിരുന്നില്ല. മനുഷ്യൻ മാറാതെ, പുതിയൊരു മനുഷ്യൻ ഉണ്ടാകാതെ അവർ സാംസ്കാരികമായി മുന്നോട്ടു പോകാതെ സോഷ്യലിസം സാക്ഷാത്കരിക്കാനാകില്ല. പുതിയ മനുഷ്യൻ കൂടുതൽ സ്വതന്ത്രനായിരിക്കും. വിപണി സൃഷ്ടിക്കുന്ന അന്യവത്കരണത്തെ അതിജീവിച്ചവനായിരിക്കും. അതിൽ സമൂഹത്തിന്റെ പ്രവർത്തനം സുതാര്യമായിരിക്കും.'

ഇന്ന് ലോകത്തിന്റെ ചിന്തകളെയും ചെയ്തികളേയും നിയന്ത്രിക്കുന്നത് അമേരിക്കൻ (മുതലാളിത്ത) സംസ്കാരമാണ്. അതിന്റെ പ്രധാന

ഘടകങ്ങൾ:

a) സാർവത്രിക മത്സരം :

ഈ മത്സരത്തിൽ ഓരോ വ്യക്തിയും ഒറ്റയ്ക്കാണ്, മറ്റെല്ലാവരും എതിരാളികളാണ്. എന്ത് ബലികൊടുത്തും വിജയിക്കണം.

b) ഉപഭോഗമേ ജീവിതം :

മനുഷ്യൻ ജീവിക്കുന്നത് ഭോഗത്തിനും ഉപഭോഗത്തിനും വേണ്ടിയാണ്. മാനവവികാസം എന്നു പറയുന്നത് സമൂഹത്തിലെ ശരാശരി മനുഷ്യരുടെ ഉപഭോഗത്തിൽ വരുന്ന വർധനവിനെയാണ്.

അതായത് ഉപഭോഗവർധന സമം പുരോഗതി; അതിനുള്ള മാർഗം = സ്വതന്ത്ര മത്സരം.

എന്നാൽ മത്സരം ഒരിക്കലും സ്വതന്ത്രമായിരുന്നില്ല. ശക്തിയുള്ളവർ അതിന് അതിർ വരമ്പുകൾ ഇട്ടിരുന്നു. അങ്ങനെ പുതിയൊരു ഘടകം കൂടി രൂപപ്പെട്ടുവന്നു. Might is Right - 'കയ്യൂക്കുള്ളവൻ കാര്യക്കാരൻ.'

ഇന്നത്തെ പാതയിലൂടെ മനുഷ്യരാശിക്ക് ഏറെ ദൂരം മുന്നോട്ടു പോകാൻ ആകില്ലെന്ന് തിരിച്ചറിഞ്ഞ നാം പുതിയൊരു ലക്ഷ്യത്തിലേക്ക് നീങ്ങാൻ പുതിയൊരു പാത വെട്ടാൻ തുടങ്ങുകയാണ്. ആ ലക്ഷ്യത്തിന്റെ, ആ പുതിയ സമൂഹത്തിന്റെ സംസ്കാരം എന്തായിരിക്കണം? കുറെയൊക്കെ ബോധപൂർവം വളർത്തിയെടുക്കാവുന്നതാണ്, വളർത്തിയെടുക്കേണ്ടതാണ് സംസ്കാരം.

ആറ്

നാലാം ലോകം: സംസ്കാരം

ആവശ്യവും ആർത്തിയും (Need and Greed)

മാർക്സ് വിഭാവനം ചെയ്ത കമ്യൂണിസ്റ്റ് സാമൂഹികവ്യവസ്ഥയിലും ഗാന്ധിജിയുടെ ഗ്രാമസ്വരാജിലും അനാർക്കിസത്തിലും ഒക്കെ പൊതുവായ ഒന്നുണ്ട്, മറ്റു പലതിലും അവ വ്യത്യസ്തങ്ങളാണെങ്കിലും : സമൂഹത്തിലെ ഓരോ അംഗത്തിനും സ്വയം നിയന്ത്രിക്കാൻ വേണ്ട വിവേകമുണ്ടായിരിക്കും. അവരെ നിയന്ത്രിക്കാൻ പൊലീസും പട്ടാളവും കോടതിയും വേണ്ട. പക്ഷേ അവർ എങ്ങനെയാണ് സ്വയം നിയന്ത്രിക്കുന്നത് അതിനെ എങ്ങനെയാണ് സമൂഹത്തിലെ മറ്റുള്ളവർ സഹായിക്കുന്നത് എന്നതിന്റെ മൂർത്തമായ രൂപരേഖ ഗാന്ധിജിയാണ് നല്കിയിട്ടുള്ളത്. തീരെ അമൂർത്തമായത് അനാർക്കിസ്റ്റുകളുടെയും. മാർക്സിസത്തിൽ അത് കമ്യൂണിസ്റ്റ് സമൂഹം ആണ്. കമ്യൂണിസ്റ്റ് സമൂഹത്തിലേയും ഗ്രാമസ്വരാജിലേയും നിയന്ത്രണത്തിന്റെ അടിസ്ഥാനം രണ്ടാണ്. മാർക്സിന്റേയും കമ്യൂണിസ്റ്റുകാരുടേയും വീക്ഷണത്തിൽ, ഉത്പാദന ശക്തികൾ ഗണ്യമായി വളരുകയും അതിൻഫലമായി എല്ലാത്തരം ഉത്പന്നങ്ങളും സമൃദ്ധമായി ഉണ്ടാക്കുകയോ ഉണ്ടാക്കാമെന്നു വരികയോ ചെയ്യുമെന്നും അതിനാൽ ആർക്കും എന്തു വേണമെങ്കിലും എത്ര വേണമെങ്കിലും ലഭിക്കുമെന്നും അതുകൊണ്ടുതന്നെ ഇന്നു കാണുന്ന ഒരു മത്സരവും ആവശ്യമില്ലെന്നു വരികയും ഭരണകൂടം താനെ കൊഴിഞ്ഞു പോവുകയും ചെയ്യുന്നതാണ്. ഒരോരുത്തരും അവനവനാകാവുന്ന വിധത്തിൽ ഉത്പാദിപ്പിക്കുകയും അവനവന്ന് ആവശ്യമുള്ളത് എടുക്കുകയും ചെയ്യാം. (from each according to his ability and to each according to his need) ഇവിടെ ഉല്പാദനപരമായ അധ്വാനം മനുഷ്യർക്ക് ഒരു ഭാരമല്ല, ആനന്ദമാണ്. മാത്രമല്ല മുതലാളിത്തം അതിന്റെ നിലനിൽപ്പിനു വേണ്ടി ബോധപൂർവം സൃഷ്ടിക്കുന്ന 'ആവശ്യ'ങ്ങളിൽ ഏറിയ പങ്കും അനാവശ്യമാണെന്ന തിരിച്ചറിവും മനുഷ്യർക്കുണ്ടാകും. ശാസ്ത്രത്തിന്റെയും സാങ്കേതിക വിദ്യകളുടെയും കഴിവിൽ എന്തെന്നില്ലാത്ത വിശ്വാസമായിരുന്നു മാർക്സിന്. ഉത്പാദന ശക്തികൾ കുതിച്ചുവളരുന്ന കാലമായിരുന്നു അത്. ഈ വളർച്ചയ്ക്ക് ഒരു പരിധിയും അക്ഷരാർഥത്തിൽതന്നെ

ഒരു പരിധിയും അന്ന് മാർക്സ് കണ്ടിരുന്നില്ല. പ്രകൃതിയിലെ വിഭവങ്ങൾ പരിമിതമാണെന്ന ധാരണയുണ്ടായിരുന്നില്ല അദ്ദേഹത്തിന്. ചെലവാക്കുന്നതിനേക്കാൾ കൂടുതൽ വിഭവങ്ങൾ കണ്ടുപിടിച്ചു കൊണ്ടിരുന്ന കാലമായിരുന്നു. അതിനാൽ ഈ പ്രക്രിയ അനുസ്യൂതമായി തുടരുമെന്നും മാർക്സ് വിശ്വസിച്ചിരുന്നതായി തോന്നുന്നു. സുസ്ഥിരമായ വികസനം (Sustainble development) എന്ന സങ്കല്പം മാർക്സിന്റെ മനസ്സിലുണ്ടായിരുന്നതിന് ധാരാളം തെളിവുണ്ട്. ചുരുങ്ങിയപക്ഷം കാർഷികമേഖലയിലെങ്കിലും. എന്നാൽ ഇതേവരെ സോഷ്യലിസം നിർമിക്കാൻ ശ്രമിച്ച എല്ലാ കമ്യൂണിസ്റ്റുകാരുടേയും ലക്ഷ്യം ഉത്പാദനത്തിലും ഉപഭോഗത്തിലും യൂറോപ്പിനെയും അമേരിക്കയെയും കടത്തിവെട്ടുക, അതിന് സാധ്യമാകും വിധത്തിൽ ഉത്പാദനശക്തികൾ വർധിപ്പിക്കുക എന്നത് മാത്രമായിരുന്നു.

ഇതിൽനിന്ന് തികച്ചും വ്യത്യസ്തമായിരുന്നു ഗാന്ധിജിയുടെ കാഴ്ചപ്പാട്. ഒന്നുകിട്ടിയാൽ പത്തുവേണമെന്നും പത്തുകിട്ടിയാൽ നൂറ് വേണമെന്നും ആഗ്രഹിക്കുന്ന മനുഷ്യരുടെ മൗഢ്യം വ്യക്തമാക്കുന്ന ഒരു കാഴ്ചപ്പാട്. അദ്ദേഹം എഴുതി : "ഈ ഭൂമുഖത്തുള്ള എല്ലാ മനുഷ്യരുടെയും ആവശ്യങ്ങൾ തൃപ്തിപ്പെടുത്താൻ വേണ്ട വിഭവങ്ങൾ, സാധനസാമഗ്രികൾ ഇവിടെ ഉണ്ട്. എന്നാൽ, ഒരാളുടെ ആർത്തി പോലും തൃപ്തിപ്പെടുത്തുവാൻ അത് മതിയാകില്ല. (This world has enough to satisfy everybody`s need, but not even one man`s greed) ആവശ്യം (need), ആർത്തി (greed) എന്നീ രണ്ടു വ്യക്തമായ സംവർഗങ്ങൾ (categories) ഗാന്ധിജി വിഭാവനം ചെയ്തിരുന്നു. ഇരുപതാം നൂറ്റാണ്ടിലെ സോഷ്യലിസ്റ്റ് പരീക്ഷണത്തിൽ ഏർപ്പെട്ടിരുന്നവർ ഇവ രണ്ടു വ്യത്യസ്ത കാറ്റഗറികൾ - സംവർഗങ്ങൾ - ആണെന്ന് അംഗീകരിച്ചിരുന്നില്ല. സ്ഥല - കാലങ്ങളനുസരിച്ചും ശാസ്ത്രസാങ്കേതിക പുരോഗതിക്കൊത്തും ഇന്ന് 'ആർത്തി' എന്നു വിളിക്കുന്നത് നാളെ 'ആവശ്യം' ആയി മാറുന്നതാണെന്നും ആവശ്യവും ആർത്തിയും തമ്മിലുള്ളത് വെറും താത്കാലിക വിഭജനമാണെന്നും, സുസ്ഥിരമായ വികസനത്തിൽ ഈ സംവർഗവിഭജനത്തിന് പ്രസക്തിയില്ലെന്നും അവർ വാദിച്ചു.

ഒരിക്കലും തൃപ്തിപ്പെടുത്താനാകാത്ത ആവശ്യങ്ങൾ ആണ് മുതലാളിത്ത സമൂഹത്തിന്റെ ചാലകശക്തി. ചരക്കുകളുടെയും സേവനങ്ങളുടെയും ഉത്പാദനത്തിലും ക്രയവിക്രയത്തിലുമാണല്ലോ ഇന്നത്തെ സമ്പദ്വ്യവസ്ഥ നിലകൊള്ളുന്നത്. പുതിയ സമൂഹം ഇതിൽനിന്ന് വ്യത്യസ്തമായിരിക്കും. ആവശ്യവും ആർത്തിയും രണ്ടും തികച്ചും വ്യത്യസ്തങ്ങളായ സംവർഗങ്ങളാണ് എന്ന തിരിച്ചറിവ് സാർവത്രികമായിരിക്കും. വിദ്യാഭ്യാസത്തിന്റെ ഒരു ലക്ഷ്യം തന്നെ ഈ തിരിച്ചറിവ് നല്കലായിരിക്കും. ആഹാര-വസ്ത്ര-പാർപ്പിടാദികളും ആരോഗ്യ-വിദ്യാഭ്യാസ-വിനോദ-വിശ്രമാദികളും അടങ്ങുന്ന അടിസ്ഥാന ആവശ്യങ്ങൾ എല്ലാവർക്കും തൃപ്തിപ്പെടുത്തുക എന്നതായിരിക്കും ഭൗതികോത്പാദനത്തിന്റെ ലക്ഷ്യം. പ്രകൃതിവിഭവങ്ങൾ ഏറ്റവും കുറച്ചുപയോഗിച്ചു

കൊണ്ടും പുനശ്ചക്രണം ചെയ്തുകൊണ്ടും ഇത് സാധ്യമാക്കുന്നതിലാണ് വികസനം യഥാർഥമാകുന്നത്.

അടുത്ത തലത്തിലുള്ള ആവശ്യമാണ് സുരക്ഷാബോധം. തനിക്കും കുട്ടികൾക്കും പേരക്കുട്ടികൾക്കും സാമ്പത്തികവും സാമൂഹികവുമായ സുരക്ഷ ലഭിക്കാൻ ഓരോരുത്തരും വെമ്പൽ കൊള്ളുന്നു. ഈ ദീർഘകാല - നാനാമുഖ സുരക്ഷ സമൂഹം ഉറപ്പുനല്കുകയും ആ ഉറപ്പിൽ എല്ലാവർക്കും വിശ്വാസം വരികയും ചെയ്യുന്നതോടെ മിക്കവാറും 90 ശതമാനം പ്രശ്നങ്ങൾക്കും പരിഹാരമായി.

ഭൗതികേതര ആവശ്യങ്ങൾ

പക്ഷേ മനുഷ്യർ ഇതുകൊണ്ട് മാത്രം തൃപ്തിപ്പെടുന്നില്ല. മറ്റുളവരുടെ സ്നേഹവും അംഗീകാരവും അവർ ആഗ്രഹിക്കുന്നു. സമൂഹജീവിതത്തിൽ പങ്കാളിത്തം ആഗ്രഹിക്കുന്നു. തൊഴിൽ പങ്കാളിത്തം, സാമ്പത്തിക ആവശ്യം മാത്രമല്ല രാഷ്ട്രീയ ആവശ്യം കൂടിയാണ്. മനുഷ്യരുടെ കൂടുതൽ കൂടുതൽ ഉയർന്ന തലങ്ങളിലുള്ള ആവശ്യങ്ങൾ തൃപ്തിപ്പെടുത്തുക എന്നതായിരിക്കും വികസനത്തിന്റെ മുഖ്യലക്ഷ്യം. ഭൗതിക ഉപഭോഗത്തിന്റെ യാന്ത്രികമായ വർധന മാത്രം ആയിരിക്കില്ല. ഇന്ന് അധികംപേരും ഉത്തരവാദിത്വങ്ങളിൽ നിന്ന് ഒഴിഞ്ഞു നിൽക്കാൻ ആഗ്രഹിക്കുന്നവരാണ്. കേരളത്തിൽ നടന്ന ജനകീയാസൂത്രണ പരീക്ഷണം ഇത് പ്രകടമാക്കി. തങ്ങളുടെ ഉത്തരവാദിത്വം വോട്ടുചെയ്യുക മാത്രമാണ് പിന്നീടങ്ങോട്ടെല്ലാം മെമ്പർമാരുടെയും മന്ത്രിമാരുടെയും ഉത്തരവാദിത്തമാണ് എന്ന മനോഭാവം മാറ്റുന്നതിന് കൂടിവേണ്ടിയാണ് അധികാര വികേന്ദ്രീകരണം നടത്തിയത്. പഞ്ചായത്ത് മെമ്പർമാർക്കും പ്രസിഡന്റിനും മാത്രമല്ല ജനങ്ങൾക്കും പുതിയ പഞ്ചായത്ത് ആക്റ്റ് ഒട്ടേറെ അധികാരങ്ങൾ നൽകിയിട്ടുണ്ട്. ഗ്രാമസഭ 6 മാസം തുടർച്ചയായി വിളിച്ചുകൂട്ടാത്ത മെമ്പറുടെ അംഗത്വം പോലും നഷ്ടപ്പെടുന്നതിന് വ്യവസ്ഥ ചെയ്തിട്ടുണ്ട്. അറിയാനുള്ള അവകാശവും അത് യാഥാർഥ്യമാക്കാനുള്ള സംവിധാനങ്ങളും ഉണ്ടായിട്ടുണ്ട്. ഇതൊക്കെയായിട്ടും ഗ്രാമസഭകളിലെ ശരാശരി പങ്കാളിത്തം മൊത്തം അംഗങ്ങളുടെ 10-15 ശതമാനമേ വരാറുള്ളൂ. ദാരിദ്ര്യരേഖക്കു താഴെയുള്ളവർക്ക് നൽകുന്ന ആനുകൂല്യങ്ങൾ പിശകി വാങ്ങുവാനും പങ്കുവെക്കാനും മാത്രമുള്ള വേദികളായി അവ അധഃപതിച്ചു. ഇടത്തരക്കാരും പണക്കാരും പ്രായേണ വളരെ വളരെ കുറച്ചുമാത്രമേ പങ്കെടുത്തിരുന്നുള്ളൂ. മൊത്തം വികസനത്തിൽ തങ്ങൾക്കെന്തെങ്കിലും പങ്കുവഹിക്കാനുണ്ടെന്ന് അവർക്ക് തോന്നിയിട്ടില്ല. ജനാധിപത്യവ്യവസ്ഥയിൽ പൗരന്മാർക്ക് അവകാശങ്ങൾ പോലെ ഉത്തരവാദിത്വങ്ങളുമുണ്ടെന്ന് അവർ ധരിക്കുന്നില്ല. അങ്ങനെ ഉത്തരവാദിത്വം ഏറ്റെടുക്കുന്നത് ഒരു ആത്മീയ ആവശ്യം കൂടിയായി അവർക്കു തോന്നിയിട്ടില്ല. പുതിയ സമൂഹത്തിൽ, ജനങ്ങൾ അവരുടെ ഉത്തരവാദിത്വം മനസ്സിലാക്കുന്നവരും സമൂഹത്തിന്റെ നിലനില്പിനും

വികസനത്തിനും വേണ്ടിയുള്ള പ്രവർത്തനങ്ങളിൽ പൂർണമായി പങ്കെടുക്കുന്നവരും ആയിരിക്കും.

നാം വിഭാവനം ചെയ്യുന്ന പുതിയ ലോകത്തിൽ, അങ്ങനെ, മാനവ വികാസത്തെക്കുറിച്ചുള്ള സങ്കല്പങ്ങൾ ഇന്നത്തേതിൽ നിന്ന് വ്യത്യസ്തമായിരിക്കും. നാലാം അധ്യായത്തിൽ ഇത് സൂചിപ്പിച്ചിട്ടുണ്ട്. ഉയർന്ന ഭൗതികജീവിതഗുണതയും (PQL), ആത്മീയഗുണതയും (SQL) കൈവരിക്കുക, സമൂഹത്തിന്റെ സന്തുഷ്ടി വർധിപ്പിക്കുക എന്നതായിരിക്കും ലക്ഷ്യം. അതിന്റെ പ്രധാനഘടകങ്ങൾ ഒന്നുകൂടി പരിശോധിക്കാം.

- ഉയർന്ന യഥാർഥ ആയുർദൈർഘ്യം (Longivity)
- കുറഞ്ഞ രോഗാതുരത
- സാമൂഹ്യമായി അവശ്യമായ അധ്വാനത്തിന്റെ സമയം കുറയ്ക്കുക, അധ്വാനത്തിന്റെ കാഠിന്യത്തിൽനിന്നുള്ള മോചനം (emancipation)
- സുസ്ഥിരത (Sustainability)
- അനിഷ്ട സംഭവരാഹിത്യം - സമാധാനം
- ഉയർന്ന വിദ്യാഭ്യാസം
- വളർന്ന വായനാശീലം
- വർധിച്ച കലാ-കായിക പങ്കാളിത്തം
- ഉയർന്ന സാമ്പത്തിക പങ്കാളിത്തം
- ഉയർന്ന രാഷ്ട്രീയ പങ്കാളിത്തം

ഇവയെല്ലാം എല്ലാ സമൂഹങ്ങളും വിലമതിക്കുന്നു. പണത്തെയോ പ്രൗഢിയെയോ അല്ല പുതിയ സമൂഹം വിലമതിക്കുക. പൊതു വിദ്യാഭ്യാസത്തിന്റെ ഭാഗമായിരിക്കും ഇവയെപ്പറ്റിയും ഇവ മെച്ചപ്പെടുത്തുന്നതിനെപ്പറ്റിയും ഉള്ള ചർച്ചകൾ.

പുതിയ ലോകം: സ്ത്രീകളുടെ അവസ്ഥ

സ്വകാര്യസ്വത്ത് എന്ന സങ്കല്പനത്തിന്റെ ആവിർഭാവത്തോടുകൂടി ചരിത്രഗതിയിൽ വന്ന ഏറ്റവും നിർഭാഗ്യകരമായ ഒരു പരിണാമമാണ് സ്ത്രീകളുടെ പദവിക്ക് വന്നുചേർന്ന അപചയം. പ്രാകൃത സമൂഹത്തിൽനിന്ന് പരിഷ്കൃത സമൂഹത്തിലേക്കുള്ള വളർച്ചയുടെ ഓരോ ഘട്ടത്തിലും സ്ത്രീക്ക് സമൂഹത്തിലുള്ള സ്ഥാനം ഓരോ പടി താഴുകയായിരുന്നു. “കൗമാരത്തിൽ അച്ഛന്റെ കീഴിൽ, യുവത്വത്തിൽ ഭർത്താവിന്റെ കീഴിൽ, വാർധക്യത്തിൽ മകന്റെ കീഴിൽ കഴിയണം സ്ത്രീ. അവൾ സ്വാതന്ത്ര്യം അർഹിക്കുന്നില്ല” എന്ന സിദ്ധാന്തം ഭാരതത്തിലേതു മാത്രമല്ല. മധ്യകാല യൂറോപ്പിലും ഇതുതന്നെ ആയിരുന്നു സ്ത്രീകളുടെ അവസ്ഥ. മുതലാളിത്തത്തിന്റെ വികാസത്തോടുകൂടി, മറ്റെല്ലാ രംഗങ്ങളിലുമെന്ന പോലെ സ്ത്രീയോടുള്ള സമീപനത്തിലും കാപട്യം മുഖമുദ്രയായിത്തീർന്നു. മുതലാളിയും തൊഴിലാളിയും പരിപൂർണ

സ്വതന്ത്രരായാണ് തൊഴിൽ വിപണിയിൽ എത്തുന്നത് എന്ന കള്ള പ്രമാണം പോലെതന്നെയാണ്, സ്ത്രീ പൂർണ സ്വതന്ത്രയായിത്തീർന്നു എന്ന കള്ളപ്രചാരണവും. മാനവവികാസത്തെ, രാജ്യങ്ങൾക്കിടയിൽ താരതമ്യപ്പെടുത്തുന്നതുപോലെ ഓരോ രാജ്യത്തിലെയും സ്ത്രീകളുടെ വികാസവും പുരുഷന്മാരുടെ വികാസവും തമ്മിൽ താരതമ്യപ്പെടുത്താം. 1995ലെ മാനവവികാസ റിപ്പോർട്ട് ഈ കാര്യം പ്രത്യേകമായി പരിശോധിക്കുകയുണ്ടായി. സ്ത്രീ പുരുഷൻമാർക്കിടയിലുള്ള അസമത്വത്തെ ഋണാത്മകഘടകമായി കാണുമ്പോൾ, മറ്റെല്ലാ ഘടകങ്ങളിലും മുന്നിട്ടുനിൽക്കുന്ന ജപ്പാൻ ബഹുദൂരം പിന്നോക്കം പോകുന്നതായി കാണുന്നു ആയുർദൈർഘ്യത്തിന്റെ കാര്യമൊഴിച്ചാൽ. സ്ത്രീയുടെ സാമൂഹികമായി നിർബന്ധിതമായ അധ്വാനസമയം പുരുഷൻമാരുടേതിനേക്കാൾ വളരെ കൂടുതലാണ്. സ്വന്തം സാമ്പത്തിക സ്വാതന്ത്ര്യത്തിനും കുടുംബത്തിന്റെ സാമ്പത്തിക ഭദ്രതയ്ക്കും വേണ്ടി പണിയെടുക്കുന്ന സ്ത്രീക്ക് കുടുംബാധ്വാനത്തിൽ നിന്ന് മോചനമില്ല. അവൾക്ക് ശരാശരി 12–14 മണിക്കൂർ നേരം അധ്വാനിക്കേണ്ടി വരുന്നു. സ്ത്രീയുടെ മുക്തിസൂചകാങ്കം (Liberation index) പുരുഷന്റേതിനേക്കാൾ വളരെ കുറവാണ്. വിദ്യാഭ്യാസത്തിന്റെ കാര്യത്തിൽ, വായനയ്ക്കും കലാസ്വാദനത്തിനും കിട്ടുന്ന സമയത്തിന്റെ കാര്യത്തിൽ, സാമ്പത്തികമേഖലയിലും രാഷ്ട്രീയമേഖലയിലുമുള്ള പങ്കാളിത്തത്തിന്റെ കാര്യത്തിൽ- എല്ലാറ്റിലും സ്ത്രീ, പുരുഷന്മാരെ അപേക്ഷിച്ച് ഏറെ പിറകിലാണ്. പുരുഷൻമാരിൽ നിന്ന് സ്ത്രീകൾ നേരിടുന്ന ലൈംഗികാക്രമണങ്ങൾക്ക് കൈയും കണക്കുമില്ല. ‘കണക്കില്ല’ എന്നുപറയുന്നതിന് കാരണമുണ്ട്. ഇന്നും ആക്രമിക്കപ്പെടുന്ന സ്ത്രീകളിൽ നല്ലൊരു ശതമാനം അത് ഗോപ്യമായി വയ്ക്കാനാണ് ശ്രമിക്കുന്നത്. കാരണം പുരുഷന്മാരും സമൂഹവും അവളെയാണ് കുറ്റപ്പെടുത്തുക. പുരുഷന്മാർ സ്ത്രീകളുടെ ഭാഗത്ത് നിന്ന് ലൈംഗികാക്രമണങ്ങൾക്ക് വിധേയമായതായി കേട്ടുകേൾവി പോലുമില്ല. കനത്ത ഗവേഷണം വേണ്ടി വരും അങ്ങനെ ഒരുസംഭവം കണ്ടുപിടിക്കാൻ.

മുതലാളിത്തസമൂഹത്തിലെ സ്ത്രീയുടെ അവസ്ഥയെക്കുറിച്ച് കമ്യൂണിസ്റ്റ് മാനിഫെസ്റ്റോവിൽ തീവ്രമായ വികാരത്തോടെ മാർക്സും എംഗൽസും പറയുന്നതു നോക്കുക :

“ബൂർഷ്വാസി കുടുംബത്തിന്റെ വൈകാരിക മൂടുപടം എടുത്തു മാറ്റുകയും കുടുംബബന്ധത്തെ വെറും പണത്തിന്റെ ബന്ധമാക്കി ചുരുക്കുകയും ചെയ്തിരിക്കുന്നു... ബൂർഷ്വാ തന്റെ ഭാര്യയെ വെറുമൊരു ഉത്പാദനോപകരണമായാണ് കാണുന്നത്... സ്വന്തം കീഴിലുള്ള തൊഴിലാളികളുടെ ഭാര്യമാരെയും പുത്രികളെയും കൊണ്ട് സംതൃപ്തരാവാതെ നമ്മുടെ ബൂർഷ്വാക്കൾ അന്യോന്യം ഭാര്യമാരെ വ്യഭിചരിക്കുന്നതിൽ അങ്ങേയറ്റം ആനന്ദം കൊള്ളുന്നു....”

മാനിഫെസ്റ്റോ എഴുതിയിട്ട് ഒന്നര നൂറ്റാണ്ടു കഴിഞ്ഞിരിക്കുന്നു. എന്നാൽ അതിലെ വിമർശനങ്ങളെല്ലാം ഇന്നും പ്രസക്തമാണ്.

സ്ത്രീകൾ സാമാന്യേന, വിവാഹക്കമ്പോളത്തിലെ വില്പനചരക്കുകളാണ്. ഒരു വ്യത്യാസം മാത്രം. വിലകൊടുത്തു വാങ്ങേണ്ട ചരക്കല്ല, പിഴകെട്ടി ഒടുക്കേണ്ട ചരക്കാണ് സ്ത്രീ. സ്ത്രീധന സമ്പ്രദായം ദുർബലപ്പെടുകയല്ല, ശക്തിപ്പെടുകയാണ് ചെയ്തിരിക്കുന്നത്. സ്ത്രീ പീഡനങ്ങൾ, കൊലപാതകങ്ങൾ, ആത്മഹത്യകൾ-എല്ലാം വർധിക്കുകയാണ്.

എങ്ങനെ നോക്കിയാലും സ്ത്രീയുടെ ഏറ്റവും ശക്തമായ കാരാഗൃഹം 'കുടുംബം' ആണെന്നു കാണാം. ഇന്നത്തെ കുടുബസങ്കല്പത്തിൽ മൗലിക മാറ്റം വരാതെ സ്ത്രീക്കെതിരായ വിവേചനം അവസാനിക്കുകയില്ല. പുതിയൊരു സാമൂഹികവ്യവസ്ഥയിൽ സ്ത്രീയുടെ സാമ്പത്തിക പരാധീനത ഇല്ലാതായേക്കാം. ഇരുപതാം നൂറ്റാണ്ടിൽ സോഷ്യലിസ്റ്റ് പരീക്ഷണം നടന്ന രാജ്യങ്ങളിൽ സാമ്പത്തികമായി സ്ത്രീകൾ പ്രായേണ പൂർണ സ്വാതന്ത്ര്യം നേടിയിരുന്നു. എന്നാൽ കുടുംബ പരാധീനതയിൽ നിന്ന് അവർ പൂർണമായും മുക്തരായിരുന്നില്ല.

കുടുംബം, സ്വകാര്യസ്വത്ത്, ഭരണകൂടം എന്നിവയുടെ ഉത്ഭവം എന്ന പുസ്തകത്തിൽ എംഗൽസ് നിലവിലുള്ള കുടുംബത്തേയും ഭാവി കമ്യൂണിസ്റ്റ് സമൂഹത്തിലെ കുടുംബസങ്കല്പത്തേയും താരതമ്യപ്പെടുത്തിക്കൊണ്ട് പറയുന്നു : "മുതലാളിത്ത രീതിയിലുള്ള ഉത്പാദനത്തേയും അത് സൃഷ്ടിച്ചിട്ടുള്ള ബന്ധങ്ങളെയും നശിപ്പിക്കുകയും ഇന്ന് വിവാഹ നിർണയത്തെ ഭരിക്കുന്ന രണ്ടാംകിട സാമ്പത്തിക പരിഗണനകളെല്ലാം വെട്ടിമാറ്റുകയും ചെയ്താൽ മാത്രമേ വിവാഹത്തിൽ പരിപൂർണ സ്വാതന്ത്ര്യം നടപ്പാവുകയുള്ളൂ. അപ്പോൾ പരസ്പര സ്നേഹമല്ലാതെ മറ്റൊരു പ്രേരണയുമില്ല എന്ന നില വന്നുചേരും...

"മുതലാളിത്ത രീതിയിലുള്ള ഉത്പാദനം ഇല്ലാതായാൽ ലൈംഗിക ബന്ധങ്ങൾ സംബന്ധിച്ച ചട്ടങ്ങളിൽ എന്തെല്ലാം മാറ്റങ്ങൾ വരും എന്ന് ചോദിച്ചാൽ ഇന്നത്തേതെല്ലാം ഇല്ലാതാകും എന്നു മാത്രമേ പറയാൻ നമുക്കിപ്പോൾ കഴിയുകയുള്ളൂ. പുതുതായി എന്തെല്ലാമാണ് വന്നുചേരുക? ഒരു പുതിയ തലമുറ വളർന്നു കഴിഞ്ഞാലെ അത് തീരുമാനമാവുകയുള്ളൂ. പണം കൊണ്ടോ, അധികാരം കൊണ്ടോ, ഉപായം കൊണ്ടോ സ്ത്രീകളെ വിലയ്ക്കെടുക്കേണ്ടി വന്നിട്ടില്ലാത്ത പുരുഷൻമാരുടെ ഒരു തലമുറ. യഥാർഥ പ്രേമമല്ലാതെ മറ്റു നിർബന്ധങ്ങൾക്കു വഴങ്ങിക്കൊടുക്കുകയോ, ഇഷ്ടപ്പെട്ടവനെ വിവാഹം ചെയ്താലുണ്ടാകുന്ന സാമ്പത്തിക ഭീഷണികളെ ഭയപ്പെടുകയോ വേണ്ടിവന്നിട്ടില്ലാത്ത സ്ത്രീകളുടെ ഒരു പുതിയ തലമുറ. ഇവരെ കണ്ടതിനു ശേഷമേ പുതിയതെന്തുണ്ടാകുമെന്ന് ഊഹിക്കാൻപോലും കഴിയൂ. ഇത്തരത്തിലുള്ള ഒരു തലമുറ നാമിന്നുകാണുന്ന വിധി നിഷേധങ്ങളെ മാനിക്കുകയുണ്ടാവില്ല. അവർ സ്വന്തമായ ആചാരങ്ങൾ സ്ഥാപിക്കുകയും പുതിയ സമൂഹധാരണകൾ സൃഷ്ടിക്കുകയും ചെയ്യും" പ്രശസ്തനരവംശ ശാസ്ത്രജ്ഞനായ മോർഗനും ഇതുതന്നെ ആയിരുന്നു പറഞ്ഞത്.

"ഏകദാമ്പത്യ നിഷ്ഠമായ കുടുംബം വളരെ പരിഷ്കൃതമായ സ്ഥിതിക്ക് സ്ത്രീ പുരുഷസമത്വം പൂർണമാകുന്നതുവരെ അതിനിയും പരിഷ്കരിക്കപ്പെട്ടുകൊണ്ടിരിക്കും എന്നു കരുതാം. ഭാവിയിൽ എപ്പോഴെങ്കിലും സമൂഹത്തിന്റെ ആഗ്രഹങ്ങൾ തൃപ്തിപ്പെടുത്താൻ ഏകദാമ്പത്യത്തിനു കഴിയാതെ പോവുകയാണെങ്കിൽ അതിനെ തുടർന്ന് വരുന്ന ദാമ്പത്യത്തിന്റെ സ്വഭാവമെന്തായിരിക്കുമെന്ന് ഇപ്പോൾ പ്രവചിക്കുക വയ്യ."

പതിനെട്ടുപതിറ്റാണ്ടു മുമ്പെയാണ് മോർഗൻ എഴുതിയത്. എംഗൽസിന്റേത് രണ്ടു പതിറ്റാണ്ടു കൂടി കഴിഞ്ഞിട്ടും.

പുതിയ ലോകം : കുടുംബം

പുതിയ ലോകത്തിൽ കുടുംബത്തിന്റെ രൂപമെന്തായിരിക്കുമെന്നതിനെക്കുറിച്ച് ഇന്ന് കുറച്ചുകൂടി മൂർത്തമായ സ്വപ്നങ്ങൾ ചമയ്ക്കാൻ കഴിയും. സ്വന്തം മരണത്തെ ചെറുക്കുക എന്നപോലെ തന്നെ ഏതൊരു ജീവിരൂപത്തിന്റെയും മൗലികസ്വഭാവമാണ് വംശവർധന. ഭാവികുടുംബത്തിന്റെ സ്വഭാവത്തെക്കുറിച്ചുള്ള അന്വേഷണം ഈ സവിശേഷതയിൽ നിന്ന് ആരംഭിക്കാം. വംശ വർധനവിന് ആധാരം ലൈംഗിക ബന്ധം, ഗർഭധാരണം, പ്രസവം, ശിശു പരിപാലനം എന്നിവയാണ്. എല്ലാ വികസിത ജീവരൂപങ്ങളിലും ഏറ്റവും പ്രധാനമായ കാര്യങ്ങളാണിവ. ലൈംഗികബന്ധം തികച്ചും ജീവശാസ്ത്രപരമായ പ്രവർത്തനം (biological act) ആണ്. ചുരുക്കം ചില ജീവികളിൽ പെണ്ണിന്റെ മേൽ ആധിപത്യം നേടാൻ ആണുങ്ങൾ തമ്മിൽ കടിപിടി കൂടാറുണ്ടെന്നത് വാസ്തവം തന്നെ. എന്നാൽ മനുഷ്യജീവി മാത്രമാണ് ദീർഘകാലം സ്വകാര്യ ബന്ധമായി ഇതിനെ വളർത്തിയെടുത്തത്. സ്പീഷിസിന്റെ നീണ്ട ശൈശവകാലം ആയിരിക്കാം അതിന് കാരണം. ജീവശാസ്ത്രപരമായി മറ്റുപല മൃഗങ്ങളേക്കാൾ ദുർബലനായ മനുഷ്യജീവി സ്വന്തം അതിജീവനത്തിനായി കണ്ടുപിടിച്ചതാണ് കൂട്ടായ്മ, ആയുധനിർമാണം, പ്രകൃതിയെ സ്വേച്ഛാനുസരണം രൂപാന്തരപ്പെടുത്തൽ മുതലായവ. ഇവ സ്വായത്തമാക്കാൻ ശിശുക്കൾക്ക് ഏറെക്കാലം ആവശ്യമാണ്. കാലം ചെല്ലുംതോറും മനുഷ്യശിശുവിന്റെ ശൈശവകാലം നീണ്ടുവരികയായിരുന്നു. പണ്ടുകാലത്ത് എട്ടോ പത്തോ വയസ്സാകുമ്പോഴേക്കും ശിശു അതിജീവനത്തിനാവശ്യമായ ഉത്പാദന പ്രവർത്തനങ്ങളിൽ ഏർപ്പെടാൻ തുടങ്ങും. മാതാപിതാക്കളിൽ നിന്ന് ഒട്ടേറെ സ്വാതന്ത്ര്യം നേടിയിരിക്കും. ഇന്നത് ശരാശരി 15-20 വയസ്സായി ഉയർന്നിരിക്കുന്നു. മാതാപിതാക്കളെയോ സമൂഹത്തെയോ ആശ്രയിക്കേണ്ട കാലദൈർഘ്യം ആയുർദൈർഘ്യത്തിന്റെ ഏതാണ്ട് നാലിൽ ഒന്നുവരുന്നതാണ്.

ഇന്നത്തെ അണുകുടുംബ വ്യവസ്ഥ ഇത്ര വ്യാപകമായി രൂപം കൊണ്ടിട്ട് ഏറെക്കാലമായിട്ടില്ല. രണ്ട് നൂറ്റാണ്ടിൽ താഴെ. ആജീവനാന്ത ഭാര്യാഭർത്തൃബന്ധം, ഇതരരുമായുള്ള ലൈംഗികബന്ധവർജനം

മുതലായവയ്ക്കും ആയിരമോ രണ്ടായിരമോ കൊല്ലത്തെ പഴക്കമേയുള്ളൂ. ഇത് രണ്ടും തികച്ചും കൃത്രിമവും വ്യാപകമായി ലംഘിക്കപ്പെടുന്നതുമായ അവസ്ഥകളാണ്. എല്ലാ ജനതകളുടെയും പുരാണകഥകളിൽ ഒരു പ്രധാന സംഭവം 'പര'സ്ത്രീഗമനവും 'പര' പുരുഷഗമനവും ആണ്. 'പരം'-അന്യൻ- എന്ന സങ്കല്പം 'സ്വന്തം' എന്നതിന്റെ വിപരീതമാണ്. ഈ സ്വന്തത്തിന്, സ്വകാര്യത്തിന് ജീവശാസ്ത്രപരമായ ഒരു പിൻബലവും ഇല്ല. സ്ത്രീയുടെ 'പതന'ത്തിൽ നിന്ന് ഉദ്ഭവിച്ചതാണത്. ഈ പതനത്തിനാകട്ടെ, ഒരു കാരണം മനുഷ്യജീവിയുടെ ദീർഘിച്ച ശൈശവവും അബോധപൂർവമായി രൂപപ്പെട്ടുവന്ന തൊഴിൽവിഭജനവും ആകാം.

സ്ത്രീപുരുഷ ലൈംഗികബന്ധത്തെ കുടുംബത്തിൽ നിന്നും ശിശുപരിപാലന പ്രക്രിയയിൽ നിന്നും പൂർണമായി വേർപെടുത്താനാകുമോ? സമൂഹത്തിൽ നിലനിൽക്കുന്ന വ്യാപകമായ ധാരണകളും ഓരോ വ്യക്തിയുടെയും ഉള്ളിലുള്ള കാപട്യവും മാത്രമേ ഇതിനു തടസ്സമായി നിൽക്കുന്നുള്ളൂ. ഇന്ന് ലൈംഗികബന്ധത്തെ വംശോത്പാദന പ്രക്രിയയിൽ നിന്ന് പൂർണമായും സ്വതന്ത്രമാക്കാൻ സാധ്യമാണ്. അത് സാധ്യമല്ലാത്ത കാലത്ത് രൂപം കൊണ്ട വിലക്കുകൾക്ക് ഇന്ന് ജീവശാസ്ത്രപരമായ അടിസ്ഥാനമില്ല. സോഷ്യൽസ്റ്റാറ്റസിന്റെ അവസ്ഥയും അതുതന്നെ. ഇവയെല്ലാം സാമ്പത്തിക അവസ്ഥയുമായി കെട്ടുപിണഞ്ഞു കിടക്കുകയാണ്. സാമ്പത്തിക മേഖലയിലെ പലതരത്തിലുള്ള അസമത്വം കുറച്ചുകൊണ്ടുവരിക- 'പങ്കാളിത്തം' കൂട്ടികൊണ്ടുവരിക- എന്നത് പുതിയ ലോകത്തിന്റെ ലക്ഷ്യമാണ്. സ്ത്രീകൾക്കും സാമ്പത്തികമായി തുല്യത കൈവരിക്കുകയെന്നത് പ്രായേണ കൂടുതൽ എളുപ്പമായ കാര്യമാണ് എന്നാൽ കുടുംബസങ്കല്പവും ലൈംഗികവേഴ്ചയും തമ്മിലുള്ള ബന്ധത്തെപ്പറ്റി പുതിയൊരു ധാരണയിൽ എത്താൻ നാളിതുവരെ വളർത്തിക്കൊണ്ടുവന്നിട്ടുള്ള "സദാചാര ബോധം" കീഴ്മേൽ മറിയേണ്ടിവരും. പക്ഷേ അത് ചെയ്തല്ലാതെ സ്ത്രീക്ക് സ്വാതന്ത്ര്യം ലഭിക്കുന്നതല്ല. നേരത്തെ പറഞ്ഞ പോലെ പുതിയ സമൂഹത്തിലെ സ്ത്രീ സ്വതന്ത്രയും പുരുഷന് തുല്യയും ആയിരിക്കണം. ഇതിനുള്ള വിപുലമായ ഒരു ക്യാമ്പയിൻ, ലൈംഗികതയും ശിശുപരിപാലനവും തമ്മിലുള്ള ബന്ധം കൂടുതൽ വ്യക്തമാക്കുന്നതിനുള്ള ക്യാമ്പയിൻ, പുതിയ ലോകത്തിലേക്കുള്ള പ്രയാണത്തിന്റെ ഒരു ഭാഗമാണ്. അങ്ങനെ, പുതിയ ലോകത്തിലെ സ്ത്രീയുടെ അവസ്ഥയെ ഇങ്ങനെ വിഭാവനം ചെയ്യാം:

1. സാമ്പത്തികം, രാഷ്ട്രീയം, സാംസ്കാരികം തുടങ്ങിയ എല്ലാ രംഗത്തും സ്ത്രീക്ക് പുരുഷന് തുല്യമായ പങ്കാളിത്തമുണ്ടായിരിക്കും.
2. പ്രസവിക്കുകയും മുലയൂട്ടുകയും ചെയ്യേണ്ട ഉത്തരവാദിത്വമുള്ളതിനാൽ സ്ത്രീക്ക് ദീർഘകാലത്തേക്ക്- ഓരോ പ്രസവത്തിനും രണ്ടോ മൂന്നോ കൊല്ലത്തേക്ക്- പൂർണവരുമാനത്തോടുകൂടിയ

അവധി ലഭിക്കുന്നതായിരിക്കും-ഒരു സ്ത്രീക്ക് രണ്ടു പ്രസവത്തിനു മാത്രം.

3. കുടുംബത്തിൽ ഇന്ന് സ്ത്രീക്കും പെൺകുട്ടികൾക്കും എതിരായി നിലനിൽക്കുന്ന വിവേചനം അപ്രത്യക്ഷമാകും.

4. ഭാര്യ, ഭർത്താവ്, കുട്ടികൾ, പേരക്കുട്ടികൾ എന്നിവരടങ്ങുന്ന കുടുംബത്തിന് സാംസ്കാരികമായും ശിശുപരിപാലനപരമായും പ്രാധാന്യമുള്ളതിനാൽ അത് പരിരക്ഷിക്കപ്പെടും, പ്രോത്സാഹിപ്പിക്കപ്പെടും. എന്നാൽ കുടുംബ ബാഹ്യലൈംഗിക ബന്ധങ്ങൾ, സ്ത്രീയുടെ ആയാലും പുരുഷന്റെ ആയാലും വേണ്ടില്ല, അധാർമികമോ സദാചാരവിരുദ്ധമോ ആയി പരിഗണിക്കപ്പെടുകയില്ല (ഇന്നും സ്ത്രീയുടെ കാര്യത്തിൽ മാത്രമാണല്ലോ അങ്ങനെ കരുതുന്നത്!) ലൈംഗിക വികാരം ജീവശാസ്ത്രപരമാണ്, സാമൂഹികശാസ്ത്രപരമല്ല. മറ്റു ജീവികളുടേതിൽനിന്ന് വ്യത്യസ്തമായി മനുഷ്യജാതിക്ക് ലൈംഗിക വാസനയ്ക്ക് കാലപരിധികൾ ഇല്ലെന്ന ജീവപരമായ വസ്തുത തിരിച്ചറിഞ്ഞിരിക്കും.

5. ബലാൽസംഗത്തിൽ മാനഭംഗം വരുന്നത് പുരുഷനാണ്, സ്ത്രീക്കല്ല എന്ന് സമൂഹം അംഗീകരിച്ചിരിക്കും. വിവാഹപൂർവമോ ബാഹ്യമോ ആയ ലൈംഗികബന്ധങ്ങൾക്ക് സദാചാരപരമായ ഒരു വിലക്കും ഉണ്ടാവില്ല.

6. കുടുംബങ്ങളിൽ ഇന്ന് ഏതാണ്ട് ശിലീഭവിച്ചുകഴിഞ്ഞിരിക്കുന്ന തൊഴിൽ വിഭജനത്തിൽ കാതലായ മാറ്റങ്ങൾ ഉണ്ടാകും. കുട്ടികളുടെ പരിചരണം, ഗൃഹശുചീകരണം, പാചകം.....മുതലായവ ഇന്ന് സ്ത്രീ മാത്രം ചെയ്യുന്നപ്രവർത്തനങ്ങളാണ്. പ്രസവവും മുലയൂട്ടലും ഒഴികെയുള്ള എല്ലാ ജോലികളിലും പുരുഷനും തുല്യപങ്കാളിയായിരിക്കും.

7. കുട്ടികളെ വളർത്തിക്കൊണ്ടുവരുന്നതിൽ അച്ഛനമ്മമാർക്കും മുത്തശ്ശിമുത്തശ്ശൻമാർക്കുമുള്ള ഉത്തരവാദിത്തം വർധിക്കുന്നതോടൊപ്പം സമൂഹത്തിന്റെ ഉത്തരവാദിത്തവും വർധിക്കും.

പുതിയ ലോകം : കുട്ടികൾ

1989 നവംബർ 20-ന് ഐക്യരാഷ്ട്രസഭ "കുട്ടികളുടെ അവകാശങ്ങൾ" എന്നൊരു രേഖ (convention on the Rights of the Child) അംഗീകരിക്കുകയുണ്ടായി. വളരെ ക്രൂരമായ വിധത്തിലാണ് മുതിർന്നവർ കുട്ടികളോട് പെരുമാറുന്നത് എന്ന തിരിച്ചറിവാണ് ഇതിലേക്ക് നയിച്ചത്. മുതിർന്നവർക്ക് കുട്ടികളെക്കാൾ കായികശക്തി കൂടും. വിവരവും കൂടുമെന്നാണ് വയ്പ് "കൈയൂക്കുള്ളവൻ കാര്യക്കാരൻ" എന്നതാണ് ജന്തുലോകത്തിലെ നിയമം. മനുഷ്യലോകത്തിലെ നിയമവും ഒട്ടൊക്കെ അതുതന്നെ. USA ദിനംപ്രതി അത് ലോകത്തെ മുഴുവൻ ഓർമപ്പെടുത്തിക്കൊണ്ടിരിക്കുകയാണ്

കുട്ടികളുടെമേൽ മുതിർന്നവർ കാണിക്കുന്ന അക്രമത്തെ അക്രമമായല്ല "സംരക്ഷണം" ആയാണ് ചിത്രീകരിക്കുന്നത്. എങ്കിലും മനുഷ്യൻ, വംശത്തിന്റെ പരിണാമചരിത്രത്തിലൂടെ ആർജിച്ച ഒരു ദൗർബല്യം (അതേ സമയം ശക്തിയും) ഉണ്ട്: അതിന്റെ പേരാണ് മനഃസാക്ഷി. അത് ചിലപ്പോൾ കായികശക്തിയെ ചോദ്യം ചെയ്യും. അങ്ങനെ ചെയ്തതിന്റെ ഫലമാണ്, 1990 സെപ്തംബറിൽ കൂടിയ ലോക ഉച്ചകോടി സമ്മേളനവും അവിടെ നിന്ന് പുറപ്പെടുവിച്ച " കുട്ടികളുടെ അതിജീവനത്തിനും സംരക്ഷണത്തിനും വികാസത്തിനും വേണ്ടിയുള്ള വിളംബര"വും. അതിൽ പറയുന്നു :

"കുട്ടികൾ നിഷ്കളങ്കരാണ്, നിസ്സഹായരാണ്, പരാശ്രിതരാണ്. അതേ സമയം അവർ ജിജ്ഞാസുക്കളും ആശാഭരിതരുമാണ്. അവരുടെ ശൈശവം ശാന്തിയും സന്തോഷവും നിറഞ്ഞതായിരിക്കണം. അവർ കളിച്ച്, പഠിച്ച് വളരണം പാരസ്പര്യവും ഐക്യവും സഹകരണവും അവരുടെ ഭാവി കരുപ്പിടിപ്പിക്കണം. പുതിയ അനുഭവങ്ങളിലൂടെയും വികസിത വീക്ഷണത്തിലൂടെയും അവർ പക്വത കൈവരിക്കണം. എന്നാൽ ഭൂരിഭാഗം കുട്ടികളുടെയും ശൈശവം ഇതിൽ നിന്നെല്ലാം വ്യത്യസ്തമാണ്.

ലോകമെമ്പാടും കുട്ടികൾ നേരിടുന്ന ഒട്ടേറെ ഭീഷണികളുണ്ട്. യുദ്ധവും അക്രമങ്ങളും അവരെ നിസ്സഹായരാക്കുന്നു, വർണവിവേചനം, വിദേശാക്രമണം, വികസന പ്രവർത്തനങ്ങൾ- പല കാരണങ്ങളാലും കുട്ടികൾ വീടുവിട്ടുപോകാൻ നിർബന്ധിതരായിത്തീരുന്നു. അവർ "അഭയാർഥി"കളായി മാറുന്നു.

ദാരിദ്ര്യം, സാമ്പത്തികക്കുഴപ്പം, പട്ടിണി, കിടപ്പാടമില്ലായ്മ, പകർച്ച വ്യാധികൾ, നിരക്ഷരത, പരിസ്ഥിതിത്തകർച്ച- എല്ലാംതന്നെ കോടിക്കണക്കിനു കുട്ടികളെ സദാ പ്രഹരിച്ചു കൊണ്ടിരിക്കുകയാണ്. വികസ്വര രാജ്യങ്ങളിലെ അവികസനവും വർധിച്ച വിദേശകടവും അവരെയാണ് ഏറ്റവും ദ്രോഹകരമായി ബാധിക്കുന്നത്. പോഷണക്കുറവു കൊണ്ടും രോഗങ്ങൾ കൊണ്ടും ഓരോ ദിവസവും 40,000 കുട്ടികൾ മരിക്കുന്നു. കൂനിന്മേൽ കുരുവായി എയ്ഡ്സും - എല്ലാം അവരെ ബാധിക്കുന്നു. രാഷ്ട്രീയ നേതാക്കളെന്ന നിലയ്ക്ക് നമുക്ക് നേരിടേണ്ടിവരുന്ന വെല്ലുവിളികളാണിവ.

ലോകത്തിലെ എല്ലാ കുട്ടികളുടെയും ജീവൻ സംരക്ഷിക്കാനും വേദന കുറയ്ക്കാനും മനുഷ്യരെന്ന നിലയിലുള്ള അവരുടെ പൂർണ വികാസം ഉറപ്പുവരുത്താനും സ്വന്തം ആവശ്യങ്ങളെയും അവകാശങ്ങളെയും സാധ്യതകളെയുംപ്പറ്റി ബോധവത്കരിക്കാനും ഒക്കെ വേണ്ട വിവരങ്ങളും വിഭവങ്ങളും ലോകരാഷ്ട്രങ്ങളുടെ പക്കലുണ്ട്. കുട്ടികളുടെ അവകാശങ്ങൾക്കും ക്ഷേമത്തിനും എല്ലായിടത്തും ഉറപ്പുനൽകാൻ കുട്ടികളുടെ ഈ അവകാശപത്രിക പുതിയൊരു സന്ദർഭം നല്കുന്നു.

കുട്ടികളുടെ പോഷണനിലവാരവും ആരോഗ്യവും ഉയർത്തുക എന്നത് നമ്മുടെ പ്രഥമകർത്തവ്യമാണ്. ഇന്നത് സാധ്യമാണുതാനും. ദിവസേന പതിനായിരക്കണക്കിന് കുട്ടികളെ നമുക്ക് മരണത്തിൽ നിന്ന് രക്ഷിക്കാം. ശിശുമരണനിരക്ക് നാടകീയമായി കുറയ്ക്കാം.......

പത്തുകോടിയിലധികം കുട്ടികൾ അടിസ്ഥാന വിദ്യാഭ്യാസം പോലും ലഭിക്കാത്തവരാണ്. അവരിൽ മൂന്നിൽ രണ്ടുപേർ പെൺകുട്ടികളാണ്. ഈ അവസ്ഥ മാറ്റണം. പ്രതിവർഷം അരലക്ഷത്തിലധികം അമ്മമാർ പ്രസവസമയത്ത് മരിക്കുന്നു. ഇത് ഗണ്യമായി കുറയ്ക്കാവുന്നതാണ്. കുട്ടികളുടെ വളർച്ചയ്ക്കും ക്ഷേമത്തിനും പറ്റിയ നൈസർഗിക അന്തരീക്ഷമാണ് വീട്. അത് നല്ലനിലയിൽ നിലനിർത്താൻ വേണ്ട എല്ലാ സഹായങ്ങളും നല്കണം. കുട്ടികളുടെ ക്ഷേമത്തിന് ഉന്നതതലത്തിലുള്ള രാഷ്ട്രീയ ഇച്ഛാശക്തിയും പ്രവർത്തനവും വേണം. അതിന് നാം പ്രതിജ്ഞാബദ്ധരാണ്. കുട്ടികളുടെ അവകാശങ്ങൾക്ക്, അവരുടെ അതിജീവനത്തിനും സംരക്ഷണത്തിനും നിലനില്പിനും ഏറ്റവും ഉയർന്ന മുൻഗണന നല്കുമെന്ന് നമ്മൾ പ്രതിജ്ഞചെയ്യുന്നു.'

ഇങ്ങനെ പോകുന്നു വിളംബരം. ഇതിനെ തുടർന്ന് ലോകത്തിലെ മിക്ക രാജ്യങ്ങളും വിളംബരവും അവകാശപ്രഖ്യാപനങ്ങളും അംഗീകരിച്ചിട്ടുണ്ട്.

എന്നാൽ ഫലത്തിൽ എന്താണ് സംഭവിച്ചു കൊണ്ടിരിക്കുന്നത്? മിക്ക ആഫ്രിക്കൻ രാജ്യങ്ങളിലെയും ഏഷ്യൻ രാജ്യങ്ങളിലെയും ലാറ്റിനമേരിക്കൻ രാജ്യങ്ങളിലെയും കുട്ടികളുടെ സ്ഥിതി അതിദയനീയമാണ്. കോടിക്കണക്കിന് പേർ കുപോഷിതരാണ്. "ഉണ്ണിയെ കണ്ടാലറിയാം ഊരിലെ പഞ്ഞം" എന്നൊരു പഴഞ്ചൊല്ല് ഉണ്ടല്ലോ. "വയറൊരു ശിവലോകം, ആസനം തൂശിപോലെ" ആയ കുട്ടികൾ ഭീകരമായ ദൃശ്യമാണ്. കോഷിയോർക്കർ, മറാസ്മസ്-ഒറീസ്സ, ബീഹാർ, എത്യോപ്യ, റുവാണ്ട സയ്റെ.... എല്ലായിടത്തും കാണാവുന്നതാണ്. ഇവരെപ്പറ്റിയാണ് കുട്ടികളുടെ അവകാശപ്രഖ്യാപനത്തിൽ പറയുന്നത്. ലോകത്തെവിടെയെങ്കിലും, വിശക്കുന്ന ഒരു കുട്ടിയുണ്ടെങ്കിൽ, രോഗചികിത്സ കിട്ടാത്ത ഒരു കുട്ടിയുണ്ടെങ്കിൽ, ക്രൂരതകൾക്ക് വിധേയമാകുന്ന ഒരുകുട്ടിയുണ്ടെങ്കിൽ അതിനുത്തരവാദി മുതിർന്നവരാണ്- ലോകത്തെമ്പാടുമുള്ള മുതിർന്നവരാണ്. പലസ്തീനിൽ, അഫ്ഗാനിസ്ഥാനിൽ, ബോസ്നിയയിൽ, ചെച്നിയയിൽ, കാശ്മീരിൽ, ശ്രീലങ്കയിൽ..... കുട്ടികൾ അനുഭവിക്കുന്ന ദുരിതങ്ങൾക്ക് ഉത്തരവാദികൾ മുതിർന്നവർ തന്നെയാണ്. നാളത്തെ ലോകത്തിൽ, നാം സ്വപ്നം കാണുന്നതും യാഥാർഥ്യമാക്കാൻ പറ്റുന്നതുമായ ലോകത്തിൽ, ഇത്തരം കാഴ്ചകൾ കാണുകയില്ല.

ഒരു സമൂഹത്തിലെ കുട്ടികളെ കണ്ടാൽ ആ സമൂഹത്തിന്റെ ഇപ്പോഴത്തെ അവസ്ഥ മാത്രമല്ല ഭാവികൂടി അറിയാൻ കഴിയുന്നതാണ്. സമൂഹത്തിന്റെ വർത്തമാന അവസ്ഥയെ കുറിക്കാനായി "മാനവികാസ സൂചിക"

നിർവചിച്ചുവല്ലോ. വർത്തമാനത്തെയും ഭാവിയെയും സൂചിപ്പിക്കാനായി "ശിശുവികാസ സൂചിക" (CDI- Child Development Index) എന്ന പുതിയ ഒരു അളവുകോൽകൂടി നിശ്ചയിക്കാവുന്നതാണ്. HDI പോലെ CDI യും മൂന്നുഘടകങ്ങളുടെ ശീലിൽ നിർവചിക്കാൻ ശ്രമിക്കാം. തികച്ചും അന്വേഷണാത്മകമായ ഒരു നിർദേശം മാത്രമാണിത്. ഇവയെ ഉദ്ഗ്രഥിച്ച് ഒരൊറ്റ സൂചികയാക്കാൻ തത്കാലം ശ്രമിക്കുന്നില്ല. മെച്ച പ്പെടുത്തുന്നതിനുള്ള ആസൂത്രിത പ്രവർത്തനങ്ങൾക്ക് അവയോ രോന്നും വേറെ വേറെ നിർവചിക്കുന്നതാണ് സൗകര്യപ്രദം. ശിശു വികാസത്തെ ഇങ്ങനെ മൂന്നായി തരംതിരിക്കാം:

1. കായിക വികാസം (Physical Develepment)
2. ബൗദ്ധിക വികാസം (Intellectual Development)
3. ആത്മീയ വികാസം (Spiritual Development)

ഒരു സമൂഹത്തിലെ കുട്ടികളുടെ ശരാശരി ജനനഭാരം, പോഷണ നിലവാരം, (ഓരോ പ്രായത്തിലും ഉണ്ടായിരിക്കേണ്ട ഉയരം, ഭാരം, ശരീര ത്തിലെ നിർദിഷ്ട ഭാഗങ്ങളുടെ അളവുകൾ എന്നിവയുടെ അടിസ്ഥാന ത്തിൽ) കായികവും മാനസികവും ആയ വൈകല്യങ്ങൾ എന്നിവയെ ആസ്പദമാക്കി അതിലെ ശിശുക്കളുടെ കായിക വികാസം കുറിക്കാം. ഇവ ഓരോന്നിനും ഉണ്ടായിരിക്കേണ്ട (normative) ചില സംഖ്യകളുടെ അടിസ്ഥാനത്തിലോ, താരതമ്യാടിസ്ഥാനത്തിലോ (comparitive) ഇതിനെ നിർവചിക്കാവുന്നതാണ്.

കുട്ടികളുടെ സ്കൂൾ എൻറോൾമെന്റ്, കൊഴിഞ്ഞുപോക്ക്, പഠന നിലവാരം, വായാനാശീലം, പൊതുവിജ്ഞാനം, കരവിരുതുകൾ: മുത ലായവയുടെ അടിസ്ഥാനത്തൽ ബൗദ്ധിക വികാസം അളക്കാവുന്ന താണ്. എന്നാൽ പൊതുസമ്മിതിയുള്ള അളവുകോലുകൾ ഇനിയും നിർവചിക്കപ്പെട്ടിട്ടില്ല. വിവരത്തിന്റെയും (cognitive) വിരുതിന്റെയും (psycho-motor) തലങ്ങളാണിവ.

സംഘപ്രവർത്തനങ്ങളിലുള്ള പങ്കാളിത്തം, അതിന്റെ സ്വഭാവം, കൂട്ടു കാരോടും മറ്റുള്ളവരോടുമുള്ള പെരുമാറ്റരീതി, മറ്റു ജീവികളോടുള്ള സഹാനുഭൂതി.... മുതാലയവയെ അടിസ്ഥാനമാക്കി ഒരു ആത്മീയ വികാസസൂചകാങ്കവും കൂടി നിർവചിക്കാവുന്നതാണ്. (affective do- main) ഇതിന് പരിമാണാത്മകമായ മാനദണ്ഡങ്ങൾ ഉണ്ടാക്കുന്നത് പ്രയാസമാണ്. എങ്കിലും പരിശ്രമിച്ചു നോക്കാവുന്നതാണ്.

"കുട്ടികൾക്ക് അവരുടെ ബാല്യകാലം തിരിച്ചുകൊടുക്കുക" എന്ന തായിരിക്കണം ഇന്നത്തെ മുദ്രാവാക്യം. കുട്ടികളോട് ഇത്രയധികം ക്രൂരത കാട്ടുന്ന ഒരു കാലം മുമ്പുണ്ടായിട്ടില്ല. മാതാപിതാക്കളാണ് ഇതിന് ഉത്തര വാദികൾ. അവരത് മനസ്സിലാക്കുന്നില്ലെന്നു മാത്രമല്ല, അതാണ് ശരി യെന്നു വാദിക്കുകയും ചെയ്യുന്നു. "കുട്ടികളെ അടിച്ചു വളർത്തണം"

(spare the rod and spoil the child) എന്ന് വിശ്വസിച്ചിരുന്ന ഒരു കാലമുണ്ടായിരുന്നു. അത് ശരിയല്ല എന്ന് ഇന്ന് മിക്കവരും പറയും. എന്നാൽ അടിയേക്കാൾ കടുത്ത ദണ്ഡനമാണ് കുട്ടികൾക്ക് അവർ നൽകുന്നത്. ഓട്ടപ്പന്തയത്തിൽ ഒന്നാം സ്ഥാനത്തെത്തിക്കാൻ വേണ്ടി വളർത്തുന്ന കുതിരയെപ്പോലെയാണ് അവർ കുട്ടികളെ വളർത്തുന്നത്. കാലത്ത് 5 മണിക്കോ, 6 മണിക്കോ എഴുന്നേറ്റാൽ ഗൃഹപാഠം, ട്യൂഷൻ, സ്കൂൾ, ട്യൂഷൻ, ഗൃഹപാഠം എന്നിങ്ങനെ പോകുന്നു അവർ കുട്ടികൾക്ക് വിധിക്കുന്ന ടൈംടേബിൾ. അതിൽ അറുത്തുമുറിച്ച പോലെ അര മണിക്കൂർ കളിക്കാൻ സമയം കിട്ടിയാൽ അത് ഭാഗ്യം. 24 മണിക്കൂറും അച്ഛനമ്മമാരുടെ നോട്ടപ്പുള്ളികളാണ് കുട്ടികൾ. തക്കംകിട്ടിയാൽ പഠിപ്പ് നിർത്തി കളിക്കാൻ പോകുമോ എന്നാണ് അച്ഛനമ്മമാരുടെ ഭയം. മാർക്കു കുറഞ്ഞാൽ, എന്തിന് റാങ്ക് കുറഞ്ഞാൽപോലും ശകാരം. സദാ ഭയപ്പെട്ടു കൊണ്ടാണ് കുട്ടി ജീവിക്കുന്നത്. മാനസിക സംഘർഷം കാരണം സർവ ശേഷികളും നശിച്ച് ആജീവനാന്തം രോഗികളായി മാറുന്ന കുട്ടികളുടെ എണ്ണം കൂടിക്കൂടിവരികയാണ്. അവർക്കിടയിൽ ആത്മഹത്യ കൂടിക്കൂടിവരികയാണ്. ഈ പ്രവണത തടഞ്ഞ് കുട്ടികൾക്ക് അവരുടെ കുട്ടിക്കാലം തിരിച്ചു കൊടുക്കുകതന്നെ വേണം. ഇല്ലെങ്കിൽ സമസൃഷ്ടി സ്നേഹമില്ലാത്ത, പരുക്കന്മാരും മൂർഖന്മാരുമായവരുടെ ഒരു തലമുറയാണ് വളർന്നുവരിക- വളർന്നുവരുന്നത്.

ഭാവിയെപ്പറ്റിയുള്ള ഉത്കണ്ഠയാണ് കുട്ടികളെ 'മത്സരക്കുതിര' കളാക്കി വളർത്താൻ അച്ഛനമ്മമാരെ പ്രേരിപ്പിക്കുന്നത്. മനുഷ്യൻ വർത്തമാനത്തിൽ, ഇന്നിൽ മാത്രം ജീവിക്കുന്ന ഒരു ജീവിയല്ല. മൂന്നു തലമുറകളിലൂടെ - അവനവൻ, മക്കൾ, പേരക്കിടാങ്ങൾ എന്നിവരിലൂടെ - ജീവിക്കുന്ന ഒരു ജീവിയാണ്. മൂന്നു തലമുറകളുടെയും വർത്തമാനവും ഭാവിയും സുരക്ഷിതമാക്കുക എന്നതാണ് മനുഷ്യന്റെ ലക്ഷ്യം. സമൂഹം ഈ സുരക്ഷ നൽകുമെന്ന് ഉറച്ച വിശ്വാസമുണ്ടായാൽ ഇവരുടെ കാഴ്ചപ്പാട് - ലോകവീക്ഷണവും ജീവിതവീക്ഷണവും - മാറുന്നതാണ്. ഇത് നമ്മെ, ഭാവി സമൂഹത്തിന്റെ സാമ്പത്തികത്തിലേക്ക് നയിക്കുന്നു.

ഏഴ്

നാലാം ലോകം: ഉൽപാദനമേഖല

സാമ്പത്തികം

ആവശ്യങ്ങളും (needs) ആർത്തിയും (greed) വ്യവച്ഛേദിച്ചു കാണുന്ന ഒന്നായിരിക്കണം നമ്മുടെ സങ്കല്പത്തിലുള്ള ഏതൊരു പുതിയ ലോകത്തിന്റെയും സമ്പദ് വ്യവസ്ഥ. ചില മിനിമം നിബന്ധനകൾ അത് തൃപ്തിപ്പെടുത്തേണ്ടിയിരിക്കുന്നു. എങ്കിൽ മാത്രമെ അത് പുതിയ ലോകമാകൂ.

(i) വികസനം

ഭൗതികോത്പാദനം ഇന്നത്തെപ്പോലെ തുടർച്ചയായി വർധിച്ചു വരുന്നതല്ല. അതിന്റെ വേഗം കുറഞ്ഞ് കുറഞ്ഞ് വന്ന് ഒരു ഘട്ടത്തിൽ എത്തുമ്പോൾ അത് ഏതാണ്ട് സ്ഥിരമായിത്തീരുന്നതാണ്. ജനസംഖ്യയും ക്രമത്തിൽ സ്ഥിരീകൃതമാകും. ഇത് രണ്ടും ലക്ഷ്യം വെച്ചില്ലെങ്കിൽ മാനവരാശിക്ക് ഏറെക്കാലം നിലനിൽക്കാനാവില്ല എന്ന് നാം കണ്ടുകഴിഞ്ഞതാണ്. വിദൂരഭാവി മാത്രമല്ല വർത്തമാനംപോലും അസഹനീയമായിത്തീരുന്നതാണ്.

ഭൗതികോത്പാദനം നിയന്ത്രിതമായിരിക്കും എന്നതിനർഥം ഏഷ്യയിലേയും ആഫ്രിക്കയിലേയും ലാറ്റിൻഅമേരിക്കയിലേയും ദരിദ്രകോടികൾ ഇന്നത്തെപ്പോലെ തുടരുമെന്നല്ല അവരുടെ ഉപഭോഗനിലവാരം ഗണ്യമായി വർധിക്കേണ്ടതുണ്ട്. ആഹാരം, വസ്ത്രം, പാർപ്പിടം, ആരോഗ്യസേവനം, വിദ്യാഭ്യാസം എല്ലാ രംഗങ്ങളിലും അവരുടെ നില മെച്ചപ്പെടേണ്ടതുണ്ട്. ഇവിടെ പ്രധാനപ്പെട്ട മൂന്നുഘടകങ്ങളെ പരസ്പരം പൊരുത്തപ്പെടുത്തേണ്ടിയിരിക്കുന്നു. (a) ജനങ്ങളുടെ സ്ഥലീയ ആവാസവിതരണം (spatial habitat pattern), (b) വിഭവങ്ങളുടെ സ്ഥലീയ വിതരണം (spatial distribution of resources), (c) വിഭവങ്ങളുടെ മേലുള്ള നിയന്ത്രണത്തിന്റെ വിതരണം (distribution of control over resources)

ഇന്ന് ഇവയെല്ലാം തമ്മിൽ ഗണ്യമായ പൊരുത്തക്കേടുണ്ട്. ഏറെ ജനങ്ങൾ തിങ്ങിത്താമസിക്കുന്ന ഏഷ്യൻ രാജ്യങ്ങളിൽ താരതമ്യേന

കുറച്ചേ വിഭവങ്ങളുള്ളൂ. വിഭവങ്ങൾ ഏറെയുള്ള യു.എസ്.എ., കാനഡ, ആസ്ത്രേലിയ മുതലായ രാജ്യങ്ങളിൽ ആളുകൾ കുറവാണ്. യൂറോപ്യൻ രാജ്യങ്ങളിൽ രണ്ടും കുറെയൊക്കെ സമരസപ്പെട്ടിരിക്കുന്നു. വിഭവങ്ങളുടെ മേലുള്ള നിയന്ത്രണം ആകട്ടെ അത്യന്തം അസന്തുലിതമാണ്. ഏതാനും രാജ്യങ്ങളുടെയും ഏതാനും ആളുകളുടെയും നിയന്ത്രണത്തിലാണ് ലോകത്തിലെ മൊത്തം വിഭവങ്ങളും.

വിഭവങ്ങളുടെ സ്ഥലീയ വിതരണത്തിൽ മാറ്റം വരുത്താൻ നമുക്ക് പറ്റില്ല. ജനവാസ വിതരണത്തിലും ഗണ്യമായ മാറ്റം വരുന്നതല്ല. അതായത് ജനസംഖ്യ ഏറെയുള്ള ഏഷ്യൻ രാജ്യങ്ങളിൽനിന്ന് വലിയ തോതിൽ ജനങ്ങൾ ആസ്ത്രേലിയയിലോ, കാനഡയിലോ, റഷ്യയിലോ, അമേരിക്കയിലോ, കുടിയേറിപ്പാർക്കുമെന്നു കരുതാൻ വയ്യ. കാരണം അതത് രാജ്യങ്ങൾ അത് സമ്മതിക്കുന്നതല്ല. എന്നാൽ ഓരോ രാജ്യത്തിനകത്തും കഴിഞ്ഞ നിരവധി കൊല്ലങ്ങളായി വളർന്നുവരുന്ന അശാസ്ത്രീയ ആവാസരീതി മാറ്റുന്നതിന് സൈദ്ധാന്തികമായി തടസ്സമൊന്നുമില്ല. ഒരിടത്ത് താമസം, ഭാര്യക്ക് ഒരിടത്ത് ജോലി, ഭർത്താവിന് മറ്റൊരിടത്ത്, കുട്ടികൾ പഠിക്കുന്നത് ഇനിയും മറ്റൊരിടത്ത്. ഓരോരുത്തർക്കും പ്രത്യേകം വാഹനം, ദിവസവും അമ്പതും നൂറും കിലോമീറ്റർ യാത്ര ഇതൊഴിവാക്കാവുന്നതാണ്. ഭാര്യക്കും ഭർത്താവിനും അടുത്തടുത്ത് ജോലി, അതിനടുത്തുതന്നെ വിദ്യാലയവും വീടും, ഇങ്ങനെ ആസൂത്രണം ചെയ്യാൻ പറ്റാത്തതല്ല - അതിന്റെ ആവശ്യം ബോധ്യപ്പെട്ടാൽ. അതുപോലെ പ്രകൃതിയിൽ കാണുന്ന വസ്തുക്കൾ വിഭവങ്ങളായി മാറുന്നത്, അവയെ അഭീഷ്ട വസ്തുക്കളായി രൂപാന്തരപ്പെടുത്താനുള്ള അറിവും കഴിവും കൈവരിക്കുമ്പോഴാണ്. അതായത് അനുയോജ്യമായ ശാസ്ത്രസാങ്കേതികവികസനത്തിലൂടെ എന്തിനെയും വിഭവമാക്കി മാറ്റാവുന്നതാണ്. അങ്ങനെ കാലക്രമത്തിൽ സവിശേഷ വിഭവങ്ങളുടെ, ഉദാഹരണത്തിന് എണ്ണ, കൽക്കരി, ഇരുമ്പയിര്, മുതലായവയുടെ വിതരണത്തിലുള്ള വ്യത്യാസത്തെ കുറെയൊക്കെ അതിജീവിക്കാൻ നമുക്ക് കഴിയുന്നതാണ്.

(ii) സമത്വം

ഇതഃപര്യന്തമുള്ള മാനവചരിത്രം പരിശോധിക്കുമ്പോൾ തെളിഞ്ഞു വരുന്ന ചിത്രങ്ങളിൽ ഒന്ന് സമ്പത്തിന്റെ കേന്ദ്രീകരണമാണ്. ഉള്ളവരും ഇല്ലാത്തവരും തമ്മിലുള്ള അന്തരത്തിന്റെ വർധനവാണ്. 'ലക്ഷ പ്രഭു' എന്നൊരു വാക്കിന് മലയാളസാഹിത്യത്തിൽ പ്രചാരമുണ്ട്. അടുത്ത കാലത്തായി കോടീശ്വരന്മാരും രൂപം കൊണ്ടിട്ടുണ്ട്. എന്നാൽ ബിൽ ഗേറ്റ്സ്, ബ്രൂണെയ് സുൽത്താൻ, ബ്രിട്ടീഷ് മഹാറാണി തുടങ്ങിയവരുടെ സ്വത്ത് നമുക്ക് വിഭാവനം ചെയ്യാൻകൂടി പറ്റില്ല. ഒരാൾക്കും. ഭൂമിയിൽ നിന്ന് സൂര്യനിലേക്കുള്ള ദൂരം 15 കോടിയിലേറെ കിലോമീറ്ററാണ്. ആർക്കെങ്കിലും അത് മനസ്സിൽ കാണാൻ പറ്റുമോ? ഏറ്റവും അടുത്ത

മറ്റു നക്ഷത്രത്തിലേക്കുള്ള ദൂരം 4 ലക്ഷം കോടി കിലോമീറ്റർ! ബിൽ ഗേറ്റ്സിന്റെ ഷെയറുകളുടെ വില 25 ലക്ഷം കോടിരൂപ! എത്രയാണിത്? കേരളത്തിന്റെ ഒരു കൊല്ലത്തെ മൊത്തം ഉത്പാദനം 3 ലക്ഷം കോടി രൂപയാണ്.

ലോകത്തിൽ കേവലദാരിദ്ര്യം വളരുന്നു. ആപേക്ഷിക ദാരിദ്ര്യം അതിലും വേഗത്തിൽ വളരുന്നു. ബീഹാർ, ഒറീസ്സ, മുതലായ ഇന്ത്യൻ സംസ്ഥാനങ്ങളിലെയും മിക്ക ആഫ്രിക്കൻ രാജ്യങ്ങളിലെയും ഭൂരിപക്ഷം മനുഷ്യരും ഊഹിക്കാനാകാത്തത്ര കടുത്ത ദാരിദ്ര്യത്തിൽ ആണ്ടു കിടക്കുകയാണ്. അതേ സമയം ഡൽഹി, മുംബൈ, ചെന്നൈ, ബാംഗ്ലൂർ... മുതലായ നഗരങ്ങളിൽ കുന്നുകൂടുന്ന സമ്പത്തിന്റെ കണ്ണഞ്ചിക്കുന്ന ദൃശ്യങ്ങളാണ് കാണാൻ കഴിയുക. പഞ്ചനക്ഷത്ര ഹോട്ടലുകളുടെയും ഹോളിഡേ റിസോർട്ടുകളുടെയും ചൂതാട്ടകേന്ദ്രങ്ങളുടെയും ഒരു പൊട്ടിത്തെറിയാണ് കാണാൻ കഴിയുന്നത്. ഇവരുടെ ധൂർത്ത് കാണുമ്പോൾ മനുഷ്യത്വമുള്ളവർക്കെല്ലാം മനംപിരട്ടും. അക്ഷരാർഥത്തിൽതന്നെ ഛർദി വരും. അത്ര വൃത്തികെട്ടതാണ് സമ്പത്തിന്റെ അധാർമ്മികത. പുതിയ ലോകത്തിന്റെ ആത്യന്തിക ലക്ഷ്യം ഇത്തരത്തിലുള്ള അസമത്വങ്ങൾ ഇല്ലാതാക്കുക എന്നതാണ്. ഇടക്കാല ലക്ഷ്യമാകട്ടെ അസമത്വങ്ങൾ കൂടുന്ന പ്രവണതയുടെ ദിശ തിരിച്ച്, അത് കുറച്ചുകൊണ്ടു വരിക, അതിന് അനുയോജ്യമായ വിധത്തിൽ സാമ്പത്തികവികാസം ആസൂത്രണം ചെയ്യുക എന്നതാണ്, ഒരു ചെറിയ ഉദാഹരണത്തിലൂടെ ഇത് വ്യക്തമാക്കാം.

കേരളത്തിന്റെ സാമ്പത്തികാടിത്തറ ദുർബലമാണ്, അത് ശക്തിപ്പെടുത്തണം എന്ന് ഇന്ന് എല്ലാവരും പറയുന്നു. ആളോഹരി ദേശീയ ഉത്പാദനം ഇന്നത്തേതിന്റെ ഇരട്ടിയോ കൂടുതലോ ആയി വർധിക്കണം എന്നു തീരുമാനിക്കുകയാണെങ്കിൽ അതെങ്ങനെ പ്രായോഗികമാക്കാം? കൃഷി, മത്സ്യബന്ധനം, മൃഗപരിപാലനം, തുടങ്ങിയ പ്രാഥമിക മേഖലകൾ ശക്തിപ്പെടുത്താം. കയർ, കശുവണ്ടി, കൈത്തറി മുതലായ പരമ്പരാഗത വ്യവസായ മേഖലകൾ ശക്തിപ്പെടുത്താം, കാർഷികോത്പന്നങ്ങളെ അടിസ്ഥാനമാക്കി പുതിയ വ്യവസായങ്ങൾ - ചക്ക, മാങ്ങ, പഴം, പപ്പായ, പച്ചക്കറികൾ, മരച്ചീനി, തേങ്ങ, മത്സ്യം, മാംസം.... ഇവയോരോന്നും സംസ്കൃത ഭക്ഷ്യോത്പന്നങ്ങളുടെയും ഭക്ഷ്യേതര ഉത്പന്നങ്ങളുടെയും ഉറവിടമാണ്. അവ ഉത്പാദിപ്പിക്കുന്ന വ്യവസായങ്ങളാകാം. അലുമിനിയം, സിങ്ക്, കാസ്റ്റിക് സോഡ, രാസവളം, പെട്രോളിയം, സിമന്റ്.... മുതലായ പരമ്പരാഗത ഘനവ്യവസായങ്ങളെ ആശ്രയിക്കാം. ഇലക്ട്രോണിക്, ഇലക്ട്രിക്കൽ, മെക്കാനിക്കൽ, ഹാർഡ്‌വെയേഴ്സ് - മെഷീൻ ടൂളുകൾ, കമ്പ്യൂട്ടറുകൾ, കമ്പ്യൂട്ടർ ഘടകങ്ങൾ, കൺട്രോൾ ഉപകരണങ്ങൾ, എന്നിങ്ങനെ പലതും - ഉത്പാദിപ്പിക്കാം. ചക്രവാള മേഖലകളായ സോഫ്റ്റ്‌വെയർ, ടിഷ്യുകൾച്ചർ, ജനിതകമായി മാറ്റംവരുത്തിയ വിത്തുകൾ, ഹൈ-ടെക് ടൂറിസം, ഓട്ടോമൊബീൽ, ഹൈവേകൾ,

വൈവിധ്യമാർന്ന സ്ഥിരോപഭോഗവസ്തുക്കൾ.... ഇവകളുടെ അടിസ്ഥാനത്തിലുമാകാം. ഇവ ഓരോന്നും സൃഷ്ടിക്കുന്ന പുതുമൂല്യങ്ങളിൽ ദരിദ്രർക്കും ഇടത്തരക്കാർക്കും പണക്കാർക്കും ലഭിക്കുന്ന പങ്കുകൾ വ്യത്യസ്തമാണ്. പ്രാഥമിക മേഖലയെത്തന്നെ ചെറുകിട അധ്വാന പ്രധാനമായ രീതിയിൽ വികസിപ്പിക്കാം. അമേരിക്കൻ രീതിയിൽ വ്യവസായങ്ങളാക്കി രൂപാന്തരപ്പെടുത്താം. ഈ രണ്ടാമത്തെ വിധമാണെങ്കിൽ തൊഴിലാളികളുടെ എണ്ണം പത്തിലൊന്നോ അതിൽ താഴെയോ ആയി കുറയും. ബോധപൂർവ്വമുള്ള ആസൂത്രണത്തിലൂടെ സമൂഹത്തിലെ ഏറ്റവും താഴെതട്ടിൽ കിടക്കുന്നവർക്ക് ഏറ്റവും കൂടുതൽ വരുമാന വർധന ഉണ്ടാക്കുന്ന രീതിയിൽ സാമ്പത്തിക വികസനം നടപ്പാക്കാവുന്നതാണ്. ഇന്നത്തെ സാമ്രാജ്യത്വ ഉദാരവൽകൃത രീതിയിൽ നേരെ തിരിച്ചാണ് സംഭവിക്കുന്നത്. മേലെക്കിടക്കാരുടെ വരുമാനമാണ് വർധിക്കുന്നത്. ഈ സ്ഥിതി മാറ്റുക എന്നതാണ് ഒരു ആസന്ന ലക്ഷ്യം.

(iii) സുരക്ഷിതത്വം

ആഹാര വസ്ത്ര പാർപ്പിടാദികളെപ്പോലെത്തന്നെ മനുഷ്യരുടെ അടിസ്ഥാന ആവശ്യങ്ങളിൽ ഒന്നാണ് സുരക്ഷിതത്വബോധം. തനിക്കും തന്റെ മക്കൾക്കും അവരുടെ മക്കൾക്കും ഒക്കെ എക്കാലത്തും ഇവയെല്ലാം ലഭ്യമാകും എന്ന ഉറപ്പ്. സമൂഹം വിശ്വസനീയമായ രീതിയിൽ ഈ ഉറപ്പു നൽകുകയാണെങ്കിൽ ഭാവിക്കുവേണ്ടി സ്വത്ത് സമ്പാദിക്കാനുള്ള വ്യഗ്രത പൗരന്മാർക്ക് കുറയുന്നതായിരിക്കും. സോവിയറ്റ് യൂണിയനിലെ രണ്ടാം തലമുറ പൗരന്മാരെ സംബന്ധിച്ചിടത്തോളം ഇത് അനുഭവസ്ഥമായിരുന്നു. ഉത്പാദന ഉപാധികൾ പൂർണ്ണമായും സമൂഹത്തിന്റെ നിയന്ത്രണത്തിലായാൽ ഈ ഉറപ്പു നല്കുന്നത് എളുപ്പമാണ്. ഇന്നത്തെ പൗരന്മാരുടെ ആവശ്യങ്ങൾക്കൊപ്പം വരും തലമുറകൾക്ക് വേണ്ടതും മുൻകൂട്ടി കാണാൻ സാധിക്കും. നാളത്തെ ലോകത്തേക്കുള്ള സംക്രമണഘട്ടത്തിലും ചിലതെല്ലാം ചെയ്യാൻ കഴിയുന്നതാണ്. ഇപ്പോൾതന്നെ പ്രചാരത്തിലുള്ള ലൈഫ് ഇൻഷുറൻസ്, ആരോഗ്യ, വിദ്യാഭ്യാസ, വാഹനാദി ഇൻഷൂറൻസുകൾ ഇതൊക്കെ സുരക്ഷിതത്വ നടപടികളാണ്. അതിന്റ വ്യാപ്തി കുറച്ചുകൂടി വിപുലീകരിക്കാനാകുമോ? സാധിക്കും. ചില പദ്ധതികൾ ആലോചിക്കാവുന്നതാണ്.

(a) സ്റ്റാറ്റ്യൂട്ടറി റേഷനിങ്ങ് വിപുലീകരിക്കുക, അതിന്റെ ഭാഗമായി എല്ലാ അവശ്യ സാധനങ്ങളും നൽകുക.

(b) പൊതു വിദ്യാഭ്യാസത്തിന്റെ ഗുണനിലവാരം ഉയർത്തുക, സ്കൂളുകളിലെ സൗകര്യങ്ങൾ വർധിപ്പിക്കുക. സൗജന്യമായിത്തന്നെ തുടരുക

(c) PHC മുതൽ മേലോട്ടുള്ള എല്ലാ ആശുപത്രികളിലെയും സേവന നിലവാരം ഉയർത്തുക അവിടത്തെ ഭൗതിക സൗകര്യങ്ങൾ മെച്ചപ്പെടുത്തുക

(d) ആവശ്യമുള്ള എല്ലാ കുട്ടികൾക്കും മതിയായ അളവിൽ ഉച്ചഭക്ഷണം നൽകുക

(e) തൊഴിലെടുക്കാൻ പറ്റാത്തവർക്ക് മറ്റു ആശ്രയമില്ലെങ്കിൽ, ആവശ്യമായ ജീവിതസൗകര്യം ഏർപ്പെടുത്തുക

(f) മതിയായ ജീവിത വരുമാനം നൽകുന്ന തൊഴിൽ അധ്വാനിക്കാൻ കഴിയുന്ന എല്ലാവരുടെയും മൗലികാവകാശമാക്കുക.

ഇതൊക്കെ നടപ്പാക്കുന്നതിന് ഭരണഘടന ഒരു തടസ്സമാവില്ല. അതിന് എത്ര അധികച്ചെലവ് - ഇന്നത്തേതിൽ നിന്ന് അധികം - വരുമെന്ന് കണക്കാക്കാം. മൊത്തം ദേശീയ ഉത്പാദനത്തിന്റെ നാലോ അഞ്ചോ ശതമാനം മാത്രം ഇതിനായി അധികം നീക്കിവെച്ചാൽ മതിയാകും. ഏതാണ്ട് 15000 കോടി രൂപ. ട്യൂഷൻ, പ്രൈവറ്റ് ഹോസ്പിറ്റൽ ചികിത്സ, നിത്യോപയോഗസാധനങ്ങൾക്ക് അധികമായി നല്കുന്ന വില ഇതൊക്കെ ചേർത്താൽ ഇതിൽ കൂടുതൽ വരുന്നതാണ്. ഏതാനും സ്ഥാപിത താൽപര്യക്കാർ എതിർത്തതുകൊണ്ടു മാത്രം ഇത് തടയാൻ പറ്റുന്നതല്ല. സംക്രമണഘട്ടത്തിൽ തന്നെ നടപ്പാക്കാവുന്ന കാര്യങ്ങളാണിവ.

(iv) സുസ്ഥിരത : Sustainability

കുറെപേർ പഞ്ചനക്ഷത്ര ഹോട്ടലുകളിൽ ജീവിക്കുകയും ഏറെപ്പേർക്ക് ചെറ്റക്കുടിലുകളിൽ കഴിയേണ്ടിവരികയും ചെയ്യുന്നത് അധാർമ്മികമാണ് എന്ന് നാം കരുതുന്നു. സമത്വത്തിലധിഷ്ഠിതമായ ഒരു പുതിയ ലോകം കെട്ടിപ്പടുക്കാൻ നാം ശ്രമിക്കുന്നു. പക്ഷേ ഇതുചെയ്യുന്നത് ലോകത്തെ പരിമിതമായ പ്രകൃതിവിഭവങ്ങൾ ധൂർത്തടിച്ചുകൊണ്ടാണെങ്കിൽ, വായുവിനെയും വെള്ളത്തേയും മണ്ണിനേയും മലിനപ്പെടുത്തികൊണ്ടാണെങ്കിൽ നമുക്ക് ശേഷം വരുന്ന തലമുറകൾക്ക് നാം അനുഭവിച്ച ജീവിതഗുണത നിലനിർത്താനാവില്ല. അതായത് തലമുറകൾക്കിടയിൽ അസമത്വം വർധിക്കും. മക്കളെയും പേരക്കുട്ടികളെയും കുറിച്ച് വേവലാതിപ്പെടുന്ന, ചുരുങ്ങിയപക്ഷം മൂന്നുതലമുറകളിൽ കൂടെയെങ്കിലും ജീവിക്കുന്ന മനുഷ്യജാതിക്ക് ഇത് സ്വീകാര്യമല്ല. നമ്മുടെ കുട്ടികൾ നമ്മളേക്കാൾ നന്നായി ജീവിക്കണമെന്നാണ് നാം ആഗ്രഹിക്കുന്നത്. ഇതിനാണ് Sustainability അഥവാ സുസ്ഥിരത എന്നുപറയുന്നത്. ഇവിടെ രണ്ടുകാര്യങ്ങൾ പരിശോധിക്കേണ്ടതുണ്ട്. ഉപഭോഗനിലവാരം അനന്തമായി വർധിക്കുമോ, വർധിക്കണമോ, അതോ അതിന് പരിധി നിശ്ചയിക്കേണ്ടിവരുമോ? രണ്ട് 'സുസ്ഥിരം' എന്നു പറഞ്ഞാൽ ലോകാവസാനം (സൂര്യൻ മരിക്കുന്നതു) വരെ എന്നാണോ അർഥം, അതോ 100-200 കൊല്ലങ്ങൾ എന്നാണോ ആയിരമോ ലക്ഷമോ കൊല്ലങ്ങളോ? ഏതായാലും നൂറുകണക്കിന് കൊല്ലങ്ങളുടെ സ്ഥായിത്വമല്ല നാം പറയുന്നത്. ആയിരക്കണക്കിനും ലക്ഷകണക്കിനും കൊല്ലങ്ങളുടെ കാര്യമാണ്. അങ്ങനെവരുമ്പോൾ ഉപഭോഗനിലവാരം കൂട്ടുന്നതുപോയി

ഇന്നത്തെ നിലവാരം തന്നെ നിലനിർത്താനാവില്ല. അത് സാധ്യമാകണമെങ്കിൽ വിഭവ ഉപഭോഗരീതിയിൽ മാറ്റം വരുത്തണം. പൂർണമായും പുനഃശ്ചക്രണം ചെയ്യാവുന്ന രീതികൾ വളർത്തിയെടുക്കണം. അതിനുതകുന്ന തരത്തിലുള്ള ശാസ്ത്രസാങ്കേതിക വിദ്യകൾ വികസിപ്പിക്കുകയെന്നതായിരിക്കണം ശാസ്ത്ര സാങ്കേതിക ഗവേഷണരംഗത്തെ മുഖ്യ പ്രവർത്തനങ്ങളിൽ ഒന്ന്.

സൂര്യാവസാനം വരെ ഉപയോഗിക്കാവുന്ന ഒരൊറ്റ വിഭവമേ ഉള്ളൂ, സൗരോർജം തന്നെ. എണ്ണ, കൽക്കരി, പ്രകൃതിവാതകങ്ങൾ മുതലായവ പതിറ്റാണ്ടുകളോ, നൂറ്റാണ്ടുകളോ മാത്രമെ നിലനില്ക്കൂ. നമുക്കാവശ്യമുള്ള ഊർജമത്രയും സൂര്യനിൽ നിന്ന് സംഭരിക്കാനായാലെ ദീർഘകാല സുസ്ഥിരത (Long term sustainability) കൈവരിക്കാൻ സാധിക്കൂ. സൗരോർജം ശേഖരിക്കുക, കേന്ദ്രീകരിക്കുക, രൂപാന്തരപ്പെടുത്തുക, സംഭരിക്കുക ഇതിനൊക്കെ ആവശ്യമായ സാങ്കേതിക വിദ്യകൾ സാമ്പത്തികമായി ആകർഷണീയമാം വിധം വളർത്തിയെടുക്കണം. വികേന്ദ്രീകൃതവും വിതരിതവും അതിനാൽതന്നെ ചെറിയതും ആയ രീതിയിൽ ഇത് സാധ്യമാവുകയും വേണം.

അഭീഷ്ട പദാർഥങ്ങൾ സാന്ദ്രീകൃതമായ രീതിയിൽ നിലകൊള്ളുമ്പോഴാണ് അതിനെ 'വിഭവം' എന്ന് ഇപ്പോൾ പറയുന്നത്. വിഭവ ഉപഭോഗത്തിന്റെ ഫലമായി അത് വിതരിതമാകുന്നു, നേർക്കുന്നു, രൂപാന്തരപ്പെടുന്നു. ഉദാഹരണത്തിന് ഭൂമിക്കടിയിലുള്ള കൽക്കരി, കാർബൺ ഡൈഓക്സൈഡ് ആയി അന്തരീക്ഷത്തിൽ ആകെ വിതരിതമാകുന്നു. ഇങ്ങനെ വിതരിതമായ, സമുദ്രത്തിലും മണ്ണിലുമുള്ള, ലോഹങ്ങളും അലോഹങ്ങളും കുറഞ്ഞ ഊർജം ഉപയോഗിച്ച് കുറഞ്ഞ ചെലവിൽ വേർതിരിച്ചെടുക്കാനുള്ള സാങ്കേതിക വിദ്യ വികസിപ്പിച്ചാൽ പിന്നെ വിഭവ ദാരിദ്ര്യം എന്നൊന്നുണ്ടാകില്ല. ഗവേഷണത്തിന്റെ പ്രധാനലക്ഷ്യം ഇത് വികസിപ്പിച്ചെടുക്കലായിരിക്കും. നശീകരണായുധങ്ങൾ ഉണ്ടാക്കലായിരിക്കില്ല.

ഇതിനകം തന്നെ ചുറ്റുപാടിന് താങ്ങാനാകാത്ത വിധത്തിൽ പലതരത്തിലുള്ള മാലിന്യങ്ങൾ നാം പുറത്തുവിട്ടിട്ടുണ്ട്. (ആണവ മാലിന്യങ്ങൾ ഏറിയപങ്കും ഇപ്പോൾ 'സുരക്ഷിത കസ്റ്റഡി'യിൽ ആണെങ്കിലും അതും പുറത്തുവിടേണ്ടി വരും.) ഇനിയും തുടർച്ചയായി മാലിന്യങ്ങൾ പുറത്ത് വിട്ടുകൊണ്ടിരിക്കും. ഉത്പാദനപ്രക്രിയയിൽ ഉണ്ടാകുന്നതാണ് അവശിഷ്ടങ്ങൾ. ഇവയെ എങ്ങനെ നിരുപദ്രവകരങ്ങളും ഉപകാരപ്രദങ്ങളുമായ പദാർഥങ്ങളാക്കി മാറ്റാം? ചുറ്റുപാടിൽ നിന്ന് എങ്ങനെ നീക്കം ചെയ്യാം? പിടിവിട്ടുപോയ ആഗോളതാപനത്തെ എങ്ങനെ പിടിച്ചു നിർത്താം. എങ്ങനെ തിരിച്ചാക്കാം - ശാസ്ത്രസാങ്കേതിക വിദഗ്ധർക്ക് പിടിപ്പത് ജോലിയുണ്ട്. അവർ അത് തിരിച്ചറിയുകയാണെങ്കിൽ.

'സുസ്ഥിരത' എന്ന സങ്കല്പനത്തിൽ ഇതെല്ലാം അടങ്ങുന്നു.

(v) മറ്റു ചില സൂചകാങ്കങ്ങൾ

സമൂഹത്തിലെ ഉത്പാദനപ്രവർത്തനം പുനഃക്രമീകരിക്കുന്നതിന് നേരത്തെ സൂചിപ്പിച്ചപോലെ, ചില സവിശേഷ രാശികൾ കൂടി ആവശ്യമാണ്: ദുർവ്യയ സൂചകാങ്കം (Wastage Index), അമാനവീകരണാങ്കം (Dehumanization Index), പങ്കാളിത്തസൂചകാങ്കം (Participation Index) സ്വയം പര്യാപ്താങ്കം (Self Sufficiency Index) എന്നിവയാണവ. ഇവയെപ്പറ്റി നാലാമധ്യായത്തിൽ സൂചിപ്പിച്ചിട്ടുണ്ട്. കുറച്ചുകൂടി വിശദമായി പരിശോധിക്കാം.

ദുർവ്യയസൂചകാങ്കം : മാനവവികാസ ചരിത്രം കാണിച്ചുതരുന്ന ഒരു സവിശേഷതയുണ്ട്. ഒരു ജീവിതകാലത്തിൽ സമൂഹത്തിലെ ഒരു ശരാശരി മനുഷ്യന് സഞ്ചരിക്കേണ്ടി വരുന്ന ദൂരം കൂടിക്കൂടിവരികയാണ്. സമൂഹം ഏത്ര കണ്ട് വികസിതമാകുന്നുവോ അത്രകണ്ട് കൂടുതലായിരിക്കും ഈ ദൂരം. വിനോദത്തിനുവേണ്ടിയുള്ള സഞ്ചാരമല്ല ഇത് ഗതികേടുകൊണ്ടു വയറ്റുപിഴപ്പിനുവേണ്ടി വരുന്ന സഞ്ചാരമാണിത്. ഇന്ത്യയിലെ ഇതിന്റെ ഏറ്റവും കടുത്ത ഉദാഹരണമാണ് നെടുമങ്ങാട്ടൊ, നെയ്യാറ്റിൻകരയിലൊ താമസിച്ച്, ദിവസേന കാലത്ത് തിരുവനന്തപുരത്ത് വന്ന് വേണാട് എക്സ്പ്രസിൽ എറണാകുളത്തു പോയി ജോലിചെയ്ത് മടങ്ങി രാത്രി 11 1/2 മണിയോടുകൂടി വീട്ടിൽ തിരിച്ചെത്തുന്ന 'വേണാടു വനിത'യുടെ ദയനീയ ചിത്രം. എന്നാൽ ശരാശരിയെടുക്കുകയാണെങ്കിൽ ഒരു ഇന്ത്യക്കാരൻ ഒരു ദിവസം സഞ്ചരിക്കുന്നതിൽ എത്രയോ കൂടുതലാണ് ഒരു അമേരിക്കക്കാരന് സഞ്ചരിക്കേണ്ടിവരുന്ന ദൂരം. തൊഴിലിടത്തിന്റെയും ആവാസത്തിന്റെയും സവിശേഷമായ ക്രമീകരണമാണ് ഈ യാത്ര ആവശ്യമാക്കുന്നത്. മോട്ടോർ വാഹനനിർമാതാക്കളുടെ നിലനില്പിന് ഇതാവശ്യമാണ്.

മനുഷ്യരുടെ യാത്രാദൂരം മാത്രമല്ല, ചരക്കുകളുടെ കടത്ത്ദൂരവും വർധിക്കുന്നു. ഒരു നൂറ്റാണ്ടു മുമ്പ് ഒരു സമൂഹത്തിന്റെ നിലനില്പിനാവശ്യമായ സാധനങ്ങളിൽ ഏറിയപങ്കും അവിടെയോ തൊട്ടടുത്തോ നിർമ്മിക്കുന്നവയായിരിക്കും. ഇന്നാകട്ടെ അധികവും മറ്റൊരു ഭൂഖണ്ഡത്തിൽ നിന്നുതന്നെ വരുന്നതായിരിക്കും. പരമാവധി ലാഭം കിട്ടുന്നിടത്ത് ഉത്പാദനം കേന്ദ്രീകരിക്കുന്നു. അസംസ്കൃത പദാർഥങ്ങളും ഉത്പന്നങ്ങളും ആയിരക്കണക്കിന് കിലോമീറ്റർ കടത്തികൊണ്ടു പോകുന്നു. ഇതിൽ നിന്നുണ്ടാകുന്ന പല കാണാച്ചെലവുകളും മുതലാളിമാരല്ല, ജനങ്ങളാണ് വഹിക്കുന്നത്. മുതലാളിമാരെ സംബന്ധിച്ചിടത്തോളം അവർ തങ്ങളുടെ വ്യക്തിപരലാഭം മാത്രമാണ് കണക്കിലെടുക്കുന്നത്.

മനുഷ്യരുടെ യാത്രാ സമയവും (ദൂരവും) സാധനങ്ങളുടെ കടത്തു ദൂരവും കുറക്കാൻ കഴിയണം. ഇന്നത്തെ അവസ്ഥയിൽനിന്നുള്ള മാറ്റത്തെ കുറിക്കാനായാണ് ദുർവ്യയ സൂചകാങ്കം ഉപയോഗിക്കുന്നത്. ഇതിന് രണ്ടു ഘടകങ്ങളുണ്ട്. പൗര ദൂരാങ്കവും (Citizen Travel Index),

ചരക്കുദൂരാങ്കവും (Commodity Haulages Index). ഒരു സമൂഹത്തിലെ പൗരന്മാർ, അവരുടെ ജീവിത കാലത്തിൽ പ്രതിവർഷം നിർബന്ധിത മായി സഞ്ചരിക്കുന്ന ശരാശരി ദൂരത്തിന്റെ അടിസ്ഥാനത്തിലാകാം പൗര ദൂരാങ്കം കണക്കാക്കുക. ഇവിടെ കേവല മൂല്യത്തിനേക്കാളേറെ പ്രവ ണതകൾക്കാണ് പ്രാധാന്യം നല്കേണ്ടത്. ഒരു നിശ്ചിതകാലത്തിനു ള്ളിൽ, ഉദാഹരണത്തിന് പത്തുവർഷത്തിൽ, ഇതിലെന്ത് വർധന/കുറവ് ഉണ്ടായി എന്നാണ് നോക്കുന്നത്. പത്തുവർഷം മുമ്പത്തെ ശരാശരി ദൂരം കൊണ്ട് ഇന്നു സഞ്ചരിക്കുന്ന ശരാശരി ദൂരത്തെ ഹരിക്കുക. അപ്പോൾ കിട്ടുന്ന രാശിയെ പൗര ദൂരാങ്കം എന്നി വിളിക്കാം. ഇത് കൂടുന്നതനുസ രിച്ച് ദുർവ്യയം കൂടുന്നു. ഇത് ഒന്നിൽ കുറവാക്കാനാണ് ശ്രമിക്കേണ്ടത്. നിർബന്ധിത യാത്രാദൂരം കുറയ്ക്കുന്നത് അഭിലഷണീയമാണ്. എപ്പോഴും ഇത് ഒന്നിൽ കുറവാണെങ്കിൽ അതിനർഥം യാത്രാദൂരം കുറഞ്ഞു വരിക യാണെന്നാണ്.

ചരക്കുകൾ, അടിസ്ഥാനപരമായി, ഉറഞ്ഞു കൂടിയ അധ്വാനമാണ്. ഈ അധ്വാനത്തെ സൗകര്യാർഥം ഡോളറിലോ, രൂപയിലോ ഉള്ള അതിന്റെ മൂല്യം കൊണ്ട് കുറിക്കാം. ഒരു ശരാശരി പൗരന്റെ വാർഷിക ഉപഭോഗത്തിന്റെ സമഗ്രമായ ഒരു ലിസ്റ്റുണ്ടാക്കാം. ഓരോന്നിനും ഒരു വിലയുണ്ട്. അത് അടുത്തോ അകലയോ ഉള്ള ഒരു സ്ഥലത്ത് ഉണ്ടാ ക്കിയതായിരിക്കാം. അതുണ്ടാക്കാനുള്ള വ്യത്യസ്ത ഘടകങ്ങൾ - ഒരു തീപ്പെട്ടിയാണെങ്കിൽ കൊള്ളി, കൂട്, മരുന്ന്, ലേബൽ ഓരോന്നും - വ്യത്യസ്ത സ്ഥലങ്ങളിൽ ഉണ്ടാക്കിയതായിരിക്കും. അവസാനം അത് ഉപഭോക്താവിന്റെ അടുത്തെത്തുന്നു. വ്യത്യസ്ത അളവിലുള്ള അധ്വാനം വ്യത്യസ്ത ദൂരങ്ങൾ സഞ്ചരിച്ചാണ് എത്തുന്നത്. ഓരോന്നിന്റെയും മൂല്യത്തെ -വിലയെ - അത് സഞ്ചരിച്ച ദൂരം കൊണ്ട് ഗുണിക്കുകയാ ണെങ്കിൽ, ആകെ ഉപഭോഗം ചെയ്യുന്ന ഡോളർ (രൂപ) കിലോമീറ്റർ ലഭി ക്കുന്നു. അങ്ങനെ ആളോഹരി ഡോളർ (രൂപ) കിലോമീറ്റർ ഉപഭോഗം എന്ന രാശി ലഭിക്കുന്നു. അതിനെ ആ സമൂഹത്തിന്റെ ശരാശരി ഡോളർ (രൂപ) ഉപഭോഗം കൊണ്ട് ഹരിച്ചാൽ ചരക്കുദൂര ഉപഭോഗം (കിലോമീറ്റർ) കിട്ടുന്നു. കഴിഞ്ഞ പത്തുവർഷത്തെ ശരാശരി ചരക്കുദൂരംകൊണ്ട് ഇന്നത്തെ ചരക്കുദൂരത്തെ ഹരിച്ചാൽ കിട്ടുന്നത് ചരക്കുദൂരാങ്കം. ഇതും ഒന്നിൽ താഴെ ആക്കാൻ ശ്രമിക്കേണ്ടതാണ്. വർഷാവർഷം നാം ഏതു ദിശയിലാണ് നീങ്ങുന്നത് എന്നറിയാനാണ് ഈ സങ്കീർണ പദ്ധതി. ലളിത മായി പറഞ്ഞാൽ ഇത്രയേ ഉള്ളൂ. സുഖപൂർണമായ ജീവിതത്തിന് പൗര ന്മാർക്ക് സഞ്ചരിക്കേണ്ടിവരുന്ന നിർബന്ധിത ദൂരം കുറഞ്ഞുവരണം. അവർ ഉപഭോഗിക്കുന്ന സാധനങ്ങളുടെ കടത്തുദൂരവും കുറഞ്ഞുവരണം. അതായത് ഭൗതികജീവിതം കഴിയുന്നത്ര പ്രാദേശികവത്കരിക്കപ്പെടണം.

അമാനവീകരണ സൂചകാങ്കം : അഭ്യന്തര ക്രമസമാധാനത്തിന് കൂടുതൽ കൂടുതൽ പൊലീസും ജയിലും വേണ്ടിവരുന്ന അവസ്ഥ ഒട്ടും തന്നെ അഭിലഷണീയമല്ല. അതിനർഥം പൗരന്മാർ നിതാന്ത ഭയത്തിൽ

കഴിയുന്നു എന്നാണ്. അതുപോലെ സാമൂഹികോത്പാദനത്തിന്റെ നല്ലൊരു ശതമാനം അന്യരാജ്യങ്ങളുടെ ആക്രമണത്തെ ഭയന്നോ, അവരെ ആക്രമിക്കാനായോ ആയുധങ്ങൾ ഉണ്ടാക്കുന്നതിന് ചെലവാക്കേണ്ടിവരികയും ഒട്ടേറെ പൗരന്മാരുടെ ജീവിതം യുദ്ധഭൂമികളിൽ ഹോമിക്കേണ്ടിവരികയും ചെയ്യുന്നത് ഒട്ടുംതന്നെ അഭിലഷണീയമല്ല. ഇത് രണ്ടും കുറയുന്നത് സമൂഹത്തിന്റെ മാനവികതയെ കുറിക്കുന്നു. കൂടുന്നത് അമാനവീകരണത്തെയും (dehumanization). ഏറ്റവും പ്രധാനമായ രണ്ടു സാമൂഹികാവശ്യങ്ങളാണ് പൊതുവിദ്യാഭ്യാസവും ആരോഗ്യസേവനവും. അതിന് താരതമ്യേന കൂടുൽ വിഭവം നീക്കിവെക്കാൻ കഴിഞ്ഞാൽ അത് ജീവിത ഗുണതയെ വർധിപ്പിക്കുന്നതാണ്. പൊലീസ്, പട്ടാളം, ആയുധങ്ങൾ, ജയിൽ, വികസനേതര ഭരണച്ചെലവുകൾ മുതലായവയ്ക്കെല്ലാം കൂടി നീക്കിവെക്കേണ്ടിവരുന്ന തുകയെ ആരോഗ്യസേവനത്തിനും വിദ്യാഭ്യാസത്തിനും വേണ്ടി ഗവൺമെന്റ് ചെലവഴിക്കുന്ന തുക കൊണ്ട് ഹരിക്കുമ്പോൾ കിട്ടുന്ന സംഖ്യയെ അമാനവീകരണ സൂചകാങ്കം എന്നു വിളിക്കാം. ഇത് തുടർച്ചയായി കുറച്ചുകൊണ്ടുവരികയെന്നതാണ് ലക്ഷ്യം. പൂജ്യത്തോടടുക്കുന്ന മുറയ്ക്ക് കൂടുതൽ കൂടുതൽ ഉയർന്ന മാനവികത കൈവരിക്കുന്നതായി പറയാം. ലോകത്തെ ഏറ്റവും അമാനവീകൃത സമൂഹങ്ങളിൽ ഒന്നാണ് അമേരിക്കയിലേത്.

പങ്കാളിത്ത സൂചകാങ്കം : സമത്വത്തെയും നീതിയെയും പറ്റിപറയുമ്പോൾ നാം പരിഗണിക്കേണ്ട ഒരു കാര്യമുണ്ട്: സമൂഹത്തിലെ പണക്കാരുടെയും ശക്തരുടെയും ഔദാര്യമാണോ അത്, അതോ സമൂഹഘടനയിലൂടെ സ്വതഃസിദ്ധമാക്കേണ്ടതോ.? സമൂഹത്തിലെ ഗണ്യമായ ഒരു ശതമാനം പലതരത്തിലുള്ള സഹായപെൻഷനുകളെ ആശ്രയിച്ച് ജീവിക്കേണ്ടിവരുന്ന അവസ്ഥ - വരുമാനത്തിന്റെ കാരുണ്യാത്മകമായ പുനരവതരണത്തിലൂടെ അസമത്വത്തെ ലഘൂകരിക്കുക - ഉണ്ടായാൽ അതുപോരേ? പോര എന്നാണ് ഈ ചോദ്യത്തിനുത്തരം. ഉപജീവനം ഔദാര്യം ആകരുത് അവകാശമാകണം. അവകാശമാകണമെങ്കിൽ ഉപജീവനോപാധികൾ ഉത്പാദിപ്പിക്കുന്നതിൽ പങ്കാളികളാകണം. ഇത് ഒരു ഭൗതികാവശ്യം മാത്രമല്ല ഒരു ആത്മീയ ആവശ്യംകൂടിയാണ്. സ്ഥിരമായി മറ്റുള്ളവരുടെ ചെലവിൽ ജീവിക്കാൻ സാധാരണ മനുഷ്യരാരും ഇഷ്ടപ്പെടുന്നില്ല. മെയ്യനങ്ങാതെ പണമുണ്ടാക്കാനാണ് മനുഷ്യരുടെ ആഗ്രഹം എന്നത് ഒരു അതിശയോക്തിയാണ്. ഇന്ന് പണിയെടുക്കാതെ ജീവിക്കുന്ന ചില അതിസമ്പന്നന്മാരില്ലേ? ആരുടെയും ഔദാര്യം കൊണ്ടല്ലല്ലോ അവർ ജീവിക്കുന്നത് എന്ന് ചോദിച്ചേക്കാം. ഉത്പാദനോപാധികളുടെയും മൂലധനത്തിന്റെയും മേൽ സമൂഹം അവർക്ക് അംഗീകരിച്ചുകൊടുത്തിട്ടുള്ള ഉടമാവകാശം, നിയന്ത്രണാവകാശം, അതില്ലെങ്കിൽ അവർക്കിങ്ങനെ ജീവിക്കാൻ സാധിക്കില്ല. മറ്റുള്ളവരുടെ ചെലവിൽ ജിവിക്കാൻ ഏറെക്കാലം ഒരാളും ആഗ്രഹിക്കുന്നുമില്ല. അതുകൊണ്ടാണ് സാമ്പത്തികപ്രവർത്തനത്തിലുള്ള പങ്കാളിത്തം ഒരു ആത്മീയ ആവശ്യം കൂടിയാണെന്ന് പറയുന്നത്.

സാമ്പത്തിക-ഉത്പാദനപ്രവർത്തനങ്ങൾ നടത്തുന്നത് ഒറ്റയ്ക്കൊറ്റയ്ക്കല്ലല്ലോ, കൂട്ടായിട്ടാണല്ലോ. ഇതിന്റെ ആകെത്തുകയാണ് ഒരു തരത്തിൽ പറഞ്ഞാൽ സമൂഹവും സമൂഹക്കരാറും (Social Contract). ഇതിൽ ഒരോ വ്യക്തിക്കും പങ്കുണ്ട്. ഉത്പാദനപ്രവർത്തനത്തിൽ മാത്രമല്ല അതിനാവശ്യവുമായ കൂട്ടായ്മ രൂപപ്പെടുത്തുന്നതിലും ആ കൂട്ടായ്മ നിലനിർത്തുന്നതിലും ഒക്കെ. ഇവയ്ക്കെല്ലാംകൂടി സാധാരണ പറയാറുള്ള ഒരു പേരാണ് പൊതുപ്രവർത്തനം എന്നത്. അതിന്റെ ഒരു പ്രത്യേക മേഖലയാണ് രാഷ്ട്രീയ പ്രവർത്തനം. മിക്ക മനുഷ്യരും ചെറിയ തോതിലാണെങ്കിലും ഏതെങ്കിലും ചില പൊതുപ്രവർത്തനങ്ങൾ നടത്തുന്നുണ്ടാകാം. എന്നാൽ ചില ആളുകൾ 'ഫുൾടൈം' രാഷ്ട്രീയ പ്രവർത്തകരോ പൊതുപ്രവർത്തകരോ ആണ്. ഇത്തരത്തിലുള്ള വിഭജനം നല്ലതല്ല. എല്ലാ പൗരന്മാരും ചില സാമൂഹിക ഉത്തരവാദിത്വങ്ങൾ വഹിക്കുക തന്നെ വേണം. അല്ലാതെ ഒരുകൂട്ടം ആളുകൾ രാഷ്ട്രീയക്കാർ, മറ്റുള്ളവർ പൗരന്മാർ എന്ന വിഭജനം നല്ലതല്ല. പൗരന്മാരുടെ രാഷ്ട്രീയ-പൊതുപ്രവർത്തന പങ്കാളിത്തം കൂടുകതന്നെ വേണം. ഇതിനുള്ള ഏറ്റവും നല്ല വേദികളിൽ ഒന്നാണ് നമ്മുടെ ഗ്രാമസഭകൾ. രാഷ്ട്രീയപാർട്ടികൾ, വർഗസംഘടനകൾ, ബഹുജനസംഘടനകൾ, സാംസ്കാരിക സംഘടനകൾ, എന്നിവയ്ക്കെല്ലാം ചെലവാക്കുന്ന സമയവും ജനപങ്കാളിത്തത്തിൽ പെടുന്നു. ഒരു ശരാശരി പൗരൻ പൊതുപ്രവർത്തനങ്ങൾക്കായി ശരാശരി ഒരു ദിവസം ചെലവാക്കുന്ന സമയവും ഒരു ഫുൾടൈം സാമൂഹികപ്രവർത്തകൻ /രാഷ്ട്രീയപ്രവർത്തകൻ ചെലവാക്കുന്ന സമയവും തമ്മിലുള്ള അനുപാതത്തെ തത്കാലം സാമൂഹികപങ്കാളിത്തം എന്നുവിളിക്കാം. സമൂഹത്തിലെ ഏറ്റവും ദരിദ്രരായ 20% പേരുടെ ശരാശരി വരുമാനവും ഏറ്റവും സമ്പന്നരായ 20% പേരുടെ ശരാശരി വരുമാനവും തമ്മിലുള്ള അനുപാതത്തെ സാമ്പത്തികപങ്കാളിത്തം എന്നു വിളിക്കാം. രണ്ടും തുടർച്ചയായി കൂട്ടിക്കൊണ്ടുവരിക എന്നതാണ് ലക്ഷ്യം.

ഇത്രയും പറഞ്ഞതൊക്കെ അഭിലഷണീയങ്ങളായ ലക്ഷ്യങ്ങളാണ്. ഇവ സാക്ഷാത്കരിക്കണമെങ്കിൽ സമ്പദ്‌വ്യവസ്ഥയുടെ വിവിധ ഘടകങ്ങൾ - ആസൂത്രണം, തീരുമാനങ്ങളെടുക്കൽ, ഉത്പാദനം, വിതരണം, പുനരുത്പാദനം മുതലായ ഘടകങ്ങൾ - എങ്ങനെ രൂപപ്പെടുത്തണമെന്ന് ആലോചിക്കേണ്ടതുണ്ട്.

സാമ്പത്തികോത്പാദനം

നാം വിഭാവനം ചെയ്യുന്ന നവലോകത്തിലെ സമ്പദ് വ്യവസ്ഥയുടെ സാമാന്യ രൂപരേഖ താഴെപറയുന്ന ഘടകങ്ങളടങ്ങുന്ന ഒരു ചട്ടക്കൂടിനെ അടിസ്ഥാനമാക്കി പരിശോധിക്കാം. ഉടമാവകാശബന്ധങ്ങൾ, ഉത്പാദനാസൂത്രണം, തൊഴിൽവിഭജനം, ഉത്പന്നവിഭജനം, തീരുമാനങ്ങൾ എടുക്കൽ എന്നിവയാണ് ഈ ഘടകങ്ങൾ. മുതലാളിത്തത്തിൽ നിന്നും കേന്ദ്ര

ആസൂത്രിതമോ വിപണിബന്ധിതമോ ആയ സോഷ്യലിസത്തിൽനിന്നും പ്രകൃതിയിലേക്കുള്ള തിരിച്ചുപോക്കിൽ നിന്നും ഒക്കെ വ്യത്യസ്ത മാണ് ഈ പുതുലോക സമ്പദ്‌വ്യവസ്ഥ. ഏറ്റവും വ്യാപകമായ അർഥ ത്തിലുള്ള നീതി, സമത്വം, സ്വാധികാരം, വൈവിധ്യം, കൂട്ടായ്മ മുതലാ യവയിൽ അധിഷ്ഠിതമായിരിക്കും അത്. അതിന് ഒരു പ്രത്യേക പേരു നല്കണമെങ്കിൽ തന്നെ അതെന്തായിരിക്കുമെന്ന് ഇപ്പോൾ പറയുക വയ്യ. പങ്കാളിത്ത ജനാധിപത്യം എന്നോ പാരിസ്ഥിതിക സോഷ്യലിസം എന്നോ വേണമെങ്കിൽ തത്ക്കാലം വിളിക്കാം. മറ്റെന്തെങ്കിലും പേരു മാകാം. തത്ക്കാലം *നാലാം ലോകം* എന്നു വിളിക്കുന്നു. ആദ്യം വേണ്ടത് അതിന്റെ ലക്ഷ്യങ്ങളെയും സ്വഭാവത്തെയുംകുറിച്ച് കഴിയാ വുന്നത്ര വ്യക്തമായ ധാരണയിലെത്തുക എന്നതാണ്. ഇതത്ര എളുപ്പ മല്ല.

ഉടമാവകാശം : ഉത്പാദന ഉപാധികളുടെ പ്രകൃതിവിഭവങ്ങൾ, ഭൂമി, യന്ത്രങ്ങൾ മുതലായവയുടെ മേലുള്ള സ്വകാര്യഉടമാവകാശമാണ് മുത ലാളിത്തത്തിന്റെ കേന്ദ്രബിന്ദു. ഈ ഉടമാവകാശമാണല്ലോ ഉത്പന്ന ങ്ങളുടെ മേലും മുതലാളിക്ക് ഉടമാവകാശം നൽകുന്നത്. ചരക്കുകളുടെ സ്വതന്ത്രമായ കൈമാറ്റത്തിന്റെ വേദിയായ വിപണി ആണ് അതിലെ ആത്യന്തികമായ ക്രമീകരണ ശക്തി. ഒരുവശത്ത് അധ്വാനശക്തിയല്ലാതെ മറ്റൊന്നും വിപണിയിൽ എത്തിക്കാനില്ലാത്ത, അന്നന്ന് അധ്വാനശക്തി വില്ക്കാതെ ജീവൻ നിലനിർത്താൻ കഴിയാത്ത തൊഴിലാളികളും മറു വശത്ത് എത്രകാലത്തേക്കു വേണമെങ്കിലും പിടിച്ചുനിൽക്കാൻ കഴിയു ന്നത്ര അന്നശേഖരവും മറ്റു വിഭവശേഖരങ്ങളും ഉള്ളവരും പോലീസും പട്ടാളവും കോടതിയുമെല്ലാമടങ്ങുന്ന ഭരണകൂടത്തിന്റെ പിൻബലമുള്ള വരുമായ മുതലാളിമാരും തമ്മിലുള്ള സ്വതന്ത്രമത്സരം, മുഴുവൻ തൊഴി ലാളികളുടെയും ദരിദ്രവത്കരണത്തിലേക്കും വിരലിലെണ്ണാവുന്ന മുത ലാളിമാരുടെ ഗർഹണീയമായ രൂപത്തിലുള്ള അതിധനികവത്കരണത്തി ലേക്കുമാണ് നയിച്ചിട്ടുള്ളത്, നയിച്ചുകൊണ്ടിരിക്കുന്നത്. ഇന്നിത് പകൽ വെളിച്ചംപോലെ പ്രത്യക്ഷമായ വസ്തുതയാണ്. അതിനാൽ ഇന്നത്തെ സകലദുരിതങ്ങൾക്കും ആധാരമായ ഉത്പാദന ഉപജീവന ഉപാധി കളുടെമേലുള്ള സ്വകാര്യ ഉടമാവകാശം തീർത്തും ഇല്ലാത്തതായിരിക്കും ആത്യന്തികമായി നാം വിഭാവനം ചെയ്യുന്ന പുത്തൻ സമൂഹം. ഇടക്കാല സംക്രമണഘട്ടത്തിലെടുക്കുന്ന നയങ്ങളും നടപടികളും എല്ലാം തന്നെ അശാസ്ത്രീയവും അധാർമ്മികവുമായ ഈ ഉടമാവകാശത്തെ തുടർച്ച യായി ദുർബലപ്പെടുത്തുന്നതും നിരർഥകമാക്കുന്നതും ആയിരിക്കും.

മൈക്കേൽ ആൽബർട്ട് *പങ്കാളിത്ത സമ്പദ്‌വ്യവസ്ഥ : ഉത്തര മുത ലാളിത്ത ജീവിതം* എന്നൊരു പുസ്തകം എഴുതിയിട്ടുണ്ട്.

മൈക്കേൽ ആൽബർട്ടിന്റെ പ്രധാന നിർദ്ദേശങ്ങൾ താഴെ പറയുന്ന വയാണ് :

1. ഉത്പാദനോപാധികൾ ആരുടെയും സ്വത്തായിരിക്കില്ല. ഉത്പന്ന മൂല്യനിർണയത്തിൽ അവയ്ക്ക് ഒരു പങ്കുമില്ല.
2. മേൽ പറഞ്ഞതിൽ നിന്നുതന്നെ ക്ലാസ്സിക്കൽ വർഗവിഭജനത്തിന്റെ അടിത്തറ തകരുന്നു, ഇതിനർഥം തൊഴിൽ വിഭജനമോ വ്യത്യസ്ത തരം തൊഴിലുകളോ ഉണ്ടായിരിക്കില്ലെന്നല്ല.
3. തൊഴിൽ വിഭജനത്തിന് സവിശേഷമായ ഒരു പുതുമ നല്കപ്പെടുന്നു. കഠിനമായ ശാരീരികാധ്വാനം വേണ്ടതും വേണ്ടാത്തതും, ആവർത്തന പ്രകൃതങ്ങളും വിരസങ്ങളും അതോടൊപ്പം തന്നെ സർഗാത്മകങ്ങളും ആനന്ദദായകങ്ങളും, മേൽനോട്ടപരങ്ങളും ഉത്പാദനപരങ്ങളും ആയ എല്ലാത്തരം ജോലികളും എല്ലാവരും ചെയ്യുന്നു.
4. മേൽപറഞ്ഞതിന്റെ സാമാന്യ ചേരുവകൾ ഓരോ സംരംഭത്തിലെയും എല്ലാ പ്രവർത്തകരും കൂടിച്ചേർന്നുള്ള 'തൊഴിൽ സംഘം'(Workers council) നിശ്ചയിക്കുന്നു. എല്ലാവരും എല്ലാ തരം ജോലിയും ചെയ്യുന്നതിനാൽ, ഉത്പന്നങ്ങൾ ഏതാണ്ട് ഒരേ അനുപാതത്തിൽ വീതിക്കപ്പെടുന്നു.
5. തൊഴിൽ സംഘങ്ങളും ഉപഭോക്തൃ സംഘങ്ങളും ഒന്നിച്ചിരുന്ന് ഓരോ വർഷവും വേണ്ട ഉത്പാദനം നിശ്ചയിക്കുന്നു, തീരുമാനങ്ങൾ എടുക്കുന്നു. ഓരോ തീരുമാനവും എടുക്കുന്നതിൽ അത് തന്റെ ജീവിതത്തെ ബാധിക്കുന്നതിന്റെ തോതനുസരിച്ച് ഓരോ വ്യക്തിക്കും ആനുപാതികമായ അധികാരം ഉണ്ടായിരിക്കും.

യന്ത്രങ്ങൾ, വൈദ്യുതി, വെള്ളം, അസംസ്കൃത പദാർഥങ്ങൾ, കെട്ടിടങ്ങൾ, മുതലായവയൊക്കെ, ആത്യന്തികമായി മനുഷ്യാധ്വാനത്തിന്റെ ഉത്പന്നങ്ങളാണ്. ചിലവ പ്രഥമദൃഷ്ടിയിൽ അല്ലെന്നു തോന്നിയേക്കാം. ഉദാഹരണത്തിന് എണ്ണ, അയിരുകൾ, വെള്ളം, പക്ഷേ അവയും ഉത്പാദന സ്ഥലത്തെത്തിക്കുവാൻ അധ്വാനം വേണം. യന്ത്രമുണ്ടാക്കുന്ന ഉരുക്കും മറ്റു യന്ത്രങ്ങളും അവയുണ്ടാക്കുന്ന ഉരുക്കും അധ്വാനഫലമാണ്. ഇന്നത്തെ ഓരോ യന്ത്രത്തിലും അനേകം തലമുറകളിലായി അനേകം രാജ്യങ്ങളിൽ ജീവിച്ചിരുന്ന തൊഴിലാളികളുടെ അധ്വാനത്തിന്റെ അംശങ്ങൾ കാണും. എല്ലാംതന്നെ യഥാർഥത്തിൽ എല്ലാ മനുഷ്യരുടേയും ആണ്. ഒരാൾക്കും ഒറ്റയ്ക്കോ ചെറുസംഘമായോ അതിന്റെ ഉടമസ്ഥത അവകാശപ്പെടാനാവില്ല.

അധ്വാനത്തിന്റെ ഒരംശം തേയ്മാനങ്ങൾക്കായി - യന്ത്രങ്ങൾ പുതുക്കുന്നതിനായി - നീക്കിവെക്കണം. മാത്രമല്ല കൂടുതൽ യന്ത്രങ്ങൾ, പുതിയ യന്ത്രങ്ങൾ, അവയുണ്ടാക്കാൻ വേണ്ട ഗവേഷണാദിപ്രവർത്തനങ്ങൾ മുതലായവയ്ക്കും ഒരംശം നീക്കിവെക്കണം. അതുംപോരാ, ആരോഗ്യസേവനം, വിദ്യാഭ്യാസം, റോഡ്, റെയിൽ, വാർത്താവിനിമയം, മുതലായ സമൂഹത്തിലെ എല്ലാവർക്കും നല്കുന്ന ചില സേവനങ്ങളുണ്ട്. അതിനാവശ്യമായ വിഭവങ്ങളുടെ രൂപത്തിലും മൊത്തം സാമൂഹികോൽ

പാദനത്തിന്റെ ഒരംശം നീക്കിവെക്കേണ്ടതുണ്ട്. ഇവയൊന്നും ഒറ്റപ്പെട്ട വ്യക്തികൾക്ക് പോകുന്നതല്ല. മുഴുവൻ സമൂഹത്തിന്റെയും ആണ്. ശിഷ്ടം വരുന്ന അധ്വാനഫലം മുഴുവനും തൊഴിലാളികൾക്ക് അവകാശപ്പെട്ടതാണ്. സൂപ്പർവൈസർമാർക്കും മാനേജർമാർക്കും മാനേജിങ് ഡയറക്ടർമാർക്കും ഒക്കെ ഇതിൽനിന്നാണ് കൊടുക്കുന്നത്. ഓരോരുത്തർക്കും നല്കുന്ന അംശം എത്രയാകണമെന്നത് എല്ലാവരുംകൂടി കൂട്ടായചർച്ചയിലൂടെ ആയിരിക്കും നിശ്ചയിക്കുക. കമ്പനി ചെയർമാനോ പ്രസിഡണ്ടോ ആയിരിക്കില്ല. ഇന്നത്തെതോതിലുള്ള ഭീമമായ അന്തരം ഉണ്ടായിരിക്കില്ല എന്നുറപ്പാണ്.

ഒരേ ഫാക്ടറിയിലെ വിവിധതരം ജീവനക്കാർക്കിടയിൽ ഉത്പന്നം പങ്കുവെക്കുക, അതേ ഉത്പന്നങ്ങൾ ഉണ്ടാക്കുന്ന മറ്റു ഫാക്ടറികളിലെ ജീവനക്കാരുടെ പങ്കുമായി താരതമ്യപ്പെടുത്തുക, വിവിധതരം ഉത്പന്നങ്ങൾ ഉണ്ടാക്കുന്ന തൊഴിലാളികളുടെ അധ്വാനഭാരം താരതമ്യപ്പെടുത്തുക മുതലായവയൊക്കെ സങ്കീർണ പ്രക്രിയകളാണ്. ചരിത്രപരമായി വളർന്നുവന്ന വീതംവെക്കൽ ഫോർമുലകൾ അത്യന്തം വികലവും ഏകപക്ഷീയവും അസമാനവും ആണ്. കാർഷികമേഖല മൊത്തത്തിൽ തന്നെ ഇടിച്ചുതാഴ്ത്തപ്പെടുന്നു. മാനേജർമാർക്ക് പ്രൊഫഷണലുകളുടേതിനേക്കാൾ വലിയപങ്ക് നല്കപ്പെടുന്നു. ഇതിലെല്ലാം മാറ്റംവരുത്തുക എളുപ്പമല്ല. പക്ഷേ വരുത്തിയേ ഒക്കൂ. ആവർത്തിച്ചാവർത്തിച്ചു പോകുന്ന നീണ്ടുനീണ്ട ചർച്ചകൾ ആവശ്യമായിവരും. പലപ്പോഴും അല്പസ്വല്പം വേദനകളുളവാക്കുന്ന സാമൂഹികസമ്മർദങ്ങളും വേണ്ടിവരും. എല്ലാ രാജ്യങ്ങൾക്കും ഒരു രാജ്യത്തെ എല്ലാ പ്രദേശങ്ങൾക്കും ഒരു പ്രദേശത്തെ എല്ലാ ഉല്പാദനമേഖലകൾക്കും എല്ലാ ഉത്പാദനശാലകൾക്കും ബാധകമായ നിയമങ്ങൾ എന്ന സങ്കല്പം ത്യജിക്കേണ്ടതുണ്ട്. ചില പൊതുതത്വങ്ങൾ മാത്രമെ ആവിഷ്കരിക്കാനാകൂ. മണ്ണിന്റെയൊ മറ്റു ഉത്പാദനോപാധികളുടെയോ മേൽ ഒരാൾക്കും ഉടമാവകാശം ഉണ്ടായിരിക്കുന്നതല്ല. വ്യത്യസ്ത അധ്വാനങ്ങൾക്ക് ഇന്നത്തെ രീതിയിലുള്ള വരുമാനാന്തരങ്ങൾ ന്യായീകരിക്കുകയില്ല. പങ്കുവെയ്പിൽ പരസ്പരചർച്ചകൾക്കുള്ള പ്രാധാന്യം ചെറുതല്ല. പക്ഷേ ഇത്തരം ചർച്ചകൾക്ക് ചില പരിമിതികൾ ഉണ്ട്. ചെറുചെറു സമൂഹങ്ങളിലേ ഇത് നടക്കൂ. പതിനായിരക്കണക്കിനും ലക്ഷക്കണക്കിനും കോടിക്കണക്കിനും ജനങ്ങളുടെ ഇടയിൽ നേരിട്ടുള്ള ചർച്ചകൾ സാധ്യമല്ല. ഒരു ഫാക്ടറിയിൽ ഇരുപതിനായിരമോ മുപ്പതിനായിരമോ ജീവനക്കാർ, അവർ ഉണ്ടാക്കുന്ന ചരക്കുകൾ വാങ്ങുന്നവർ ലക്ഷക്കണക്കിന്, വില്ക്കുന്നവർ ആയിരകണക്കിന് – ഇത്തരം ഒരവസ്ഥയിൽ നിലവിലുള്ള അനുപാതങ്ങളും ഷെയറുകളും മാറ്റിമറിക്കാനോ, അതിന് പുതിയ മാനദണ്ഡങ്ങൾ അംഗീകരിക്കാനോ കഴിയുന്നതല്ല. ചെറുകിട ഉത്പാദനവും തദ്ദേശീയ വിപണനവും നടക്കുന്ന സന്ദർഭങ്ങളിൽ ഇത് കൂടുതൽ എളുപ്പമാണ്. അതിനാൽ തുടക്കം അത്തരം സന്ദർഭങ്ങൾ വച്ചുകൊണ്ടായിരിക്കും. ക്രമത്തിൽ ക്രമത്തിൽ തദ്ദേശീയ

മായി ഉത്പാദിപ്പിക്കാവുന്ന ചരക്കുകളുടെ വ്യാപ്തി വർധിപ്പിക്കാം. അങ്ങനെ സമൂഹത്തിന്റെ സാമ്പത്തിക ജീവിതത്തിൽ തദ്ദേശീയമായ തീരുമാനങ്ങൾ എടുക്കാനുള്ള സന്ദർഭങ്ങൾ കൂട്ടിക്കൂട്ടി കൊണ്ടുവരും.

ഇവിടെ ഒന്നുരണ്ടു കാര്യങ്ങൾ പ്രത്യേകം എടുത്തുപറയേണ്ടതുണ്ട്. മണ്ണ്, വെള്ളം, കാലാവസ്ഥ മുതലായവയാണ് തേയ്മാനമില്ലാതെ ഉപയോഗിക്കാൻ പറ്റുന്ന മൂലധനം അല്ലെങ്കിൽ ഉത്പാദനോപാധി. ശ്രദ്ധിച്ചില്ലെങ്കിൽ ഇവയ്ക്കും തേയ്മാനം സംഭവിക്കും എന്ന് അനുഭവം ബോധ്യപ്പെടുത്തുന്നു. മണ്ണ് മരിക്കുന്നു. വെള്ളം വറ്റുന്നു. കാലാവസ്ഥ തകിടം മറിയുന്നു. ഈ ദോഷങ്ങൾ മറികടക്കുന്ന രീതിയിലായിരിക്കണം ഭാവിയിലെ, അക്ഷരാർഥത്തിൽ നാളെമുതൽക്കുതന്നെ അവയുടെ ഉപയോഗം. ഇന്ന് അവ അമിതചൂഷണം ചെയ്യപ്പെടുന്നതിനുള്ള ഒരു കാരണം അവയ്ക്കും അവയിൽ പണിയെടുക്കുന്നവർക്കും സമൂഹം വില കാണുന്നില്ല എന്നതാണ്. ഒരു ദിവസത്തെ കാർഷികാധ്വാനത്തിന് ഒരു ദിവസത്തെ ഫാക്ടറി അധ്വാനത്തിന്റെയോ ഒരു മണിക്കൂർ ഓഫീസ് അധ്വാനത്തിന്റെയോ വില നാം കാണുന്നില്ല. കാർഷികോത്പന്നങ്ങളുടെ വില അന്യായമാം വിധം കുറവാണ്. വ്യവസായവിപ്ലവത്തിന്റെ ഉപോല്പന്നമായി ദീർഘകാല ചരിത്രത്തിലൂടെ ഘനീഭവിച്ചിരിക്കുന്ന ഒരു അനീതിയാണിത്. ഇതിന് പരിഹാരം കാണുക എന്നത് ആസന്നഭാവിയിലെ തന്നെ കടമയാണ്. ദ്വിതീയമേഖലയ്ക്കും തൃതീയമേഖലയ്ക്കും ആപേക്ഷികമായി പ്രാഥമികമേഖലയ്ക്കുള്ള മൂല്യം പടിപടിയായി വർദ്ധിപ്പിച്ചു കൊണ്ടുവരുന്നതാണ്.

പ്രാഥമിക മേഖല

മാനവജാതിയുടെ നിലനില്പിന് ആഹാരവും വസ്ത്രാദികളും ഇല്ലാതെ പറ്റില്ല. അവയുടെ ഉത്പാദനം ഇന്ന് ഭീഷണി നേരിട്ടുകൊണ്ടിരിക്കുകയാണ്. ഇവയുടെ ഉത്പാദനത്തിനായിരിക്കും ആസന്നഭാവിയിൽ ഊന്നൽ നല്കുക. ലാഭമായിരിക്കില്ല ജീവിതമായിരിക്കും ലക്ഷ്യം. കൃഷിഭൂമി തരിശിടാൻ കൂട്ടാക്കാത്ത ചെറുചെറു സമൂഹങ്ങളെ വളർത്തിക്കൊണ്ടുവരും. ഭക്ഷ്യധാന്യങ്ങളുടെ ട്രാൻസ്പോർട്ടേഷൻ തുടർച്ചയായി കുറച്ചുകൊണ്ടുവരാൻ ബോധപൂർവ്വം യത്നിക്കും. തദ്ദേശീയ ഭക്ഷ്യസ്വയം പര്യപ്തത പടിപ്പടിയായി ഉയർത്തിക്കൊണ്ടിരിക്കും. കൃഷിയെ മൊത്തത്തിൽ താഴെപറയുന്ന തരത്തിലുള്ള വിളകളായി വർഗീകരിക്കാം.

(1) ഭക്ഷ്യവിളകൾ : ധാന്യങ്ങൾ, എണ്ണക്കുരുക്കൾ, പച്ചക്കറികൾ, പഴങ്ങൾ, കിഴങ്ങുകൾ.

(2) നാരു വിളകൾ : പരുത്തി, ചണം, സിൽക്ക്, ഹെമ്പ് മുതലായവ.

(3) പാനീയ വിളകൾ : തേയില, കാപ്പി, കൊക്കോ...

(4) മസാല വിളകൾ : കുരുമുളക്, ഏലം, ഇഞ്ചി, മഞ്ഞൾ, വാനില, ഗ്രാമ്പൂ.....

(5) ലഹരി വിളകൾ : കഞ്ചാവ്, കറുപ്പ്, മാരിജുവാന....

ഒന്നും രണ്ടും ഇനത്തിൽപെട്ടവയ്ക്ക് മുൻഗണനന നൽകും. അഞ്ചാമത്തെ ഇനത്തിൽപെട്ടവയ്ക്ക് സാമൂഹിക നിരോധനം ശക്തിപ്പെടുത്തും. മണ്ണിന്റെ ആരോഗ്യം നിലനിർത്തണമെങ്കിൽ അതിൽ നിന്നെടുക്കുന്ന പോഷകങ്ങൾ അപ്പപ്പോൾ തിരിച്ചു നൽകണം. അതുകൊണ്ടാണ് കൃഷിയും വ്യവസായവും - ഗ്രാമവും നഗരവും - ഇടകലർന്ന് വ്യാപകമായ തോതിൽ വിതരിതമായിരിക്കണം എന്ന് മാർക്സ് പറഞ്ഞത്. തദ്ദേശീയ ഉത്പാദനവും ഉപഭോഗവും എന്ന സമീപനം ഇതിനെ സഹായിക്കുന്നു. നൂറ്റാണ്ടുകളുടെ ദുരുപയോഗത്തിൽ നിന്ന് വന്നു ചേർന്നിട്ടുള്ള പോരായ്മകൾ നികത്തുന്നതിന് ഇന്നുമുതൽക്ക് തന്നെ (നാളെയാവുകിൽ ഏറെ വൈകിടും, ഇത് മാത്രമല്ല പലതും) എല്ലാതരത്തിലുംപെട്ട ജൈവാവശിഷ്ടങ്ങൾ (മുനിസിപ്പൽ വേസ്റ്റ്, കാർഷികാവശിഷ്ടങ്ങൾ, മനുഷ്യനടക്കമുള്ള സകല ജീവികളുടെയും വിസർജ്യങ്ങൾ മുതലായവ എല്ലാം തന്നെ) സുരക്ഷിതമായ രീതിയിൽ മണ്ണിലേക്ക് തിരിച്ചു നല്കപ്പെടും. അതിവിപുലവും വൈവിധ്യമാർന്നതുമായ ഒരു ബയോഫെർട്ടിലൈസർ (ജൈവവള) പ്രസ്ഥാനംകൊണ്ട് ഇന്നത്തെ പെട്രോ ഫെർട്ടിലൈസർ (രാസവളം) ആശ്രിതത്വം അവസാനിപ്പിക്കും. ആസന്നഭാവിയിൽതന്നെ ചെയ്യാവുന്ന ഒന്നാണിത്.

സാഹചര്യങ്ങളും പ്രത്യേകതകളും കണക്കിലെടുത്ത് കൊണ്ട് പൂർണമായ ജലനിയന്ത്രണം നടപ്പാക്കും. വേണ്ടസമയത്ത്, വേണ്ട സ്ഥലത്ത്, വേണ്ടത്ര വെള്ളം. നീർവാർച്ചക്കും, ജലസേചനത്തിനും തുല്യ പ്രാധാന്യം നല്കും. പരിസ്ഥിതിവിനാശകരമായ വൻ അണക്കെട്ടുകൾ കഴിവതും ഒഴിവാക്കും. ചെറിയ ചെറിയ അണക്കെട്ടുകൾ ഉപയോഗിച്ച് നദിയുടെ അടിത്തട്ടിനെ തന്നെ സംഭരണികളാക്കും. വ്യാപകമായ വനവൽക്കരണത്തിലൂടെയും മണ്ണ് സംരക്ഷണ പരിപാടികളിലൂടെയും ഭൂഗർഭ ജലസംഭരണം ഗണ്യമായി വർധിപ്പിക്കും. ഇങ്ങനെ കൃഷിക്ക് സുസ്ഥിരമായ ഒരു അടിത്തറ നല്കികൊണ്ടല്ലാതെ ബാക്കികാര്യങ്ങൾ ആലോചിക്കുന്നതിൽ അർഥമില്ല.

ആഹാരമെന്നാൽ, പക്ഷേ കാർഷികോത്പന്നങ്ങൾ മാത്രമല്ല, ജന്തുജന്യ ഉത്പന്നങ്ങളുമുണ്ട്. പാൽ, മുട്ട, മാംസം, മത്സ്യം, മുതലായവകൂടി. ഭക്ഷ്യസുരക്ഷിതത്വം എന്നാൽ ഇവകൂടി ആവശ്യമുള്ള തോതിൽ എല്ലാവർക്കും ലഭ്യമാകണം. രണ്ടുതരം ആഹാരങ്ങളും - സസ്യജന്യവും ജന്തുജന്യവും -തമ്മിൽ ഒരു സന്തുലനം ആവശ്യമാണ്. പാശ്ചാത്യനാടുകളിൽ, യൂറോപ്പിലും അമേരിക്കയിലും, രണ്ടാമത്തെ തരത്തിൽപെട്ടത്, പ്രത്യേകിച്ചും മാംസം ആവശ്യത്തിൽ വളരെകൂടുതൽ കഴിക്കുന്നുണ്ട്. അതിനായി മനുഷ്യർക്ക് നേരിട്ട് ഭക്ഷിക്കാൻ ഉതകുന്ന ധാന്യങ്ങളും മറ്റും കാലിത്തീറ്റയായി രൂപാന്തരപ്പെടുത്തുന്നു. ഇത് ശരിയല്ല. മനുഷ്യഭക്ഷ്യയോഗ്യമല്ലാത്ത സാധനങ്ങൾ സംസ്കരിച്ച് ആട്, പശു, പന്നി മുതലായ

വയ്ക്ക് ഭക്ഷണമായി മാറ്റാവുന്നതാണ്. അങ്ങനെ മാലിന്യത്തെ സമ്പത്താക്കി മാറ്റാവുന്നതാണ്. മത്സ്യമാംസാദികളും ക്ഷീരോൽപന്നങ്ങളും വമ്പിച്ചതോതിൽ കയറ്റുമതിയും ഇറക്കുമതിയും ചെയ്യുന്നുണ്ട്. പ്രാദേശിക ഉത്പാദനവും ഉപഭോഗവും വഴി ഇതിന്റെ അളവ് ഗണ്യമായി കുറയ്ക്കാവുന്നതാണ്. അങ്ങനെ സസ്യേതര ഭക്ഷ്യമേഖലയുടെ വികസന തന്ത്രം താഴെ പറയുന്ന തത്വങ്ങളെ അടിസ്ഥാനമാക്കിയായിരിക്കും.

(1) സസ്യേതര ആഹാരം ശരീരശാസ്ത്രപരമായി എത്ര വേണമോ അത്രയായി കുറയ്ക്കണം. വികസിത രാജ്യങ്ങളിൽ ഇത് ആവശ്യത്തിൽ വളരെ കൂടുതലാണ്. ആരോഗ്യത്തിന് ഹാനിചെയ്യുന്നത്ര കൂടുതലാണ്. വികസ്വരരാജ്യങ്ങളിൽ കുറവായിരിക്കാം. എല്ലാവരുടേയും അല്ല. സമൂഹഭേദമനുസരിച്ച് ഇതിൽ വ്യത്യാസമുണ്ട്. വികസിത രാജ്യങ്ങളിലെ അനാരോഗ്യകരമായ ഉപഭോഗനിലവാരത്തിൽ എത്തുക എന്നതായിരിക്കില്ല ലക്ഷ്യം.

(2) മനുഷ്യ ഭക്ഷ്യയോഗ്യമായ ഒന്നുംതന്നെ മൃഗഭക്ഷണമാക്കി അതിനെ സസ്യേതര ആഹാരമാക്കുന്നതല്ല. പ്രത്യേകിച്ച് ധാന്യങ്ങൾ. കാർഷികാവശിഷ്ടങ്ങൾ, പിണ്ണാക്കുകൾ, ഭക്ഷ്യാവശിഷ്ടങ്ങൾ മുതലായവയെ മൃഗഭക്ഷണമാക്കി മാറ്റുക, അവയിലൂടെ മാലിന്യത്തെ സമ്പത്താക്കി മാറ്റുക എന്നതായിരിക്കും ലക്ഷ്യം.

(3) സസ്യേതര ഭക്ഷ്യങ്ങളുടെയും കയറ്റുമതികൾ/ഇറക്കുമതികൾ പരമാവധി കുറച്ച് തദ്ദേശീയമായി ഉത്പാദനവും ഉപഭോഗവും സമരസപ്പെടുത്തുക എന്നതായിരിക്കും നയം.

ദ്വിതീയ മേഖല

പ്രാഥമികം, ദ്വിതീയം, തൃതീയം, (കൃഷി, വ്യവസായം, സേവനം) എന്നിങ്ങനെ മൂന്നു മേഖലകളായി തിരിക്കുന്നത് ഒരു സാമ്പ്രദായിക രീതിയാണ്. ഇതിനെ കുറച്ച് വ്യത്യസ്തമായ ഒരു ചട്ടക്കൂടിൽകൂടെ നോക്കി കാണാവുന്നതാണ്. ആദ്യത്തെ രണ്ടെണ്ണവും മനഷ്യനും പ്രകൃതിയും തമ്മിലുള്ള ബന്ധത്തിന്റെ മേഖലയാണ്. മൂന്നാമത്തേതാകട്ടെ മനുഷ്യനും മനുഷ്യനും തമ്മിലുള്ള ബന്ധത്തിന്റേതാണ്. എല്ലാ മാറ്റങ്ങളിലും രൂപാന്തരങ്ങളിലും ഊർജത്തിന്റെ ചലനം അടങ്ങിയിട്ടുണ്ട്. പ്രാഥമികമേഖലയിലെ ഊർജം അടിസ്ഥാനപരമായും സൗരോർജമാണ്. സൗരവികിരണത്തെ പ്രഭാസങ്കലനം വഴി സസ്യാംശങ്ങളാക്കി മാറ്റുന്ന പ്രക്രിയ ആണ് അടിസ്ഥാനം. കരയിലെ സസ്യങ്ങളും കടലിലെ പ്ലവകങ്ങളും ഇതുതന്നെയാണ് ചെയ്യുന്നത്. സകലമാനജീവികളും ആത്യന്തികമായി സസ്യങ്ങളിൽ നിന്നാണ് ഭക്ഷണം കണ്ടെത്തുന്നത്. മണലാരണ്യത്തിൽ സിംഹത്തിനു ജീവിക്കാൻ പറ്റില്ല. മാനിനും ആടിനും പോത്തിനും ഒക്കെ തിന്നാൻ പുല്ലുകിട്ടുന്നയിടങ്ങളിൽ അവയെ തിന്ന് ജീവിക്കുന്ന ജന്തുക്കളുമുണ്ടാകും. കൃഷി, മത്സ്യബന്ധനം, മൃഗപരിപാലനം, എന്നിവയാണല്ലോ

മുഖ്യപ്രാഥമിക മേഖലാപ്രവർത്തനങ്ങൾ. ധാതുഖനനത്തെ അതിൽ ഉൾപ്പെടുത്തുന്നത് ശരിയല്ല. ധാതുക്കൾ, കൽക്കരി, എണ്ണ, മുതലായവയുടെ ഖനനം ദ്വിതീയമേഖലയിൽ പെടുന്നു. ഇതിൽ പ്രഭാസങ്കലനം ഒരു കക്ഷിയല്ല. എണ്ണയും കൽക്കരിയും പണ്ടത്തെ പ്രഭാസങ്കലനം കൊണ്ടുണ്ടായതാണെങ്കിലും ഇന്നവ മൃതങ്ങളാണ്. ഇത്തരം മൃതഊർജ സ്രോതസ്സിനെ ആസ്പദമാക്കിയാണ് വ്യവസായം നടക്കുന്നത്. രണ്ടിലും മനഷ്യന്റെ അധ്വാനം ഉണ്ട്. സൗകര്യത്തിനുവേണ്ടി അതിനെ ഒരു പ്രത്യേക കാറ്റഗറി ആയി കണക്കാക്കാം. സൗരോർജം വിതരിതമാണ്. ഫോസ്സിൽ ഊർജം കേന്ദ്രീകരിക്കാവുന്നതാണ്. വ്യവസായത്തിൽ ഊർജത്തിന്റെ ഉപഭോഗം കേന്ദ്രീകൃതമാണ്. ഈ ഊർജത്തിനു വേണ്ടിവരുന്ന ഖനനം, വൈദ്യുതി നിലയങ്ങൾ, കടത്തുവാഹനങ്ങൾ മുതലായവയൊക്കെ വ്യവസായത്തിന്റെ ഭാഗമാണ്. ഇത് രണ്ടിൽ നിന്നും വ്യത്യസ്തമാണ് തൃതീയമേഖല. ആരോഗ്യം, വിദ്യാഭ്യാസം, വിനോദം, മുതലായവയിലൊക്കെ മനുഷ്യരും മനുഷ്യരും തമ്മിലാണ് ബന്ധപ്പെടുന്നത്. ഇതിന് സഹായകമായ ചില ഉപകരണങ്ങൾക്കും സംവിധാനങ്ങൾക്കും ഊർജം ആവശ്യമുണ്ടാകാം. എന്നാൽ അടിസ്ഥാനപരമായി അവയ്ക്ക് മനുഷ്യബാഹ്യമായ ഊർജസ്രോതസ്സുകൾ ആവശ്യമില്ല.

ഒരു സമൂഹത്തിന്റെ വികാസത്തിന്റെ അളവുകോലായി, ആളോഹരി വരുമാനം, ആളോഹരി ഊർജ ഉപഭോഗം എന്നിവയൊക്കെ ഉപയോഗിക്കാറുണ്ടായിരുന്നു. മറ്റൊരു അളവുകോലാണ് അധ്വാനത്തിന്റെ ചേരുവ. കാർഷികമേഖലയിൽ നിന്ന് വ്യവസായമേഖലയിലേക്കും അവിടെനിന്ന് സേവനമേഖലയിലേക്കുമുള്ള അധ്വാനത്തിന്റെ നീക്കത്തെ പുരോഗതിയായികാണുന്നു. ഈ അടിസ്ഥാനത്തിൽകൂടിയുമാണ് അമേരിക്കയെ ഏറ്റവും പുരോഗമിച്ച രാജ്യമായി കാണുന്നത്. അവിടെ 70% പേരും തൃതീയമേഖലയിൽ ആണ് പണിയെടുക്കുന്നത്. പ്രാഥമിക മേഖലയിൽ 3 – 4% മേ വരൂ. ഇത് സാധ്യമാക്കാൻ ചില സവിശേഷ സാഹചര്യങ്ങൾ ആവശ്യമാണ്.

(1) സുഭിക്ഷമായ ഊർജസ്രോതസ്സും ഉപയോഗവും
(2) പ്രകൃതി വിഭവങ്ങളുടെമേൽ കേന്ദ്രീകൃതമായ നിയന്ത്രണവും അവയുടെ വർധമാനമായ ഉപഭോഗവും

ഇത് രണ്ടും സ്ഥായിയായി നിലനിർത്താവുന്നതല്ല. മാത്രമല്ല, ലോകത്തെ എല്ലാ രാജ്യങ്ങൾക്കും നേടാവുന്നതുമല്ല. വിഭവങ്ങളുടെ തീവ്രമായ ഉപഭോഗം സാധ്യമാക്കുന്ന പ്രഥമ ദ്വിതീയ മേഖലകളിലെ വൻകിട ഉത്പാദനമാണ് ഇത്രയും വലിയ ഒരു തൃതീയ മേഖലയെ നിലനിർത്താൻ അമേരിക്കയെ സഹായിക്കുന്നത്. ദ്വിതീയമേഖലയുടെ തുടർച്ചയായ വികാസവും ഇതിനാവശ്യമാണ്. അതിലെ ഉത്പന്നങ്ങളുടെ വൈവിധ്യവും എണ്ണവും തല കറക്കുന്നതാണ്. വെളിച്ചംകിട്ടുക, യാത്ര

ചെയ്യുക, ദേഹം വൃത്തിയാക്കുക, വിശപ്പുമാറ്റുക, ദാഹം തീർക്കുക, ചൂട് നിയന്ത്രിക്കുക - മനുഷ്യജീവിതത്തിൽ ഇതൊക്കെ ആവശ്യമാണ്. എന്നാൽ ഈ ഓരോ അന്തിമ ഉപയോഗ(end use)ത്തിനും വേണ്ടി ഇന്ന് ഉത്പാദിപ്പിക്കപ്പെടുന്ന വ്യത്യസ്തചരക്കുകളുടെ എണ്ണം ഊഹിക്കാനാകാത്തത്ര വലുതാണ്. കാറ്റും വെളിച്ചവും കയറാത്ത മുറികളുണ്ടാക്കി അതിൽ എ.സി. ഫിറ്റ് ചെയ്ത് രാത്രിയും പകലും ലൈറ്റിട്ടിരിക്കുന്നത്, എല്ലാ വർഷവും പുതിയ മോഡൽ കാറുകളും ഫ്രിഡ്ജുകളും മറ്റും വാങ്ങുന്നത്, ആയിരക്കണക്കിന് വ്യത്യസ്ത സോപ്പുകളോ കാറുകളോ ഉണ്ടാക്കുന്നത്, ഓരോന്നും മറ്റുള്ളവയെക്കാൾ മെച്ചപ്പെട്ടതാണെന്ന് ഉപഭോക്താക്കളെ ബോധ്യപ്പെടുത്താൻ പെടുന്ന പാട്.... നാം നേരത്തെ ചർച്ച ചെയ്ത ഉയർന്ന ഭൗതിക ജീവിതഗുണതയും ഉയർന്ന ആത്മീയ ജീവിതമേന്മയും കൈവരിക്കുന്നതിന് ഇന്ന് ലോകത്തുണ്ടാക്കുന്ന ദ്വിതീയ മേഖലയിലെ ഉത്പന്നങ്ങളുടെ ചെറിയ ഒരംശംപോലും വേണ്ടിവരില്ല. മുതലാളിത്ത സമ്പദ്‌വ്യവസ്ഥയിൽ ഏറ്റവുമധികം ഉത്പാദിപ്പിക്കപ്പെടുന്നത് ചരക്കുകളല്ല, ചരക്കുകൾക്കുള്ള ആഗ്രഹങ്ങളാണ്. ഈ കപടാവശ്യങ്ങൾ ഇല്ലെങ്കിൽ മുതലാളിത്തത്തിന് നിലനിൽക്കാനാകില്ല. നാം വിഭാവനം ചെയ്യുന്ന നവലോകത്തിൽ ഭൗതിക - ആത്മീയ ജീവിതഗുണതകൾ വർധിപ്പിക്കാൻ ആവശ്യമായ വ്യാവസായികോല്പാദനമേ നടക്കൂ. പുരോഗതിയെന്നു പറഞ്ഞാൽ ജീവിതഗുണതയുടെ വർധനവാണ്, ഉപഭോഗത്തിന്റെ വർധനവല്ല. ഇതിനാവശ്യമായ ഉത്പാദനവും ഉത്പന്നച്ചേരുവയും കാലദേശങ്ങൾക്കനുസരിച്ച് വ്യത്യാസപ്പെട്ടിരിക്കും. അതിനാൽ പുരോഗതിയുടെ ലക്ഷണം മാത്രമെ നിർദേശിക്കാൻ കഴിയൂ. അന്യവത്കൃതമായ അധ്വാനത്തിൽ നിന്നുള്ള വർധമാനമായ മോചനം, വിനോദ-വിശ്രമാദികൾക്കു ലഭ്യമായ സമയത്തിന്റെ തുടർച്ചയായ വർധനവ്, അതോടൊപ്പം ഭൗതികജീവിതഗുണതയുടെയും ആത്മീയ ജീവിതഗുണതയുടെയും തുടർച്ചയായ വർധനവ് -ഇതാണ് പുരോഗതിയായി കണക്കാക്കുന്നത്.

യുദ്ധം ആവശ്യമില്ലാതായാൽ, മത്സരിച്ച് സാധനങ്ങൾ വിപണനം ചെയ്യേണ്ട ആവശ്യമില്ലാതായാൽ, താമസം, തൊഴിൽ, എന്നിവ കൂടുതൽ വിവേകപൂർവമായി ആസൂത്രണം ചെയ്താൽ, ഒരു ശരാശരി അമേരിക്കക്കാരന് ഇന്നത്തേതിന്റെ നാലിലൊന്നു വരുമാനംകൊണ്ട് (ആളോഹരി വരുമാനം 6000–8000 ഡോളർ) ഇന്നത്തെ ആയുർദൈർഘ്യം, ആരോഗ്യം, വിദ്യാഭ്യാസം എല്ലാം നിലനിർത്താനും മെച്ചപ്പെടുത്താനും കഴിയും. ജയിലുകളുടെ ആവശ്യം ഇന്നത്തേതിന്റെ പത്തിലൊന്നോ അതിൽകുറവോ ആയി താഴും. ഇതിനായി ആഴ്ചയിൽ 12/15 മണിക്കൂർ അധ്വാനിച്ചാൽ മതിയാകും. ബാക്കിസമയം ജീവിതം ആസ്വദിക്കാൻ കിട്ടും. ഇത്തരത്തിലുള്ള ഒരു മാറ്റത്തെ, ആളോഹരിവരുമാനം കുറഞ്ഞാലും, പുരോഗതി എന്നു വിളിക്കാവുന്നതാണ്.

ഉത്പാദനത്തിലും ഉത്പന്നചേരുവയിലും മാത്രമല്ല വ്യത്യാസമുണ്ടാകുന്നത്. ഉത്പാദനരീതിയിലും മാറ്റം വരും. വലുത്, കൂടുതൽ വലുത്, എന്ന കാഴ്ചപ്പാട് മാറും. ചെറുത് കാര്യക്ഷമമാക്കാൻ കഴിയുന്ന സാങ്കേതികവിദ്യ വളർത്തിയെടുത്തിയിരിക്കും. മുഖ്യ ഊർജസ്രോതസ്സ് സൂര്യനായി മാറിയിരിക്കും. വൻനഗരങ്ങൾ അപ്രത്യക്ഷമാകും. കൃഷിയും വ്യവസായവും കൂടുതൽ കൂടുതൽ ഇടകലർന്നിരിക്കും. ചെറുചെറു പട്ടണങ്ങളിലായിരിക്കും ആളുകൾ ജീവിക്കുക. രണ്ടോ മൂന്നോ ലക്ഷത്തിലധികം ജനസംഖ്യയുള്ള പട്ടണങ്ങൾ അനാകർഷകമായിത്തീരും. സോളാർസെൽ - ഫ്യൂവൽസെൽ സംവിധാനമായിരിക്കും എല്ലാ വൈദ്യുതിയുടേയും ഉറവിടം. തദ്ദേശീയ സമ്പദ്‌വ്യവസ്ഥ കൂടുതൽ കൂടുതൽ ശക്തവും സ്വയം പര്യാപ്തവുമായിത്തീരും.

സേവനമേഖല

(1) യഥാർഥ സേവനവും കപടസേവനവും വേർതിരിക്കും. ചൂതാട്ടക്കളങ്ങൾ ഇന്ന് സേവനമാണ്. ലാസ്‌വേഗാസ്, അത്‌ലാന്റാ സിറ്റി, മോണ്ടെ കാർലോ.... മുതലായ നഗരങ്ങളുടെ പ്രധാനവരുമാനം ചൂതാട്ടമാണ്. ഇതിൽ ഒരു സേവനവുമില്ല.നിരുത്സാഹപ്പെടുത്തും.

(2) വിപണിയിലുള്ള ഡിമാന്റിലൂടെ സമൂഹം പ്രകടമാക്കുന്ന മൂലധന പ്രവാഹങ്ങൾ സുഗമമാക്കുകയാണത്രെ ഷെയർ മാർക്കറ്റിന്റെ ധർമം. എന്നാൽ ഒട്ടൊക്കെ തുടക്കം മുതൽക്കേ, ഇപ്പോൾ പ്രത്യേകിച്ചും, അതൊരു ആഗോള ചൂതാട്ടമേഖലയാണ്. ടോക്കിയോവും ന്യൂയോർക്കും ലണ്ടനും ഒക്കെ ഒരൊറ്റ ചൂതാട്ടക്കളത്തിന്റെ വ്യത്യസ്ത ഹാളുകളാണ്. ഉത്പാദനപരമോ സേവനപരമോ ആയ ഒരു പങ്കും ഷെയർമാർക്കറ്റ് വഹിക്കുന്നില്ല. അതേസമയം ഒന്നോ കൂടുതലോ രാജ്യങ്ങളുടെ സമ്പദ്‌വ്യവസ്ഥയെ ആകെത്തന്നെ തകർക്കാൻ ഷെയർ ബിസിനസ്സുകാർക്ക് കഴിയും.

(3) സ്റ്റോക്ക് എക്സ്ചേഞ്ചും ഷെയർമാർക്കറ്റും അനാവശ്യമാക്കുകയാണ് ഒരു പ്രധാന ലക്ഷ്യം. അതിനുമുമ്പേ രാജ്യങ്ങളെ ഷെയർമാർക്കറ്റിന്റെ ഗതിവിഗതികളിൽ നിന്ന് സംരക്ഷിക്കാനായി ഓരോ രാജ്യത്തെ സമ്പദ് വ്യവസ്ഥയെയും പടിപടിയായി, തെരഞ്ഞെടുത്ത മേഖലകളിൽ, ലോകമൂലധന വിപണിയിൽനിന്നും സ്വതന്ത്രമാക്കും. (selective de - linking) ഘട്ടംഘട്ടമായി ഫൈനാൻസ് മൂലധനം എന്ന കാറ്റഗറിതന്നെ ഇല്ലാതാക്കും.

(4) ആരോഗ്യസേവനം, വിദ്യാഭ്യാസം, വാർത്താവിനിമയം, വൈദ്യുതി വിതരണം, ട്രാൻസ്പോർട്ട്, വ്യാപാരം മുതലായവയെല്ലാം പടിപടിയായി ലാഭപ്രചോദിത സ്വകാര്യമേഖലയിൽനിന്ന് പൊതുനന്മ ലക്ഷ്യമാക്കിയിട്ടുള്ള സാമൂഹികമേഖലയിലേക്ക് മാറുന്നതായിരിക്കും.

(5) വ്യക്തിഗത ലാഭത്തിൽനിന്ന് സമൂഹനന്മയിലേക്കുള്ള മാറ്റം വരുത്താൻ പൗരന്മാരുടെ ജീവിതവീക്ഷണത്തിൽ കാതലായ മാറ്റം വരുത്തേണ്ടതുണ്ട്. പൗരബോധനം, നിയമനിർമ്മാണം, മാതൃകാനിർമാണം മുതലായവയിലൂടെ ഈ മാറ്റം - ഒരു തരത്തിലുള്ള സാംസ്കാരികവിപ്ലവം - വരുത്തുന്നതായിരിക്കും.

(6) ഉത്പാദകനും ഉപഭോക്താവും തമ്മിലുള്ള ഇന്നത്തെ ദൂരം, വേർതിരിവ് കുറയ്ക്കുന്നതായിരിക്കും. അക്ഷരാർഥത്തിലുള്ള ദൂരവും ഇടനിലക്കാരുടെ എണ്ണവും രണ്ടും കുറയ്ക്കുന്നതായിരിക്കും. അതായത് നേരത്തെ ചൂണ്ടിക്കാണിച്ച ദുർവ്യയസൂചകാങ്കം ഗണ്യമായി കുറയ്ക്കുന്നതായിരിക്കുമെന്ന്.

ഇവിടെയും ഒഴിവാക്കാനാവാത്ത മുൻ ഉപാധി, സൗരോർജവും, തദ്ദേശീയ ഭൗതികവിഭവങ്ങളും മാത്രം ഉപയോഗിച്ച് കൂടുതൽ കൂടുതൽ അവശ്യ ഉപഭോഗചരക്കുകൾ തദ്ദേശീയമായിത്തന്നെ ഉത്പാദിപ്പിക്കാൻ വേണ്ട സാങ്കേതികപരിജ്ഞാനവും ശേഷിയും വികസിച്ചിരിക്കണം എന്നതാണ്.

തദ്ദേശീയത

ഇത് ആഗോളവത്കരണത്തിന്റെയും സാർവലൗകികതയുടെയും കാലമാണ്. മനുഷ്യർ ദേശീയതയുടെ അതിർവരമ്പുകൾ മറികടന്ന് സാർവലൗകിക പൗരന്മാരായിത്തീരുകയാണത്രെ! അതുകൊണ്ട് തദ്ദേശീയതകൾ, എന്തിന് ദേശീയതപോലും, പിന്തിരിപ്പൻ ആശയങ്ങളാണ് എന്നൊക്കെ വാദിക്കുന്നവരുണ്ട്. നിരവധി ആശയങ്ങൾ കൂട്ടിക്കുഴയ്ക്കുകയാണ് അവർ ചെയ്യുന്നത്. ആഗോളവത്കരണത്തിൽ സാർവലൗകികതയുടെ ഒരംശം പോലുമില്ല. ഏതാനും വികസിതരാജ്യങ്ങൾ - അമേരിക്ക, യൂറോപ്പ്, ജപ്പാൻ - ലോകത്തിലെ മറ്റെല്ലാ രാജ്യങ്ങളുടെയുംമേൽ അക്ഷരാർഥത്തിൽ ആഗോളപരമായി നടത്തുന്ന പുത്തൻ അധിനിവേശത്തെ -സാമ്പത്തിക രാഷ്ട്രീയ സാംസ്കാരിക രംഗങ്ങളിലെല്ലാമുള്ള അധിനിവേശത്തെ - കുറിക്കാൻ മാത്രമാണ് ആഗോളവത്ക്കരണം എന്ന വാക്കുപയോഗിക്കുന്നത്. വിവരസാങ്കേതിക വിപ്ലവം അധികരിച്ചതോതിൽ സാധ്യമാക്കുന്ന അറിവിന്റെ സാർവദേശീയവൽക്കരണം (Inter -nationalisation) ഇതിൽപെടുന്നില്ല. മാത്രമല്ല, ബൗദ്ധിക സ്വത്തവകാശം പോലുള്ള നിബന്ധനകളിലൂടെ ആഗോളവത്കരണം സാർവദേശീയവത്കരണത്തെ തടയുകയുമാണ് ചെയ്യുന്നത്. 'ആഗോളവത്കരണത്തിന്റെ നല്ലവശങ്ങൾ' എന്ന സങ്കല്പം തന്നെ തെറ്റാണ്. ചൂഷണത്തിന്റെയും ക്രൂരതയുടെയും 'നല്ലവശങ്ങൾ' എന്നുപറയുന്ന പോലായിരിക്കുമത്. നാം വിഭാവനം ചെയ്യുന്ന 'തദ്ദേശീയത' ആഗോളവത്കരണത്തിന് എതിരും അറിവിന്റെ സാർവദേശീയവത്കരണത്തിനും മനുഷ്യരുടെ സ്വതന്ത്രസഞ്ചാരത്തിനും അനുരൂപവും ആയിരിക്കും. തദ്ദേശീയത, പ്രാദേശികമോ (regional), ദേശീയമോ (national), സാർവ്വദേശീയമോ

(inter - national) ആകാം. ഇവയൊക്കെ പരസ്പരപൂരകങ്ങളാണ്. ഇന്ന് സാർവ്വദേശീയതലത്തിൽ മാത്രം നടക്കുന്ന ചിലപ്രവർത്തനങ്ങൾ കാല ക്രമത്തിൽ സാങ്കേതികപരിജ്ഞാനത്തിന്റെ വികാസഫലമായി ദേശീയ തലത്തിലും പ്രാദേശികതലത്തിൽപോലും സാധ്യമായേക്കാം. ഇവിടെ 'ദേശീയം' എന്ന വാക്കിനു തന്നെ പഴയ അർഥം ഇല്ലാതായിത്തീരുന്നു. ഒരു രാഷ്ട്രീയ - സാമ്പത്തിക സങ്കല്പമെന്നതിനേക്കാൾ കൂടുതൽ അത് ഒരു പാരിസ്ഥിതിക-സാംസ്കാരിക സങ്കല്പമായിത്തീരുന്നു. അതു കൊണ്ടുതന്നെ വൈവിധ്യമാർന്ന ദേശീയതകൾ നിലനിർത്തുകയും വികസിക്കുകയും ആവശ്യമായിത്തീരുന്നു. പരസ്പര ശത്രുതയുടെ അടിസ്ഥാനമായ, വിഭവങ്ങളുടെമേലും വിപണിയുടെമേലും ഉള്ള നിയ ന്ത്രണം അനാവശ്യമായിത്തീരുന്നതോടെ സൈന്യങ്ങളും ആക്രമണ പ്രതിരോധായുധങ്ങളും യുദ്ധവും അനാവശ്യമായിത്തീരുന്നു. ചലനാത്മ കമായ ലോകത്തിന്റെ ഗതിക്ക് രണ്ടുദിശകളെയുള്ളൂ. ഒന്നുകിൽ വർധിച്ചു വരുന്ന മത്സരത്തിലേക്കും യുദ്ധങ്ങളിലേക്കും ആത്യന്തിക നാശത്തി ലേക്കും അല്ലെങ്കിൽ വർധമാനമായ സഹകരണത്തിലേക്കും സമാധാന ത്തിലേക്കും. സ്വബോധമുള്ള ആരും ആദ്യത്തെ പാത തിരഞ്ഞെടു ക്കില്ല. അങ്ങനെ ഇവിടെ 'തദ്ദേശീയത' എന്നത് സാർവ്വദേശീയതയ്ക്ക് വിരുദ്ധമായ ഒരു സങ്കല്പമല്ല, മറിച്ച് അത് സാധ്യമാക്കാൻ അവശ്യം ആവശ്യമായ ഒരു ഉപാധിയാണ്.

എട്ട്

നാലാം ലോകം: സമൂഹഘടന

മാനവ ജാതിയുടെ പരിണാമത്തിൽ തന്നെ 'സമൂഹം' നിർണായകമായ പങ്ക് വഹിച്ചിട്ടുണ്ട്. സമകാലികരായ മറ്റു പലജീവികളേക്കാൾ ദുർബല രായ മനുഷ്യർ അതിജീവിച്ചതും അവസാനം അവയ്ക്ക്മേൽ ആധിപത്യം സ്ഥാപിച്ചതും ബോധപൂർവമല്ല - അബോധപൂർവമല്ല - കൂട്ടായ്മയി ലൂടെയാണ്. അക്ഷരോച്ചാരണത്തോടു കൂടിയ ഭാഷ, അമൂർത്തമായി ചിന്തിക്കാനുള്ള കഴിവ് മുതലായവ പോലെതന്നെ സമൂഹത്തിലെ അംഗമാകാനുള്ള ഇച്ഛയും മനഷ്യന് സഹജമാണ്. ജനിതകമായി ഈ സ്വഭാവം ദുർബലമായവ അന്യം നിന്നിരിക്കണം. ഇന്ന് ലോകത്തു കാണുന്ന നിരവധി ആദിവാസി വിഭാഗങ്ങൾ വംശനാശ ഭീഷണി നേരി ടുന്നതിനുള്ള ഒരു കാരണം സ്വന്തം ചെറുസംഘത്തിനപ്പുറത്തേക്ക് തങ്ങ ളുടെ കൂട്ടായ്മ വികസിപ്പിക്കാൻ കഴിയാതെ പോകുന്നതാണ്. ആദ്യകാല സമൂഹങ്ങളുടെ രൂപത്തെപറ്റി നരവംശശാസ്ത്രജ്ഞർ പല വിവരങ്ങളും നമുക്ക് നല്കുന്നുണ്ട്. അന്നുമുതൽ ഇന്നുവരെയുള്ള കാലഘട്ടത്തിൽ വ്യത്യസ്ത സമൂഹങ്ങളിലും വ്യത്യസ്തകാലങ്ങളിലുമായി രൂപം കൊണ്ട സാമൂഹികധാരണകൾ വൈവിധ്യമാർന്നതാണ്. മതം, ആചാരങ്ങൾ, ഭരണം, സാമ്പത്തിക ക്രമം എന്നു തുടങ്ങി പലതും അതിൽപെടും. ഹമു റാബിയുടെ *നിയമങ്ങൾ* (codes), കൗടില്യന്റെ *അർഥശാസ്ത്രം* എന്നിവ യാണ് പൗരാണിക സമൂഹഘടനകളെക്കുറിച്ച് ആധികാരികമായ അറിവു നൽകുന്ന രണ്ടു ഗ്രന്ഥങ്ങൾ ഇന്നത്തെ രൂപത്തിലുള്ള ദേശീയ രാഷ്ട്ര ങ്ങൾ (national states), രൂപം കൊണ്ടിട്ട് ഏതാനും നൂറ്റാണ്ടുകളെ ആയുള്ളൂ.

കഴിഞ്ഞ 3000 കൊല്ലത്തെ ചരിത്രം പരിശോധിക്കുമ്പോൾ കാണാ വുന്ന ഒരു വസ്തുതയുണ്ട്. സംഘാധിപത്യം, നേതാധിപത്യവും, ഏകാ ധിപത്യം, സർവാധിപത്യം, ജനാധിപത്യം (പരിമിതവും സാർവത്രികവും) എന്നിങ്ങനെ പല തരത്തിലുള്ള രാഷ്ട്രഘടനകൾ ഉണ്ടായിട്ടുണ്ട്. ഇന്ന് സാമാന്യേന സാർവത്രികമായ അംഗീകാരമുള്ള രാഷ്ട്രഘടനാ രൂപം ജനാധിപത്യത്തിന്റെതാണ്. മുൻ സോഷ്യലിസ്റ്റ് രാജ്യങ്ങളിലെ 'തൊഴി ലാളി വർഗസർവാധിപത്യം' പോലും ബൂർഷ്വാ ജനാധിപത്യത്തേക്കാൾ കൂടുതൽ അർഥവത്തും യഥാർഥവുമായ ജനാധിപത്യം വികസിപ്പിക്കുക

എന്ന ലക്ഷ്യത്തോടുകൂടിയതായിരുന്നു. (ഈ ലക്ഷ്യം നേടാൻ കഴിയാതെ പോയതാണ് അവയുടെ പതനത്തിന്റെ ഒരു കാരണം.)

'ഒരാൾക്ക് ഒരു വോട്ട്' എന്ന സാർവത്രിക വോട്ടവകാശത്തോടുകൂടിയ ജനാധിപത്യം വ്യാപകമായി അംഗീകരിക്കപ്പെട്ടിട്ട് ഏതാനും പതിറ്റാണ്ടുകളെ ആയിട്ടുള്ളൂ. സ്വത്തില്ലാത്തവർക്കും സ്ത്രീകൾക്കും അടിമകൾക്കും ദളിതർക്കും ഒക്കെ വോട്ടവകാശം നിഷേധിക്കപ്പെട്ടിരുന്നു. ഇന്നും ഏതാണ്ട് എല്ലാ രാജ്യങ്ങളിലും തിരഞ്ഞെടുക്കാനുള്ള അധികാരമേ പൗരന്മാർക്കുള്ളൂ. പ്രതിനിധികളെ തിരിച്ചുവിളിക്കാനുള്ള അധികാരമില്ല. തിരഞ്ഞെടുപ്പുകൾ ഒട്ടേറെ പണച്ചെലവുള്ള ഒന്നാണ്. ബഹുകോടീശ്വരന്മാർക്കല്ലാതെ അമേരിക്കൻ പ്രസിഡണ്ടാകാൻ പറ്റില്ല. ഇന്ത്യൻ പ്രസിഡണ്ടാകാൻ പണം വേണമെന്നില്ല. എന്നാൽ അദ്ദേഹത്തെ തിരഞ്ഞെടുക്കുന്ന അസംബ്ലി, പാർലമെന്റ് അംഗങ്ങളാകാൻ ലക്ഷക്കണക്കിനും കോടിക്കണക്കിനും രൂപ ചെലവുണ്ട്. മൊത്തത്തിൽ ജനാധിപത്യത്തെ ഒരു സമുഹക്കരാർ എന്ന് വിളിക്കുകയാണെങ്കിൽ അതിൽ സാധാരണ പൗരന്മാർക്കുള്ള അധികാരം അത്യന്തം പരിമിതമാണ്. ജനാധിപത്യം ഇന്നും 'ജനങ്ങളുടെ മേലുള്ള' ആധിപത്യമാണ്, 'ജനങ്ങളുടെ' ആധിപത്യമല്ല. അപ്പോൾ ജനങ്ങൾ ആരുടെ മേൽ ആണ് ആധിപത്യം വഹിക്കുന്നത് എന്ന ചോദ്യം ഉണ്ട്. പ്രധാനമായും അവനവനുമേൽ എന്നാണ് ഉത്തരം. സ്വന്തം ജീവിതം സ്വന്തം നിയന്ത്രണത്തിൽ ആകണം. മാത്രമല്ല, സ്വന്തം വികാരങ്ങളുടെയും വിചാരങ്ങളുടെയും മേൽ ഓരോരുത്തർക്കും ആധിപത്യം ഉണ്ടായിരിക്കണം. ആവശ്യവും ആർത്തിയും തിരിച്ചറിയാൻ വേണ്ട വിവേകമുണ്ടായിരിക്കണം. വിവേകരഹിതമായ വിക്രിയകൾ കാണിക്കുന്ന ന്യൂനപക്ഷത്തിന്റെ മേൽ ആധിപത്യം ഉണ്ടായിരിക്കണം. സമൂഹത്തിന്റെ സാമ്പത്തികവും ഭരണപരവും സാംസ്കാരികവുമായ നിലനില്പിന്റെ ഓരോ നിമിഷത്തിലും ഓരോ പൗരനും ഏറിയോ കുറഞ്ഞോ രീതിയിൽ ഭാഗഭാക്കുകളാകണം. ഇതൊക്കെയാണ് ജനാധിപത്യം കൊണ്ട് ഉദ്ദേശിക്കുന്നത്.

ദൂരം, വലുപ്പം, സങ്കീർണത - ഇതോരോന്നും വർധിക്കുന്ന മുറയ്ക്ക് പങ്കാളിത്തം കൂടുതൽ കൂടുതൽ പ്രയാസകരമായി ത്തീരുന്നു. സംഘാടന പരിഷ്കാരങ്ങളിലൂടെ സങ്കീർണതകൾ കുറെയേറെ ഒഴിവാക്കാം. ഫാക്ടറിയിലും കൃഷിയിടത്തിലും വിദ്യാലയത്തിലും സർക്കാരാപ്പീസിലും ഒക്കെ ഇത് സാധ്യമാണ്. സ്വയം സൃഷ്ട സങ്കീർണതകൾക്കു പുറമെ, വസ്തുനിഷ്ഠ സങ്കീർണതകളുമുണ്ട്. അതിൽ ഏറ്റക്കുറച്ചിലുകൾ കാണാമെന്നു മാത്രം. അമ്പതുകൊല്ലം മുമ്പെ റേഡിയോ അസംബിൾ ചെയ്തിരുന്ന ഒരാൾക്ക് ഇന്നത്തെ ചിപ്പുകൾ ഉപയോഗിക്കാൻ പുതിയ കഴിവുകൾ ആർജിക്കുക തന്നെ വേണം. വസ്തുനിഷ്ഠ സങ്കീർണതകൾ മറികടക്കാൻ വിദ്യാഭ്യാസവും പുനർവിദ്യാഭ്യാസവും പരിശീലനവും പുനർപരിശീലനവും ആവശ്യമായിത്തീരും. സ്വയം സൃഷ്ട പ്രശ്നങ്ങളിൽ പ്രധാനമാണ് 'വൻകിടവത്കരണം' (giantzation). ലോകത്തിനാവശ്യമുള്ള ഉരുക്കുമുഴുവൻ ഒന്നോ രണ്ടോ ഫാക്ടറികളിൽ

ഉണ്ടാക്കുകയാണെങ്കിൽ അതിന്മേൽ തൊഴിലാളികൾക്കും മാനേജർ മാർക്കുപോലും ഒരു നിയന്ത്രണവും സാധ്യമല്ല. ജനസാമാന്യത്തെ ക്കുറിച്ചു പറയുകയും വേണ്ട. ദൽഹിയിൽ നടക്കുന്ന ഒരു ചർച്ചയിൽ കേരളത്തിലുള്ള എല്ലാവർക്കും പങ്കുകൊള്ളാൻ കഴിയില്ല. 30 കോടി ആളുകളുടെ പാർലമെന്റ് സാധ്യമല്ല. അമേരിക്കൻ പ്രസിഡണ്ടിന്റെ മേൽ സെനറ്റിനും കോൺഗ്രസ്സിനും നാമമാത്രമായ അധികാരമുണ്ട്, എന്നാൽ പൗരന്മാർക്ക് ഒരു അധികാരവും ഇല്ല. ദൽഹിയിലോ വാഷിങ്ങ്ടണിലോ എടുക്കുന്ന തീരുമാനങ്ങൾ കേരളത്തിലെ ഒരു ഗ്രാമത്തിൽ ജീവിക്കുന്ന സാധാരണക്കാരനെപ്പോലും ഇന്നു ബാധിക്കുന്നു. അമേരിക്ക ഇറാക്കിനെ ആക്രമിക്കുന്നു. അതിനുമുമ്പ് അഫ്ഗാനിസ്ഥാൻ, അതിന് മുമ്പ് കുവൈത്ത്.... ഈ എല്ലാ സന്ദർഭങ്ങളിലും നാമിത് അനുഭവിച്ചിട്ടുള്ള താണ്. ഈ 'ബാധ'യുടെ വ്യാപ്തിയും ശക്തിയും വർഷം പ്രതി കൂടി ക്കൊണ്ടുവരികയാണു താനും. ഒരു നൂറുകൊല്ലം മുമ്പ് നമ്മുടെ ഗ്രാമ ങ്ങൾക്ക് ഇന്നത്തെക്കാൾ കൂടുതൽ സ്വാധികാരം ഉണ്ടായിരുന്നു. സ്വന്തം ജീവിതത്തിനു മേൽ പൗരന്മാർക്ക് കൂടുതൽ അധികാരമുണ്ടായിരുന്നു, സ്വാതന്ത്ര്യമുണ്ടായിരുന്നു. ആഗോളവത്കരണത്തിന്റെ ഗുരുതരമായ ഒരു പ്രത്യാഘാതം ഈ സ്വാതന്ത്ര്യത്തിന് വന്നു ചേരുന്ന തകർച്ചയാണ്.

പുതിയൊരു സമൂഹഘടനയെക്കുറിച്ചാലോചിക്കുമ്പോൾ ഇതൊക്കെ പരിഗണിക്കേണ്ടതാണ്. വ്യക്തികൾക്കും ചെറുസമൂഹങ്ങൾക്കും തങ്ങളുടെ ജീവിതത്തിനു മേലുള്ള നിയന്ത്രണം, തീരുമാനങ്ങളെടുക്കു വാനുള്ള സ്വാതന്ത്ര്യം നഷ്ടപ്പെട്ടുവരുന്ന ഒരവസ്ഥയിൽ നിന്ന് ശക്തി പ്പെട്ടു വരുന്ന ഒന്നായി മാറണം. അപ്പോൾ മാത്രമെ യഥാർഥ ജനാധി പത്യമുള്ളതായി കണക്കാക്കാൻ കഴിയൂ. ഇതു സാധിക്കണമെങ്കിൽ,

(1) മർമപ്രധാനങ്ങളായ തീരുമാനങ്ങൾ തദ്ദേശീയമായി എടുക്കാൻ കഴി യണം. അതിൽ എല്ലാ പൗരന്മാർക്കും പങ്കെടുക്കാൻ കഴിയണം. ഇത്തരത്തിലുള്ള മുഖാമുഖ ജനാധിപത്യം ചെറുസമൂഹങ്ങളിൽ മാത്രമെ നടക്കൂ.

(2) സമൂഹ സംബന്ധിയായ തീരുമാനങ്ങൾ, സാമ്പത്തിക ഘടനയെ ആശ്രയിച്ചിരിക്കും. കേന്ദ്രീകൃത സാമ്പത്തികപ്രവർത്തനം നടക്കുന്ന ഒരു രാജ്യത്ത് വികേന്ദ്രീകൃതവും തദ്ദേശീയവുമായ തീരുമാനങ്ങൾ എടുക്കാൻ കഴിയില്ലെന്ന് അംഗീകരിക്കണം. രാഷ്ട്രീയം സാമ്പത്തി കത്തിന്റെ പിന്നാലെയാണ് മുന്നിലല്ല പോവുക. (ചൈനയുടെ മുത ലാളിത്ത സമ്പദ് വ്യവസ്ഥയും സോഷ്യലിസ്റ്റ് രാഷ്ട്രീയവും എന്ന സമീപനം സൈദ്ധാന്തികമായി നിലനിൽക്കുന്നതല്ല.)

(3) ചെറുത് ശക്തമായല്ലാതെ വികേന്ദ്രീകൃത സമ്പദ് വ്യവസ്ഥ രൂപം കൊള്ളില്ല. പുതിയ സമൂഹഘടനയുടെ രൂപരേഖ സൃഷ്ടിക്കേണ്ടത് പുതിയ സാമ്പത്തിക ഘടനയിലൂടെയാണ്. ഈ പുതിയ സാമ്പത്തിക ഘടന സാമ്പത്തിക രംഗത്തുനിന്നുതന്നെ ഉരുത്തിരിഞ്ഞു വരണം. രാഷ്ട്രീയമായി അടിച്ചേല്പിക്കാൻ പറ്റില്ല. (രാഷ്ട്രീയാധികാരം പിടിച്ചെടുത്തതിനു ശേഷം മാത്രം മതി സാമ്പത്തിക രംഗത്ത്

സമരാത്മകമായി ഇടപെടുക എന്ന സമീപനം ശരിയല്ലെന്ന് അനുഭവത്തിലൂടെ തെളിഞ്ഞതാണ്).

(4) അങ്ങനെ പുതിയ സമൂഹഘടനയുടെ സൃഷ്ടിക്കു മുന്നോടിയായി നടക്കേണ്ട പ്രവർത്തനങ്ങളിൽ പ്രധാനമായ ഒന്നാണ് ചെറുതിനെ ശക്തമാക്കാനുള്ള ശാസ്ത്രസാങ്കേതിക ഗവേഷണ - വികസനപ്രവർത്തനങ്ങൾ. (ഇന്ത്യയിലെ ജനകീയ ശാസ്ത്രപ്രസ്ഥാനങ്ങൾ ഈ കടമയാണ് ഏറ്റെടുത്തിരിക്കുന്നത്.)

(5) വർധമാനമായ തോതിൽ സ്വയം പര്യാപ്തമായിക്കൊണ്ടിരിക്കുന്ന ലക്ഷക്കണക്കിന് തദ്ദേശീയ സമൂഹങ്ങളുടെ ഒരു വലയശൃംഖല ആയിരിക്കണം ഭാവിയിലെ മാനവജാതി. ദേശീയ രാഷ്ട്രങ്ങൾക്ക് ഇന്നുള്ള പ്രസക്തി അന്നില്ലാതാകാം. അതിർത്തി കാക്കുന്ന സൈനികരുടെ ആവശ്യമില്ലാതാകും.

(6) ഈ വലയ ശൃംഖലയിൽ ഒട്ടേറെ തലങ്ങൾ/ഉപ വലയങ്ങൾ ഉണ്ടാകും. ഇന്നത്തെ ബ്ലോക്ക്, ജില്ല, സംസ്ഥാനം, രാജ്യം എന്നിവയുടെ സ്ഥാനങ്ങളിൽ. എന്നാൽ ഇന്നത്തെ അതിരുകളാകണമെന്നില്ല അവയ്ക്ക്. ഇക്കോളജീയവും സാംസ്കാരികവും ആയ പരിഗണനകൾക്കായിരിക്കും പ്രാധാന്യം.

(7) വ്യത്യസ്ത തലങ്ങൾ അഥവാ ഉപവലയങ്ങൾ തമ്മിലുള്ള ബന്ധം കീഴ്മേൽക്രമത്തിൽ, ആയിരിക്കില്ല. എല്ലാം ഒരേ തിരശ്ചീനതലത്തിൽ സ്ഥിതി ചെയ്യുന്നതായിരിക്കും. ഇവ തമ്മിലുള്ള ഉത്തരവാദിത്വ വിഭജനം ലോകത്തിന്റെ വിവിധ ഭാഗങ്ങളിൽ വ്യത്യസ്തങ്ങളായിരിക്കാം. കാലം ചെല്ലുന്ന മുറയ്ക്ക് അതിൽ മാറ്റം വരുന്നതുമായിരിക്കാം.

(8) ഈ രീതിയിലൊക്കെ ചിന്തിക്കാൻ കഴിയണമെങ്കിൽ 'മറ്റൊരു ലോകം സാധ്യമാണ്, ആവശ്യമാണ്' എന്ന ബോധം കൂടുതൽ വ്യാപകമാകണം. മാത്രമല്ല, തങ്ങളുടെ തന്നെ പ്രവർത്തനഫലമായെ ആ ലോകം സൃഷ്ടിക്കപ്പെടൂ എന്നും. നിലവിലുള്ള ലോകത്തിൽ നിന്നു നേട്ടമുണ്ടാക്കുന്നവർ മാറ്റത്തെ എതിർക്കുമെന്നും, സംഘടിതമായ പ്രവർത്തനം കൊണ്ടേ ഈ എതിർപ്പിനെ നേരിടാൻ കഴിയൂ എന്നും അവർക്ക് ബോധമുണ്ടാകണം.

(9) മാനവപുരോഗതിയെക്കുറിച്ചും ഇന്നത്തേതിൽ നിന്ന് വ്യത്യസ്തമായ ഒരു കാഴ്ചപ്പാടുണ്ടാകണം. ഉപഭോഗവർധനവല്ല പുരോഗതി. ഭൗതികവും ആത്മീയവുമായ ജീവിതഗുണതയിലുള്ള വർധനവാണത്. ഇതിനാകട്ടെ ദൂര ദേശങ്ങളിലെ വിഭവങ്ങളെയോ വിപണിയെയോ ആശ്രയിക്കേണ്ടിവരില്ല. ഇത് ബോധ്യപ്പെടണം.

(10) മാനവസംതൃപ്തിക്ക് നിരവധിതലങ്ങളുണ്ട്. മനുഷ്യർക്ക് ഭൗതിക ആവശ്യങ്ങളുണ്ട്, ഭൗതികേതര (ആത്മീയ) ആവശ്യങ്ങളുമുണ്ട്. ആഹാര, വസ്ത്ര പാർപ്പിടാദികളും, ആരോഗ്യ, വിദ്യാഭ്യാസ, വിനോദ വിശ്രമാദികളും ആദ്യത്തെ കൂട്ടത്തിൽപെടും. സ്വന്തം ഭാവി, കുട്ടികളുടെ ഭാവി, അവരുടെ കുട്ടികളുടെ ഭാവി - ചുരുക്കത്തിൽ ഭാവിയെ

ക്കുറിച്ചുള്ള ഉത്കണ്ഠ, അതിൽ നിന്നുള്ള മോചനം. ഇതും ഭൗതികാവശ്യമാണ്. ഒരു കൂട്ടത്തിലെ അംഗമായി അംഗീകരിക്കപ്പെടുക, സ്നേഹിക്കപ്പെടുക, ബഹുമാനിക്കപ്പെടുക, ആത്മാഭിമാനം, ആത്മസാക്ഷാത്കാരം.... ഇതൊക്കെ ഭൗതികേതര ആവശ്യങ്ങളാണ്. രണ്ടും, ഭൗതികവും ഭൗതികേതരവും ആയ, ആവശ്യങ്ങൾ തൃപ്തിപ്പെടുത്താൻ കഴിയണം.

ഇവയുടെയെല്ലാം അടിസ്ഥാനത്തിൽ ഒരു പുതിയ നിയമനിർമാണവും കൂടാതെ കേരളത്തിലും, ഇന്ത്യയിലും ചില കാര്യങ്ങൾ ചെയ്യാൻ സാധ്യമാണ്. ചില കാര്യങ്ങൾക്ക് തിരഞ്ഞെടുപ്പു നിയമങ്ങളിൽ ചില മാറ്റങ്ങൾ വരുത്തേണ്ടി വരും. മറ്റു ചില കാര്യങ്ങളിൽ ദേശീയതലത്തിൽ തന്നെ അടിസ്ഥാനപരമായ ചില മാറ്റങ്ങൾ ആവശ്യമായി വരും.

ഒരു കാര്യം വ്യക്തമാണ്. നേർക്കുനേർ - മുഖാമുഖ - ജനാധിപത്യം (direct or face to face democrazy) ചെറിയൊരു സംഘത്തിൽ മാത്രമെ പറ്റൂ. നിയമപ്രകാരം അതിനു വിധിച്ചിട്ടുള്ള വേദി ഗ്രാമസഭകൾ ആണ്. എന്നാൽ കേരളത്തിൽ ഗ്രാമസഭകൾ പോലും വളരെ വലുതാണ്. ആയിരത്തിലധികം ആളുകൾ ഉള്ളവ ആകയാൽ അവിടെ ചർച്ച നടക്കില്ല. ഈ പരിമിതി മറികടക്കാനാണ് അയൽക്കൂട്ടങ്ങൾ വിഭാവനം ചെയ്തത്. 20-30 കുടുംബങ്ങൾ. അയൽക്കാർ പരസ്പരം അറിയുന്നവർ. എപ്പോൾ വേണമെങ്കിലും ഒത്തുചേരാൻ സാഹചര്യമുള്ളവർ. ഇവിടെ പ്രത്യക്ഷ ജനാധിപത്യം സാധ്യമാണ്. വാർഡ് മെമ്പർമാരെ തിരഞ്ഞെടുക്കുന്നതിലും അയൽക്കൂട്ടങ്ങൾക്ക്, നിയമപരമായ അധികാരമൊന്നുമില്ലെങ്കിലും പ്രായോഗികമായി സമൂഹത്തെ സ്വാധീനിക്കാൻ കഴിയുന്നതാണ്. രഹസ്യ വോട്ടിങ്ങിന് വിപരീതമായി തുറന്ന വോട്ടിലൂടെയോ, സർവസമ്മതിയുടെയോ അയൽക്കൂട്ടവക്താക്കൾ, ഉപസമിതി കൺവീനർമാർ എന്നിവരെ തിരഞ്ഞെടുക്കാം. അവരുടെ പങ്കാളിത്തം ഗ്രാമസഭയെ സജീവമാക്കും. ഒരു വാർഡിൽ 15-20 അയൽകൂട്ടങ്ങളും ഓരോ അയൽക്കൂട്ടത്തിൽ നിന്നും 10-12 പേരുമായാൽ ഗ്രാമസഭ അന്വർഥമായിത്തീരും. ഗ്രാമസഭകളിലൂടെ ഗ്രാമപഞ്ചായത്തിന്റെയും കുറെയൊക്കെ ബ്ലോക്കുപഞ്ചായത്തിന്റെയും പ്രവർത്തനങ്ങളിൽ ഇടപെടാൻ പൗരന്മാർക്ക് കഴിയുന്നതാണ്. ജില്ലാപഞ്ചായത്ത്, അസംബ്ലി, പാർലമെന്റ് എന്നിവയിൽ ജനഹിതം പ്രകടിപ്പിക്കാറാകണമെങ്കിൽ തിരഞ്ഞെടുപ്പു നിയമങ്ങളിൽ മാറ്റം വരുത്തണം. തങ്ങളുടെ പ്രതിനിധികളെ തിരിച്ചു വിളിക്കാനും പുതിയവരെ അയയ്ക്കാനും ഉള്ള പൗരന്മാരുടെ അവകാശം മൗലികമാക്കുകയും അത് സുഗമമാക്കുന്നതിനു വേണ്ട നിയമങ്ങൾ ഉണ്ടാവുകയും വേണം. അയൽക്കൂട്ടങ്ങളിലും പരമാവധി ഗ്രാമസഭകളിലും മാത്രമെ മുഖാമുഖ ജനാധിപത്യം സാധ്യമാകൂ. മറ്റെല്ലാതലങ്ങളിലും പ്രാതിനിധ്യ ജനാധിപത്യമേ സാധ്യമാകൂ. ഇതിനുള്ള ഒരു സ്കീം താഴെ കൊടുക്കുന്നു. ഇത് കേരളത്തിന്റെയും ഇന്ത്യയുടെയും പ്രത്യേക സാഹചര്യത്തിന് യോജിച്ച വിധത്തിലാണ് രൂപം കൊടുത്തിട്ടുള്ളത്. പ്രാതിനിധ്യ ഗവൺമെന്റിന്റെ ഒരു രൂപമാണത്.

അയൽക്കൂട്ടം, വാർഡ്, ഗ്രാമപഞ്ചായത്ത്, ബ്ലോക്ക് പഞ്ചായത്ത്, ജില്ലാ പഞ്ചായത്ത്, സംസ്ഥാന അസംബ്ലി, ദേശീയ പാർലമെന്റ് എന്നിവയിലേക്കുള്ള തിരഞ്ഞെടുപ്പിന്റെ ഒരു രീതിയാണ് ഇതിൽ വിവരിക്കുന്നത്. അടുത്തടുത്തുള്ള 20-30 വീടുകൾ (50-60 വോട്ടർമാർ) ചേർന്നതാണ് അയൽക്കൂട്ടം.

അയൽക്കൂട്ട പൊതുസഭ : ഒരു അയൽക്കൂട്ടത്തിലെ 18 വയസ്സ് കഴിഞ്ഞ എല്ലാവരും ചേർന്നതാണ് അയൽക്കൂട്ട പൊതുസഭ. ഏതെല്ലാം വീടുകളാണ് ഒരു അയൽക്കൂട്ടത്തിൽ വരേണ്ടതെന്ന് തീരുമാനിക്കുന്നതിന് ഇപ്പോഴത്തെ വാർഡ് മെമ്പറോ, പഞ്ചായത്ത് സെക്രട്ടറിയോ, ഏതെങ്കിലും പൊതുപ്രവർത്തകനോ, മുൻകൈ എടുക്കുന്നു. വീട്ടുകാർക്കും അഭിപ്രായം പറയാം. തൊട്ടടുത്തുള്ള അയൽക്കൂട്ടങ്ങളിൽ ഏതിൽ ചേരണമെന്ന് അവർക്ക് നിശ്ചയിക്കാം. അയൽക്കൂട്ട പൊതുസഭ വിളിച്ചു ചേർത്ത് അതിൽനിന്ന് സമവായത്തോടെയോ തുറന്ന തിരഞ്ഞെടുപ്പിലൂടെയോ ഒരു സ്ത്രീയെയും പുരുഷനെയും അയൽക്കൂട്ടത്തിന്റെ വക്താക്കളായി തെരഞ്ഞെടുക്കുന്നു. (ഏത് സ്ഥാനത്തേക്കുള്ള ഏത് തിരഞ്ഞെടുപ്പും ഒരു പുരുഷൻ, ഒരു സ്ത്രീ എന്ന ജോഡിയായിരിക്കും.) ഒരു ശരാശരി വാർഡിൽ 300-400 വീടുകൾ ഉണ്ടായിരിക്കും, 10-15 അയൽക്കൂട്ടങ്ങൾ.

വാർഡ് സഭ

ഒരു വാർഡിൽപെട്ട അയൽക്കൂട്ട വക്താക്കൾ എല്ലാവരും ചേർന്നാൽ വാർഡ് സഭയായി. വാർഡ് സഭ കൂടി സമവായം മുഖേനയോ തുറന്ന വോട്ടിന്റെ അടിസ്ഥാനത്തിലോ ഒരു സ്ത്രീയെയും ഒരു പുരുഷനെയും വാർഡ് മെമ്പർമാരായി തെരഞ്ഞെടുക്കുന്നു. തങ്ങളിൽനിന്നോ, പുറമെ നിന്നോ രണ്ടു തരത്തിലുമാകാം.

പഞ്ചായത്ത് പ്രതിനിധിസഭയും പൊതുസഭയും

എല്ലാ വാർഡുമെമ്പർമാരും കൂടിച്ചേർന്നതാണ് പഞ്ചായത്ത് പ്രതിനിധി സഭ. പഞ്ചായത്തിലെ എല്ലാ അയൽക്കൂട്ട വക്താക്കളും വാർഡ് മെമ്പർമാരും കൂടിച്ചേർന്നതാണ് പഞ്ചായത്ത് പൊതുസഭ. പൊതുസഭയിൽ 200 - 300 അംഗങ്ങളുണ്ടാകാം. (100-150 അയൽക്കൂട്ടങ്ങളിൽ നിന്നായി). പഞ്ചായത്ത് പ്രസിഡണ്ടിനെയും വൈസ് പ്രസിഡണ്ടിനെയും തിരഞ്ഞെടുക്കുന്നത് പഞ്ചായത്ത് പൊതുസഭയാണ്. (പ്രതിനിധി സഭയല്ല.) ഇത് രണ്ടു തരത്തിലാകാം. പൊതുസഭയിൽപെട്ട രണ്ടു പേരെയോ അല്ലെങ്കിൽ പൊതുസഭയിൽപെടാത്ത രണ്ടുപേരെയോ. ഏതു സമ്പ്രദായമാണ് കേരളത്തിൽ ആകെ വേണ്ടത് എന്ന് ആദ്യമേ തീരുമാനിക്കാം. വാർഡ് പ്രതിനിധികളും (മെമ്പർമാരും) പ്രസിഡണ്ടും വൈസ്പ്രസിഡണ്ടും ചേർന്നാൽ പഞ്ചായത്ത് ബോർഡ് (പ്രതിനിധി സഭ) ആയി. പഞ്ചായത്ത് പ്രതിനിധി സഭ എടുക്കുന്ന തീരുമാനങ്ങൾ അപ്പപ്പോൾ വാർഡ് സഭാംഗങ്ങളെ അറിയിക്കുകയും അവരുമായി ചർച്ച ചെയ്യുകയും വേണം. വാർഡ് സഭാംഗങ്ങൾ ഓരോരുത്തരും തങ്ങളുടെ

അയൽക്കൂട്ടത്തെ വിവരങ്ങൾ ധരിപ്പിക്കുകയും അഭിപ്രായങ്ങൾ ആരായുകയും അവ വാർഡ് സഭയിൽ അവതരിപ്പിക്കുകയും ചെയ്യണം.

ബ്ലോക്ക് സമിതി : ഏതാണ്ട് 10000 ജനങ്ങൾക്ക് രണ്ട് പ്രതിനിധികൾ - മെമ്പർമാർ -(ഒരു സ്ത്രീയും ഒരു പുരുഷനും) എന്ന തോതിലാകാം ബ്ലോക്ക് /നഗര സമിതികളിലെ പ്രാതിനിധ്യം. ഇവരെ തിരഞ്ഞെടുക്കുന്നത് അയൽക്കൂട്ട വക്താക്കളാകാം. ജനങ്ങൾ നേരിട്ട് തിരഞ്ഞെടുക്കേണ്ട. കാരണം, പഞ്ചായത്ത് പൊതുസഭയ്ക്ക് മേലെയുള്ള ഒരു ജനസഭയായി ഇത് മാററുത്. ഓരോ പഞ്ചായത്തും 100 പൊതുസഭാംഗങ്ങൾക്ക് രണ്ടു പ്രതിനിധികൾ (ഒരു സ്ത്രീയും ഒരു പുരുഷനും) എന്ന തോതിൽ ബ്ലോക്ക് പ്രാതിനിധ്യം നിശ്ചയിക്കാം. ഒരു പഞ്ചായത്തിൽ നിന്ന് ചുരുങ്ങിയത് 2 പേരും കവിഞ്ഞത് 6 പേരും ആയിരിക്കും പ്രതിനിധികൾ. അയൽക്കൂട്ട വക്താക്കൾ തങ്ങളിൽ പെട്ടവരെയല്ല ബ്ലോക്ക് സമിതികളിലേക്ക് പ്രതിനിധികളായി അയക്കേണ്ടത്. വേറെ ആളുകളെയാണ്. ഒരാൾ ഒരു പ്രതിനിധിസഭയിൽ മാത്രമെ അംഗമായിരിക്കാവൂ. ബ്ലോക്ക് പ്രസിഡണ്ടിനെയും സമിതി അംഗങ്ങൾ തെരഞ്ഞെടുക്കുന്നു. തങ്ങളിൽപെടാത്ത രണ്ടുപേരെ.

ഈ സമീപനം ഉപയോഗിച്ച് ജില്ല, സംസ്ഥാനം, കേന്ദ്രം എല്ലാതലത്തിലും തിരഞ്ഞെടുപ്പ് നടത്താം. ഒരു ഘട്ടത്തിലും സമ്മതിദായകരുടെ എണ്ണം 100 –150 ൽ കവിയില്ല. നഗരത്തെയും ഗ്രാമത്തെയും വേർതിരിക്കാതെ ബ്ലോക്കുകൾ പുനർനിർണയം ചെയ്ത് അസംബ്ലി നിയോജക മണ്ഡലമാക്കി മാറ്റാവുന്നതാണ്. അതുപോലെ ജില്ലകളെ പാർലമെന്റ് നിയോജകമണ്ഡലമാക്കിയും പുനർനിർണയിക്കാവുന്നതാണ്.

തിരിച്ചു വിളിക്കൽ

അയൽക്കൂട്ടം മുതൽ പാർലമെന്റു വരെയുള്ള എല്ലാ പ്രതിനിധികളെയും അവരെ തിരഞ്ഞെടുത്ത സമ്മതിദായക സമൂഹത്തിന്റെ 50%ത്തിലധികം പേർ തീരുമാനിച്ചാൽ തിരിച്ചു വിളിക്കാം. പകരം പുതിയവരെ അയയ്ക്കാം. സമ്മതിദായകരുടെ എണ്ണം കുറവായതിനാൽ ഇതിന് ഏറെ പണച്ചെലവില്ല, പ്രയോഗികമാണുതാനും.

മേന്മകൾ, സവിശേഷതകൾ :

(1) ജനങ്ങളുടെ 'പരമാധികാരം' എന്ന സങ്കല്പത്തെ യാഥാർഥ്യമാക്കുന്നു. പ്രത്യേകിച്ചു തിരിച്ചുവിളിക്കൽ പ്രയോഗിക്കുന്നതിലൂടെ.

(2) തെരഞ്ഞെടുപ്പ് ചെലവ് വളരെ കുറയുന്നു. അയൽക്കൂട്ടയോഗങ്ങൾക്കോ പിന്നീടുള്ള തെരഞ്ഞെടുപ്പുകൾക്കോ വലിയ സന്നാഹമൊന്നും വേണ്ട.

(3) തെരഞ്ഞെടുപ്പ് പരസ്യമായോ രഹസ്യമായോ എങ്ങനെ വേണമെങ്കിലും നടത്താം. എപ്പോൾ വേണമെങ്കിലും തിരിച്ചു വിളിക്കാമെന്നതിനാൽ ഒരു സഭയ്ക്കും കാലാവധി നിശ്ചയിക്കേണ്ടതില്ല. എല്ലാം തന്നെ സ്ഥിരം സഭകൾ ആണ്. ഒറ്റപ്പെട്ട അംഗങ്ങളെ മാത്രമെ മാറ്റുന്നുള്ളൂ.

(4) തങ്ങളോട് ഉത്തരവാദിത്വം കാട്ടാത്ത പ്രതിനിധികളെ തിരിച്ചുവിളിക്കുമ്പോൾ അവർ ചെയ്ത തെറ്റുകൾ തിരുത്താം. പാർലമെന്റംഗങ്ങൾ വരെ ഓരോ പ്രശ്നത്തിലും എന്ത് നിലപാട് എടുക്കണമെന്ന നിർദ്ദേശം അയൽക്കൂട്ടത്തിൽ നിന്ന് മേലോട്ട് നൽകാം.

(5) സ്ത്രീകൾക്ക് എല്ലാതലത്തിലും തുല്യപ്രാതിനിധ്യം ലഭിക്കുന്നു. റിസർവേഷൻ ഫോർമുലകൾ ഒന്നും കൂടാതെ തന്നെ.

പഞ്ചായത്ത്/സ്റ്റേറ്റ്/ജില്ലാ അധ്യക്ഷ/ഉപാധ്യക്ഷന്മാരിൽ ഒരാൾ സ്ത്രീയായിരിക്കണമെന്ന് വേണമെങ്കിൽ നിബന്ധന ചെയ്യാം. അതുപോലെ പട്ടികജാതി/പട്ടികവർഗക്കാർക്ക് അർഹിക്കുന്ന പ്രാതിനിധ്യം ഉറപ്പുവരുത്താം. എന്നാൽ ഈ വേർതിരിവ് അനന്തമായി നിലനിൽക്കില്ലെന്ന് ഉറപ്പു വരുത്തണം. തനത് സംസ്കാരങ്ങൾ നിലനിർത്തവെ തന്നെ സാമ്പത്തികമായും രാഷ്ട്രീയമായും അവർ മുഖ്യധാരയുടെ ഭാഗമായി മാറണം.

ഇന്ത്യയെ സംബന്ധിച്ചിടത്തോളം മറ്റു ചില നിർദ്ദേശങ്ങൾ കൂടി വയ്ക്കാൻ കഴിയും. യൂണിയൻ ഭരണപ്രദേശം എന്ന കാറ്റഗറി ഇല്ലാതാക്കാം. അവയെ പ്രസക്ത സംസ്ഥാനങ്ങളുടെ ഭാഗമാക്കുക. ആവശ്യമായ ഡിലിമിറ്റേഷൻ -അതിർത്തി പുനർനിർണയം- പഞ്ചായത്തുമുതൽ സംസ്ഥാനം വരെ എല്ലാ തലത്തിലും നടത്താം. കേന്ദ്രം കൈയാളുന്ന അധികാരങ്ങളും ഉത്തരവാദിത്വങ്ങളും ഗണ്യമായി കുറച്ച് അവയെ സംസ്ഥാനങ്ങൾക്കും തദ്ദേശസ്വയംഭരണസ്ഥാപനങ്ങൾക്കും കൈമാറാം. അയൽരാഷ്ട്രങ്ങളും അയൽ സംസ്ഥാനങ്ങളുമായുള്ള എല്ലാ തർക്കങ്ങളും കൊടുത്തും വാങ്ങിയും സമാധാനപരമായി പരിഹരിക്കാം. രാഷ്ട്രത്തിന്റെ സൈനികരെ ഇന്നുള്ളതിന്റെ പത്തിൽ ഒന്നോ അതിൽ താഴെയോ ആയി കുറയ്ക്കാം. നമ്മുടെ മാത്രമല്ല അയൽരാഷ്ട്രങ്ങളുടെയും. നമ്മെ തമ്മിൽ തമ്മിൽ അടിപ്പിച്ച്, രണ്ടു പേർക്കും ആയുധം വിറ്റ് പണക്കാരാകുന്നവരെ അങ്ങനെ നമുക്ക് തോല്പിക്കാം. പഞ്ചായത്തിൽ ചെയ്യാൻ പറ്റാത്തതെന്തെന്ന് അവർ തന്നെ തീരുമാനിക്കുന്നു, ബ്ലോക്കും ജില്ലയും അവർക്ക് പറ്റാത്തത് തീരുമാനിക്കുന്നു. ഇത്തരത്തിലായിരിക്കണം അധികാര വിഭജനം. 'അവശിഷ്ടാധികാരങ്ങൾ' വലുതിൽ അല്ല, ചെറുതിൽ ആയിരിക്കും നിക്ഷിപ്തമാവുക. പ്രായോഗിക തലത്തിൽ ഇത്തരത്തിലുള്ള പല നിർദ്ദേശങ്ങളും മുന്നോട്ടു വെക്കാൻ കഴിയും. നിയാമക തത്വങ്ങൾ ഇതാണ്.

"പൗരന്മാരുടെ പരമാധികാരം"

"അധികാരം കൈയാളാനുള്ള കഴിവും തയ്യാറും"

"തനിക്കെന്ന പോലെ മറ്റു പൗരന്മാർക്കുമുള്ള അധികാരം അംഗീകരിക്കാനുള്ള മനഃസ്ഥിതി"

"കൂട്ടായ്മയില്ലാതെ മനുഷ്യജാതി ഇല്ല ; വിട്ടുവീഴ്ചയില്ലാതെ കൂട്ടായ്മില്ല, മറ്റെല്ലാവരും വിട്ടുകൊടുക്കുന്നത് തനിക്കാണ് ലഭിക്കുന്നത് - എന്ന തിരിച്ചറിവ്"

"എല്ലാ പ്രവർത്തനങ്ങളുടെയും തോത് മനുഷ്യന് വഴങ്ങുന്നതാക്കുക – human scale "

"ഭൗതികപദാർത്ഥങ്ങളുടെ -അസംസ്കൃത വിഭവങ്ങൾ, നിർമ്മിത ഉല്പന്നങ്ങൾ, എല്ലാറ്റിന്റെയും - വിദൂര ട്രാൻസ്പോർട്ടേഷന്റെ ആവശ്യകത കുറച്ചുകൊണ്ടു വരിക. അറിവും സംസ്കാരവും പരമാവധി പങ്കുവെക്കുക, സാർവദേശീയമാക്കുക. ബൗദ്ധിക സ്വത്തവകാശമെന്ന അശ്ലീല സങ്കല്പം തള്ളിക്കളയുക."

നവലോകനിർമാണം

ഒരു പുതുലോക നിർമാണം ഒറ്റയടിക്കു നടക്കുന്നതല്ല. ആഗോളതലത്തിലും നടക്കില്ല. രാഷ്ട്രതലത്തിലും നടക്കില്ല. നിരവധി ഘട്ടങ്ങളിലൂടെ കടന്നുപോകേണ്ടിയിരിക്കുന്നു. ഉത്തരമുതലാളിത്തത്തിന്റേതായ, പ്രാക് സോഷ്യലിസത്തിന്റേതായ ഒരു കാലഘട്ടത്തിലൂടെ പല രാജ്യങ്ങളും കടന്നുപോകുന്നതാണ്.

പക്ഷേ മുതലാളിത്തത്തെ വിശേഷിച്ച് നിയോ-ലിബറൽ ആഗോളവത്കരണത്തെ എങ്ങനെ മറികടക്കാം? എങ്ങനെ അതിൽ നിന്ന് മോചനം നേടാം. അതിനുള്ള സമരസംഘർഷങ്ങളിൽ വർഗസംഘടനകൾക്കും ബഹുജനസംഘടനകൾക്കും അസംഘടിതജനങ്ങൾക്കും എന്തെന്ത് പങ്കുകളാണ് വഹിക്കാൻ കഴിയുക? എന്നുകൂടി ആലോചിക്കേണ്ടതുണ്ട്. സാമ്രാജ്യത്വ ആഗോളവത്കരണത്തിനെതിരായ സമരത്തിൽ വിശാലമായ രണ്ടു സംഘർഷമേഖലകൾ ഉള്ളതായി കണക്കാക്കാം.

(1) നേരിട്ട് സാമ്രാജ്യത്വ ശക്തികൾക്കെതിരായ സമരത്തിന്റെ മേഖലയാണ് ഒന്ന്.

(2) ഈ ശക്തികൾക്കു കൂട്ടുനിൽക്കുന്ന ആഭ്യന്തര ഭരണകൂടങ്ങൾക്കും ഭരണവർഗങ്ങൾക്കും എതിരായ സമരമേഖലയാണ് രണ്ടാമത്തേത്.

പ്രത്യക്ഷ സമരം

പ്രത്യക്ഷസമരം എന്നു പറയുമെങ്കിലും യഥാർഥത്തിൽ ഇത് തുറന്ന സാമ്പത്തിക-ഗറില്ലാ യുദ്ധമാണ്. ആയുധങ്ങൾ ഉപയോഗിച്ചുള്ള യുദ്ധത്തിൽ നാം ജയിക്കില്ല. അവരത്രയ്ക്ക് ശക്തരാണ്. ജയിച്ചാൽതന്നെ താമസംവിനാ അത് നമ്മെയും അവരെപ്പോലെയാക്കും. ആഗോളവത്കരണത്തിന്റെ മഹാമന്ത്രം 'സ്വതന്ത്രവിപണി' എന്നാണല്ലോ. ആ സ്വതന്ത്രവിപണിയെതന്നെ യുദ്ധഭൂമിയാക്കി നമുക്കുമാറ്റാം. അവർക്ക് ഏത് രാജ്യത്തും, ലോകത്തിന്റെ ഏത് മുക്കിലും മൂലയ്ക്കും തങ്ങളുടെ ചരക്കുകൾ, തങ്ങൾ നിശ്ചയിക്കുന്ന വിലയ്ക്ക് വില്ക്കാൻ അധികാരമുണ്ടായിരിക്കണം. ദേശീയ ഗവൺമെന്റുകൾ തീരുവകളുടെ രൂപത്തിലോ, അളവുകൾ പരിമിതപ്പെടുത്തിയോ ഒരു തരത്തിലുമുള്ള നിയന്ത്രണം വയ്ക്കരുത്. ഇതാണവരുടെ ആവശ്യം. ഇന്ത്യയടക്കമുള്ള മിക്ക മൂന്നാം ലോക സർക്കാരുകളും ഇത് അംഗീകരിച്ചു കഴിഞ്ഞു. അവർ ഇവിടെ വിറ്റഴിക്കുന്ന സാധനങ്ങൾ കോളകളും കുപ്പിവെള്ളവും പാക്കറ്റ് ഭക്ഷണങ്ങളും കെന്റക്കി-മക്ഡൊണാൾഡുകളും, കാറുകളും ടി.വി.കളും അത്യാവശ്യമാണ് എന്നു നമ്മെ ബോധ്യപ്പെടുത്താൻ അവരുടെ മാധ്യമങ്ങൾ

ശ്രമിക്കുന്നു. ഒട്ടൊക്കെ വിജയിക്കുന്നുമുണ്ട്. എന്നാലും അവ വാങ്ങണമോ വേണ്ടയോ എന്നു നിശ്ചയിക്കാനുള്ള നമ്മുടെ അന്തിമധികാരം ഇപ്പോഴും നമ്മുടെ കൈയിൽതന്നെയുണ്ട്. ഈ അധികാരത്തെയാണ് നാം അവർക്കെതിരായ സമരായുധമായി ഉപയോഗിക്കാൻ പോകുന്നത്. നമ്മുടെ പോക്കറ്റിൽ കിടക്കുന്ന പണം അവർക്കുകൊടുക്കില്ല, നമ്മുടെ ആളുകൾക്കേ നല്കൂ എന്ന് തീരുമാനിക്കാനുള്ള നമ്മുടെ അധികാരം പ്രയോഗിക്കാം. ഈ അധികാരം പ്രയോഗിക്കാൻ പറ്റാത്ത ചില അവസരങ്ങൾ ഉണ്ടാകാം. ഉദാഹരണത്തിന് ഇപ്പോൾ നാട്ടിൽ ലഭ്യമല്ലാത്ത ഔഷധങ്ങൾ, ചില പ്രത്യേക ഗവേഷണങ്ങൾക്കാവശ്യമായ ഉപകരണങ്ങൾ മുതലായവ. ചിലവ വേണ്ടെന്നുവയ്ക്കാൻ ഏറെ പ്രയാസമുണ്ടായിരിക്കാം. എന്നാൽ വേണ്ടെന്നുവയ്ക്കാൻ പറ്റുന്ന ഒട്ടേറെ വസ്തുക്കളുണ്ട്. കോളകളടക്കമുള്ള പലതരം പാനീയങ്ങൾ, സോപ്പടക്കമുള്ള ശുചീകരണ സാധനങ്ങൾ, നെസ്‌ലെ, കാഡ്ബറി, കെല്ലോഗ്, ടോപ്‌റാമൺ, ലെയ്സ് ആദിയായ പാക്കറ്റ് ഭക്ഷ്യസാധനങ്ങൾ ഇവയുടെ ലിസ്റ്റ് ചെറുതല്ല. ഇവയിൽ പലതിനും തുല്യതൃപ്തി നല്കുന്ന ദേശീയോത്പന്നങ്ങളുണ്ട്. ഇല്ലാത്തവ വേണ്ടെന്ന് വെച്ചാൽ വലിയ നഷ്ടബോധമൊന്നുമുണ്ടാകില്ല. ഇവയെ ആധാരമാക്കിയുള്ള ഒരുവൻ ബഹിഷ്കരണ പ്രസ്ഥാനം ആരംഭിക്കാവുന്നതാണ്.

കഴിഞ്ഞ രണ്ട് വ്യാഴവട്ടത്തിനുള്ളിൽ ആഗോളവത്കരണം ഏല്പിച്ച ആഘാതങ്ങൾ ഏറിയപങ്കും ജനങ്ങൾക്ക് അനുഭവവേദ്യമായിട്ടുണ്ട്. നമ്മുടെ ഉത്പന്നങ്ങൾക്ക് വിലയിടിയുന്നു, തൊഴിലുകൾ നഷ്ടപ്പെടുന്നു. അരക്ഷിതത്വം വർധിക്കുന്നു..... സമൂഹത്തിലെ 80 ശതമാനത്തിലധികം വരും ഇവർ. സാമ്രാജ്യത്വ ആഗോളവത്കരണത്തെ എതിർക്കുന്ന ഇന്ത്യയിലെ മുഴുവൻ വർഗസംഘടനകളും - തൊഴിലാളികൾ, കർഷകർ, ഇടത്തരക്കാർ മുതലായവരുടെ എല്ലാ സംഘടനകളും - വനിതാ - വിദ്യാർത്ഥി - യുവജന - സാംസ്കാരിക സംഘടനകളും കൂടിച്ചേർന്ന്, മേലിൽ കോളകളും മേല്പറഞ്ഞ ബഹുരാഷ്ട്രക്കമ്പനികളുടെ ഉത്പന്നങ്ങളും വാങ്ങുകയില്ലെന്നും ഉപയോഗിക്കുകയില്ലെന്നും തീരുമാനിച്ചാൽ, ആ തീരുമാനം നടപ്പിലാക്കിയാൽ ശത്രുവിനേല്ക്കാവുന്ന ഇതിലും കഠിനമായ ആഘാതം മറ്റൊന്നില്ല. യൂറോപ്പിൽപോലും കോളകളെ അമേരിക്കൻ സാമ്രാജ്യത്വത്തിന്റെ പ്രതീകമായാണ് കാണുന്നത്. കോളബഹിഷ്കരണം ആഗോളവത്കരണ വിരുദ്ധസമരത്തിന്റെ ഒരു പ്രധാനഘടകമാണ് യൂറോപ്പിലത്രയും. കോളകളുടെ ഇന്ത്യയിലെ വില്പന, ബഹിഷ്ക്കരണം മുഖേന മൂന്നിലൊന്നോ അതിലും താഴെയോ ആയി കുറക്കാവുന്നതാണ്. കോളകൾ ചെയ്യുന്ന ദ്രോഹം ദിനംപ്രതി കൂടുതൽ വ്യക്തമായിവരികയാണ്. ഇടതുപക്ഷപ്പാർട്ടികളിലെയും വർഗസംഘടനകളിലെയും അംഗങ്ങൾ കോളകൾ കുടിക്കില്ലെന്ന് തീരുമാനിച്ചാൽ അവർക്ക് ഇന്ത്യയിൽ നിന്ന് കെട്ടുകെട്ടേണ്ടിവരും. നന്നെ തുച്ഛമായ ഒരു 'ത്യാഗ'മാണിത്. യഥാർഥത്തിൽ ത്യാഗമല്ല, പണവും ആരോഗ്യവും സംരക്ഷിക്കലാണത്.

ഹിന്ദുസ്ഥാൻ ലിവറിന്റെ സോപ്പുകൾ, പേസ്റ്റുകൾ, തേയിലകൾ, കാപ്പികൾ, (ബ്രൂക്ക്ബോണ്ട്, ലിപ്ടൺ) എന്നുതുടങ്ങി മിക്കവാറും എല്ലാ ഉത്പന്നങ്ങളും ബഹിഷ്കരിക്കാവുന്നതാണ്. അതേസേവനം നൽകുന്ന തദ്ദേശീയ ഉത്പന്നങ്ങൾ ഉണ്ട്, ഇല്ലാത്തത് ഉണ്ടാക്കാം. നെസ്ലെ, കാഡ്ബറി മുതലായ കമ്പനികളുടെ ഉത്പന്നങ്ങൾക്കും പകരം ഇന്ത്യൻ ഉല്പന്നങ്ങൾ ഉണ്ട്. അടുത്തകാലത്ത് പ്രചാരത്തിൽവന്ന നൂറുകൂട്ടം ഉപഭോഗോൽപന്നങ്ങൾ വേറെയുമുണ്ട്. ഇടത്തരക്കാരും ധനികരുമാണ് അതിന്റെ ഉപഭോക്താക്കൾ. എന്നാൽ കുട്ടികളെ വശീകരിച്ച് താഴെക്കിടയിലുള്ള ഇടത്തരക്കാരുടെയും ദരിദ്രരുടെയും ഇടയിൽപോലും അവ പ്രചരിച്ചു വരികയാണ്. ബോധപൂർവം അവ ഒഴിവാക്കാവുന്നതേയുള്ളൂ.

ഇത്തരത്തിലുള്ള ഒരു ബഹിഷ്കരണ നയം നടപ്പിലാക്കുന്നതിനുള്ള പ്രായോഗിക വിഷമതകൾ താഴെ പറയുന്നവയാണ്.

1. കാര്യക്ഷമമായ വിതരണവ്യൂഹത്തിന്റെ അഭാവം
2. മെച്ചപ്പെട്ട തദ്ദേശീയ ഉത്പന്നങ്ങളുടെ കുറവ്
3. പരസ്യങ്ങളിലൂടെ മനസ്സിൽ കടന്നുകൂടിയ നിരർഥകമായ ഉപഭോഗ വാഞ്ഛ

തദ്ദേശീയ ഉത്പന്നങ്ങളുടെ ഗുണം തുടർച്ചയായി വർധിപ്പിക്കാൻ രാജ്യത്തിനകത്തെ ശാസ്ത്ര-സാങ്കേതിക ഗവേഷണ സ്ഥാപനങ്ങളിലെ, ജനങ്ങളോട് പ്രതിബദ്ധതയുള്ള, ശാസ്ത്രജ്ഞരുടെ സഹായം തേടാവുന്നതാണ്. അത് ലഭിക്കുകയും ചെയ്യും. ചില ഉത്പന്നങ്ങൾക്ക് 'തദ്ദേശീയം' എന്ന പദം കൊണ്ട് വിവക്ഷിക്കുന്നത് ഒരു പഞ്ചായത്തായിരിക്കാം. മറ്റു ചിലവയ്ക്ക് ബ്ലോക്കോ, സംസ്ഥാനമോ ആയിരിക്കും. ഉത്പാദകനും ഉപഭോക്താവും തമ്മിലുള്ള ദൂരം, മിക്ക ഉത്പന്നങ്ങളുടെ കാര്യത്തിലും കുറവായിരിക്കും. വിപണനത്തിന് അയൽക്കൂട്ട-വാർഡ്-പഞ്ചായത്ത്-ബ്ലോക്ക് അടിസ്ഥാനത്തിലുള്ള, പഞ്ചായത്തിന്റെ അംഗീകാരമുള്ള (accreditation), പഞ്ചായത്ത് ഗ്യാരണ്ടിനല്കുന്ന സ്ത്രീകളുടെ വിപണനസംഘങ്ങൾ രൂപീകരിക്കാവുന്നതാണ്. ഏതാണ്ട് 200-300 വീടുകൾക്ക് രണ്ടു സ്ത്രീകൾ അടങ്ങുന്ന ഒരു സംഘം. കേരളത്തിലെ ഒരു പഞ്ചായത്തിൽ ഏതാണ്ട് 20 സംഘങ്ങൾ, തദ്ദേശീയ ഉത്പന്നങ്ങൾക്ക് പ്രതിമാസം 75-80 ലക്ഷം രൂപ വരുന്ന ഒരു വിപണി ഓരോ പഞ്ചായത്തിലും പതുക്കെപ്പതുക്കെയായി വളർത്തിയെടുക്കാം. ഇതിൽനിന്നുള്ള ലാഭംകൊണ്ട് 40 പേർക്ക് പ്രതിമാസം 10000-12000 രൂപയെങ്കിലും വരുമാനമുണ്ടാകുന്നതാണ്. തദ്ദേശീയ ഉത്പാദനവും ഉപഭോഗവും പണം പ്രാദേശികമായി പലവട്ടം പുനഃശ്ചക്രണം ചെയ്യുന്നതിനു കാരണമായിത്തീരുന്നു. ഇത് പണത്തിന്റെ കർമശേഷി വർധിപ്പിക്കുന്നു.

ആളുകളുടെ മനഃസ്ഥിതിയിൽ മാറ്റം വരുത്താൻ ജനകീയമായ പ്രചാരണരീതികൾ ആവിഷ്കരിക്കണം. അവിശ്വാസത്തിന്റേതായ ഒരു മനോഭാവത്തിൽ നിന്ന് ആത്മവിശ്വാസത്തിന്റെയും ആത്മാഭിമാനത്തിന്റെയുമായ ഒരു മനോഭാവത്തിലേക്ക് ജനങ്ങളെ എങ്ങനെ മാറ്റിയെടുക്കാമെന്നത്

സാക്ഷരതാ ക്യാമ്പയിന്റെ സന്ദർഭത്തിലും പിന്നീട് ജനകീയാസൂത്രണ ത്തിന്റെ ഘട്ടത്തിലും നാം കണ്ടതാണ്. ബഹുരാഷ്ട്രകുത്തകകളുടെ മാധ്യമത്തെ വൈവിധ്യമാർന്നതും വിപുലവുമായ ജനകീയ മാധ്യമങ്ങൾ ഉപയോഗിച്ച് നേരിടാൻ കഴിയുന്നതാണ്. സംഘടിത വർഗപ്രസ്ഥാന ങ്ങൾക്ക് - വ്യവസായത്തൊഴിലാളികളുടെയും കർഷകരുടെയും കർഷക ത്തൊഴിലാളികളുടെയും ഒക്കെ പ്രസ്ഥാനങ്ങൾക്ക് പ്രത്യക്ഷസമരത്തിന് വേറെയും മാർഗങ്ങളുണ്ട്. കർഷക-കർഷകത്തൊഴിലാളി സഖ്യത്തി ലൂടെ ഉത്പാദനം വർധിപ്പിക്കുകയും മെച്ചപ്പെടുത്തുകയും പ്രാദേശിക ഉപഭോക്താക്കളുമായി സഹകരിച്ച് ഇവിടെത്തന്നെ വിപണനം ചെയ്യു കയും ആകാം. ഇന്ത്യയിലെ മുഴുവൻ കാർഷിക ഉത്പന്നങ്ങളും ഉൾക്കൊള്ളാൻ കഴിയുന്നത്ര, അതിലും വലുതായ ഒരു ആഭ്യന്തര വിപണി ഇവിടെ ഉണ്ട്. സ്വകാര്യവ്യക്തികൾക്ക് വില്ക്കുന്ന പൊതുമേഖലാ സ്ഥാപനങ്ങൾ ഏറ്റെടുത്ത് ഫലപ്രദമായി നടത്തിക്കൊണ്ടുപോകാൻ തൊഴിലാളികൾക്ക് കഴിയണം. അതിനു തയ്യാറാവുകയും ഗവൺമെന്റ് സമ്മതിക്കുന്നില്ലെങ്കിൽ അതിനായി സമരം ചെയ്യുകയും വേണം. അതിനു അനുയോജ്യമായ പദ്ധതികൾ ആവിഷ്കരിക്കണം. സാങ്കേതിക വിദഗ്ധ രിൽ നിന്നും മാനേജ്മെന്റ് വിദഗ്ധരിൽ നിന്നും ആവശ്യമായ സഹായം തേടാവുന്നതാണ്. അത് ലഭിക്കുകയും ചെയ്യും.

ആത്യന്തികമായി രാഷ്ട്രീയഭരണകൂടവും സംസ്ഥാനഭരണവും ജന ങ്ങളുടെ നിയന്ത്രണത്തിലാകേണ്ടതുണ്ട് എന്നത് ശരി തന്നെ. അതിനു വേണ്ടിയുള്ള പരമ്പരാഗത സമരരൂപങ്ങൾക്കു പുറമെ, മുകളിൽ പറഞ്ഞ സമരരൂപങ്ങളും കൂടി പ്രയോഗിക്കാവുന്നതാണ്. ഇവയ്ക്കുപുറമെ, പരോ ക്ഷമായ മറ്റുചില സമരരൂപങ്ങൾകൂടി വിഭാവനം ചെയ്യാം.

പരോക്ഷ സമരങ്ങൾ

ഇവയും ഒരു തരത്തിലുള്ള ഗറില്ലാ സമരങ്ങളാണ്. സർക്കാർ ജീവന ക്കാർ, അധ്യാപകർ, ആരോഗ്യസേവനം നല്കുന്നവർ, വൈദ്യുതി-ട്രാൻസ്പോർട്ട് ജീവനക്കാർ..... ഇങ്ങനെ പൊതുമേഖലയിൽ ജന ങ്ങൾക്ക് വിവിധതരം സേവനങ്ങൾ നല്കുന്നവരുണ്ട്. ഇവർക്കോരോരു ത്തർക്കും കുത്തകവ്യവസായികൾ, ഭൂപ്രഭുക്കൾ, ഉദ്യോഗസ്ഥപ്രമാണി മാർ മുതലായ ആഗോളവത്കരണത്തിന്റെ വക്താക്കൾക്കും പ്രയോക്താ ക്കൾക്കും എതിരായി സമരം ചെയ്യാൻ പറ്റുന്ന ഒട്ടേറെ സന്ദർഭങ്ങൾ ഉണ്ട്. സർക്കാരാഫീസുകളിലെ - സെക്രട്ടേറിയേറ്റോ വിവിധ വകുപ്പ് ഓഫീ സുകളോ ആകട്ടെ - ക്ലാർക്കുമാർ, സൂപ്രണ്ടുമാർ, ചില ഓഫീസർമാർ മുതലായവർക്ക് സമരം ചെയ്യാൻ ലഭിക്കുന്ന ശക്തമായ ആയുധ ങ്ങളാണ് അവർ കൈകാര്യം ചെയ്യുന്ന ഫയലുകൾ. ദരിദ്രവത്കരിക്ക പ്പെടുന്ന ഭൂരിപക്ഷത്തിന്, അതിലെ വ്യക്തികൾക്ക് അനുകൂലവും കപട മാർഗേണ പൊതുസ്വത്ത് അപഹരിച്ച് അവരെ ദരിദ്രരാക്കുന്ന ന്യൂന പക്ഷത്തിന് പ്രതികൂലവും ആയ വിധത്തിൽ ബോധപൂർവം ഫയലു കൾ 'കൈകാര്യം' ചെയ്യാവുന്നതാണ്. ഉദാഹരണങ്ങളും സന്ദർഭങ്ങളും എത്രവേണമെങ്കിലും എടുത്തുകാണിക്കാവുന്നതാണ്. ഇന്ന് പലപ്പോഴും

സംഗതി തിരിച്ചാണ് നടക്കുന്നതെന്നത് ദുഃഖകരമായ ഒരു വസ്തുത യത്രെ!

അധ്യാപകർക്കാകട്ടെ അതുല്യമായ സന്ദർഭങ്ങളാണ് കിട്ടുന്നത്. മൂന്നു വയസ്സുമുതൽ 18–20 വയസ്സുവരെ കുട്ടികൾ അവരുടെ കൂടെയാണ്. ആഗോളമുതലാളിത്തം ബോധപൂർവം നാനാമാർഗങ്ങളിലൂടെ കുട്ടികളിൽ കുത്തിവെക്കുന്ന സ്വാർഥപരമായ ജീവിതവീക്ഷണവും വികലമായ മൂല്യബോധവും ഭോഗാസക്തിയും ഒക്കെ തടയാൻ അധ്യാപകർക്കേ കഴിയൂ. ഇലക്ട്രോണിക് മാധ്യമങ്ങളുടെ മാസ്മര ശക്തിക്കെതിരായ പ്രതിരോധം കെട്ടിപ്പടുക്കാൻ അധ്യാപകർക്ക് കഴിയും. അതിനവർ തയ്യാറാകണം. WTO വിന്റെയും ലോകബാങ്കിന്റെയും ഒക്കെ നിർദ്ദേശപ്രകാരം സർക്കാരുകൾ സേവന മേഖലകളിൽ നിന്ന് പതുക്കെപ്പതുക്കെ പിൻവലിയുകയും അവയെ കച്ചവടതാത്പര്യങ്ങൾക്കുവിട്ടുകൊടുക്കുകയും ആണല്ലോ. കേരളത്തിൽ പൂട്ടിക്കൊണ്ടിരിക്കുന്ന പൊതുവിദ്യാലയങ്ങൾ, സാധാരണക്കാരുടെയും ദരിദ്രരുടെയും കുട്ടികൾ പഠിക്കുന്ന വിദ്യാലയങ്ങൾ സംരക്ഷിക്കാൻ അധ്യാപകർക്കു കഴിയും. തങ്ങളുടെ വിദ്യാലയങ്ങളെ മിക്ക സമീപസ്ഥ സ്വകാര്യവിദ്യാലയങ്ങളെക്കാൾ കൂടുതൽ ആകർഷകമാക്കാൻ അധ്യാപകർക്ക് കഴിയും. അവരുടെ സംഘടനയുടെ വിപ്ലവകരമായ പങ്ക് ഇത് ചെയ്യലാണ്.

PHCയിലെ ഡോക്ടർമാരും നഴ്സുമാരും പാരാമെഡിക്കൽ സ്റ്റാഫും വിചാരിച്ചാൽ പഞ്ചായത്തിന്റെയും നാട്ടുകാരുടെയും സഹായത്തോടെ ഉയർന്ന നിലവാരത്തിലുള്ള ആരോഗ്യസേവനം നാട്ടുകാർക്ക് നല്കാൻ കഴിയും. ആരോഗ്യരംഗത്തെ കച്ചവടവത്കരിക്കുന്നത് തടയാൻ കഴിയും. ചുരുങ്ങിയപക്ഷം അതിന്റെ തീക്ഷ്ണത കുറയ്ക്കാനെങ്കിലും കഴിയും. മിക്കവാറും എല്ലാ സേവനമേഖലകളുടെയും സ്വകാര്യവത്കരണവും കച്ചവടവത്കരണവും പ്രതിരോധിക്കുന്നതിൽ അവയിലെ ജീവനക്കാർക്കും അവരുടെ സംഘടനകൾക്കും നല്ലൊരുപങ്ക് വഹിക്കാൻ കഴിയേണ്ടതാണ്.

സർവകലാശാലകൾ, CSIR, ICAR മുതലായവയുടെ ഗവേഷണ സ്ഥാപനങ്ങൾ, സർക്കാർ സാങ്കേതിക വകുപ്പുകൾ... ഇവിടെയൊക്കെയായി ലക്ഷക്കണക്കിന് ശാസ്ത്രസാങ്കേതിക വിദഗ്ധർ പണിയെടുക്കുന്നുണ്ട്. അവരിൽതന്നെ നിസ്സാരമല്ലാത്ത ഒരു വിഭാഗം ഭൂരിപക്ഷം വരുന്ന സാധാരണക്കാരോട് കൂറുള്ളവരുമാണ്. ഔദ്യോഗികമായി കഴിയുന്നവർ അങ്ങനെയും അല്ലാത്തവർ വ്യക്തിപരമായും തങ്ങളുടെ ഗവേഷണ മേഖലകളിൽ ബോധപൂർവം ചില തെരഞ്ഞെടുപ്പുകൾ നടത്തേണ്ടതാണ്. സുസ്ഥിരത (sustainability), തദ്ദേശ സമ്പദ് വ്യവസ്ഥകൾ ശക്തിപ്പെടുത്താൻ വേണ്ട സാങ്കേതികവിദ്യകൾ മുതലായവയിലേക്ക് അവരുടെ ശ്രദ്ധ തിരിക്കാം. ഗവൺമെന്റുകൾ ജനവിരുദ്ധമായ പലനയങ്ങൾക്കും ശാസ്ത്രജ്ഞരുടെ 'വിദഗ്ധാഭിപ്രായ'ത്തിന്റെ പിൻബലം നല്കാൻ ശ്രമിക്കാറുണ്ട്. എന്നാൽ മിക്കപ്പോഴും അപൂർണമോ, വളച്ചൊടിക്കപ്പെട്ടതോ ആയ ചിത്രമാണവർ നൽകുന്നത്. ഇതിനെ എതിർക്കാനും തുറന്നുകാട്ടാനും ശാസ്ത്രജ്ഞർ വലിയതോതിൽ മുന്നോട്ടുവരണം.

രണ്ട്

നലലോകനിർമ്മിതി - ഒരു സർഗാത്മകപരിപാടി: കേരള

ആമുഖം

പുതിയ സമൂഹം

ഇരുപതാം നൂറ്റാണ്ടിൽ നടന്നപോലെയുള്ള വിപ്ലവങ്ങൾ, ദേശീയതലത്തിൽ മുതലാളിത്ത ഭരണകൂടത്തെ മറിച്ചിട്ട് തത്സ്ഥാനത്ത് തൊഴിലാളിവർഗത്തിന്റെ സർവാധിപത്യപരമായ ഭരണകൂടം സ്ഥാപിക്കുകയും അതിന്റെ നേതൃത്വത്തിൽ പുതിയ സമൂഹം കെട്ടിപ്പടുക്കുകയും ചെയ്യുക എന്നത്, സാധ്യമാണെന്നോ, അഭിലഷണീയമാണെന്നുപോലുമോ ഇന്ന് അധികമാരും കരുതുന്നില്ല. 'പഴയ സമൂഹത്തിന്റെ ഗർഭപാത്രത്തിൽ രൂപം കൊണ്ട് വളർന്ന് അവസാനം അതിനെ പിളർന്ന് പുറത്തുവരുന്ന' രീതിയിലാണ് അടിമത്തത്തിൽനിന്ന് നാടുവാഴിത്തവും നാടുവാഴിത്തത്തിൽനിന്ന് മുതലാളിത്തവും രൂപം കൊണ്ടത്. അങ്ങനെ മാത്രമേ പുതിയ സമൂഹത്തിന് ജന്മം നൽകാൻ പഴയ സമൂഹം സജ്ജമാകൂ. 21-ാം നൂറ്റാണ്ടിലെ സോഷ്യലിസം 21-ാം നൂറ്റാണ്ടിലെ നിയോലിബറൽ മുതലാളിത്തത്തിനുള്ളിൽതന്നെ രൂപപ്പെടേണ്ടിയിരിക്കുന്നു, വളരേണ്ടിയിരിക്കുന്നു. എന്നാൽ നാടുവാഴിത്തത്തിന്റെയും മുതലാളിത്തത്തിന്റെയും ആവിർഭാവത്തിൽ നിന്ന് വ്യത്യസ്തമായ രീതിയിലാണ് സോഷ്യലിസം രൂപംകൊള്ളുക. നാടുവാഴിത്തവും മുതലളിത്തവും ബോധപൂർവം വളർത്തിക്കൊണ്ടുവന്നവയല്ല. നിലനിൽക്കുന്ന സാഹചര്യത്തിനുള്ളിൽ സ്വമേധയാ വളർന്നുവന്നതാണ്. അതിനാൽ തന്നെ അടിസ്ഥാനപരമായ ഒരു മാറ്റം, ചൂഷണം ഇല്ലാതാക്കുകയെന്നത്, മനുഷ്യൻ മനുഷ്യനെയും പ്രകൃതിയെയും ചൂഷണംചെയ്യുന്നത് അവസാനിപ്പിക്കുകയെന്നത് നടന്നില്ല. ഈ രണ്ടു ചൂഷണങ്ങളും അവസാനിപ്പിച്ചില്ലെങ്കിൽ മാനവരാശി കാടത്തത്തിലേക്കോ സർവനാശത്തിലേക്കോ വഴുതിവീഴും എന്ന് ഇന്ന് ഏറെക്കുറെ സ്പഷ്ടമാണ്. അതിനാൽ, മുതലാളിത്തം അവസാനിപ്പിക്കുകതന്നെ വേണം, പുതിയ സമൂഹം ബോധപൂർവം കെട്ടിപ്പടുക്കുകയും വേണം.

പുതിയ സമൂഹത്തിന്റെ കാതലായ വശങ്ങൾ മാത്രമേ തുടക്കത്തിൽ പ്രകടമാകൂ. കൂടുതൽ സൂക്ഷ്മമായ വശങ്ങൾ പതുക്കെപ്പതുക്കെ മാത്രമേ പുറത്തുവരൂ. എന്താണ് പുതിയ സമൂഹത്തിന്റെ കാതലായ വശങ്ങൾ?

1. ചൂഷണത്തിൽനിന്നും മത്സരത്തിൽനിന്നും സഹകരണത്തിലേക്കും സാമൂഹിക സന്തുഷ്ടിയിലേക്കുമുള്ള പരിവർത്തനം.
2. സമത്വത്തിലും സുസ്ഥിരതയിലും അധിഷ്ഠിതമായ ഒരു സമൂഹം.
3. ഉത്പാദനത്തെ ക്ഷേമമൂല്യങ്ങളിൽ മാത്രമായി പരിമിതപ്പെടുത്തുന്നു. പൊങ്ങച്ചമൂല്യങ്ങളുടെയും ദുരന്തമൂല്യങ്ങളുടെയും ഉൽപാദനം കുറച്ചുകൊണ്ടുവരുന്നു.
4. മാനവികമായ ജീവിതത്തിനു ലഭ്യമായ ഒഴിവു സമയം വർധിപ്പിക്കൽ.

ഈ സ്വഭാവങ്ങളുള്ള സമൂഹങ്ങൾ സ്വയമേവ രൂപപ്പെടുന്നതല്ല. ബോധപൂർവം കെട്ടിപ്പടുക്കുകതന്നെ വേണം. അതിനുള്ള ഒരു കർമ പരിപാടിയാണ് ഇവിടെ ചർച്ചചെയ്യുന്നത്. രാഷ്ട്രീയസംഘടനകൾ, തൊഴിൽ സംഘടനകൾ, സാംസ്കാരികസംഘടനകൾ, ശാസ്ത്ര സംഘടനകൾ - എല്ലാവർക്കും ഇതിൽ പങ്കു വഹിക്കാൻ കഴിയും. സാക്ഷരതയ്ക്കും ജനകീയാസൂത്രണത്തിനും മറ്റും ചെയ്തപോലെ എല്ലാവരെയും ഉൾക്കൊള്ളിക്കുന്ന കർമസമിതികൾക്ക് രൂപം നൽകാം. ആർക്കുവേണമെങ്കിലും മുൻകൈ എടുക്കാം. യുവാക്കൾക്ക് കൂടുതൽ താൽപര്യം ഉണ്ടാകേണ്ടതാണ്. അവർ വരാൻ പോകുന്ന സാമൂഹിക-സാമ്പത്തിക-പാരിസ്ഥിതികദുരന്തത്തിന് ദൃക്സാക്ഷികളായിരിക്കും. അവരുടെ മക്കളാകട്ടെ അതിന്റെ ആഘാതം മുഴുവനും നേരിട്ട് ഏല്ക്കാൻ വിധിക്കപ്പെട്ടവരായിരിക്കും. അവരെ, ഭാവിയിലെ തങ്ങളുടെ കുഞ്ഞുങ്ങളെ, ദുരന്തത്തിൽനിന്ന് രക്ഷിക്കാൻ ഇന്നത്തെ യുവതീയുവാക്കൾ, പ്രത്യേകിച്ചും 15 വയസ്സിനും 30 വയസ്സിനും ഇടയ്ക്കുള്ളവർ, ജാതി-മത-ലിംഗ-രാഷ്ട്രീയഭേദം മറന്നുകൊണ്ട് ഈ ദുരന്തം ഒഴിവാക്കാനും - പാരിസ്ഥിതികദുരന്തം ഈ വ്യത്യാസങ്ങൾ തിരിച്ചറിയുന്നതല്ല - അതിന്റെ ശക്തി കുറയ്ക്കാനും മാനവസംസ്കൃതിയെ സംരക്ഷിക്കാനും മുൻകൈ എടുക്കണം. മുതലാളിത്തസമൂഹവ്യവസ്ഥയിൽനിന്നും അതിന്റെ മൂല്യങ്ങളിൽനിന്നും സ്വയം മോചിപ്പിക്കണം. സമത്വത്തിലും സുസ്ഥിരതയിലും സംതൃപ്തിയിലും അധിഷ്ഠിതമായ പുതിയൊരു സമൂഹവ്യവസ്ഥ കെട്ടിപ്പടുക്കണം.

തദ്ദേശസമ്പദ്‌വ്യവസ്ഥ ശക്തിപ്പെടുത്തുക, വികസനം സ്ഥായിത്വം ഉള്ളതും സമതുലിതവും ആക്കുക, തദ്ദേശ സ്വയം പര്യാപ്തത വർധിപ്പിക്കുക, വിദേശ (ബന്ധമുള്ള) ഉൽപന്നങ്ങൾ ബഹിഷ്കരിക്കുക, അവയ്ക്ക് കീഴടങ്ങുന്ന സർക്കാർ നയങ്ങൾ തുറന്നുകാട്ടി എതിർക്കുക മുതലായ തന്ത്രങ്ങൾ ഇതിന് സ്വീകരിക്കാം. ഇവയ്ക്ക് അനുഗുണമായ അതിബൃഹത്തായ ഒരു കർമപരിപാടി വിഭാവനം ചെയ്യേണ്ടിയിരിക്കുന്നു. വഴിപാടുകൾ കൊണ്ടോ മന്ത്രങ്ങൾ കൊണ്ടോ പ്രമേയങ്ങൾ കൊണ്ടോ ശത്രുവിനെ എതിരിടാൻ കഴിയില്ല. മൂർത്തമായ പ്രതിരോധം ഏർപ്പെടുത്തുക തന്നെ വേണം. പ്രത്യാക്രമണവും വേണം. സമൂഹത്തിലെ എല്ലാവരെയും, ചരക്കുകളുടെയും സേവനങ്ങളുടെയും ഉൽപാദകരും

അവയുടെ ഉപഭോക്താക്കളുമെന്ന നിലയിൽ നേരിട്ട് പരസ്പരം ബന്ധിപ്പിക്കണം. ഇന്നത് നടക്കുന്നത് അമൂർത്തവും അമാനവികവും ആയ മാർക്കറ്റിന്റെ പ്രവർത്തനത്തിലൂടെയാണ്. ഉൽപാദകരും ഉപഭോക്താക്കളും തമ്മിലുള്ള ബന്ധം ഏതാണ്ട് തീരെ അദൃശ്യമായിരിക്കുന്നു. വ്യാവസായികപുരോഗതി - വികസനം - ഇത് അനിവാര്യമാക്കുന്നു. ഉൽപാദനവും ഉപഭോഗവും തമ്മിലുള്ള അകലം വർധിച്ചുകൊണ്ടിരിക്കുന്നു. വർധിക്കണം എന്ന് വാദിക്കുന്നവരുണ്ട്. (അബോധ പൂർവമായിരിക്കാം) മുതലാളിത്തത്തിന്റെ - സാമ്രാജ്യത്വത്തിന്റെ - വക്താക്കൾ ആണവർ. ഉൽപാദകനെയും ഉപഭോക്താവിനെയും അവർ തമ്മിലുള്ള ദൂരം കുറച്ചും പ്രത്യക്ഷ സാമ്പത്തിക ബന്ധങ്ങളിൽ ഏർപ്പെടുത്തിയും തമ്മിൽ അടുപ്പിക്കുക എന്ന നിലപാട് സ്വീകരിക്കാം. ഇതിന് സാമ്പത്തികമായി മാത്രമല്ല സാമൂഹികമായും സാംസ്കാരികമായും സദ്ഫലങ്ങളുണ്ടാകും. ഉപഭോഗതൃഷ്ണയ്ക്ക് ഏറ്റവും അധികം അടിമപ്പെട്ട സമൂഹമെന്ന നിലയ്ക്ക് കേരളത്തിൽ തന്നെ ഈ പ്രതിരോധ-പ്രത്യാക്രമണത്തിന്റെ ആരംഭം കുറിക്കണം.

ഓരോ പഞ്ചായത്തിന്റെയും സമഗ്രമായ വികസനത്തിന് ഒരു രൂപരേഖ ഉണ്ടാക്കുന്നതിന് ജനകീയ സംഘടനകൾ മുൻകൈ എടുക്കണം. അതിനവയ്ക്ക് വേണ്ടത്ര വിദഗ്ധന്മാരുടെ സഹായം ലഭിക്കുന്നതാണ്. കേരളത്തിൽ 55 വയസ്സിനും 75 വയസ്സിനും ഇടയ്ക്കുള്ള, റിട്ടയർ ചെയ്ത, പ്രൊഫഷണലുകൾ- എൻജിനീയർ,ഡോക്ടർമാർ, കൃഷിവിദഗ്ധർ, അധ്യാപകർ..... ആദി-ഏതാണ്ട് അമ്പതിനായിരമെങ്കിലും വരുമെന്നാണ് മതിപ്പ്.

കേരളത്തിലെ മിക്ക പഞ്ചായത്തുകളിലും ഒന്നല്ലെങ്കിൽ മറ്റൊരു മേഖലയിൽ വ്യാപകമായ കർമപദ്ധതികൾക്ക് തുടക്കം കുറിക്കാവുന്നതാണ്. സാക്ഷരതയിലും ജനകീയാസൂത്രണത്തിലും നടന്ന പോലെ.

വികസനത്തിൽ നിർണായക ഘടകങ്ങളായി കാണേണ്ടത് സുസ്ഥിരതയും (sustainability) എല്ലാവരെയും ഉൾക്കൊള്ളലും (inclusiveness) ആണ്. ഇവ രണ്ടും വികസനത്തിന്റെ സ്വഭാവത്തിന് ചില സീമകൾ നിശ്ചിയിക്കുന്നു. 'എല്ലാവരെയും ഉൾക്കൊള്ളുക' എന്നതിനെ ഒരു വഴിപാട് മുദ്രാവാക്യമായല്ല കാണേണ്ടത്. വികസനം സമൂഹത്തിലെ താഴെ പകുതിയിൽപെട്ടവർക്ക് ഗുണം നല്കണം. സമൂഹത്തിന്റെ പ്രയത്നം അവരെ കേന്ദ്രീകരിച്ചായിരിക്കണം. ചക്രവാള വ്യവസായമായ ഐടിയിൽ പോലും 'സ്മാർട്ട്സിറ്റി' എന്ന സങ്കല്പം ത്യജിച്ച് 'സ്മാർട്ട് വില്ലേജ്' എന്ന സങ്കല്പം സ്വീകരിക്കാം. ഇന്നത്തെ ഐടിമാർക്കറ്റിൽ-അത് താത്കാലികമാണെങ്കിലും-ഫലപ്രദമായി പങ്കെടുക്കാൻ പറ്റുന്ന വിധത്തിൽ നമ്മുടെ പഞ്ചായത്തുകളെയും ചെറുപട്ടണങ്ങളെയും സജ്ജമാക്കാവുന്നതാണ്. ആത്യന്തികമായി, അസമത്വം - ഗിനിഗുണാങ്കം - കുറച്ചുകൊണ്ടുവരിക എന്നതാണ് ലക്ഷ്യം. ഗിനിഗുണാങ്കം 0.2നും 0.3നും

ഇടയ്ക്കായി കുറയ്ക്കുക എന്ന ലക്ഷ്യം വയ്ക്കാം. (20-ാം നൂറ്റാണ്ടിലെ സോഷ്യലിസ്റ്റ് രാജ്യങ്ങളിലുണ്ടായിരുന്ന അസമത്വത്തേക്കാൾ കുറവായിരിക്കും ഇത്).

ഓരോ പഞ്ചായത്തിലും, പട്ടണത്തിലും ലഭ്യമായ ഭൗതിക-മാനുഷിക വിഭവങ്ങളുടെ അടിസ്ഥാനത്തിൽ തുടക്കം കുറിക്കാം. അതിനായി ഏതാനും മേഖലകൾ താഴെ കുറിക്കുന്നു. പതുക്കെപ്പതുക്കെ എല്ലാം എല്ലാ പ്രദേശത്തും വേണം. ചിലയിടങ്ങളിൽ ചിലവയ്ക്ക് കൂടുതൽ പ്രാധാന്യം കാണുമെന്നത് സ്വാഭാവികം തന്നെ.

ഭക്ഷ്യസുരക്ഷ

തരിശായി കിടക്കുന്ന പാടങ്ങൾ കൂടി നെൽക്കൃഷിയിലേക്ക് കൊണ്ടുവരിക. എന്നാലും ആവശ്യത്തിന്റെ ചെറിയൊരു ശതമാനമേ ആകൂ. ഒപ്പം മറ്റു ഭക്ഷ്യവിളകൾ കൂടി വേണം. ഇതിനായി അന്നഗ്രാമം, മൃഗഗ്രാമം, ഹരിതഗ്രാമം, ക്ഷീരഗ്രാമം എന്നിങ്ങനെ വ്യത്യസ്ത പദ്ധതികൾ ആസൂത്രണം ചെയ്യാവുന്നതാണ്.

ആരോഗ്യം

എല്ലാവരുടെയും ആരോഗ്യം മെച്ചപ്പെടുത്തുന്നതിൽ പോഷകാഹാരത്തിനു പുറമെ, ശുചിത്വം, കുടിനീർ, ആരോഗ്യസേവനം എന്നിവയും ആവശ്യമാണ്. ഇതിനായി ശുചിത്വഗ്രാമം, കുടിനീർ ഗ്രാമം, ആരോഗ്യ ഗ്രാമം, എന്നീ പരിപാടികൾ ആലോചിക്കാവുന്നതാണ്.

വിദ്യാഭ്യാസം

ഇതിനായി 'വിദ്യാഗ്രാമം' എന്ന ഒരു പദ്ധതി ഉണ്ടാക്കാം.

തൊഴിൽ

മേൽപറഞ്ഞ മേഖലകളെല്ലാം ഏറെ തൊഴിലവസരങ്ങൾ നല്കുന്നതാണ്. അതിനുപുറമേ പരമ്പരാഗതവും ആധുനികവുമായ വ്യവസായങ്ങളുണ്ട്. ഇവയ്ക്കായി കയർ ഗ്രാമം, കൈത്തറിഗ്രാമം, കശുവണ്ടി ഗ്രാമം, ഇഷ്ടിക ഗ്രാമം, മുളഗ്രാമം, സ്മാർട്ട് ഗ്രാമം, ലോഹഗ്രാമം...' എന്നിങ്ങനെ വിവിധ മേഖലകൾ ആലോചിക്കാവുന്നതാണ്.

ഊർജം

എല്ലാറ്റിന്റെയും ചാലകശക്തിയാണിത്. 'ഊർജഗ്രാമം' എന്ന ഒരു പരിപാടി ആലോചിക്കാവുന്നതാണ്.

പാർപ്പിടം

എല്ലാവർക്കും വാസ യോഗ്യമായ വീട്.

സാമൂഹികസുരക്ഷ

ആത്യന്തികമായി, ഓരോരുത്തരും തന്റെയും കുട്ടികളുടെയും പേരക്കുട്ടികളുടെയും ഭാവി ഭദ്രമായിരിക്കും എന്ന് ഉറപ്പുവരുത്താൻ ആഗ്രഹിക്കുന്നു. ഇതിനായി തൊഴിലുറപ്പ്, വിദ്യാഭ്യാസം, ആരോഗ്യം, പൊതുവിതരണം, ഇൻഷൂറൻസ്, പാർപ്പിടം, എല്ലാം ഉറപ്പു വരുത്തണം.

ഈ പ്രവർത്തനങ്ങൾ ഭാവിതലമുറകൾക്ക് നമ്മെപ്പോലെയോ അതിലും നന്നായോ ജീവിക്കാനുള്ള സാധ്യത നശിപ്പിക്കില്ലെന്ന് ഉറപ്പുവരുത്തുകയും വേണം. അതിനാണല്ലോ 'സുസ്ഥിരത' എന്നു പറയുന്നത്. ഒരു സമൂഹത്തിൽ മൊത്തം ലഭ്യമായ ഭൂമിയേക്കാൾ കുറവായിരിക്കണം. ആ സമൂഹത്തിന് ആവശ്യമായി വരുന്ന ഭൂമി.

ഏതൊരു സമൂഹത്തിനും കൃഷിചെയ്യാനും, കെട്ടിടങ്ങൾ ഉണ്ടാക്കാനും, റോഡുകൾ ഉണ്ടാക്കാനും കളിസ്ഥലങ്ങൾക്കും പാർക്കുകൾക്കും ഭൂമി വേണം. ആവശ്യമായ അയിരുകൾ കുഴിച്ചെടുക്കാൻ ഭൂമി വേണം. ഇങ്ങനെ പ്രത്യക്ഷമായി വേണ്ടിവരുന്ന ഭൂമിക്കുപുറമേ, കൃഷി, വ്യവസായം, നിർമാണം, യാത്ര, കടത്ത്, വിനോദം മുതലായ വിവിധ ആവശ്യങ്ങൾ തൃപ്തിപ്പെടുത്താൻ വേണ്ടിവരുന്ന ഊർജം ഉൽപാദിപ്പിക്കുമ്പോൾ പുറത്തുവരുന്ന CO_2 തിരിച്ചെടുക്കാൻ വേണ്ട കാടുണ്ടാക്കാനും ഭൂമി വേണം. പരിസ്ഥിതിയിൽ മനുഷ്യർ ചുമത്തുന്ന ഭാരമാണ് ഭൂമിയുടെ ഈ അളവ്. ഒരു യൂണിറ്റ് വൈദ്യുതി പ്രതിവർഷം ഉൽപാദിപ്പിക്കുമ്പോൾ പുറത്തുവരുന്ന CO_2 പിടിച്ചെടുക്കാൻ 1.5 M2 സ്ഥലത്ത് മരങ്ങൾ വളർത്തണം. പ്രതിവർഷം ഒരു യൂണിറ്റ് വൈദ്യുതിയുടെ കാർബൺ പാദമുദ്ര 1.5 M_2 ആണെന്നു പറയുന്നു. ഇതിനോടൊപ്പം പ്രത്യക്ഷമായി ഉപയോഗിക്കുന്ന ഭൂമിയുടെ അളവും കൂടിചേർത്താൽ കിട്ടുന്ന രാശിക്ക് പാരിസ്ഥിതികപാദമുദ്ര (ecological foot print) എന്നു പറയുന്നു. ഉപഭോഗനിലവാരം വ്യത്യസ്തമായതിനാൽ ദരിദ്രർ സൃഷ്ടിക്കുന്ന പാരിസ്ഥിതികപാദമുദ്രയും ധനികർ സൃഷ്ടിക്കുന്നതും വ്യത്യസ്തങ്ങളായിരിക്കും.

ഒന്ന്

ഭക്ഷ്യസുരക്ഷ

ഏറ്റവും ദരിദ്രരായ താഴത്തെ 5 ശതമാനത്തിൽപെട്ട ഒരു വ്യക്തി ഇന്ന് പതിപ്പിക്കുന്ന ശരാശരി പാരിസ്ഥിതിക പാദമുദ്ര ഏതാണ്ട് 1450 ച.മീ. ആണ്. അതിൽ ഏതാണ്ട് 800 ച.മീ ഭക്ഷണത്തിന്റേയും 650 ച.മീ. പാചകം, വെളിച്ചം, യാത്ര മുതലായവയ്ക്ക് വേണ്ടി ഉപയോഗിക്കുന്ന ഊർജത്തിന്റെയും ആണ്. ധനിക വിഭാഗത്തിൽപെട്ട (മേലെ 5%) ഒരാളുടെ പാരിസ്ഥിതിക പാദമുദ്രയാകട്ടെ യഥാക്രമം ഭക്ഷണത്തിന് 2600 ച.മീറ്ററും ഊർജത്തിന് 6000 ച.മീറ്ററും ആണ്.

കേരളം ആകെ എടുക്കുകയാണെങ്കിൽ നമ്മൾ ആകെ ഭക്ഷിക്കുന്ന ഭക്ഷണത്തിന്റേയും ആകെ ഉപഭോഗിക്കുന്ന ഊർജത്തിന്റെയും (ഇറക്കുമതിയെയും ഉൽപന്നങ്ങളിലടങ്ങിയ സംഭൃതോർജം കൂടി കണക്കിലെടുക്കുമ്പോൾ) പാദമുദ്ര ഏതാണ്ട് 120 ലക്ഷം ഹെക്ടറാണ്. കേരളത്തിന്റെ മൊത്തം വിസ്തീർണം ഏതാണ്ട് 38 ലക്ഷം ഹെക്ടാറാണ്. അതിന്റെ മൂന്നു മടങ്ങിലധികം വരും ഇത്. അന്യനാടുകളിലെ ഭൂമി കൂടി ഉപയോഗിച്ചുകൊണ്ടാണ് ഇന്ന് കേരളം ജീവിക്കുന്നത്. വളരെ ഉയർന്ന ഒരു ജീവിതനിലവാരമൊന്നുമല്ലതാനും അത്.

പുതിയൊരു കേരള സമൂഹത്തെപ്പറ്റി ആലോചിക്കുമ്പോൾ അതിന്റെ പാരിസ്ഥിതിക പാദമുദ്ര കേരളത്തിന്റെ മൊത്തം വിസ്തീർണത്തേക്കാൾ കുറവ് - 80 ശതമാനം എന്നെടുക്കാം - ആയി കുറയ്ക്കാനുള്ള മാർഗങ്ങൾ കൂടി ആരായേണ്ടിവരും. കേരളത്തിലെ ഉയർന്ന ജനസാന്ദ്രതയാണ് ഉയർന്ന പാദമുദ്രയ്ക്ക് ഒരു കാരണം എന്നു നമ്മൾ മനസ്സിലാക്കുന്നു. അതിനെ മറികടക്കാൻ 'ഉൽപാദനക്ഷമത' 3-4 മടങ്ങായി വർധിപ്പിക്കാം. അതിനുള്ള സാധ്യത ചൂണ്ടിക്കാണിക്കാം.

- സൂക്ഷ്മക്കൃഷി സമ്പ്രദായത്തിലൂടെ പലതിന്റെയും ഉൽപാദനക്ഷമത നിരവധി മടങ്ങായി വർധിപ്പിക്കാം.
- ഒരു ചതുരശ്രമീറ്ററിൽ നിന്ന് പ്രഭാസങ്കലനത്തിൽ കൂടെ എടുക്കാവുന്ന ഊർജത്തിന്റെ 10 മടങ്ങ് ഊർജം ഫോട്ടോ വോൾടെജ് സംവിധാനത്തിലൂടെ, ലഭ്യമാക്കാം.

മേൽപറഞ്ഞ ആശയങ്ങൾ ഓരോന്നും സ്വല്പം കൂടി വികസിപ്പിച്ച് കേരളത്തിൽ അവ എങ്ങനെ നടപ്പാക്കാമെന്ന് അടുത്ത അധ്യായങ്ങളിൽ പരിശോധിക്കാം.

ഭക്ഷ്യസുരക്ഷയെന്നാൽ 'ധാന്യസുരക്ഷ' എന്നല്ല അർഥം. മനുഷ്യ ജാതി അതിന്റെ രണ്ടു ലക്ഷത്തോളം നീണ്ടുനിന്ന ജീവിതകാലത്ത്, ഏതാണ്ട് 5000-6000 കൊല്ലം മാത്രമേ ആയിട്ടുള്ളു ധാന്യ പ്രധാനമായ ഭക്ഷണത്തിലേക്കു മാറിയിട്ട്. ഇപ്പോഴും പകുതിയോളം ഭക്ഷണം - പ്രോട്ടീൻ, കൊഴുപ്പ്, ലവണങ്ങൾ, എന്തിന് കാർബോഹൈഡ്രേറ്റു കൾപോലും - ലഭിക്കുന്നത്. ധാന്യേതരസ്രോതസ്സുകളിൽനിന്നാണ് വരുംകാലങ്ങളിൽ ധാന്യങ്ങൾക്ക് ഇന്നുള്ള പ്രാധാന്യം പോലും ഉണ്ടാ കില്ല. കാരണം, അനിവാര്യമായും നടക്കാനിരിക്കുന്ന കാലാവസ്ഥാമാറ്റ ങ്ങൾ ധാന്യത്തിന്റെ ഉൽപാദനം കുറയ്ക്കുന്നതാണ്. പ്രത്യേകിച്ച് ധാന്യ പ്രധാന ഭക്ഷണമുള്ള ഉഷ്ണമേഖലാരാജ്യങ്ങളിൽ. അതിനാൽ ദീർഘ കാലഭക്ഷ്യസുരക്ഷയ്ക്ക് ധാന്യേതര മാർഗങ്ങൾ കൂടി ആരായേണ്ട തുണ്ട്. ഫലങ്ങളും കിഴങ്ങുകളും മത്സ്യ-മാംസാദികളും ആയിരിക്കും പ്രധാനം. എന്നിരുന്നാലും ധാന്യങ്ങളുടെ ലഭ്യത കുറയാതിരിക്കാനും പറ്റുമെങ്കിൽ വർധിപ്പിക്കാനും ശ്രമിക്കേണ്ടിയിരിക്കുന്നു. സംഭരിച്ചുവെ ക്കാനുള്ള സൗകര്യം പ്രധാനമാണ്. അതിനാൽ അന്നസുരക്ഷയിൽനിന്നു തന്നെ ആരംഭിക്കാം.

നെല്ല്: അന്നഗ്രാമം

കേരളം ഭൂമിശാസ്ത്രപരമായി മറ്റുസംസ്ഥാനങ്ങളിൽ നിന്ന് തുലോം വിഭിന്നമാണ്. മൊത്തം വിസ്തീർണം : 38 ലക്ഷം ഹെക്ടർ, കൃഷി വിസ്തീർണം : 20-21 ലക്ഷം ഹെക്ടർ : ഇതിൽ 'നെൽപാടം' എന്നു പറയാവുന്നത് ഏതാണ്ട് 4 ലക്ഷം ഹെക്ടറായിരുന്നു. ഇതിനു പുറമേ ഒരു ലക്ഷത്തോളം ഹെക്ടറിൽ 'മോടൻ' - വിരിപ്പുകൃഷി - ചെയ്യാവുന്ന, 'പള്യാൽ' (മ്യാൽ) അഥവാ പറമ്പും പാടവും ആക്കാവുന്ന ഇടം ആയി രുന്നു. ഇതിൽ പള്യാൽ മുഴുവനും പാടത്തിൽ നിന്ന് ഏതാണ്ട് 1.5 ലക്ഷം ഹെക്ടറും പറമ്പായി മാറ്റിക്കഴിഞ്ഞു. അവശേഷിക്കുന്നത് 2.5 ലക്ഷം ഹെക്ടറാണ്.

ഇതിൽ ഏതാണ്ട് ഒരു ലക്ഷം ഹെക്ടറോളം ഇന്ന് തരിശാണ്. പകുതിയലധികം നീർക്കെട്ട് കാരണം സ്ഥിരം തരിശാണ്. മറ്റേ പകു തിയും ഇന്ന് ഏതാണ്ട് സ്ഥിരം തരിശാണ്. വിരിപ്പുകൃഷി കുറഞ്ഞു വരിക യാണ്. അതിന്റെ ഇന്നത്തെ വിസ്തീർണമായ 84000 ഹെക്ടറിന്റെ കൂടെ 20,000 ഹെക്ടർ കൂടെ തിരിച്ചു വിരിപ്പിലേക്ക് കൊണ്ടുവരാവുന്നതാണ് (മുണ്ടകൻ 1,44,000 ഹെക്ടറാണ്). തരിശായ ഒരു ലക്ഷം ഹെക്ടറിൽ നിന്ന് ഏതാണ്ട് 60,000 ഹെക്ടർ തിരിച്ചു പിടിക്കാവുന്നതാണ്. ബാക്കി യുള്ളത് ജലാശയങ്ങളാക്കി മാറ്റേണ്ടി വരും. അതു ഗുണമേ ചെയ്യൂ. അങ്ങനെ മൊത്തം 80,000 ഹെക്ടർ കൂടി ചേർക്കാം. വിത വിസ്തീർണം

ഇന്നത്തെ 2.2 ലക്ഷം ഹെക്ടറിൽ നിന്ന് 3.0 ലക്ഷം ഹെക്ടറാക്കി വർധിപ്പിക്കാം. മൊത്തം നെല്ലുൽപാദനം 6.0 ലക്ഷം ടണ്ണിൽ നിന്ന് 10-11 ലക്ഷം ടൺ ആയി വർധിപ്പിക്കാൻ കഴിഞ്ഞേക്കും.

കേരളത്തിന്റെ മൊത്തം ധാന്യ ആവശ്യം 40 ലക്ഷം ടൺ വരും. കേരളത്തിലെ ജനസംഖ്യ ഒരു കോടിയിൽ വളരെ താഴെ ആയിരുന്ന കാലത്ത്, ഉദ്ദേശം 150-200 കൊല്ലത്തിനു മുമ്പ്, മാത്രമേ ആവശ്യത്തിനുള്ള അരി ഇവിടെ ഉണ്ടാക്കിയിരുന്നുള്ളൂ. കഴിഞ്ഞ നൂറ്റാണ്ടിന്റെ തുടക്കത്തിൽ പോലും ബർമയിൽ നിന്നും മറ്റും അരി ഇറക്കുമതി ചെയ്തിരുന്നു. എന്നാലും ഇന്നത്തെ 6 ലക്ഷം ടണ്ണിൽ നിന്ന് 10 ലക്ഷം ടൺ ആക്കുക ആവശ്യം തന്നെയാണ്. ഇതിന് രണ്ടു തന്ത്രങ്ങൾ ആവിഷ്ക്കരിക്കണം. വിരിപ്പു കൃഷിയിട വിസ്തീർണം വർധിപ്പിക്കണം മൊത്തം 20000 ഹെക്ടർ കൂട്ടാൻ പറ്റും. ഓരോ പഞ്ചായത്തിലും വിരിപ്പിന്റെ സമയത്ത് തരിശിട്ടിരിക്കുന്ന പാടമുണ്ടോ? വർധിച്ച നീർക്കെട്ടാണോ കാരണം? കൃഷിയോഗ്യമാക്കാൻ എന്തു ചെയ്യണം? ഇതാണ് ആദ്യം നടത്തേണ്ട ഒരു പഠനം. നടന്നുനോക്കിയും സംഘചർച്ചകൾ നടത്തിയും ഇത് നടത്താം. നീർക്കെട്ടു കാരണം സ്ഥിരം തരിശായി മാറിയ പാടം എത്ര? എങ്ങനെ അതിനെ കൃഷിയോഗ്യമാക്കാം. ഇരുപതോ മുപ്പതോ ശതമാനത്തെ ആഴമുള്ള ജലാശയമാക്കി മാറ്റി, അതിലേക്ക് നീർവാർച്ച നടത്തി (വേനൽക്കാലത്തെ ജലസ്രോതസ്സായിരിക്കും ഇത്) മണ്ണ് മറ്റിടത്ത് ഇട്ട് അരമീറ്ററോ ഒരു മീറ്ററോ ഉയർത്തി അവയെ പാടമാക്കാൻ പറ്റുമോയെന്നു നോക്കാം. ഇതിന് NREG പദ്ധതി ഉപയോഗിക്കാം.

ഇത് രണ്ടിനും വേണ്ട ടെക്നിക്കൽ പ്ലാൻ ഉണ്ടാക്കുകയാണ് ആദ്യം വേണ്ടത്. പരിസ്ഥിതി വിദഗ്ധരുമായി ആലോചിക്കുകയും വേണം. പക്ഷേ ഇത് ഒരു ഭാഗമേ ആയുള്ളൂ. നടപ്പാക്കണമെങ്കിൽ രണ്ടു കാര്യങ്ങൾ കൂടി വേണം.

- ഭൂ ഉടമകൾ സ്വയം കൃഷി ചെയ്യാനോ, പാട്ടത്തിനു കൊടുക്കാനോ തയ്യാറാകണം. അല്ലെങ്കിൽ ഭൂമി സർക്കാർ ഏറ്റെടുക്കണം.
- സമയത്തിനും ഉത്തരവാദിത്വത്തോടുകൂടിയും തലവേദന കൊടുക്കാതെയും, പണിയെടുക്കാനോ, ഭൂമി പാട്ടത്തിനെടുക്കാനോ തൊഴിലാളികൾ ഉണ്ടാകുമെന്ന് ഉറപ്പു വരുത്തണം.
- മർക്കടമുഷ്ടിക്കാരായ ഉടമകളെ ബഹുജനസമ്മർദ്ദം മുഖേനയും പിന്നീട് വേണ്ടിവന്നാൽ നിയമനിർമാണം മുഖേനയും നേരിടണം. തുടക്കത്തിൽ, സഹകരിക്കാൻ തയ്യാറായവരിൽനിന്ന് ആരംഭിക്കാം.

ഇവിടെ കർഷക തൊഴിലാളികളുടെ വീക്ഷണത്തിൽ ഒരു മാറ്റം വരുത്തേണ്ടതുണ്ട്. കർഷകർ അവരുടെ ശത്രുക്കളല്ല. കൃഷി അവരെ ചൂഷണം ചെയ്യാനുള്ള ഉപാധിയുമല്ല. സമയത്ത് ചെയ്യേണ്ട പണികൾ ചെയ്ത് ഉൽപാദനം വർധിപ്പിക്കുകയെന്നത് അവരുടെ കൂടി ആവശ്യമാണ്. കൃഷിക്കാരുടെ പാടശേഖരക്കമ്മിറ്റിയുണ്ട്. കർഷകത്തൊഴിലാളികൾക്ക്

ട്രേഡ് യൂണിയൻ സംഘടനയേ ഉള്ളൂ. അതുപോര. അവർക്കും ഉത്പാദനത്തിൽ ഒരു താത്പര്യം വേണം. നിലമുടമകളും കർഷകത്തൊഴിലാളികളും തമ്മിൽ പുതിയൊരു ബന്ധം ഉണ്ടാക്കണം. ബോധതലത്തിലെങ്കിലും അവർ കൂട്ടുടമകൾ ആകണം. വേണ്ടസമയത്ത് വേണ്ട അധ്വാനം ചെലുത്തുകയെന്നത് തൊഴിലാളികടെയും താൽപര്യമാണ്. ഏതെങ്കിലും തരത്തിലുള്ള ഉൽപന്നം പങ്കിടൽ വ്യവസ്ഥയെക്കുറിച്ച് ആലോചിക്കാവുന്നതാണ്. കൃഷിയിൽ ഏർപ്പെട്ടിരിക്കുന്ന തൊഴിലാളികൾക്ക് സ്വയം ഒരു കമ്പനിയോ, സേവനസംഘമോ ആയി മാറാം. പറമ്പുപണിയും റോഡുപണിയും ഒക്കെ ആയി വർഷം 250 ദിവസത്തെ തൊഴിൽ ഉറപ്പാക്കാം. പ്രതിവർഷം ഒരു ലക്ഷം രൂപ ശമ്പളവും മറ്റാനുകൂല്യങ്ങളും ഉറപ്പാക്കാം. ഇതേപ്പറ്റി ആലോചിക്കണം. ഇതേ സംഘം നിലംഉടമകളുമായി പങ്കു ചേരുന്നു, അല്ലെങ്കിൽ അവരുടെ ഭൂമി പാട്ടത്തിനെടുക്കുന്നു.

ഇതിനെല്ലാം തുടക്കം കുറിക്കാൻ പഞ്ചായത്ത്തല അന്നഗ്രാമ കർമ സമിതി ചെയ്യേണ്ടത്:

- ഇന്ന് നെല്ല് കൃഷിചെയ്യുന്ന ഇടവും നാളെ സാധ്യമാകുന്ന ഇടവും മാപ്പുചെയ്യുക.
- കൃഷിയോഗ്യമാക്കി മാറ്റാൻ എന്തെല്ലാം ചെയ്യണമെന്നും അതിന് എന്തു ചെലവ് വരുമെന്നും തിട്ട പ്പെടുത്തുക.
- ഇപ്പോഴുള്ളവരും ഇനിയും വരാവുന്നവരുമായ തൊഴിലാളികളെ കണ്ടെത്തുക. അവരെയെല്ലാം ഒരു സംഘമായി - സ്വന്തം സംഘമോ, ഒരു സംരംഭകന്റെ ശമ്പളക്കാരോ, ഏതു വേണമെങ്കിൽ ആകാം - ചിട്ടപ്പെടുത്തുക.

ഇതിന്റെയെല്ലാം അടിസ്ഥാനത്തിൽ ഒരു പ്രായോഗികതാ റിപ്പോർട്ട് തയ്യാറാക്കുക. ഇത് വെച്ച് പഞ്ചായത്തിൽ ചർച്ച ചെയ്യുക. കർഷക സംഘങ്ങളിലും കർഷകത്തൊഴിലാളി സംഘങ്ങളിലും ചർച്ച ചെയ്യുക.

കൃഷിഭൂമിയുടെ പുനർവിതരണം ഇനി പ്രയാസമാണ്. അത്രയും തുണ്ടവത്ക്കരിക്കപ്പെട്ടിരിക്കുന്നു. ചില പ്ലാന്റേഷനുകൾ മാത്രമേ എസ്റ്റേറ്റായി ഉള്ളൂ. അത് നെല്ലുമായി ബന്ധപ്പെട്ടതല്ല. കർഷകരും കർഷകത്തൊഴിലാളികളും ഇതിന്റെ രാഷ്ട്രീയവും ദേശീയവും സാമൂഹികവുമായ പ്രാധാന്യം മനസ്സിലാക്കിയില്ലെങ്കിൽ ഇത് പ്രയാസകരമായിരിക്കും. അവർക്ക് മനസ്സിലായാൽ, രാഷ്ട്രീയ നേതാക്കളെ ഒപ്പം കൊണ്ടുവരാൻ കഴിയും.

തരിശുഭൂമികൾ കൃഷിയോഗ്യമാക്കുന്നതിന്റെ ഒപ്പം തന്നെ, ആവശ്യമായ വിത്തുകൾ പ്രാദേശികമായി ഉണ്ടാക്കാനും ജൈവവളത്തിന്റെ ലഭ്യത വർധിപ്പിക്കാനും ജൈവകീടനാശിനികളെ പരമാവധി ആശ്രയിക്കാനും ശ്രദ്ധിക്കണം.

മാത്രമല്ല മുഴുവൻ നെല്ലും സംഭരിക്കാനും കഴിയുന്നത്ര അവിടവിടെ ത്തന്നെ അരിയാക്കാനും തദ്ദേശവാസികൾക്കിടയിൽ വിതരണം

ചെയ്യാനും പ്ലാൻ വേണം. സംഭരിച്ചുവെക്കാൻ ഗോഡൗണുകൾ വേണം ഇതെല്ലാം 'അന്നഗ്രാമ' പരിപാടികളുടെ ഭാഗമാണ്.

പഴങ്ങൾ: ഫലഗ്രാമം

കേരളത്തെ ഭക്ഷ്യസുരക്ഷിതമാക്കാൻ വേണ്ടത്ര അരി ഒരിക്കലും കേരളത്തിൽ വിളയിക്കാൻ പറ്റില്ല. ധാന്യക്കൃഷിയുടെ അവസ്ഥ ലോകമാസകലം, പ്രത്യേകിച്ചും ഉഷ്ണമേഖലാപ്രദേശങ്ങളിൽ ഗുരുതരമാകാനാണ് പോകുന്നത്.

കേരളത്തിൽ ഒരു കാലത്ത് ഭക്ഷ്യക്രമത്തിൽ വലിയൊരു മാറ്റം വരികയുണ്ടായി. അരി കിട്ടാതായി. അപ്പോഴാണ് മരച്ചീനി കൊണ്ടുവന്നത്. ഏതാനും കൊല്ലങ്ങൾക്കുള്ളിൽ ദരിദ്രജനവിഭാഗങ്ങളുടെ മുഖ്യഭക്ഷണമായിമാറി മരച്ചീനി. മത്സ്യം കൂടിച്ചേർന്നപ്പോൾ അതൊരു സമീകൃതാഹാരമായി. അതുപോലെ തന്നെ നാലഞ്ച് പതിറ്റാണ്ട് മുമ്പ് വളരെ കുറച്ച് ഗോതമ്പ് മാത്രമേ കേരളത്തിൽ ഉപയോഗിച്ചിരുന്നുള്ളൂ. ഇന്ന് ചപ്പാത്തിക്കും പൊറോട്ടയ്ക്കും വ്യാപകമായ അംഗീകാരമാണുള്ളത്. ആഹാരശീലങ്ങൾ മാറ്റുകയെന്നത് അസാധ്യമായ കാര്യമല്ല. ആഗോളതാപനം സൃഷ്ടിക്കുന്ന അപ്രവചനീയതയും ധാന്യോൽപാദനത്തിൽ വരുന്ന കുറവും- പ്രത്യേകിച്ചും ട്രോപ്പിക്കൽ നാടുകളിൽ - ആഹാര രീതിയിൽ മാറ്റം അനിവാര്യമാക്കും. അതിനു മുമ്പു തന്നെ പുതിയ ഭക്ഷണരീതി വളർത്തിക്കൊണ്ടുവരുന്നതാണ് നല്ലത്. കായ്കനികൾ-കിഴങ്ങുകൾ-മാംസം എന്നിവയാണ് അതിലെ ഘടകങ്ങൾ.

അടിസ്ഥാന ഭക്ഷണത്തിനായി ഉപയോഗിക്കാവുന്ന, കേരളത്തിൽ വളരുന്ന, വിളകൾ പ്ലാവ്, കടപ്ലാവ്, മാവ്, വാഴ എന്നിവയും കൂടാതെ മരിച്ചീനി, ചേന, കാച്ചൽ മുതലായ കിഴങ്ങുകളും ആണ്. കൂടാതെ തെങ്ങും. ഇത് ആവശ്യമായ കൊഴുപ്പും (എണ്ണ) നല്കുന്നു. രണ്ടു തരത്തിലുള്ള പ്രവർത്തനങ്ങൾ ആവശ്യമാണ്. ഒന്ന്: ഈ ഫലങ്ങളെ 'സൈഡ് ഡിഷ്' എന്നതിനു പകരം മുഖ്യ ആഹാരമാക്കുന്നതിനു വേണ്ട സംസ്കരണ-രൂപാന്തരണവിദ്യകൾ വികസിപ്പിക്കുകയെന്നതാണ്. രണ്ടാമത്തേത് ഇവയുടെ ലഭ്യത വർധിപ്പിക്കുകയെന്നതാണ്.

ഇതിനാവശ്യമായ ഭൂമി മൂന്നു വിധത്തിൽ ലഭ്യമാകും.

- ഇടവിളകൾ ആയി
- കായ്ഫലം തീരെ കുറഞ്ഞതും അനുയോജ്യമല്ലാത്ത ഇടങ്ങളിൽ നട്ടതുമായ 5-6 കോടി തെങ്ങെങ്കിലും വെട്ടിമാറ്റി, ഉൽപാദനക്ഷമത വർധിപ്പിക്കുന്നതിലൂടെ 2-3 ലക്ഷം ഹെക്ടറെങ്കിലും ഭൂമി മറ്റു വിളകൾക്കായി വിട്ടുകിട്ടുന്നതാണ്.
- 5 ലക്ഷം ഹെക്ടറോളം വരുന്ന ജീർണവനങ്ങൾ.
- അങ്ങനെ മൊത്തം 8 ലക്ഷം ഹെക്ടർ കിട്ടും അതിൽ 5 ലക്ഷം ഹെക്ടർ ഭക്ഷ്യവൃക്ഷങ്ങൾക്കായി നീക്കിവെക്കാം.

തെങ്ങ് വെട്ടി ഭൂമി ഒഴിവുവരാൻ കാലം പിടിക്കും. പക്ഷേ ചില സ്ഥല ങ്ങളിലെങ്കിലും തെങ്ങ് വെട്ടിയ സ്ഥലത്ത് ഏറ്റവും ഉത്തമമായ വിള പ്ലാവും കടപ്ലാവും ആയിരിക്കും. അതുപോലെ ഒരു നിലയ്ക്കും തെങ്ങിനു പറ്റാത്ത പാടങ്ങളിൽ തെങ്ങുവെച്ചിട്ടുണ്ട്. ഭാവിയിൽ പറമ്പാക്കാം എന്ന വ്യാമോഹത്തോടെ. അത് അവസാനിപ്പിച്ചാൽ അവിടെയൊക്കെ വാഴ വെക്കാം. മിക്ക പഞ്ചായത്തുകളിലും വാഴക്കൃഷിവർധിപ്പിക്കാൻ കഴിയും. പാടത്തുവിള ആയിട്ടും (അത്രയും നെല്ല് കുറയും) ഇടവിള ആയിട്ടും. എത്ര സ്ഥലം ഇതിന് കിട്ടുമെന്ന് മതിക്കുക. നല്ല വാഴക്കന്നുകൾ-പല തരം-ബോധപൂർവം വളർത്തിയെടുക്കണം. തൊഴിലാളികളും സ്ഥല മുടമകളും ആയി ധാരണയിൽ എത്തണം.

ഒരു പഞ്ചായത്തിൽ 4000-6000 പുരയിടങ്ങൾ കാണാം. അതിൽ 2000-3000 പുരയിടങ്ങളിൽ ഓരോ കടപ്ലാവ് വീതം വെയ്ക്കുക എന്ന പരിപാടി ആലോചിക്കാം. ചക്കവിറ്റ് പണമുണ്ടാക്കുകയല്ല ലക്ഷ്യം. അതിനും വഴിയുണ്ട്. എന്നാൽ വീട്ടിൽ ഒരു സപ്ലിമെന്ററി ഭക്ഷണമായി കൂടി അതിനെ കാണണം. ആവശ്യമായ നടീൽ തൈകൾ ലഭ്യമാക്കാൻ കഴിയണം. കാർഷികസർവകലാശാലയുമായി ബന്ധപ്പെട്ട്, അതിന്റെ ത്വരിതഗതിയിലുള്ള പ്രജനനം സാധ്യമാക്കണം.

പ്ലാവുകൾ പലതരമുണ്ടല്ലോ. ഇടിച്ചക്കയ്ക്ക് പറ്റിയത്, വറക്കാൻ പറ്റി യത്, പഴമാക്കാൻ പറ്റിയത്, തേൻ വരിക്ക എന്നിങ്ങനെ പല തരം. ഇവ ഓരോന്നിന്റെയും ഗ്രാഫ്ട് ചെയ്ത തൈകൾ ധാരാളമായി ഉണ്ടാക്കാം.

ചന്ത്രക്കാരൻ, ഉള്ളാടൻ, നമ്പ്യാർ, ഒളോർ......തുടങ്ങി സവിശേഷമായ നാട്ടുമാവുകളുണ്ട്. ഇവയെല്ലാം മാമ്പഴമായി തിന്നാൻ പറ്റിയതാണ്. കൂടാതെ പല തരം അച്ചാറുകൾക്ക് പറ്റിയ, പരമ്പരാഗതമായ തറവാട്ടു മാവുകളുണ്ട്. ഇവയെല്ലാം ഗ്രാഫ്ട് ചെയ്ത്, കൃത്യമായ വിവരണത്തോടെ ലഭ്യമാക്കാം. മിക്ക വീട്ടുകാരും രണ്ടുമൂന്നു തൈകളെങ്കിലും വയ്ക്കും. ഒരു പഞ്ചായത്തിൽ 1000 വീട്ടുകാരെങ്കിലും മൂന്നു തൈകൾ വയ്ക്കു മെന്നു കണക്കാക്കാം.

ഒരു പഞ്ചായത്തിലോ, ഒരു ബ്ലോക്കിലോ കടപ്ലാവിൻ തൈ, പ്ലാവിൻ തൈ, നാട്ടുമാവിൻ തൈ ഇവയെല്ലാം ഉത്തരവാദിത്വത്തോടുകൂടി ഉണ്ടാ ക്കുന്ന ഒരു നഴ്സറി വിഭാവനം ചെയ്യാം. അത് ഒരു തൊഴിൽ അവസരം ആണ്.

കിഴങ്ങുകൾ: കന്ദഗ്രാമം

ആഫ്രിക്കയിലെ പല രാജ്യങ്ങളിലും ഇന്നും കിഴങ്ങുകളാണ് മുഖ്യ ഭക്ഷണം. കേരളത്തിൽ ചേന, ചേമ്പ്, കാച്ചിൽ, മരച്ചീനി, കൂർക്ക എന്നി വയാണ് പ്രധാന കിഴങ്ങുവർഗങ്ങൾ. ഒരു ഭക്ഷ്യവിളയെന്ന നിലയ്ക്ക് മരച്ചീനി മാത്രമാണ് കൃഷി ചെയ്യുന്നത്. ഇപ്പോൾ ഉരുളൻകിഴങ്ങും ധാരാള മായി ഉപയോഗിക്കപ്പെടുന്നു.

ചേനയ്ക്ക് പ്രതിഹെക്ടർ 20-25 ടൺ വരെ വിളവ് കിട്ടും. മരച്ചീനിയേക്കാൾ മെച്ചപ്പെട്ട ഭക്ഷണ പദാർത്ഥമാണ്. വിരിപ്പു കൃഷി മാത്രം സാധ്യമായ പ്രദേശത്ത്, ബാക്കിയുള്ള 8 മാസത്തിൽ നനച്ചേനയും ഇടവിളയായി മത്ത-കുമ്പളാദികളും കൃഷി ചെയ്യുന്ന ഒരു സമ്പ്രദായമുണ്ട്. ഇത് വ്യാപകമാക്കാം. ചേനത്തണ്ട് അരിഞ്ഞ് ഉപ്പുവെള്ളത്തിൽ ഇട്ട് മാസങ്ങളോളം സൂക്ഷിക്കാം. ഇതും ഭക്ഷണ പദാർഥമാണ്. ചില പ്രദേശങ്ങളിൽ ചേനയ്ക്കു പകരം കാച്ചിൽ ആയിരിക്കും നല്ലത്, അതുമാകാം. പഞ്ചായത്തിലെ കിഴങ്ങുവർഗ ഉൽപാദനം ഇന്നത്തേതിന്റെ ഇരട്ടിയായി വർധിപ്പിക്കുക എന്ന ഒരു ലക്ഷ്യം വെക്കാം.

ഒരു കാലത്ത് കേരളത്തിൽ മൂന്ന് ലക്ഷത്തോളം ഹെക്ടറിൽ മരച്ചീനി കൃഷി ചെയ്തിരുന്നു. 56 ലക്ഷം ടൺ വരെ പ്രതിവർഷം ഉൽപാദിപ്പിച്ചിട്ടുണ്ട്. ഇന്ന് മരച്ചീനി കൃഷി ചെയ്യുന്ന വിസ്തീർണം ഒരു ലക്ഷം ഹെക്ടറെ വരൂ. ഉത്പാദനം 26 ലക്ഷം ടണ്ണും. തെങ്ങിൽനിന്നു വിട്ടുകിട്ടുന്ന പ്രദേശമടക്കം ആകെ 3 ലക്ഷം ഹെക്ടാർ മരച്ചീനിക്കു ലഭ്യമാക്കാവുന്നതാണ്. ഉത്പാദനം 80-90 ലക്ഷം ടൺ വരെ ആയി വർധിപ്പിക്കുകയും ചെയ്യാം. പക്ഷേ അതിന്റെ ഉപയോഗം വർധിക്കണമെങ്കിൽ, അതിനെ മുഖ്യ ആഹാരങ്ങളിൽ ഒന്നാക്കി മാറ്റണമെങ്കിൽ സംസ്കരിച്ച് ആകർഷണീയവും സ്വാദിഷ്ഠവും ആക്കണം. ആ പണി ഇപ്പോഴെ തുടങ്ങാം.

മത്സ്യം

കടലമ്മ കനിവുള്ളവളാണ്. അവളുടെ മക്കൾ പട്ടിണി കിടക്കേണ്ടി വരരുത്. അത് ഒഴിവാക്കാൻ കഴിയണം. കേരളത്തിൽ തീരദേശത്തായി 120-130 പഞ്ചായത്തുകൾ ഉണ്ട്. കടൽ മത്സ്യബന്ധനം ഈ പ്രദേശത്തെ പ്രധാന സാമ്പത്തികപ്രവർത്തനമാണ്. ഒട്ടനവധി സന്നദ്ധ സംഘടനകളും മതസംഘടനകളും പ്രവർത്തിക്കുന്ന ഒരു പ്രദേശമാണ് കടൽ തീരം. അതിബൃഹത്തായ ഒരു ത്സുനാമി പുനരധിവാസപദ്ധതി അവിടെ നടപ്പാക്കിക്കൊണ്ടിരിക്കുന്നുണ്ട്. എന്നിട്ടും ജനങ്ങളുടെ ജീവിതത്തിൽ കാര്യമായ ഒരു പുരോഗതിയും ഉണ്ടായിട്ടില്ല. നിരക്ഷരത, കുറഞ്ഞ വിദ്യാഭ്യാസം, ഉയർന്ന ശിശുമരണനിരക്ക്, ദാരിദ്ര്യം, കുടിവെള്ള ക്ഷാമം, ശുചിത്വരാഹിത്യം, കടുത്ത ജനസാന്ദ്രത, ആൽക്കഹോളിസം ഇങ്ങനെ പലതും കാരണം. ആകെ പിടിക്കുന്ന മത്സ്യത്തിന്റെ അളവ്, അതിന്റെ മാർക്കറ്റ് വില, മത്സ്യബന്ധനത്തെ ആശ്രയിച്ചു ജീവിക്കുന്ന കുടുംബങ്ങളുടെ എണ്ണം എന്നിവവെച്ചു നോക്കുമ്പോൾ ആ മേഖലയിൽ ഇത്രയും ദാരിദ്ര്യം ഉണ്ടാകേണ്ട ആവശ്യമില്ല. ഇടനിലക്കാരുടെയും പണമിടപാടുകാരുടെയും ആധിപത്യമാണ് പ്രശ്നം എന്നു പറയാറുണ്ട്. എന്നാൽ, അതുമാത്രമല്ല. ഒരു പ്രധാനപ്രശ്നം മദ്യപാനം തന്നെയാണ്. അത് നിയന്ത്രിക്കാതെ മത്സ്യത്തൊഴിലാളി കുടുംബങ്ങളിൽ ശാന്തി ഉണ്ടാകില്ല. അവർക്ക് ഉൽക്കർഷം ഉണ്ടാകില്ല.

അവരുടെ ഇടയിൽ നിന്നുള്ള അഭ്യസ്തവിദ്യരുടെ സഹകരണത്തോടെയും നാളിതുവരെ പ്രസിദ്ധീകരിച്ചിട്ടുള്ള റിപ്പോർട്ടുകളുടെ അടിസ്ഥാനത്തിലും കഴിയുന്നത്ര പഞ്ചായത്തുകളിൽ പഠനം നടത്തണം. വള്ളം, വല മുതലായ ഫിഷിങ്ങ് ഗിയറിന്റെ ഉടമസ്ഥത, ഗവൺമെന്റ് നൽകുന്ന ആനുകൂല്യങ്ങൾ, ലാൻഡിങ്ങ് സെന്റർ, അവിടത്തെ മാമൂലുകൾ, തൊഴിലാളിക്ക് കിട്ടുന്ന വിലയും ഉപഭോക്താവ് കൊടുക്കുന്ന വിലയും തമ്മിലുള്ള അന്തരം, കടൽത്തീരത്തുനിന്ന് ഉപഭോക്താവിലേക്കുള്ള യാത്രാമധ്യേ വരുന്ന വിവിധ ചെലവുകൾ, ലാഭങ്ങൾ, എങ്ങനെ ഇടനിലക്കാരുടെ എണ്ണം കുറയ്ക്കാം, മുതലായവയെക്കുറിച്ച് എല്ലാം സമഗ്രമായ പഠനം നടത്തണം. അതിന്റെ അടിസ്ഥാനത്തിലായിരിക്കണം ഇടപെടൽ തന്ത്രം ആവിഷ്കരിക്കേണ്ടത്.

ഇടനിലക്കാരെയും ചൂഷകരെയും കുറയ്ക്കുക എന്ന അടിസ്ഥാനത്തിൽ അവരുടെ അധ്വാനത്തിന്റെ ഫലം മുഴുവൻ അവർക്ക് തന്നെ ലഭ്യമാക്കുന്ന ഒരു സംവിധാനം വേണം. ഇതിന്,

- ഉപകരണങ്ങളുടെ - ബോട്ട്, വല മുതലായവയുടെ - ഉടമാവകാശം.
- പിടിച്ച മത്സ്യം മുഴുവൻ വിൽക്കാനുള്ള അവകാശം
- സംഭരണ, സംസ്കരണ സംവിധാനങ്ങൾ, ശീതീകരണികൾ
- വില്പന സംവിധാനങ്ങൾ: ശീതീകൃത വാഹനം, ഐസ്പെട്ടികൾ, മാർക്കറ്റ്, നേർ വില്പന മുതലായവ
- വിലകൂടിയ മത്സ്യങ്ങളുടെ എക്സ്പോർട്ട് - ഫാക്ടറി ഉടമകളും എക്സ്പോർട്ടർ മാരുമായുള്ള ദീർഘകാല കരാറുകൾ/ സ്വന്തം സംവിധാനങ്ങൾ.

ഇതിനൊക്കെ തദ്ദേശീയ നേതൃത്വം വേണം. ഏറ്റവും പറ്റിയതെന്നു തോന്നുന്ന ഏതാനും പഞ്ചായത്തുകളിലെ മുക്കുവഗ്രാമങ്ങളിൽ നിന്ന് അവരുടെ ഇടയിലുള്ള 3-4 അഭ്യസ്തവിദ്യർ ആയ ഉത്സാഹികളെ തെരഞ്ഞെടുത്ത് ഒരു വർഷം നീണ്ട സംരംഭകത്വ പരിശീലനം നൽകാം. അവരുടെ മാൻഡേറ്റ്: തങ്ങളുടെ ആളുകളെ മത്സ്യമേഖലയുടെ മുകളിൽ കൊടുത്ത എല്ലാ വശങ്ങളും ഏറ്റെടുക്കാൻ പറ്റുന്ന സഹകരണസംഘങ്ങളിലായി സംഘടിപ്പിക്കുക. ഇങ്ങനെ ഒരാശയം അവരുമായി ചർച്ച ചെയ്യുക.

ഉൾനാടൻ മത്സ്യക്കൃഷി ഏറെ വളർത്താവുന്ന ഒരു മേഖലയാണ്. ഇതിന് തടസ്സമായി നിൽക്കുന്നത്:

- കുളങ്ങളുടെ ഉടമകളുമായി ബന്ധം സ്ഥാപിക്കാനുള്ള വിഷമം.
- കുളത്തിലെ ജലഗുണത നഷ്ടപ്പെടുമെന്ന ഭീതിയും, നിയന്ത്രിക്കാനുമുള്ള വിഷമവും
- സർവോപരി, മോഷണം. തെങ്ങുകയറി തേങ്ങയിടുന്നത് മോഷണമാണ്. കുളത്തിലെ മീൻ പൊതു മുതലാണ് എന്നാണ് ധാരണ. അതു മാറ്റാനുള്ള ഊർജിത പ്രചാരണം നടത്തേണ്ടിവരും.

20 സെന്റിൽ കൂടുതൽ വലുപ്പമുള്ള, ധാരാളം കുളങ്ങളുള്ള ഏതാനും പഞ്ചായത്തുകളിൽ പരീക്ഷണാർത്ഥം, താൽപര്യമുള്ളവരെ ഒന്നിച്ചു ചേർത്തോ കുളത്തിന്റെ ഉടമസ്ഥർ തന്നെയോ കൃഷി നടത്താം. IRTC യിലോ മറ്റു സ്ഥാപനങ്ങളിലോ പരിശീലനം നൽകാം. കുഞ്ഞുങ്ങളെയും നല്കാം. മീൻ പിടിക്കുന്നതിന്, തെങ്ങുകയറ്റത്തിനെന്നപോലെ, പരിശീലനം നല്കി ഓരോ പഞ്ചായത്തിലും ഒരു ടീമിനെ സജ്ജമാക്കാം. ഇങ്ങനെ ഏതാനും മത്സ്യഗ്രാമങ്ങൾ, 'മാതൃകകൾ' ആയി ഉണ്ടാക്കാം.

മാംസം, പാൽ

മനുഷ്യന്റെ ആഹാരത്തിൽ ആദ്യം മുതൽക്കേ മാംസം ഒരു പ്രധാന ഘടകമായിരുന്നു. ആദ്യം പച്ചമാംസം, പിന്നെ ചുട്ടമാംസം, പിന്നെ വേവിച്ചതും വറുത്തതും. എന്നാൽ മാംസത്തിനായി, കൃഷിചെയ്ത് ധാന്യമുണ്ടാക്കി തീറ്റകൊടുത്ത് മൃഗങ്ങളെ വളർത്തുകയെന്നത് കഴിഞ്ഞ ഒന്നുരണ്ടു നൂറ്റാണ്ടിലൂടെ വളർന്നു വന്ന അപഭ്രംശമാണ്. മനുഷ്യന് നേരിട്ട് ആഹാരയോഗ്യമായ ധാന്യത്തെ മാംസമാക്കി മാറ്റുന്നത് ഏറെക്കാലം തുടരാനാകില്ല. ധാന്യരൂപത്തിലുള്ള ആറ്-ഏഴ് യൂണിറ്റ് ഭക്ഷ്യമൂല്യമാണ് ഇറച്ചി രൂപത്തിലുള്ള ഒരു യൂണിറ്റ് ഭക്ഷ്യമൂല്യമായി മാറുന്നത്. ഇത് താങ്ങാൻ ഭൂമിക്കു പറ്റില്ല. നമ്മുടെ ധാന്യ പ്രധാന ഭക്ഷണത്തിലെന്ന പോലെ പാശ്ചാത്യരുടെ ഇറച്ചി പ്രധാന ഭക്ഷണക്രമത്തിലും മാറ്റം വരണം.

മനുഷ്യന് നേരിട്ടു ഭക്ഷ്യയോഗ്യമല്ലാത്ത പദാർഥങ്ങളെ മനുഷ്യന് ഭക്ഷ്യയോഗ്യമാക്കി മാറ്റുന്ന മൃഗങ്ങളെ മാത്രമേ ശാശ്വതമായി ഇറച്ചി മൃഗങ്ങളായി കാണാവൂ. ആട്, മാട്, കോഴി, പന്നി എന്നിവയെ ഒക്കെ, ആ തരത്തിൽ വളർത്താം. ആടിനെയും പശുവിനെയും മുഖ്യമായും ക്ഷീരമൃഗങ്ങളായാണ് കാണേണ്ടത്. ആൺമൃഗങ്ങളെ ഇറച്ചിക്കും. ഭക്ഷ്യാവശിഷ്ടങ്ങളെയും കാർഷികാവശിഷ്ടങ്ങളെയും ഒക്കെ ഭക്ഷ്യയോഗ്യമാംസമായി മാറ്റുന്നതിൽ ഏറ്റവും കാര്യക്ഷമമായത് പന്നിയാണ്. ആടുകളെയും പശുക്കളെയും ഇറച്ചിക്കായി വളർത്തുന്നതിലേക്ക് നാം കടക്കരുത്. 'മാലിന്യ'ത്തെ സമ്പത്ത് ആക്കി മാറ്റുന്ന ജീവികളായി പന്നിയെയും കോഴിയേയും കാണുക. കോഴികളെ വീട്ടുവളപ്പിലും വളർത്താം. എന്നാൽ പന്നിയെ ശാസ്ത്രീയമായ വിധത്തിൽ ഫാമുകളിൽ തന്നെ വളർത്തണം അത് കുടിൽക്കൃഷിയാക്കരുത്.

മൃഗചികിത്സാലയവും മൃഗഡോക്ടറും ഓരോ പഞ്ചായത്തിലും ഉണ്ടായിരിക്കേണ്ടതാണ്. മൃഗങ്ങളെ വളർത്തുന്നവർക്ക് ആഴത്തിലുള്ള പരിശീലനവും നല്കണം. ഒരു പ്രദേശത്ത് ലഭ്യമായ, അനുയോജ്യമായ സകലമാന മാലിന്യങ്ങളെയും ഭക്ഷണമാക്കാൻ എത്ര പന്നികൾ വേണമെന്നു കണക്കാക്കുക. മാലിന്യങ്ങളെ സ്റ്റീം ചെയ്ത് രോഗവിമുക്തവും ആരോഗ്യപ്രദവും ആയ പന്നി ആഹാരമാക്കിമാറ്റാം. ഒരുവീട്ടിൽ നിന്ന് ഭക്ഷ്യാവശിഷ്ടവും കായ്കനികളുടെ അവശിഷ്ടവും ആയി ഒരു കിലോ

കിട്ടുമെങ്കിൽ ഒരു പഞ്ചായത്തിൽ പ്രതിദിവസം 4-5 ടൺ ഉണ്ടാകുന്നു 2 ടണ്ണേ ശേഖരിക്കാൻ പറ്റൂ എന്ന് കരുതുക. ഇത് 100-150 പന്നികൾക്കുള്ള ആഹാരമാകും. 50 പന്നികൾ വീതമുള്ള രണ്ടോമൂന്നോ ശാസ്ത്രീയമായ പന്നി വളർത്തു കേന്ദ്രങ്ങൾ ഉണ്ടാക്കാം. പ്രതിവർഷം 20-30 ടൺ പന്നി യിറച്ചി ഉണ്ടാകും. ആയിരം കുടുംബങ്ങൾ പന്നിയിറച്ചി ഭക്ഷിക്കും എങ്കിൽ ഒരു കുടുംബത്തിന് 20-30കിഗ്രാം പ്രതിവർഷം. ആഴ്ചയിൽ 400-600 ഗ്രാം. ഇത് ആ പഞ്ചായത്തിൽ തന്നെ ചെലവാകും. മൂന്നോ നാലോ പഞ്ചായത്തുകൾ ചേർന്ന് ശാസ്ത്രീയമായി പ്രവർത്തിക്കുന്ന ഒരു അറ വുശാല ഉണ്ടാക്കാം. പന്നിയും ആടും മാടും കോഴിയും എല്ലാം അവിടെ സംസ്കരിക്കപ്പെടും.

നാലഞ്ച് ആളുകളുള്ള ഒരു വീടിന് പ്രതിദിനം ഒരുലിറ്റർ പാലെങ്കിലും വേണം. രണ്ടുലിറ്റർ വരെ ആകാം. 5000 വീടുള്ള ഒരു പഞ്ചായത്തിലെ പ്രതിദിന പാൽ ഉപയോഗം 6000-7000 ലിറ്റർ എന്നെടുക്കാം. ശരാശരി 7 ലിറ്റർ പാൽ തരുന്ന 1000 കറവു മൃഗങ്ങൾ മതി. കറവയില്ലാത്ത 200-250 മൃഗങ്ങളും ഉണ്ടാകും. ആകെ 1200 മൃഗങ്ങൾ. 6 പശു ഉണ്ടായാൽ ഒരു വീട്ടിലെ ഒരാൾക്ക് പൂർണ ജോലി ആയി. 200-250 വീട്ടുകാർ അങ്ങനെ മുന്നോട്ടുവരുന്നെങ്കിൽ അങ്ങനെ. അല്ലെങ്കിൽ 30-50 മൃഗങ്ങൾ വീതമുള്ള 30 ഡയറിഫാമുകൾ അല്ലെങ്കിൽ രണ്ടും ചേർന്ന്. കാലത്ത് കറന്ന പാൽ ആ ചൂടോടെ ഒരു മണിക്കൂറിനുള്ളിൽ വീടുകളിൽ സൈക്കിളിൽ എത്തിക്കാം. അല്ലെങ്കിൽ ചെറിയ കറവയന്ത്രങ്ങളും സ്റ്റെറിലൈസ് ചെയ്ത കാനുകളും സ്കൂട്ടറും ഉപയോഗിച്ച് ഒരു വിതരണ സംവിധാനം ഉണ്ടാക്കാം. നഗരങ്ങൾക്കു സമീപമുള്ള പഞ്ചായത്തുകൾ നഗരങ്ങൾക്കു വേണ്ടി എക്സ്ട്രാ ഉത്പാദിപ്പിക്കേണ്ടി വരും.

ഉത്പാദകനിൽനിന്ന് ഉപഭോക്താവിലേക്ക് നൂറോ ആയിരമോ കിലോ മീറ്റർ സഞ്ചരിക്കുന്ന ഒരു ഉൽപന്നമായി മാറിയിരിക്കുന്നു ഇന്ന് പാൽ. പാൽപ്പൊടിയായാൽ ലോകം ചുറ്റും. സ്ഥിരീകൃതവും ദീർഘകാലസംഭ രണയോഗ്യവും ആയ പാലിന്റെ ആവശ്യം മൊത്തത്തിന്റെ ചെറിയ ശത മാനമേ വരൂ. മൊത്തം ഉണ്ടാകുന്ന പാലിന്റെ 80 ശതമാനവും പാലായി ത്തന്നെ ഉപയോഗിക്കുന്നതാണ്. ഇത് പശുവിന്റെ അകിടിൽ നിന്ന് നേരിട്ട് മൂന്നോ നാലോ കിലോമീറ്ററിനുള്ളിലുള്ള ഉപഭോക്താവിന്റെ അടുക്കള യിൽ ഒരു മണിക്കൂറിനകം എത്തിക്കാവുന്നതാണ്. ഇടയ്ക്ക് ഐസ് കൊണ്ട് തണുപ്പിച്ചാൽ ഉത്തമം. ഈ രീതിയിൽ പാലുൽപാദകന് കൂടു തൽ വിലകിട്ടുന്നതാണ്. ഇപ്പോൾ ഉപഭോക്താവ് കൊടുക്കുന്ന വിലയുടെ 60 ശതമാനമാണ് ഉൽപാദകന് കിട്ടുന്നത്.

ആനുഷംഗികമായി മറ്റൊരു നേട്ടം കൂടി ഉണ്ട്. ഒരു പഞ്ചായത്തിൽ പ്രതിദിനം 10000-12000 പ്ലാസ്റ്റിക് കവറുകളുടെ ഉപയോഗം കുറയും. പ്ലാസ്റ്റിക്മാലിന്യം കുറയും.

ഈ പറഞ്ഞതെല്ലാം മുതലാളിത്തത്തിന്റെ നിയമങ്ങൾക്കെതിരാണ്. കൂടുതൽ കൂടുതൽ വലുത്, കൂടുതൽ കൂടുതൽ ദൂരങ്ങളിലേക്ക്

എന്നതാണല്ലോ അതിന്റെ നിയമം. നമ്മൾ മുതലാളിത്തം അവസാനിപ്പിക്കാൻ ആഗ്രഹിക്കുന്നു. അതിന്റെ നിയമങ്ങൾ തെറ്റിക്കാൻ ആഗ്രഹിക്കുന്നു. 'തദ്ദേശസ്വയംപര്യാപ്തവത്കരണം' മുതലാളിത്തത്തിനെതിരാണ്, സാമ്രാജ്യത്വത്തെ ദുർബലപ്പെടുത്തുന്നതാണ്.

ഇതേവരെ പാലിനെപ്പറ്റി മാത്രമേ പറഞ്ഞുള്ളൂ. ഒരു കൊല്ലം 300–400 കാളക്കുട്ടന്മാർ ഉണ്ടാകും. അവയെ അറവുശാലയിലേക്ക് അയയ്ക്കാം.

ഒരു പശുവിന് പ്രതിദിനം 25 കിലോ പുല്ലും വയ്ക്കോലും വേണം. പ്രതിവർഷം 9 ടൺ. 1000 പശുക്കൾക്ക് 9000 ടൺ. 40–50 ഹെക്ടർ സ്ഥലത്തെ പുല്ലു വേണ്ടിവരും. കഴിയുന്നത്ര സമീപപ്രദേശത്തുനിന്നു തന്നെ പുല്ലും വയ്ക്കോലും കിട്ടുന്ന രീതിയിൽ ഡയറികൾ സ്ഥാപിച്ചാൽ കടത്തുകൂലി കുറയ്ക്കാം. കിട്ടുന്ന ചാണകത്തിന്റെ പകുതി മതിയാകും പുല്ലുവളർത്താൻ

ആവശ്യമായ കാലിത്തീറ്റ ഉണ്ടാക്കാൻ പ്രാദേശികമായ ഫാക്ടറികൾ ഉണ്ടാക്കണം. തവിട്, പിണ്ണാക്ക്, പരുത്തിക്കുരു, ചക്കമടൽ, മരച്ചീനിത്തൊലിയും കിഴങ്ങും...... ഇങ്ങനെ പലതും ഉപയോഗിക്കാം. പ്രാദേശികമായി (ഒരു ജില്ലയിൽ ഒന്ന്) കിട്ടുന്ന പദാർഥങ്ങൾ ഉപയോഗിച്ച് ഉയർന്ന പോഷക മൂല്യമുള്ള കാലിത്തീറ്റ ഉണ്ടാക്കാൻ കഴിയണം. ദിവസം 5–6 കിലോ എന്ന നിരക്കിൽ ഒരു പഞ്ചായത്തിന് പ്രതിവർഷം ഏതാണ്ട് 1500–2000 ടൺ തീറ്റ വേണ്ടി വരും.

തീരെ ദരിദ്രർക്കും, ഫുൾടൈം ഡയറിയിൽ ഏർപ്പടാത്തവർക്കും പറ്റിയ ക്ഷീരമൃഗമാണ് ആട്. ഇതും പാലും ഇറച്ചിയും തരുന്നു. ആട്ടിൻ പാൽകുടിക്കുന്ന ശീലം വളർത്താം. വീട്ടുമൃഗമായി സ്റ്റാളിൽ കെട്ടിയിട്ടു വളർത്തിയാൽ പോലും, താരതമ്യേന ചെലവു കുറഞ്ഞ ഒരു മൃഗമാണിത്.

അങ്ങനെ ഒരു സമ്പൂർണ മാംസ ഗ്രാമവും ക്ഷീരഗ്രാമവും ആക്കി ഒട്ടേറെ പഞ്ചായത്തുകളെ രൂപപ്പെടുത്താം. പ്രതിദിനം 6000–8000 ലിറ്റർ പാൽ ഉൽപാദനം, പ്രതിവർഷം 80–90 ടൺ ഇറച്ചി (പന്നി, മാട്, ആട്, കോഴി) ഉൽപാദനം ഇതാകാം ടാർജറ്റ്, ആളോഹരിയിൽ പറയുകയാണെങ്കിൽ പ്രതിദിനം 300 മില്ലി പാൽ 10–15 ഗ്രാം ഇറച്ചി. മൊത്തം പിടിക്കുന്ന 6 ലക്ഷം ടൺ മത്സ്യത്തിൽ 4 ലക്ഷം ടൺ കേരളത്തിനകത്ത് തന്നെ ഉപയോഗിക്കുകയാണെങ്കിൽ അത് തന്നെ ആളൊന്നുക്ക് 30 ഗ്രാം പ്രതിദിനം വരും എന്നതും ഓർക്കണം. കേരളത്തിനാവശ്യമുള്ള മത്സ്യമാംസാഹാരങ്ങൾ കേരളത്തിൽ തന്നെ ലഭിക്കുന്നതാണ്. ഇറച്ചിയിൽ നിന്ന് മത്സ്യത്തിലേക്ക് കൂടുതൽ പരിവർത്തനം നടത്തേണ്ടതുണ്ടെന്നു മാത്രം.

പച്ചക്കറി : ഹരിതഗ്രാമം

കേരളത്തിന്റെ ആളോഹരി ഉപഭോഗം കൂടുതലാണ്. അതിനാൽ ഇറക്കുമതി ചെയ്യുന്നു. ഉരുളക്കിഴങ്ങ്, ഉള്ളി, കാരറ്റ്, ബീറ്റ്റൂട്ട്, കാബേജ്,

കോളിഫ്ളവർ, തക്കാളി തുടങ്ങി കേരളത്തിൽ ഏറിയ സ്ഥലത്തും വളരാത്തവ മാത്രമല്ല, വെണ്ട, വഴുതന, കയ്പക്ക, പടവലങ്ങ, കുമ്പളം, മത്തൻ, വെള്ളരി തുടങ്ങിയവ കൂടി ഇറക്കുമതി ചെയ്യുന്നുണ്ട്.

കേരളത്തിൽ വളരുന്ന പച്ചക്കറികളുടെ ഉൽപാദനം എത്രയോ കൂട്ടാം. പറമ്പിലെ ഇടവിളകളായും പാടത്തെ തുടർവിളകളായും, പള്ള്യാൽ വിള കളായും ഒക്കെ ആകാം. ഇവിടെയും പ്രധാനപ്രശ്നം അധ്വാനശേഷി യുടെ ഉടമകളെയും ഭൂമിയുടെ ഉടമകളെയും തമ്മിൽ ബന്ധിപ്പിക്കാൻ കഴിയുന്നില്ല എന്നതാണ്.

കുടുംബശ്രീയിൽപെട്ട, തൊഴിലാവശ്യമുള്ള സ്ത്രീകൾക്ക് അനുയോ ജ്യമായ തൊഴിൽ മേഖലകൾ ഉള്ള ഒന്നാണിത്. ഇപ്പോൾ തന്നെ നട ക്കുന്ന പച്ചക്കറിക്കൃഷിയിൽ ഏറിയ പങ്കും പാട്ടക്കൃഷിയാണ്. ഭൂവുടമ സ്വന്തം അധ്വാനം ചെലുത്തുന്നവ ഒരു ശതമാനം പോലും വരില്ല. അതിലും കുറച്ചു കൂടുതലായിരിക്കും കൂലി അധ്വാനം. സിംഹഭാഗവും പാട്ട അധ്വാനം ആണ്. കൂലി അധ്വാനം ചെല്ലുന്ന കൃഷിയിടം ഇനിയും ഏറെ വളരില്ല. പാട്ട അധ്വാനം സ്വീകരിക്കാൻ കഴിയുന്ന ഇടം ഇനിയും ഒട്ടേറെ ബാക്കിയുണ്ട് പറമ്പായിട്ടും പാടമായിട്ടും.

ഓരോ വാർഡിലും അങ്ങനെ എത്ര സ്ഥലം അധ്വാനം സ്വീകരിക്കാൻ കഴിവുള്ളതായി ഉണ്ട് എന്നും അതിൽ എത്ര പച്ചക്കറിക്ക് ലഭ്യമാകു മെന്നും ഒരു ഏകദേശകണക്കെടുക്കാം. ഒരു ഹെക്ടറിന് രണ്ട് സ്ത്രീ ത്തൊഴിലാളികൾ വേണം. ഓരോ വാർഡിലും 10-12 തൊഴിലാളികളുള്ള സ്ക്വാഡുകൾ - സംഘങ്ങൾ ഉണ്ടാക്കാം. 5-ഹെക്ടർ സ്ഥലം (50-60 ഉട മകളിൽ നിന്നായി) പാട്ടത്തിനെടുക്കാം. നടന്നുപോകാനുള്ള ദൂരമേ കാണൂ. ഒരു വാർഡിൽ തന്നെ ഒന്നിൽ കൂടുതൽ സംഘങ്ങൾ ഉണ്ടാകാം. അല്ലെങ്കിൽ വലിയ ഒരു സംഘമാകാം.

പഞ്ചായത്തിലെ മൊത്തം സംഘങ്ങൾ കൂട്ടായിരുന്നു വിള ചേരുവ കൾ നിശ്ചയിക്കണം. പഞ്ചായത്തിലെ ഡിമാന്റിന്റെ സ്വഭാവം കൂടി കണക്കിലെടുക്കണം. വെണ്ട, വഴുതന, പയറ്, പടവലം, പാവയ്ക്ക, ചുരയ്ക്ക, കുമ്പളം, മത്തൻ, ചേന, ചീര.... മുതലായവ ഓരോന്നിനും എത്ര ഡിമാന്റ് ഉണ്ടെന്നു മതിക്കുക. അതിന്റെ അടിസ്ഥാനത്തിൽ വിള യിറക്കുക. പഞ്ചായത്തടിസ്ഥാനത്തിൽ വിത്തുകൾ ഉൽപാദിപ്പിക്കുക. ജൈവവളം സംഭരിക്കുക, ഖരമാലിന്യ കമ്പോസ്റ്റ് ഉണ്ടാക്കുക, ജൈവ കീടനാശിനികൾ നൽകുക. പച്ചക്കറികൾ രാസപദാർഥമുക്തമായിരിക്കും എന്ന് ഉറപ്പു വരുത്തുക. (ചെറിയ തോതിൽ രാസവളം ചേർക്കുന്നതു കൊണ്ട് ദോഷമൊന്നുമില്ല).

ആവശ്യമായ മൂലധനത്തിൽ നല്ലൊരു ശതമാനം ഉപഭോക്താക്കളിൽ നിന്ന് ലഭിക്കും. ഒരു കുടുംബത്തിന് പ്രതിവർഷം ശരാശരി 250 കിഗ്രാം പച്ചക്കറി (എല്ലാം കൂടി) വേണ്ടിവരുമെന്നു കരുതുക. ഇന്നത്തെ ശരാ ശരി മാർക്കറ്റ് വില 40 രൂപയാണ്. ശരാശരി വാർഷികച്ചെലവ്. 8000-10000

രൂപ വരും. ത്രൈമാസിക വരിസംഖ്യയായി രണ്ടായിരം രൂപ മുൻകൂർ അടക്കുന്നവർക്ക് അത്ര രൂപ വിലവരുന്ന പച്ചക്കറി മാർക്കറ്റ് വിലയുടെ 10-15 ശതമാനം കിഴിവിൽ കൊടുക്കും. ഇതിന് സമൂഹത്തിന്റെ പിന്തുണ യോടു കൂടിയ കൃഷി (Community Supported Agriculture) എന്ന് പറയുന്നു.

സ്ത്രീകളുടെ തന്നെ വില്പന ടീമുകൾ, എല്ലാ ഇനത്തിലുംപെട്ട പച്ചക്കറികളും, കാബേജ്, കോളിഫ്ളവർ, തക്കാളി മുതലായി, പഞ്ചായ ത്തിൽ കൃഷി ചെയ്യാത്തവ ബൾക്ക് ആയി മേടിച്ചും വില്പന വണ്ടികളി ലായി ഓരോ വീട്ടിലും എത്തിക്കാം. അവർ ആവശ്യമുള്ളത് എടുക്കട്ടെ. അന്നന്നത്തെ മാർക്കറ്റ് വില അച്ചടിച്ച കാർഡുകൾ അവരുടെ കൈവശം ഉണ്ടാകും. പച്ചക്കറിക്കു പുറമേ, പരിപ്പുകൾ, മസാലകൾ, തേയിലകൾ, സോപ്പുകൾ തുടങ്ങിയ സാധനങ്ങളും അവരുടെ വണ്ടിയിൽ കാണും. ഇല്ലാത്തവയ്ക്ക് ഓർഡർ എടുക്കുകയും ചെയ്യാം. സ്ത്രീകളുടെ മുഖാ മുഖ വിപണന ശൃംഖലയിലെ കണ്ണികളാണിവർ.

രണ്ടുപേരും ഒരു ഉന്തുവണ്ടിയും ആയിരിക്കും ഒരു ടീം. വണ്ടിയിൽ മൊത്തം 400-500 കിലോ സാധനങ്ങൾ ഉണ്ടാകാം. കുത്തനെയുള്ള കേറ്റ യിറക്കങ്ങൾ ഉള്ള റൂട്ടിൽ കുറവ്. ഒരു ദിവസം 50-60 വീടുകൾ. ആഴ്ചയിൽ 2 തവണ അങ്ങനെ മൊത്തം 150-200 വീട് കവർ ചെയ്യാം. പ്രതിമാസം ഒന്നൊന്നര ലക്ഷം രൂപയുടെ കച്ചവടം മിനിമം ഉണ്ടാകും. സ്ത്രീകളുടെ ഈ വില്പന സംഘങ്ങൾ കുടുംബശ്രീയുടെയും പഞ്ചാ യത്തിന്റെയും അക്രഡിറ്റേഷനോട് കൂടിയതാകാം. തൊട്ടടുത്തുള്ള 150-200 വീടുകളായിരിക്കും ഒരു ടീം കവർ ചെയ്യുക. അങ്ങനെ ഒരു പഞ്ചാ യത്തിൽ 30-40 സംഘങ്ങളുണ്ടാകാം. സംഖ്യകളിൽ മാറ്റം വരാം. എന്നാൽ തന്ത്രം ഒന്നു തന്നെ. ക്രമത്തിൽ ഇവയെല്ലാം കൂടി പഞ്ചായത്ത് തല ത്തിലുള്ള സ്ത്രീകളുടെ ഒരു പ്രത്യക്ഷ വിപണന സംഘം ആയി രജി സ്റ്റർ ചെയ്യാം. അതിന് ഒരു ഗോഡൗൺ ഉണ്ടാകാം. പുറമേ നിന്ന് വാങ്ങേ ണ്ടവ ബൾക്ക് ആയി വാങ്ങി അവിടെ സൂക്ഷിക്കും, റിപാക്ക് ചെയ്യും.

ഇവർ തദ്ദേശീയ ഉത്പന്നങ്ങളുടെ പ്രചാരണത്തിന്റെയും വിദേശ ഉൽപന്നങ്ങളുടെ ബഹിഷ്കരണത്തിന്റെയും വക്താക്കൾ ആയിരിക്കും. അത്തരത്തിൽ അവർക്ക് പരിശീലനം നല്കാം. അവർക്ക് വീട്ടിലെ സ്ത്രീകളുമായി സംവാദത്തിൽ ഏർപ്പെടാൻ സമയമുണ്ടാകും. ആഗോള വിരുദ്ധ, സാമ്രാജ്യത്വ വിരുദ്ധ, പുരോഗമനാശയങ്ങളുടെ പ്രചാരകരായി അവരെ വളർത്താം.

ഇതൊക്കെ സാധ്യമാണെന്ന് തെളിയിക്കുകയാണ് ആദ്യം വേണ്ടത്. ഇതിന്റെ വമ്പിച്ച സാധ്യതയിൽ വിശ്വാസവും, അതിന്റെ ആവശ്യകത യിൽ ബോധ്യവുമുള്ള പ്രവർത്തകർ, താന്താങ്ങളുടെ പഞ്ചായത്തുകളിൽ ഒരു വാർഡിലെ എല്ലാ വീടുകളും കവർ ചെയ്യുന്ന 8-10 കുടുംബശ്രീ വനിതകളുടെ ഒരു ടീം പരീക്ഷണാർത്ഥം ഉണ്ടാക്കണം. അവർ സ്ഥിരീ കൃതരാകും വരെ, അവർക്ക് ആത്മവിശ്വാസം ഉണ്ടാകുംവരെ അവരോട് ചേർന്ന് പ്രവർത്തിക്കണം. വണ്ടിവാങ്ങാൻ ആവശ്യമായ മൂലധനം കുടുംബശ്രീ മുഖാന്തരമോ ബാങ്കിൽ നിന്നോ സംഭരിക്കാൻ ശ്രമിക്കാം.

വ്യാപകമായ തോതിൽ തദ്ദേശീയ സമ്പദ്വ്യവസ്ഥയുടെയും പ്രത്യക്ഷവിപണനത്തിന്റെയും തദ്ദേശീയ ഉൽപാദനത്തിന്റെയും ദർശനവും രാഷ്ട്രീയവും ജനങ്ങൾക്കിടയിൽ പ്രചരിപ്പിക്കണം. വികസനത്തിനു രണ്ടു കാഴ്ചപ്പാടുകളുണ്ട്. ചെറുതിൽ നിന്ന് വലുതിലേക്ക്, പെട്ടിക്കടകളിൽ നിന്ന് സൂപ്പർബസാറുകളിലേക്കും മാളുകളിലേക്കും വളരുക എന്നതാണ് മുതലാളിത്ത കാഴ്ചപ്പാട്. ചെറുതിന്റെ ശക്തി വളർത്തുക, മനുഷ്യരിലേക്ക് കേന്ദ്രീകരിക്കുക, പരാശ്രിതത്വം കുറയ്ക്കുക-ഇതാണ് ശാസ്ത്രീയകാഴ്ചപ്പാട്. യഥാർഥ സോഷ്യലിസ്റ്റ് കാഴ്ചപ്പാടും. ആഗോള സാമ്രാജ്യത്വത്തിനെതിരെയുള്ള ചെറുത്തുനിൽപ്പിന്റെ കോട്ടകളാണ് തദ്ദേശ ഉൽപാദന സംഘങ്ങളും തദ്ദേശ വിപണന സംഘങ്ങളും. വിപണിയാണല്ലോ മുതലാളിത്തത്തിന്റെ രണഭൂമി. ആ രണഭൂമിയിൽ വച്ചുതന്നെ അതിനെ നേരിടേണ്ടിയിരിക്കുന്നു.

കേരഗ്രാമം

കേരഗ്രാമങ്ങൾ സംഘടിപ്പിക്കാൻ പടിപടിയായി ചെയ്യേണ്ട കാര്യങ്ങൾ:

തദ്ദേശവാസികളുടെ ഒരു ടീം രൂപീകരിക്കുക. തുടക്കത്തിൽ 4–5 പേർ ധാരാളം മതി. സാധ്യതകളെപ്പറ്റിയും വിശദാംശങ്ങളെപ്പറ്റിയും അവർക്ക് നല്ല ബോധം ഉണ്ടായിരിക്കണം. അതിന് ചില പഠനങ്ങൾ അവർ തന്നെ നടത്തണം. എത്ര തെങ്ങുണ്ട് എന്നത് 1997ലെ വികസനരേഖയിൽ കാണാം. തത്കാലം ആ കണക്ക് മതി. ഒന്നരലക്ഷം തെങ്ങ് എന്ന് വയ്ക്കുക. 1000 തെങ്ങിന് ഒരാൾ എന്ന നിലയ്ക്ക് 150 പേരുടെ ഒരു കേരഗ്രാമസംഘം ഉണ്ടാക്കാം. വാർഡ് അടിസ്ഥാനത്തിൽ ദളങ്ങളായി വിഭജിക്കാം.

100 പേർ സംഘത്തിൽ ചേരാൻ തയ്യാറാകുമെന്ന ഒരു ധാരണയുടെ അടിസ്ഥാനത്തിൽ ഒരു പ്രോജക്റ്റ് റിപ്പോർട്ട് ഉണ്ടാക്കാം അതിൽ താഴെ പറയുന്ന കാര്യങ്ങൾ ഉണ്ടായിരിക്കണം.

(i) സംഘം നൽകുന്ന സേവനങ്ങൾ:

- തടമെടുക്കലും വളമിടലും
- നനയ്ക്കൽ
- തേങ്ങയിടൽ - കൊല്ലത്തിൽ 8 തവണ
- മണ്ടനേരെയാക്കൽ
- മിച്ചം തേങ്ങ, തൊണ്ട്, മടൽ എന്നിവ വാങ്ങൽ
- തെങ്ങുവെട്ടൽ (30ൽ കുറവ് പ്രതിവർഷം ഉൽപാദനം)
- പുതിയ തൈകൾ ഉണ്ടാക്കുകയും നടുകയും ശുശ്രൂഷിക്കുകയും ചെയ്യൽ

(ii) ഇവ ഓരോന്നിനും ഈടാക്കുന്ന നിരക്കുകൾ

തെങ്ങുകയറ്റം - തെങ്ങൊന്നിന് - രൂപ

വെട്ടിമാറ്റൽ – തെങ്ങൊന്നിന് – സ്ഥാനവും വലുപ്പവും അനുസരിച്ച്, തെങ്ങിന് കൊടുക്കുന്ന വില, വലുപ്പവും മൂപ്പുമനുസരിച്ച്.

(iii) വിൽക്കുന്ന വില : മാർക്കറ്റ് നിലവാരമനുസരിച്ച്. വരവും ചെലവും തുല്യമാക്കും.

ഒരാൾക്ക് ഒരുദിവസത്തെ പണിക്ക് ഭൂഉടമയിൽനിന്ന് 500 രൂപ ഈടാക്കാം. എല്ലാവരും സമ്മതിക്കും. പണിയുടെ മേന്മയ്ക്ക് സംഘം ഉറപ്പുനൽകും. പ്രതിവർഷം 220 ദിവസത്തെ പണി സംഘടന നൽകും.

സംഘത്തിന് 100 പേരിൽനിന്ന് ഒരു വർഷത്തെ

വരുമാനം : 100 x 220 x 500 : 11,000,000

ഒരാൾക്ക് നൽകുന്ന പ്രതിവർഷ ശമ്പളം : 80,000

മറ്റാനുകൂല്യങ്ങൾ : 10,000

ആകെ : 90,000

100 പേർക്ക് : 9,000,000

മാനേജ്മെന്റ് : 6 ലക്ഷം

മിച്ചം : 14 ലക്ഷം

ഇത് പൊതുഫണ്ടിൽ സൂക്ഷിക്കും

ഈ കണക്കുകൾ പഞ്ചായത്തിലുള്ളവരുമായി ചർച്ച ചെയ്ത് കൂടുതൽ സൂക്ഷ്മമാക്കാം.

ഈ റിപ്പോർട്ട് ആയുധമായി വച്ചുകൊണ്ട്, കുടുംബശ്രീയിൽപെട്ടവരും NREG ക്ക് രജിസ്റ്റർ ചെയ്തവരും ആയി സംസാരിക്കുക. തൊഴിലില്ലാത്ത അഭ്യസ്തവിദ്യരായ യുവാക്കളുമായും ആലോചിക്കാം. ആദ്യം ചെയ്യേണ്ടത് ആ പ്രദേശത്തിന്റെ കാർഷിക കാർഷികേതര തൊഴിൽ ഡിമാൻഡിന്റെ ഒരു കലണ്ടർ ഉണ്ടാക്കുകയാണ്.

ഏത് മോഡ് വേണം? സഹകരണസംഘമായോ, സ്വകാര്യ സംരംഭമായോ എങ്ങനെ വേണമെന്ന് സംഘത്തിൽ ചേരാൻ തയ്യാറുള്ളവരുമായി ചർച്ചചെയ്യുക. സഹകരണസംഘമാണെങ്കിൽ, സംഘത്തിൽ ചേരാൻ വേണ്ടത്ര അംഗങ്ങൾ, 20–30 മിനിമം, ഉണ്ടെന്ന് വയ്ക്കുക. അടുത്തഘട്ടം പഞ്ചായത്തിലെ ഓരോ വീടും സന്ദർശിച്ച് അവരെ സേവന സ്വീകർത്താക്കളാക്കി രജിസ്റ്റർ ചെയ്യുക. ആര് ഫുൾടൈം നേതൃത്വം നല്കും? അയാൾക്ക് എന്ത് പ്രതിഫലം നൽകണം എന്നു കൂട്ടായി ആലോചിക്കുക തയ്യാറുള്ളവർ മുന്നോട്ടു വരട്ടെ. അതിനുശേഷം, പ്രവർത്തനത്തിന് നേതൃത്വം നല്കാൻ അയാൾ കൂടി ബാധ്യസ്ഥനാണ്. ചിലരെങ്കിലും ഒരു നിശ്ചിത വാർഷിക 'പാട്ടം' മേടിച്ച് മുഴുവൻ ചുമതലയും സംഘത്തിന് നല്കാൻ തയ്യാറാകും. അതും ആലോചിക്കാവുന്നതാണ്.

ശേഖരിക്കുന്ന തേങ്ങ, തൊണ്ട്, മടല് മുതലായവ ഉപയോഗിക്കാൻ പരിപാടി ഉണ്ടാക്കുക. വില്ക്കാം, ഉപയോഗിക്കാം. കൊപ്രയാക്കാം, വെളിച്ചെണ്ണയാക്കാം, കുറെ തേങ്ങയായി വില്ക്കാം. തൊണ്ട് സംഭരിച്ചുവെച്ച്

കയർ വ്യവസായത്തിനു നല്കാം; മടൽ വൈദ്യുതി ഉണ്ടാക്കാൻ ഉപയോഗിക്കാം. തടി, ഉരുപ്പടികൾ ഉണ്ടാക്കാൻ ഉപയോഗിക്കാം. ഇതിനെല്ലാം വേണ്ട ആദ്യമൂലധനം എത്ര, പ്രവർത്തനമൂലധനം എത്ര? മൂർത്തമായ മാർക്കറ്റിങ്ങ് സംവിധാനം എന്ത്? എല്ലാം നിശ്ചയിക്കണം.

സഹകരണസംഘം പ്രായോഗികമല്ലെന്ന് തോന്നുകയാണെങ്കിൽ ഒരു സംരംഭകനെ കണ്ടെത്തുക. പഞ്ചായത്തിനുള്ളിൽ അതിന് താൽപര്യമുള്ള, തൊഴിലില്ലാത്തവർ ഉണ്ടെങ്കിൽ അയാൾ, അല്ലെങ്കിൽ മറ്റൊരാൾ. 10-15 പേരുള്ള ഒരു തൊഴിലാളി ടീമിനെ എടുക്കുക. അവർക്ക് മാസ ശമ്പളം, ഗ്രൂപ്പ് ഇൻഷുറൻസ്, എന്നിവ മാത്രമേ ആദ്യം കൊടുക്കാൻ പറ്റൂ. 100-150 പേർ വരെ ആയി വളർന്നാൽ പ്രസവാവധി, പ്രോവിഡന്റ് ഫണ്ട്, പ്രതിവർഷ ലീവ് മുതലായവയൊക്കെ ആലോചിക്കാം. 10-15 തൊഴിലാളികൾ, 300-400 കുടുംബങ്ങൾ/ വളപ്പുകൾ (100-150 ഹെക്ടർ) ഇതിനുള്ളിൽ യാതൊരു റിസ്കുമില്ലാതെ കൊണ്ടുപോകാം. എല്ലാവരെയും തെങ്ങുകയറാൻ പഠിപ്പിക്കണം. യന്ത്രം കൊടുക്കാം. സുരക്ഷയാണ് പ്രധാനം. കടയിളക്കാൻ ഉള്ള യന്ത്രം വാങ്ങാം. തോട്ടി വാങ്ങാം. സംരംഭകന്റെ മുതൽ മുടക്ക്: ഉപകരണങ്ങൾ, ഫോൺ ആദിക്ക് - ഒരു ലക്ഷം രൂപ, പ്രവർത്തന മൂലധനം, 15 പേരുടെ ഒരു മാസത്തെ ശമ്പളം 1 $^1/_2$ ലക്ഷം രൂപ. മറ്റിനങ്ങൾ 0.5 ലക്ഷം, ആകെ 3 ലക്ഷം രൂപ.

ഓരോ വാർഡിനും ഇത്തരം ടീമുകൾ ഉണ്ടായാൽ, അവയെല്ലാം കൂട്ടിച്ചേർത്ത് ഒരൊറ്റ കമ്പനിയാക്കാൻ പറ്റിയാൽ പ്രസവാവധി, ആർജിതാവധി, പ്രോവിഡണ്ട് ഫണ്ട് മുതലായവ എല്ലാം നല്കാം.

തെങ്ങുമാത്രമായി ബന്ധപ്പെട്ട് ഒരു പഞ്ചായത്തിൽ 100-200 പേർക്ക് ഫുൾടൈം പണി നല്കാൻ കഴിയും.

ഇടവിളയ്ക്കായി ഒരു പഞ്ചായത്തിൽ 300 ഹെക്ടറെങ്കിലും കിട്ടുന്നതാണ്. 100-200 പേർക്ക് തൊഴിൽ കിട്ടും. അധ്വാനം ലഘൂകരിക്കുന്ന, വലിയ മുതൽമുടക്ക് ആവശ്യമില്ലാത്ത, പറമ്പുകൃഷിക്ക് ഉപകരിക്കുന്ന, പലതരം യന്ത്രങ്ങൾ ഇന്നു ലഭ്യമാണ്. അവ ഉപയോഗിച്ച് ഒരു കർഷകത്തൊഴിലാളിക്ക് മാനേജ് ചെയ്യാൻ പറ്റുന്ന കൃഷി വിസ്തീർണം മൂന്നു-നാലു മടങ്ങായി വർധിപ്പിക്കാം. കേരളത്തിൽ മൊത്തം 80000-100000 ഹെക്ടർ പാടം തരിശായി കിടക്കുന്നു. ഇത് മൊത്തം ഒരു ലക്ഷം പേർക്ക് ഫുൾടൈം ജോലി നല്കുന്നതാണ്. ഇതിനാകട്ടെ ഓരോ പ്രദേശത്തിനും കൃത്യമായ ഒരു കൃഷിപ്പണി കലണ്ടർ ഉണ്ടാക്കണം.

കാർഷിക മേഖലയിലെ ഒരു പ്രധാന അജണ്ടയാണ് രാസവളങ്ങളിൽ നിന്നും രാസകീടനാശിനികളിൽനിന്നുമുള്ള മോചനം, കൃഷിയുടെ ജൈവവത്കരണം. ഇതിനാകട്ടെ അതിനു പറ്റിയ വിത്തിനങ്ങൾ വീണ്ടും വളർത്തിയെടുക്കണം. മറ്റൊന്ന്, എല്ലാ ജൈവമാലിന്യങ്ങളും കാർഷികാവശിഷ്ടങ്ങളും വളമാക്കി തിരിച്ചു മണ്ണിലേക്കുതന്നെ നല്കുന്ന ഒരു രീതി രൂപപ്പെടുത്തിയെടുക്കണം.

രണ്ട്

മാലിന്യം: അസ്ഥാനത്തുള്ള സമ്പത്ത്

മൗ സെ ദൂങ്ങിന്റെ ഒരു വചനമാണ് മുകളിൽ കൊടുത്തത്. 'അസ്ഥാനത്ത് സ്ഥിതിചെയ്യുന്ന സമ്പത്താണ് മാലിന്യം.' എത്ര ശരി! പാടത്ത് അമൂല്യസമ്പത്തായി കാണുന്ന ചാണകം സ്വീകരണമുറിയിൽ മാലിന്യം തന്നെ. വിരലിൽ കിടക്കുമ്പോൾ വൈരമോതിരം സമ്പത്തു തന്നെ. വയറ്റിനകത്തുപെട്ടാലോ, മാരകമായ മാലിന്യവും.

പണ്ടു നഗരങ്ങളെ മാത്രം അലട്ടിയിരുന്ന ഖരമാലിന്യനിർമാർജന പ്രശ്നം ഇന്നു കേരളത്തിനെയാകെ കുഴയ്ക്കുന്ന ഒന്നായിത്തീർന്നിരിക്കുന്നു. നഗരങ്ങളുടെ കൂടപ്പിറപ്പ് ആണ് മറ്റു പല പ്രശ്നങ്ങളെയും പോലെ, മാലിന്യപ്രശ്നവും. നാട്ടിൻപുറത്തെ മണ്ണിലായിരുന്നപ്പോൾ അതിനെ ഫലഭൂയിഷ്ഠമാക്കിയിരുന്ന നൈട്രജൻ, പൊട്ടാസിയം മുതലായവ ഭക്ഷണരൂപത്തിൽ ലണ്ടൺ നഗരത്തിൽ കേന്ദ്രീകരിക്കുകയും മനുഷ്യമലത്തിന്റെ രൂപത്തിൽ ഥേംസ് നദിയിൽ നിക്ഷേപിക്കുകയും അങ്ങനെ അതിനെ മലിനപ്പെടുത്തുകയും ചെയ്യുന്നതെങ്ങനെ എന്ന് കാൾ മാർക്സ് *മൂലധനം* എന്ന പുസ്തകത്തിൽ വിവരിക്കുന്നുണ്ട്. കമ്യൂണിസ്റ്റ് മാനിഫെസ്റ്റോയിൽ തന്നെ മാർക്സും എംഗൽസും പറയുന്നുണ്ട്: കൃഷിയെയും വ്യവസായത്തെയും ഇടകലർത്തി വിതരണം ചെയ്ത്, നഗരങ്ങളിൽ കേന്ദ്രീകരിച്ചിരിക്കുന്ന മനുഷ്യരെ കൂടുതൽ ഏകസമാനമായി വിതരണം ചെയ്ത്, നഗരവും ഗ്രാമവും തമ്മിലുള്ള വൈരുധ്യം പടിപ്പടിയായി കുറച്ചുകൊണ്ടു വരികയായിരിക്കണം വിപ്ലവാനന്തര ഭരണകൂടത്തിന്റെ ആദ്യ നടപടികളിൽ ഒന്ന്. എന്നാൽ, നഗരവത്കരിക്കുക, അതിനഗരവത്കരിക്കുക എന്നതാണ് ചൈനയുടെ ഭരണതലപ്പത്ത് ഇരിക്കുന്ന ചൈനീസുകമ്യൂണിസ്റ്റ് പാർട്ടിയുടെ ലക്ഷ്യം. ചൈനയെ അലട്ടിക്കൊണ്ടിരിക്കുന്ന ഗ്രാമങ്ങളിലെ തൊഴിലില്ലായ്മാ പ്രശ്നത്തിനു പരിഹാരമായി, അവർ കാണുന്നത് 80 ശതമാനം ജനങ്ങളെയും നഗരവാസികൾ ആക്കുക എന്നതാണ്. ബംഗാളിലെ ബുദ്ധദേവ് ഭട്ടാചാര്യയും വിശ്വസിക്കുന്നത് ഇതുതന്നെയാണ്. വൻവ്യവസായങ്ങളിലൂടെയും നഗരവത്കരണത്തിലൂടെയും ബൂർഷ്വാവിപ്ലവത്തിന്റെ കടമ പൂർത്തീകരിച്ച്

മുതലാളിത്തത്തെ അതിന്റെ പരമോന്നത സ്ഥാനത്ത് എത്തിച്ചതിനു ശേഷമേ സോഷ്യലിസത്തെപ്പറ്റി ആലോചിക്കാനാവൂ എന്നാണ് അദ്ദേഹം വിശ്വസിക്കുന്നത്. ഗ്രാമ-നഗരവൈരുധ്യം പരിഹരിക്കപ്പെടാതെ സോഷ്യലിസം സാധ്യമാകില്ല എന്ന് എംഗൽസ് ഉറപ്പിച്ചു പറഞ്ഞിട്ടുള്ള തിനെ അംഗീകരിക്കാൻ അദ്ദേഹം തയ്യാറല്ല.

കേരളത്തിലെ രാഷ്ട്രീയപ്പാർടികളും, ഇടതു-വലത് ഭേദമില്ലാതെ, വസ്തുനിഷ്ഠമായി ഇതേ പാത പിന്തുടരുന്നതായാണ് കാണുന്നത്. കൊച്ചിയെ ലോകനിലവാരത്തിലുള്ള ഒരു നഗരമാക്കുക, മെട്രോ നിർമിച്ച് യാത്രകൾ സുഗമമാക്കുക, ശോഭ ഹൈ-ടെക് സിറ്റി പോലുള്ള സംരംഭ ങ്ങളെ 'ഏകജാലക'സംവിധാനത്തിൻ കീഴിൽ കൊണ്ടുവന്ന് 'ക്ഷിപ്രാ നുവാദം' നല്കുക, അതിവേഗപാതയ്ക്കുവേണ്ടി അമിതമായ ആവേശം കാണിക്കുക മുതലായവയൊക്കെ ഇതിലേക്കാണ് വിരൽ ചൂണ്ടുന്നത്. തിരുവനന്തപുരം, കൊച്ചി, കോഴിക്കോട്, തൃശ്ശൂർ, പാലക്കാട് മുതലായ നഗരങ്ങളിലെ യാത്രാ പ്രശ്നംപോലെതന്നെ അപരിഹാര്യമായിത്തീർന്നു കൊണ്ടിരിക്കയാണ് അവിടങ്ങളിലെ ഖരമാലിന്യപ്രശ്നവും ഡ്രെയ്നേജ് പ്രശ്നവും ഒക്കെ. നഗരങ്ങളിൽ മാത്രമല്ല പഞ്ചായത്തുകളിലും ഇത് പ്രശ്നമായിത്തീർന്നിരിക്കുന്നു. 'സമ്പൂർണശുചിത്വം ഉള്ള കേരളം' (ക്ലീൻ കേരളാമിഷൻ) എന്ന മുദ്രാവാക്യത്തിൻ കീഴിൽ പഞ്ചായത്തുകളിൽ പോലും ഇന്ന് ഖരമാലിന്യസംസ്കരണ പദ്ധതികൾക്ക് രൂപം കൊടു ക്കുന്നുണ്ട്. എന്നാൽ സംസ്കരണപ്ലാന്റുതന്നെ ഒരു മലിനീകരണ സംവിധാനമായി, പ്രാദേശികമായി ഭൗമജലത്തെയും അന്തരിക്ഷവായു വിനെയും മലിനീകരിക്കുന്ന ഒരു സംവിധാനമായി ആണ് ഇന്ന് സമീപ വാസികൾ കാണുന്നത്. അതിനാൽ, എവിടെ എവിടെയൊക്കെ ഖര മാലിന്യസംസ്കരണപ്ലാന്റ് ഉണ്ടോ, അല്ലെങ്കിൽ വിഭാവനം ചെയ്യുന്നുവോ അവിടെയൊക്കെ അവയ്ക്കെതിരായ ജനകീയ പ്രക്ഷോഭങ്ങളും ഉയർന്നു വരുന്നത് കാണാം. കൊച്ചിയിലും തൃശ്ശൂരും ഗുരുവായൂരും തിരുവനന്ത പുരത്തും ഒക്കെ ഇത് കാണാം. അതിന് കുറെയൊക്കെ അടിസ്ഥാനവും ഉണ്ട്. മിക്ക സ്ഥലങ്ങളിലും ശാസ്ത്രീയമായി എങ്ങനെയാണോ അത്തരം പ്ലാന്റുകൾ നടത്തിക്കൊണ്ടു പോകേണ്ടത്, അങ്ങനെയല്ല അത് ചെയ്യു ന്നത്. ജൈവമാലിന്യങ്ങൾ, പ്ലാസ്റ്റിക്, കുപ്പികൾ, ലോഹങ്ങൾ, കെട്ടിട നിർമാണ മാലിന്യങ്ങൾ, വിഷാക്ത(toxic)മാലിന്യങ്ങൾ - ഇവ ഓരോ ന്നിനെയും സംസ്കരിക്കേണ്ടത് വ്യത്യസ്ത രീതികളിലാണ്. പ്രഭവ സ്ഥാനത്തുനിന്ന് സംസ്കരണപ്ലാന്റിലേക്കുള്ള യാത്രാമധ്യേ എവിടെ യൊക്കെയോവച്ച് അവ കൂടിക്കലരുന്നു. ജൈവവസ്തുക്കൾ വഴിയോര ങ്ങളിൽ കുന്നുകൂട്ടിയിട്ട് ചീഞ്ഞളിഞ്ഞ് നാറാൻ തുടങ്ങിയ ശേഷമാണ് പ്ലാന്റിലെത്തുന്നത്. പരിസരമാകെ ദുർഗന്ധം വമിക്കുന്ന ഒന്നായി ത്തീരുന്നു സംസ്കരണപ്ലാന്റ്. സമീപവാസികൾ എതിർക്കുന്നതിൽ അദ്ഭുതപ്പെടാനില്ല. ജൈവമാലിന്യവുമായി കൂടിക്കലർന്ന് പ്ലാന്റിലേക്കു വരുന്ന മറ്റു മാലിന്യങ്ങൾ പിന്നെ പുനശ്ചക്രണം ചെയ്യാനാകാതെ വരുന്നു.

മാത്രമല്ല, ജൈവമാലിന്യങ്ങളുടെ കമ്പോസ്റ്റീകരണത്തിന് അത് തടസ്സങ്ങൾ സൃഷ്ടിക്കുകയും ചെയ്യുന്നു. അവയിൽനിന്ന് കിനിഞ്ഞിറങ്ങുന്ന ദ്രാവകങ്ങൾ ഭൗമജലത്തെ മലിനപ്പെടുത്തുന്നു. കമ്പോസ്റ്റാകാത്ത മാലിന്യങ്ങൾ പരിസരത്ത് മലപോലെ കുന്നുകൂടിക്കിടക്കുന്നു. ലാൻഡ് ഫില്ലിങ്ങിൽ കൂടെ മാത്രമേ അവ നീക്കം ചെയ്യാനാകൂ. ശാസ്ത്രീയമായ ലാൻഡ് ഫില്ലിങ്ങ് ആകട്ടെ ഏറെ ചെലവുള്ള പരിപാടിയാണുതാനും. എല്ലാം കൂടി, നഗരഖരമാലിന്യസംസ്കരണപ്ലാന്റുകളെല്ലാം തന്നെ ബീഭത്സമായ ദൃശ്യങ്ങളും അസഹനീയമായ അനുഭവങ്ങളും ആയിത്തീരുന്നു. ദിനംപ്രതി അമ്പതും നൂറും ഇരുന്നൂറും ടൺ മാലിന്യങ്ങൾ വന്നുകൊണ്ടിരിക്കുന്നതിനാൽ പരിഹാരനടപടികളേക്കാൾ കൂടുതൽ വേഗത്തിൽ പ്രശ്നങ്ങൾ പെരുകിവരുന്നു. ഇതിന്റെ ഏറ്റവും പ്രകടമായ ഉദാഹരണമാണ് ഗുരുവായൂർ മുനിസിപ്പാലിറ്റിയുടേത്. അവിടെ സംസ്കരണപ്ലാന്റ് നിർമിക്കാനായി നീക്കിവച്ചിരുന്ന സ്ഥലം ഇന്ന് മുഴുവനായും ഒരു മാലിന്യ കൂമ്പാരമാണ്. രണ്ടു കൊല്ലം മുമ്പ്, ഉള്ള മാലിന്യങ്ങൾ ഒരു വശത്തേക്ക് തള്ളി നീക്കി പ്ലാന്റ് നിർമിക്കുന്നതിന് കുറച്ച് സ്ഥലം വീണ്ടെടുത്തിരുന്നു. ഇന്ന് ഒരിഞ്ചുപോലും ഇല്ലാതെ നിറഞ്ഞിരിക്കയാണ്. ഒരു തരത്തിലുള്ള 'മാലിന്യജാം' രൂപപ്പെട്ടുവരികയാണ്. അസ്ഥാനത്തിരിക്കുന്ന മാലിന്യങ്ങൾക്ക് സമ്പത്തായി മാറാനുള്ള സ്ഥാനങ്ങളിലേക്ക് നീങ്ങാൻ പറ്റാതായിക്കൊണ്ടിരിക്കയാണ്. ഈ 'ജാം' അയയ്ക്കാൻ എന്താണ് ചെയ്യേണ്ടത്?

പാഠം ഒന്ന്

മാലിന്യങ്ങൾ ഉൽപാദിപ്പിക്കപ്പെടുന്നത് വെവ്വേറെ ആയാണ്, കൂടിക്കലർന്നുകൊണ്ടല്ല അവയെ കൂട്ടിക്കലർത്തുന്നത് നമ്മളാണ് - വീടുകളിൽ, കടകളിൽ, സ്ഥാപനങ്ങളിൽ (വെവ്വേറെയായി സംഭരിച്ച മാലിന്യങ്ങളെ ട്രാൻസ്പോർട് ചെയ്യുമ്പോൾ കൂട്ടിക്കലർത്തിയ അനുഭവവും ഉണ്ടായിട്ടുണ്ട് തിരുവനന്തപുരത്ത്).

- ജൈവമാലിന്യങ്ങൾ കമ്പോസ്റ്റു ചെയ്യുമ്പോൾ വളമായി മാറുന്നു. അത് വിലപിടിച്ച സമ്പത്താണ്. ഇതിനുള്ള സാങ്കേതികവിദ്യ ലഭ്യമാണ്, പയറ്റിത്തെളിഞ്ഞതാണ്.
- പ്ലാസ്റ്റിക്, കുപ്പി, ലോഹങ്ങൾ - എല്ലാം പുനശ്ചക്രണം ചെയ്യാം അത് ചെയ്യുന്ന ഇടങ്ങൾ ധാരാളമുണ്ട്. അവ ശേഖരിച്ചു സംഭരിച്ചാൽ മാത്രം മതി.
- കമ്പുകളും മറ്റും വിറകായും വൈദ്യുതി ഉല്പാദനത്തിനുള്ള ഇന്ധനമായും ഉപകരിക്കും. ശേഖരണമാണ് പ്രശ്നം.
- നിർമാണാവശിഷ്ടങ്ങൾ നേരിട്ട് ലാൻഡ് ഫില്ലിങ്ങിന് ഉപയോഗിക്കാം. മണ്ണെടുത്ത് നീർകെട്ടിയ ഒട്ടേറെ ഭൂമിയുണ്ട്. അവ ഭാഗികമായി നികത്താൻ ഇവ ഉപയോഗിക്കും.

ഇവയെല്ലാം കൂടിക്കലർന്നാലാകട്ടെ, മുൻ പറഞ്ഞതൊന്നും ചെയ്യാൻ പറ്റില്ല, കമ്പോസ്റ്റാക്കാൻ പറ്റില്ല, പുനഃചക്രണം ചെയ്യാൻ പറ്റില്ല, ലാൻഡ് ഫില്ലിങ്ങിന് ഒട്ടേറെ സുരക്ഷാസംവിധാനങ്ങൾ ആവശ്യമാകുന്നു.

മാലിന്യമാനേജ്മെന്റിൽ പാഠം ഒന്ന്: വിവിധതരം മാലിന്യങ്ങൾ കൂട്ടിക്കലർത്താതിരിക്കുക.

പാഠം രണ്ട്

ജൈവമാലിന്യങ്ങൾ പലതരത്തിൽ സംസ്കരിക്കാം. വായു സമ്പർക്കത്തോടുകൂടിയ കമ്പോസ്റ്റിങ്ങ്, മണ്ണിരക്കമ്പോസ്റ്റിങ്ങ്, ബയോഗ്യാസ് പ്ലാന്റുകൾ. എന്നാൽ, അവ സമയാസമയം സംഭരിക്കേണ്ടതുണ്ട്. മിക്ക നഗരങ്ങളിലും ആഴ്ചയിലൊരിക്കലോ, രണ്ടു തവണയോ മാത്രമാണ് വഴിയോരങ്ങളിൽ കുന്നുകൂട്ടിയിട്ടിരിക്കുന്ന മാലിന്യം നീക്കം ചെയ്യുന്നത്. ഇത് രണ്ട് ദോഷം ചെയ്യുന്നു. ഒന്ന്: നഗരം എല്ലായ്പോഴും മലിനമായിത്തന്നെ ഇരിക്കുന്നു. രണ്ട്: കൂട്ടിയിട്ടിരിക്കുന്ന മാലിന്യം വായു സമ്പർക്കമില്ലാതെ വളരുന്ന ബാക്റ്റീരിയയുടെ പ്രവർത്തനം കാരണം അളിയുന്നു. ഇത് കടുത്ത ദുർഗന്ധം വമിക്കുന്നതിന് ഇടയാക്കുന്നു. ഇത് സംസ്കരണ പ്ലാന്റിലെത്തുമ്പോൾ അവിടവും ദുർഗന്ധപൂരിതമാക്കുന്നു. അങ്ങനെ താരതമ്യേന ഉപദ്രവകരമല്ലാതിരുന്ന മാലിന്യം കൂടുതൽ ഉപദ്രവകരമായ മാലിന്യമായിത്തീരുന്നു. ചിട്ടയോടെ പ്രവർത്തിക്കുന്ന ഒരു സംഭരണ സംവിധാനം വേണം. മാലിന്യം ഉണ്ടാവുന്ന സ്ഥലത്ത് അവ ഇടകലരാതെ വെവ്വേറെ സൂക്ഷിക്കുക, ജൈവമാലിന്യങ്ങൾ നിത്യേന സംഭരിക്കപ്പെടണം. അഴുകിയവയേക്കാൾ അവയാണ് കമ്പോസ്റ്റിങ്ങിന് നല്ലത്. മറ്റു മാലിന്യങ്ങൾ വെവ്വേറെ സൂക്ഷിക്കുക. ആഴ്ചയിലോ മാസത്തിലോ ഒരിക്കൽ പുനശ്ചക്രണത്തിനായി അവ കൊണ്ടുപോകാം. റോഡരികുകളിലൊ പൊതുസ്ഥലങ്ങളിലോ ഒരിക്കലും മാലിന്യം തുറന്ന് നിക്ഷേപിക്കരുത്. പ്രത്യേകമായി വച്ചിരിക്കുന്ന ബിന്നുകളിൽ ഇടണം. അഗ്രോ വേസ്റ്റ്, നിർമാണവേസ്റ്റ് മുതലായവ ആവശ്യപ്പെടുമ്പോൾ ചെന്നുകൊണ്ടുപോകണം. അതിന് പ്രത്യേക ചാർജ് ഈടാക്കാവുന്നതാണ്. അങ്ങനെ മാലിന്യമാനേജ്മെന്റ് പാഠം രണ്ട് : ശേഖരിക്കലും കടത്തും ശാസ്ത്രീയമായി ചെയ്യുക. അതിൽ വിട്ടുവീഴ്ച ചെയ്യാതിരിക്കുക.

പാഠം മൂന്ന്

ജൈവമാലിന്യസംസ്കരണശാലകൾ ശാസ്ത്രീയതത്വങ്ങളിൽ അധിഷ്ഠിതമാണ്. ആ തത്വങ്ങൾക്ക് കീഴ്പെട്ടേ അവ വിജയകരമായി പ്രവർത്തിക്കൂ. കൂന കൂട്ടിയ കമ്പോസ്റ്റിങ്ങ് - വിൻഡ്രോ കമ്പോസ്റ്റിങ്ങ് - ആണ് ഇന്ന് ഏറ്റവും വ്യാപകമായി ഉപയോഗിക്കുന്ന രീതി. അതിലുള്ള വായുവിന്റെ അംശം, വായു സമ്പർക്കം, നൈട്രജൻ അംശം മുതലായ ഘടകങ്ങളെ ആശ്രയിച്ചിരിക്കും കമ്പോസ്റ്റിങ്ങിന്റെ വിജയം. ആവശ്യമായത്ര വെള്ളം തളിക്കുക, വെള്ളം കൂടുതലാണെങ്കിൽ ഉണങ്ങിയ മാറ്റർ

ചേർക്കുക, കാലാകാലങ്ങളിൽ കൂന ഇളക്കുക, കൂനയിൽനിന്ന് ഊർന്നുവരുന്ന വെള്ളം മണ്ണിലേക്ക് ഇറങ്ങാതെ സൂക്ഷിക്കുക - ഇതൊക്കെ കൃത്യമായി ശ്രദ്ധിക്കണം. അല്ലെങ്കിൽ കമ്പോസ്റ്റിങ്ങ് ശരിയാകില്ല - മാലിന്യമാനേജ്മെന്റ് പാഠം മൂന്ന്: സംസ്കരണ പ്ലാന്റിന്റെ നടത്തിപ്പു നിർദേശങ്ങൾ കൃത്യമായി അനുസരിക്കുക.

പാഠം നാല്

ജൈവമാലിന്യങ്ങൾ സമ്പത്താകുന്നത് കർഷകർക്കാണ്. എന്നാൽ, പൊതുവിൽ കൃഷിയിലുള്ള വിശ്വാസം കുറഞ്ഞുവരുന്ന സാഹചര്യത്തിൽ, കാർഷകസബ്സിഡികളെ വർധമാനമായ തോതിൽ ആശ്രയിക്കുന്ന സാഹചര്യത്തിൽ, ഈ സബ്സിഡികൾ കൃഷിവകുപ്പിന്റെ നയങ്ങളാൽ നിയന്ത്രിക്കപ്പെടുന്ന സാഹചര്യത്തിൽ, കൃഷിവകുപ്പിന് രാസവളങ്ങളോട് ഇന്നും നിലനിൽക്കുന്ന മമതയുടെ സാഹചര്യത്തിൽ ജൈവവളത്തെ സമ്പത്തായിക്കാണുന്നവർ കുറവാണ്. കൃഷിക്കാർ തന്നെ മുൻകൈ എടുത്ത് തങ്ങൾക്കാവശ്യമുള്ള ജൈവവളം ഉണ്ടാക്കാൻ വേണ്ട അസംസ്കൃതപദാർഥമായി നഗരങ്ങളിലെയും ഗ്രാമങ്ങളിലെയും ജൈവമാലിന്യങ്ങളെ കണക്കാക്കാൻ തുടങ്ങണം. കൃഷിക്കാരോ, മറ്റു സംരംഭകരോ സ്വയം സ്ഥാപിച്ച്കൊണ്ടുനടത്തുന്ന വ്യവസായമായി ജൈവമാലിന്യ(വള) സംസ്കരണശാലയെ കാണണം. മാലിന്യമാനേജ്മെന്റ് പാഠം നാല്: ജൈവമാലിന്യത്തിൽനിന്ന് ജൈവവളം ഉൽപാദിപ്പിക്കുന്ന ഒരു സാമ്പത്തികസംരംഭമായി സംസ്കരണശാലയെ കാണണം.

പാഠം അഞ്ച്

ഇന്ന് കേരളത്തിൽ എവിടെവിടെയൊക്കെ ഖരമാലിന്യസംസ്കരണ പ്ലാന്റുകൾ സ്ഥാപിക്കുന്നുവോ അവിടെയൊക്കെ തദ്ദേശവാസികളുടെ സംഘടിതമായ എതിർപ്പ് നേരിടേണ്ടിവന്നിട്ടുണ്ട്. ഇതുവരെ ഉണ്ടായിട്ടുള്ള സംസ്കരണശാലകളുടെ പ്രവർത്തനം തൃപ്തികരമാകാത്തതുകൊണ്ടാണ് ഇത് വരുന്നത്. 'നിങ്ങളുടെ മാലിന്യം ഞങ്ങളുടെ വളപ്പിൽ തട്ടണ്ട' എന്നാണ് എതിർപ്പിന്റെ സത്ത. വൻകിട സംരംഭങ്ങൾ ആകുമ്പോൾ ഈ എതിർപ്പ് ഉണ്ടാകാൻ സാധ്യത കൂടുതലുണ്ട്. എന്നാൽ ചെറിയ, ചെറിയ യൂണിറ്റുകൾക്കുവേണ്ടി, അസംസ്കൃതപദാർഥമായി മാലിന്യത്തെ കാണുന്ന രീതി വരുമ്പോൾ ഇതിൽ മാറ്റമുണ്ടാകും. ഖരമാലിന്യമാനേജ്മെന്റ് പാഠം അഞ്ച്: മാലിന്യത്തെ സമ്പത്തുൽപാദനത്തിനുള്ള അസംസ്കൃത പദാർഥമായി കാണുന്ന ശീലം വളർത്തുക, ചെറുകിട ഗാർഹിക സംരംഭങ്ങളായി അവയെ മാറ്റുക.

കോഴിക്കോട് നഗരത്തിലെയോ, തൃശ്ശൂർ നഗരത്തിലെയോ, ഗുരുവായൂരിലേയോ എവിടത്തെ ആയാലും ഖരമാലിന്യങ്ങൾ സമ്പൂർണമായി മാനേജ് ചെയ്യുന്നതിന്, അങ്ങനെ, താഴെ കൊടുക്കുന്ന നടപടികൾ എടുക്കാം.

1. പ്രഭവത്തിൽ തന്നെ വിവിധ തരം മാലിന്യങ്ങൾ വേർതിരിക്കുക. അവ കൂട്ടിക്കലർത്തി 'വൃത്തികെട്ട' മാലിന്യം ആകാതെ സൂക്ഷിക്കുക.
2. റോഡുകളിൽ ജൈവമാലിന്യത്തിനും, പുനശ്ചക്രണം ചെയ്യാവുന്ന കുപ്പി, തകരം, പ്ലാസ്റ്റിക് മുതലായവയ്ക്കും വെവ്വേറെ ബിന്നുകൾ സ്ഥാപിക്കുക. റോഡിൽ മാലിന്യം ഇടുന്നത് കടുത്ത ശിക്ഷ അർഹിക്കുന്ന കുറ്റമായി പ്രഖ്യാപിക്കുക. (അമേരിക്കയിൽ മാലിന്യങ്ങൾ റോട്ടിലേക്ക് വലിച്ചെറിയുന്നത് പിടിച്ചാൽ 500 മുതൽ 1000 ഡോളർ വരെയാണ് പിഴ)
3. ഇലക്ട്രിക് ലൈൻ ടച്ചിങ്ങ് വെട്ടിയിട്ടത്, റോഡരികിലെ പുല്ലുചെത്തിയത് - എന്നിവ അപ്പഴപ്പോൾ തന്നെ സംസ്കരണപ്ലാന്റിലേക്ക് അയയ്ക്കാം. മണ്ണ്, നിർമാണവസ്തുക്കൾ, ചാക്ക്, ചെരുപ്പ് തുടങ്ങിയ കമ്പോസ്റ്റാക്കാൻ പറ്റാത്ത മാലിന്യങ്ങളെ കുഴിയിലിട്ടു മൂടാം. അതിൽ വിഷാക്തപദാർഥങ്ങൾ ഇല്ലെന്ന് ഉറപ്പുവരുത്തിയാൽ മതി.
4. ട്യൂബ് ലൈറ്റ്, CFL, ബാറ്ററി, കമ്പ്യൂട്ടർ ഭാഗങ്ങൾ, മരുന്നുകുപ്പികൾ, പെയിന്റ് ടിന്നുകൾ മുതലായവ അതതിടങ്ങളിൽ പ്രത്യേകമായി സൂക്ഷിക്കട്ടെ. മുമ്മൂന്നു മാസം കൂടുമ്പോഴോ മറ്റോ അവയെല്ലാം ഒരു റൗണ്ടിൽ ശേഖരിച്ച്, അവ സംസ്കരിക്കുന്ന പ്രത്യേക പ്ലാന്റുകളിലേക്ക് അയച്ചുകൊടുക്കാം. നിരുപദ്രവകരങ്ങളായ മറ്റു മാലിന്യങ്ങളുമായി അവ കൂടിക്കലരാതെ ശ്രദ്ധിക്കണം.
5. മുകളിൽ പറഞ്ഞ കാര്യങ്ങൾ ജനങ്ങളെപ്പറഞ്ഞ് മനസ്സിലാക്കി, അവർ അത് സ്വാംശീകരിച്ചതായി ഉറപ്പുവരുത്തുക. ഇതിനായി വിവിധങ്ങളായ ബോധവത്കരണപരിപാടികൾ നടത്തുക.
6. ചുറ്റുവട്ടത്തുള്ള നെൽക്കൃഷിക്കാർ, പറമ്പുടമകൾ മുതലായവർക്കോ, തൊഴിലുറപ്പു സംഘങ്ങൾ, കുടുംബശ്രീ സംഘങ്ങൾ തുടങ്ങിയവർക്കോ, സ്വതന്ത്രസംരംഭകർക്കോ, ആർക്കായാലും ആവശ്യമുള്ളവർക്ക്.. ആവശ്യമുള്ള അളവിൽ, ആവശ്യമുള്ള സ്ഥലത്ത് 'ക്ലീൻ വേസ്റ്റ്' - ജൈവപദാർഥങ്ങൾ മാത്രം അടങ്ങുന്ന മാലിന്യം - അളിയുന്നതിനുമുമ്പ് എത്തിച്ചുകൊടുക്കാമെന്ന് പ്രസിദ്ധം ചെയ്യുക. സംരംഭകർ സ്വയമേവ മുന്നോട്ടു വരുന്നില്ലെങ്കിൽ തേടിപ്പിടിച്ച് ചിലരെ ഇത് ഏറ്റെടുക്കാൻ പ്രേരിപ്പിക്കുക. അതിന്റെ അനുഭവം മറ്റുള്ളവർക്ക് പ്രയോജനകരമാകും.
7. ദിവസേന ഒരു ടൺ വീതം സ്വീകരിക്കുന്ന 10–12 സംരംഭകർ ഉണ്ടായാൽ ഗുരുവായൂരിന്റെ പ്രശ്നം തീർന്നു. തൃശ്ശൂരിന് 30–40 പേർ വേണ്ടിവരും. കോഴിക്കോട്, കൊച്ചി നഗരങ്ങൾക്ക് 100–200 പേർ വേണ്ടിവന്നേയ്ക്കാം.

പ്രതിദിനം ഒരു ടൺ ജൈവമാലിന്യം സംസ്കരിക്കാൻ വേണ്ട പ്ലാന്റിന് ഏതാണ്ട് അഞ്ചു സെന്റ് സ്ഥലം മതി. അതിൽ ഏതാണ്ട് 100 ച. മീ വലപ്പമുള്ള ഒരു ഷെഡ്. തറ, ഗ്രൗണ്ട്ലവലിൽനിന്ന് 45 സെ.മീ.

ഉയരത്തിൽ, കടുപ്പത്തിൽ കോൺക്രീറ്റിട്ടത്. ഊർന്നിറങ്ങുന്ന വെള്ളം ഒഴുകാനും സംഭരിക്കാനും ആവശ്യമായ ചെരിവ്, മേൽക്കൂര സിൽപാളിനോ ജി.ഐ. ഷീറ്റോ ആകാം. മോട്ടോർ കൊണ്ടു പ്രവർത്തിപ്പിക്കുന്ന ഒരു അരിപ്പ, കൂന ഇളക്കാനുള്ള ഒരു യന്ത്രം എന്നിവ. എല്ലാറ്റിനും കൂടി 4–5 ലക്ഷം രൂപയുടെ നിക്ഷേപം മതിയാകും. കൊണ്ടു നടത്താൻ ഒരാൾ മതിയാകും. ഒരു ടൺ മാലിന്യത്തിൽനിന്ന് 250 കി.ഗ്രാം കമ്പോസ്റ്റ് കിട്ടും. കൊല്ലത്തിൽ 300 ടൺ മാലിന്യം – 75 ടൺ കമ്പോസ്റ്റ്. സബ്സിഡിയില്ലാതെ ടണ്ണിന് 6000 രൂപ ലഭിക്കും. 75 ടണ്ണിന് 4,50,000 രൂപ വരവ്.

ചെലവ്

1.	പലിശ, തേയ്മാനം, റിപ്പയർ, തിരിച്ചടവ് – 12%	–	1,00,000
2.	കൂലി/ശമ്പളം – 10000 x 12	–	1,20,000
3.	കറന്റ്, ചാണകം	–	60,000

	ആകെ	–	2,80,000
	മിച്ചം	–	1,70,000
			=======

ഒരു കൃഷിക്കാരൻ സ്വന്തമായി ചെയ്യുകയാണെങ്കിൽ, മൂലധനത്തിന്റെ പലിശ, സ്വന്തം അധ്വാനം എന്നതിലേക്ക് മാത്രമായി 1.00–1.20 ലക്ഷം രൂപ കിട്ടുന്നതാണ്.

പ്രതിദിനം 10 ടൺ മാലിന്യം സംസ്കരിക്കുന്നതിനുള്ള ഗുരുവായൂർ പദ്ധതിയുടെ അടങ്കൽ തുക 4 കോടി രൂപയാണ്. ടണ്ണിന് 40 ലക്ഷം രൂപ. മേൽപറഞ്ഞ തരത്തിലുള്ള വികേന്ദ്രീകൃത–ചെറുകിട സംവിധാനമാണെങ്കിൽ പ്രതിദിനം ഒരു ടൺ മാലിന്യത്തെ വളമാക്കി മാറ്റാൻ വേണ്ട മൂലധന മുടക്ക് 4–5 ലക്ഷം രൂപയിൽ കൂടുതൽ വരില്ല. കേരളത്തിലെ ബഹുഭൂരിപക്ഷം പഞ്ചായത്തുകളിലും, ഇങ്ങനെ സംസ്കരിക്കപ്പെടേണ്ട മാലിന്യത്തിന്റെ അളവ് പ്രതിദിനം ഒരു ടണ്ണിൽ അധികം വരില്ല. ഏതെങ്കിലും ഒരു കർഷകന്, അല്ലെങ്കിൽ 5 സെന്റ് പറമ്പുള്ള ഏതെങ്കിലും ഒരു തൊഴിലാളിക്ക് അതുപയോഗിച്ച് ഒരു സംരംഭം ആരംഭിക്കാം. ആവശ്യമായ മൂലധനം പഞ്ചായത്ത് കടമായി കൊടുക്കാം. അല്ലെങ്കിൽ ബാങ്കിൽനിന്ന് വാങ്ങിക്കൊടുക്കാം. അയാൾ ഉണ്ടാക്കുന്ന 75 ടൺ വളം നിശ്ചിത വിലയ്ക്ക്, ഉദാഹരണത്തിന് ടണ്ണിന് 6000 രൂപയ്ക്ക്, വാങ്ങാം എന്ന് ഉറപ്പുകൊടുത്താൻ മതി. പഞ്ചായത്ത് നഗരം ചെയ്യേണ്ട പണി പ്രധാനമായും ബോധവത്കരണത്തിന്റേതും (കൂട്ടിക്കലർത്താതിരിക്കുക, റോഡിൽ ഇടാതിരിക്കുക) നിത്യേനയുള്ള സംഭരണത്തിന്റേതുമാണ്. റോഡുകളിലോ പൊതുസ്ഥലങ്ങളിൽ എവിടെയെങ്കിലുമോ ചവറ് കാണാൻ പാടില്ല. ഒരു കാരണവശാലും. ഇത് ഉറപ്പുവരുത്തുകയാണ്

വേണ്ടത്. ആളുകൾക്ക് പഴയ ശീലങ്ങൾ പെട്ടെന്നു മറക്കാൻ പറ്റില്ല. കുറച്ചുകാലത്തേക്ക് പ്രയാസം കാണാം. ബോധവത്കരണം, പിഴ, സാമൂഹിക വിലക്ക് മുതലായവയിലൂടെ പതുക്കെപ്പതുക്കെ ശീലം മാറ്റാവുന്നതാണ്.

കേരളത്തിലെ നഗരങ്ങളിലും പട്ടണങ്ങളിലും ഗ്രാമങ്ങളിലുമായി പ്രതിദിനം ഏതാണ്ട് 10,000–12,000 ടൺ ജൈവമാലിന്യം ഉൽപാദിപ്പിക്കപ്പെടുന്നുണ്ട്. അതിൽ സിംഹഭാഗവും അവരവരുടെ വീട്ടുവളപ്പിൽതന്നെ സംസ്കരിക്കപ്പെടുന്നു. പൊതുസംസ്കരണം ആവശ്യം വരുന്ന 'നഗര മാലിന്യം', പ്രതിദിനം ഏതാണ്ട് 3000–4000 ടൺ വരും. 6 കോർപറേഷനുകൾ, 86 മുനിസിപ്പാലിറ്റികൾ, 941 പഞ്ചായത്തുകൾ എന്നിവിടങ്ങളിൽ നിന്ന് പുറത്തുവരുന്ന മാലിന്യമാണിത്. പ്രതിദിനം ഒരു ടൺ സംസ്കരിക്കുന്ന 3000–4000 ചെറുകിട സംരംഭങ്ങൾ മതിയാകും ഇത് കൈകാര്യം ചെയ്യാൻ. ചിലത് - 2-3 ടൺ പ്രതിദിനശേഷിയുള്ളവയുമാകാം. അതുപോലെ പൂർണമായി കൂനക്കമ്പോസ്റ്റിങ്ങ് നടത്തുന്നതിനു പകരം 30 ദിവസം കൂനയിലിട്ടശേഷം മണ്ണിരക്കമ്പോസ്റ്റിങ്ങിലേക്ക് മാറ്റാം. മൂലധന ച്ചെലവ് ഒന്നൊന്നര ലക്ഷം രൂപ കൂടിയേക്കാം. ആകെ 5–6 ലക്ഷം രൂപ. പക്ഷേ മണ്ണിരക്കമ്പോസ്റ്റിന് ഇരട്ടി വില കിട്ടും.

ഉത്പാദിപ്പിക്കപ്പെടുന്ന മുഴുവൻ ഖരമാലിന്യങ്ങളും സംസ്കരിക്കുകയാണെങ്കിൽ പ്രതിദിനം 1000 ടൺ കമ്പോസ്റ്റുണ്ടാകും. പ്രതിവർഷം 3.5 ലക്ഷം ടൺ. ഹെക്ടറിന് ഒരു ടൺ വച്ചു കണക്കാക്കിയാൽപോലും, 3.5 ലക്ഷം ഹെക്ടറിനെ ഇത് തികയൂ. അതായത് വളത്തിന് മാർക്കറ്റില്ലാത്ത പ്രശ്നം കാണില്ല. കൃഷിയെയും ജൈവവളത്തെയും പ്രോത്സാഹിപ്പിക്കുന്ന ഒരു നയം ഉണ്ടായാൽ മാത്രം മതി. കേരളത്തിന് ആവശ്യമായത്ര ജൈവവളം ലഭ്യമാക്കണമെങ്കിൽ,

(i) പറമ്പുകളിൽ നിക്ഷേപിക്കപ്പെടുന്ന ഗാർഹികമാലിന്യം

(ii) പറമ്പിലും പാടത്തും ഉണ്ടാകുന്ന, അഗ്രോ വേസ്റ്റുകൾ

(iii) മനുഷ്യനടക്കമുള്ള മുഴുവൻ ജീവികളുടെയും വിസർജനങ്ങൾ

(iv) ബോധപൂർവം നട്ടുവളർത്തുന്ന പച്ചിലവളച്ചെടികൾ

ഇവയെ എല്ലാം സംസ്കരിച്ച് മണ്ണിലേക്ക് തിരിച്ചു നൽകാൻ കഴിയണം. സമഗ്രമായ ഇത്തരമൊരു പരിപാടിയുടെ ആദ്യഘട്ടം എന്ന നിലയിൽ, സമ്പൂർണ ശുചിത്വവും ('ചവറില്ലാ'പഞ്ചായത്തുകളും നഗരങ്ങളും), സമ്പൂർണസംസ്കരണവും ലക്ഷ്യമിടുന്നത് നന്നായിരിക്കും.

നമ്മുടെ ചുറ്റുപാട് മലിനമാകുന്നത് നമ്മളെയാണ് ബാധിക്കുക. അത് വൃത്തിയാക്കിവെക്കേണ്ടത് നമ്മുടെ ആവശ്യമാണ്. നമ്മൾ തീരുമാനിച്ചാൽ അത് ചെയ്യാവുന്നതേയുള്ളു. നമ്മുടെ സഹകരണം കൂടാതെ ഒരു ഗവൺമെന്റിനും അത് ചെയ്യാൻ പറ്റുന്നതല്ല. ഇതിനോടുകൂടി കൂട്ടിച്ചേർക്കാവുന്ന മറ്റൊരു പരിപാടി കൂടി ഉണ്ട്. നഗരക്കൃഷിക്കുള്ള ക്യൂബൻ മാതൃക. പൂക്കളും പുൽത്തകിടികളും നട്ടുവളർത്തുന്നതിനു പകരം

പച്ചക്കറികളും ഇലക്കറികളും നട്ടുവളർത്തുക. ക്യൂബയിലെ ഹവാന യിൽ ഇതിന് നഗരവാസികളെ സഹായിക്കാനായി ഒരു അർബൻ (നഗര) കൃഷിവകുപ്പുതന്നെയുണ്ട്. ഉള്ള പറമ്പിലും (എത്ര കുറച്ചായാലും വേണ്ടില്ല), ഉള്ള ടെറസ്സുകളിലും 'ഭക്ഷ്യസുരക്ഷാകൃഷി' (food security farming) നടത്തുക. ഒരു തരത്തിലുള്ള ജൈവക്കൃഷി ആയിരിക്കും അത്. സർട്ടിഫിക്കേഷന്റെയൊന്നും ആവശ്യമില്ല. നമ്മൾതന്നെ അത് ഉപയോ ഗിക്കുന്നു. നഗരത്തിലോ നഗരപ്രാന്തത്തിലോ 20–25 സെന്റ് വളപ്പുള്ള ഒരാൾക്ക് നടത്താവുന്ന ഒരു പരിപാടിയുണ്ട്: ഒരു അഗ്രോ സർവീസസ് കമ്പനി തുടങ്ങാം. താൽപര്യമുള്ള 10 സ്ത്രീകളെ അതിൽ ജീവനക്കാ രായി നിയമിക്കാം. അവർക്ക് നിയതമായ ശമ്പളം കൊടുക്കാം. ഒരു വ്യക്തി തുടങ്ങുന്നതിനു പകരം ആ സ്ത്രീകളുടെതന്നെ സഹകരണ സംഘവും ആകാം. അപ്പോൾ സ്ഥലമുടമസ്ഥന് വാടക കൊടുക്കുന്നു. ഇവർ രണ്ടു കാര്യം ചെയ്യുന്നു:

(i) അഞ്ചു സെന്റ് സ്ഥലത്ത് ഒരു കൂനക്കമ്പോസ്റ്റിങ്ങ് പ്ലാന്റ് നിർമി ക്കുന്നു. പ്രതിദിനം ഒരു ടൺ ജൈവമാലിന്യം സംസ്കരിക്കുന്നു.

(ii) ചുറ്റുമുള്ള പ്രദേശങ്ങളിലെ നിവാസികൾക്ക് ടെറസ് കൃഷിക്കും അടുക്കളോദ്യാനക്കൃഷിക്കും വേണ്ട എല്ലാ സഹായങ്ങളും ചെയ്തു കൊടുക്കുന്നു. അതിന് നിശ്ചിതമായ ഒരു ഫീസ് ഈടാക്കുന്നു; അല്ലെ ങ്കിൽ നിശ്ചിതമായ വാടക കൊടുത്ത് എടുക്കുന്ന സ്ഥലത്ത് കൃഷി ചെയ്യുന്നു. അതിനുപുറമേ, ആവശ്യമുള്ളവർക്കെല്ലാം എല്ലാ തരത്തിലു മുള്ള കാർഷികസേവനങ്ങളും നൽകുന്നു. 400–500 കുടുംബങ്ങളുള്ള ഒരു പ്രദേശത്തിന് ഇത്തരത്തിലുള്ള ഒരു സർവീസ് യൂണിറ്റ് എന്ന കണക്കുവെക്കാം.

കാർഷികപ്രവർത്തനത്തെ മെച്ചപ്പെടുത്താതെ, അധ്വാനമെന്ന ഘടകം മാത്രം കൂട്ടിച്ചേർത്ത് മണ്ണ്, വെള്ളം, വെയിൽ എന്നീ ഘടക ങ്ങളെ ഉദ്ഗ്രഥിച്ച് അധികവിളയുത്പാദിപ്പിക്കാതെ, നടത്തുന്ന എല്ലാ വിക സന പ്രവർത്തനങ്ങളും ദുർബലമായ അടിത്തറമേൽ പടുത്തുയർത്തുന്ന ബഹുനിലമാളികപോലിരിക്കും. ഇടിഞ്ഞുപൊളിഞ്ഞ് വീഴും.

ഇവിടെ അധ്വാനത്തിന്റെ ഉടമസ്ഥനും മണ്ണിന്റെ (ടെറസിന്റെ) ഉടമ സ്ഥനും തമ്മിലുള്ള ബന്ധത്തെക്കുറിക്കുമ്പോൾ കൂലി, വാടക എന്നീ പദങ്ങളാണ് ഉപയോഗിച്ചിരിക്കുന്നത് എന്നു ശ്രദ്ധിക്കുക. പാട്ടമെന്ന പദ മല്ല. മുതലാളിത്തബന്ധമോ, സഹകരണബന്ധമോ ആണ് അവർ തമ്മി ലുള്ളത്. ഫ്യൂഡൽ ബന്ധമല്ല എന്നു സാരം. നഗരങ്ങളിൽ ഉൽപാദിപ്പി ക്കപ്പെടുന്ന ജൈവവളമെല്ലാം തന്നെ, ഇങ്ങനെ നഗരത്തിലും പ്രാന്ത പ്രദേശത്തുമായി ഉപയോഗിക്കാവുന്നതാണ്. കമ്യൂണിസ്റ്റ് മാനിഫെസ്റ്റോ യിൽ വ്യവസായത്തെയും നഗരവാസികളെയും ഗ്രാമപ്രദേശങ്ങളിലേക്ക് പുനർവിന്യസിക്കണമെന്നു പറയുന്നുണ്ട്. ഉടനടി അത് നടന്നില്ലെങ്കിലും കൃഷിയെ നഗരത്തിലേക്ക് കൊണ്ടുവരാവുന്നതാണ്. ഇങ്ങനെ നഗര-

നഗരപ്രാന്തക്കൃഷിയും ജൈവമാലിന്യസംസ്കരണവും ഉദ്ഗ്രഥിച്ചു കൊണ്ട് സമ്പൂർണശുചിത്വത്തിനുവേണ്ടിയുള്ള ഒരു ജനകീയ ക്യാമ്പെയിൻ ആരംഭിക്കാവുന്നതാണ്. ഇതിന് യുവജനപ്രസ്ഥാനങ്ങൾ മുൻകൈ എടുക്കാം. കൂടാതെ കുടുംബശ്രീ യൂണിറ്റുകൾ ആകാം, സാംസ്കാരിക സംഘടനകളാകാം, ഗ്രന്ഥശാലാപ്രസ്ഥാനമാകാം, ശാസ്ത്രസാഹിത്യ പരിഷത്താകാം, കർഷകത്തൊഴിലാളിയൂണിയനാകാം, കർഷകസംഘമാകാം - എല്ലാവരും തൽപരകക്ഷികൾ (stake holders) ആണ്.

മൂന്ന്

ആരോഗ്യം

'കേരള മാതൃക'യിലെ പ്രധാന ഘടകം കേരളീയരുടെ പൊതു ആരോഗ്യത്തിൽ വന്ന വികാസമായിരുന്നു. കുറഞ്ഞുവരുന്ന ശിശുമരണനിരക്ക്, മാതൃമരണനിരക്ക്, പൊതുമരണനിരക്ക്, ഇതിന്റെയൊക്കെ ഫലമായി വർധിച്ച പ്രതീക്ഷിത ആയുസ്സ്. ഈ മാനദണ്ഡങ്ങളുടെ അടിസ്ഥാനത്തിൽ വികസിത രാജ്യങ്ങളുടെ കൂട്ടത്തിലായിരുന്നു കേരളം. വരുമാനം വച്ചു നോക്കിയാൽ അവികസിത രാജ്യങ്ങളുടെ കൂട്ടത്തിലും. ഇതായിരുന്നു കേരള പ്രഹേളിക.

1990 കൾക്കു ശേഷം ആഗോളവത്കരണത്തിന്റെ ഫലമായി, ഈ ദിശയിലുള്ള പുരോഗതിയുടെ വേഗം കുറഞ്ഞു. പതുക്കെപ്പതുക്കെ പശ്ചാദ് ഗതിയിലാകാൻ തുടങ്ങി. അതിന്റെ ഫലം കുറേശ്ശെ കുറേശ്ശെയായി പ്രത്യക്ഷപ്പെട്ടു തുടങ്ങിയിരിക്കുന്നു.

സാർവത്രികമായ സ്വകാര്യവത്കരണം, പ്രത്യേകിച്ചും സ്വകാര്യ ആശുപത്രികളുടെയും സ്പെഷ്യാലിറ്റി ആസ്പത്രികളുടെയും അഭൂതപൂർവമായ വളർച്ച, ജനങ്ങളെ അവയിലേക്ക് ആകർഷിക്കുന്നതും പൊതു ആരോഗ്യസ്ഥാപനങ്ങളെ അവിശ്വസിക്കുന്നതും ആയ ഒരന്തരീക്ഷം സൃഷ്ടിച്ചു. തത്ഫലമായി ആരോഗ്യസംരക്ഷണച്ചെലവ് ഗണ്യമായി വർധിച്ചു. കേരള പഠനം കാണിക്കുന്നത് ദരിദ്രവിഭാഗം, മൊത്തം കുടുംബ ബഡ്ജറ്റിന്റെ 31.7 ശതമാനം ആരോഗ്യത്തിനായി ചെലവാക്കാൻ നിർബന്ധിതരായിരിക്കുന്നു എന്നതാണ്. ചികിത്സാ ചെലവ് താങ്ങാൻ കഴിയാത്ത അവർ പതുക്കെപ്പതുക്കെ സർക്കാർ ആരോഗ്യരക്ഷാ സംവിധാനത്തിലേക്ക് തിരിച്ചു വരാൻ തുടങ്ങിയിരിക്കുന്നു.

എന്നാൽ, നമ്മുടെ PHC മുതൽ മെഡിക്കൽ കോളേജ് വരെയുള്ള ആശുപത്രികൾ, കഴിഞ്ഞ ഏതാനും വർഷങ്ങൾക്കുള്ളിൽ കുറച്ചൊക്കെ മെച്ചപ്പെട്ടിട്ടുണ്ടെങ്കിലും, ഡോക്ടർമാരുടെ ലഭ്യത, പാരാമെഡിക്കൽസിന്റെ ലഭ്യത, അവരുടെ രോഗികളോടുള്ള പെരുമാറ്റം എന്നിവ ഇനിയും ഗണ്യമായി മാറേണ്ടതുണ്ട്. ഗതികെട്ടതു കൊണ്ടാണ് അവിടെ പോകുന്നത് എന്ന അവസ്ഥ മാറ്റേണ്ടതാണ്. എല്ലാ സമയത്തും ഡോക്ടർമാർ ലഭ്യമാണ്, അവശ്യം വേണ്ട എല്ലാ മരുന്നുകളും ദരിദ്രരായ രോഗികൾക്ക്

സൗജന്യമായി കിട്ടും, എല്ലാ ഉപകരണങ്ങളും പ്രവർത്തനക്ഷമമായിരിക്കും, രോഗികളോട് മയത്തിലും ബഹുമാനത്തോടെയും പെരുമാറും എന്നൊക്കെ ഉറപ്പു വരുത്തണം. ഇപ്പോൾ ഉള്ള അവസ്ഥയിൽ നിന്ന് പ്രതീക്ഷിക്കുന്ന അവസ്ഥയിലെത്താൻ എത്ര നിക്ഷേപം ആവശ്യമാണ്, വാർഷികച്ചെലവ് എത്ര അധികംവരും എന്നതിന്റെ വ്യക്തമായ ഒരു കണക്കുണ്ടാക്കുകയാണ് നമുക്ക് ആദ്യം ചെയ്യാവുന്നത്. ആവശ്യമായ പണം ഗവൺമെന്റിനോട് ആവശ്യപ്പെടണം. അതിന് പഞ്ചായത്ത് നേതൃത്വം നല്കണം. സ്റ്റാഫിന്റെ സാന്നിധ്യം, പെരുമാറ്റം, പരിസര ശുചിത്വം എന്നിവ ഉറപ്പു വരുത്താൻ ജനകീയ സമ്മർദ്ദം ചെലുത്തണം. അങ്ങനെ പൊതു ആരോഗ്യസേവന സ്ഥാപനങ്ങൾ ആകർഷണീയമാക്കണം. അവയിലുള്ള വിശ്വാസം വർധിപ്പിക്കണം.

പൊതു ആരോഗ്യത്തിൽ, പ്രധാനപങ്കുവഹിക്കുന്നത് ആസ്പത്രിയും ഡോക്ടറുമല്ല, പോഷകാഹാരവും ശുചിയായ പരിസരവും ശുദ്ധമായ കുടിവെള്ളവും ആണ് എന്ന് എല്ലാവർക്കും അറിയാവുന്ന കാര്യമാണ്. ഇന്ന് ഏറ്റവും ദരിദ്രരായ വിഭാഗങ്ങൾക്ക്, രോഗചികിത്സയ്ക്ക് മുടക്കേണ്ട പണം അധികരിച്ചതുമൂലം ഭക്ഷണത്തിന് ലഭ്യമായ പണം കുറയുകയും അങ്ങനെ പോഷണനിലവാരം കുറയുകയും ചെയ്തിട്ടുണ്ട് എന്നാണ് കരുതേണ്ടത്. എന്നാൽ, അത്രതന്നെ പ്രധാനമാണ് പരിസരശുചിത്വം.

ശുചിയായ ഗ്രാമം

കേരളത്തിലെ രോഗാതുരതകളിൽ പ്രാമുഖ്യം വഹിക്കുന്നത് ജലജന്യരോഗങ്ങളും മാലിന്യജന്യരോഗങ്ങളുമാണ് - ഖരമാലിന്യജന്യങ്ങളും അന്തരിക്ഷമാലിന്യജന്യങ്ങളും. കെട്ടിക്കിടക്കുന്ന വെള്ളം രോഗവാഹികളായ കൊതുക്കളെ വളർത്തുന്നു. ചീഞ്ഞളിയുന്ന ഖരമാലിന്യങ്ങൾ രോഗവാഹികളായ ഈച്ചകളെയും എലികളെയും വളർത്തുന്നു.

ഈ പ്രശ്നങ്ങളെ നേരിടാനായാണ്. സാനിറ്റേഷൻ മിഷൻ രൂപീകരിച്ചത് ഇരുപതു കൊല്ലം മുമ്പാണ്. ഇപ്പോൾ അത് ക്ലീൻ കേരളമിഷനായി.

ഇതിന്റെ ലക്ഷ്യങ്ങൾ

- എവിടെയും വെള്ളം കെട്ടിക്കിടക്കില്ല എന്ന ഉറപ്പുവരുത്തുക. മലിന ജലം ശുദ്ധീകരിച്ചേ കാനകളിലേക്കൊഴുക്കൂ എന്ന് ഉറപ്പുവരുത്തുക.
- ആദ്യത്തേതിന് നീരൊഴുക്കു വ്യവസ്ഥ-ഡ്രെയിനേജ്സിസ്റ്റം - കുറ്റമറ്റതാകണം. അതിന്റെ അടുത്തൊന്നും എത്തിയിട്ടില്ല.
- ഖരമാലിന്യ സംസ്കരണത്തിന് നഗരങ്ങളിൽ തീവ്രശ്രമം ആരംഭിച്ചിട്ട് പത്തു പന്ത്രണ്ട് കൊല്ലമായി. എന്നാൽ ഭരണാധികൃതരുടെ പിടിപ്പുകേടുമൂലം - എന്നു തന്നെ പറയേണ്ടിയിരിക്കുന്നു - തൃപ്തികരമായി എവിടെയും നടക്കുന്നില്ല. എങ്ങനെ നടത്താം എന്ന് മുൻ അധ്യായത്തിൽ വിശദമായി വിവരിച്ചിട്ടുണ്ട്.

അയൽക്കൂട്ടാടിസ്ഥാനത്തിലോ തെരുവടിസ്ഥാനത്തിലോ ജനകീയ ശുചിത്വ സ്ക്വാഡുകൾ സംഘടിപ്പിക്കാം. അതിന് ഗവൺമെന്റിന്റെ കല്പനയൊന്നും വേണ്ട. കാനകളിലൂടെ മലിനജലം - ഇപ്പോൾ മലിന ജലം തന്നെയാണ് - തടസ്സം കൂടാതെ ഒഴുകിപ്പോകുന്നുണ്ടെന്ന് ഉറപ്പു വരുത്താം. തടസ്സം കണ്ടാൽ സ്വയം നീക്കം ചെയ്യാം. അല്ലെങ്കിൽ അധി കൃതരെക്കൊണ്ട് ചെയ്യിപ്പിക്കാം. സ്വയം ഉത്തരവാദിത്വം ഏല്ക്കുന്ന, പരാതി പറയുന്നതിൽ മാത്രം ഒതുങ്ങിനിൽക്കാത്ത, ഒരു സംഘം ഉണ്ടാ യാൽ മതി.

ഖരമാലിന്യ മാനേജ്മെന്റിന് ഇപ്പോൾ വളർന്നുവരുന്ന പ്രവണത - കോടികൾ ചെലവാക്കുന്ന സംസ്കരണശാലകൾ നിർമ്മിക്കുകയെന്ന പ്രവണത - മാറ്റണം. വികേന്ദ്രീകൃതമായി നടത്താൻ കഴിയണം. അസ്ഥാന ത്തിരിക്കുന്ന സമ്പത്താണല്ലോ മാലിന്യം. മുൻ അധ്യായത്തിൽ പറഞ്ഞ പോലെ ജൈവമാലിന്യത്തെ കമ്പോസ്റ്റാക്കിയാൽ ജൈവവളമായി. ദിവ സേന ഒരു ടൺ മാലിന്യം ഉണ്ടാകുന്ന ഒരു പഞ്ചായത്തിൽ അതിലെ അര ടൺ ജൈവമാലിന്യം കമ്പോസ്റ്റാക്കിയാൽ പ്രതിവർഷം 75 ടൺ കമ്പോസ്റ്റ് കിട്ടുന്നു. 20 ഹെക്ടർ പച്ചക്കറിവിളയ്ക്ക് ഇത് മതിയാകും.

ഒന്നോ രണ്ടോ ഏക്കർ ഭൂമിയുള്ള ഒരു കൃഷിക്കാരന് 5 സെന്റ് സ്ഥലം കമ്പോസ്റ്റാക്കാനായി കൊടുക്കാൻ കഴിയും. അയാളിൽ നിന്ന് 50 സെന്റ് ഭൂമി പച്ചക്കറി വളർത്താനായി എടുക്കുന്ന ഒരു ടീമിന് അവിടെ ഒരു കമ്പോസ്റ്റ് ഷെഡ് നിർമിക്കാം. ആകെ ചെലവ് 1 - 2 ലക്ഷം രൂപയേ വരൂ. ഈ വളം വേണ്ടത്ര സ്വന്തം ആവശ്യത്തിന് ഉപയോഗിക്കാം. ബാക്കി മറ്റുള്ളവർക്ക് കൊടുക്കാം.

ഒരു പഞ്ചായത്തിൽ പറമ്പും പാടവും ആയി 1500 ഹെക്ടർ കൃഷി ഭൂമിയുണ്ടെങ്കിൽ 2000-2500 ടൺ ജൈവവളം വേണം. അതിൽ 1000 ടണ്ണെ ങ്കിലും കമ്പോസ്റ്റ് വേണം. ഒരു പഞ്ചായത്തിലും ഇത്രകിട്ടില്ല. നഗര ങ്ങളിലെ ജൈവമാലിന്യങ്ങൾ കൂടി ലഭിച്ചാലേ മതിയാകൂ. കേരളത്തിലെ ചെറുതും വലുതുമായ നഗരങ്ങളിൽ പ്രതിദിനം 1500-2000 ടൺ വരെ ജൈവമാലിന്യമുണ്ടാകും - ചെറുപട്ടണത്തിൽ 2 മുതൽ 10 ടൺ വരെയും വലിയവയിൽ 30 മുതൽ 300 ടൺ വരെയും.

നഗരമാലിന്യത്തെ ഉറവിടത്തിൽ വച്ചു തന്നെ ജൈവമാലിന്യങ്ങളും അജൈവമാലിന്യങ്ങളും ആയി (പ്ലാസ്റ്റിക്, ലോഹം, കുപ്പി ആദി) വേർതിരി ക്കണം. അജൈവ മാലിന്യങ്ങൾ പ്രത്യേകമായി സംഭരിച്ച് പുനശ്ചക്ര ണത്തിന് അയയ്ക്കാം. ജൈവമാലിന്യങ്ങൾ പ്രാന്തപ്രദേശത്തെ പഞ്ചാ യത്തുകൾക്ക് എത്തിച്ചു കൊടുക്കാം. ഇതൊക്കെ മുൻ അധ്യായത്തിൽ പറഞ്ഞിട്ടുണ്ട്.

നഗരപ്രാന്തപഞ്ചായത്തുകളിൽ ഓരോ വാർഡിലും പ്രതിദിനം 1-2 ടൺ വരെ സ്വീകരിക്കാൻ കഴിയുന്ന കമ്പോസ്റ്റ് യാർഡുകൾ ഉണ്ടാക്കാം. കർഷകരുടെ സ്വന്തമോ, തൊഴിലാളികൾ നടത്തുന്നതോ ആകാം.

അതിന്റെ മൂലധനച്ചെലവിൽ ഒരുഭാഗം നഗരസഭ വഹിക്കട്ടെ. ഒരു വാർഡിന് പ്രതിവർഷം 100-200 ടൺ ജൈവവളം ആവശ്യം വരും. പ്രതിദിനം 2 ടൺ ജൈവമാലിന്യം സംസ്കരിച്ചാൽ തന്നെ 150 ടൺ ജൈവവളമേ പ്രതിവർഷം കിട്ടൂ. അതവിടെത്തന്നെ ഉപയോഗിക്കാൻ പറ്റും. ജൈവമാലിന്യത്തെ ഇങ്ങനെ സമ്പത്തായി കണ്ടുകൊണ്ടു മാത്രമേ പ്രശ്നം പരിഹരിക്കാൻ കഴിയൂ. മാലിന്യം മാത്രമായി കണ്ടാൽ എല്ലാവരും അതിനെ തിരസ്കരിക്കും.

അന്നഗ്രാമം, ഹരിതഗ്രാമം, കേരഗ്രാമം, ഫലഗ്രാമം മുതലായ കാർഷികരംഗത്തെ പദ്ധതികളുമായി ഇതിനെ കൂട്ടിയിണക്കാം. 'മാലിന്യം' വില കൊടുത്തു വാങ്ങിക്കൊണ്ടു പോകാൻപോലും - ചാണകമെന്ന പോലെ - ആളുകൾ തയ്യാറാകും അപ്പോൾ.

കുടിനീർ

സുഭിക്ഷമായ മഴ ലഭിക്കുന്ന സംസ്ഥാനമാണെങ്കിലും വേനൽക്കാലത്ത് കുടിവെള്ളത്തിന് ക്ഷാമം നേരിടുന്ന ഒട്ടേറെ വീടുകൾ ഓരോ പഞ്ചായത്തിലുമുണ്ട്. മിക്ക കിണറുകളിലെയും വെള്ളത്തിൽ ഏറിയോ കുറഞ്ഞോ തോതിലുള്ള മാലിന്യവും - ജൈവമാലിന്യവും രാസമാലിന്യവും - ഉണ്ട്.

ഈ രണ്ടു പോരായ്മകളും പരിഹരിക്കാനാണ് സംരക്ഷിത ശുദ്ധജലവിതരണം നടത്തുന്നത്. വാട്ടർ അഥോറിറ്റിയാണ് ഇതിന് ഉത്തരവാദി. ഇപ്പോൾ ചിലയിടങ്ങളിൽ 'ജപ്പാൻ പദ്ധതി' ഉണ്ട്. എങ്കിലും എല്ലാ വേനൽക്കാലത്തും ലോറിയിൽ വെള്ളമടിക്കുക ഒരു പതിവാണ്. അതിൽ സ്ഥാപിത താൽപര്യങ്ങൾ ഉണ്ടെന്നത് ശരിതന്നെ.

കുടിനീർ സ്വയംപര്യാപ്തഗ്രാമം എന്ന സങ്കല്പം കൊണ്ട് ഉദ്ദേശിക്കുന്നത്, ആ പഞ്ചായത്തിലെ എല്ലാവർക്കും കുടിക്കാൻ കൊള്ളാവുന്ന വെള്ളം എക്കാലത്തും ലഭിക്കുമെന്ന ഉറപ്പു വരുത്തലാണ്. അതിനുവേണ്ട പ്രവർത്തനങ്ങൾ നടത്താനായി പഞ്ചായത്ത് പ്രസിഡന്റിന്റെ നേതൃത്വത്തിൽ ഒരു പൗരസമിതി രൂപീകരിക്കണം. അതിനൊരു നിർവാഹകസമിതിയും.

ആദ്യം പ്രശ്നത്തിന്റെ സ്വഭാവവും വലുപ്പവും മനസ്സിലാക്കണം. ഇതിനായി പ്രത്യേകഗ്രാമസഭവിളിച്ചു കൂട്ടാം. എല്ലാവരെയും അറിയിക്കണം. കുടിവെള്ളക്ഷാമം അനുഭവിക്കുന്നവർ എങ്ങനെ ആയാലും വരണം.

ഈ ഗ്രാമസഭയിൽ വെച്ച് ക്ഷാമത്തിന്റെ സ്വഭാവം മനസ്സിലാക്കണം.

- പന്ത്രണ്ടുമാസവും സ്വന്തം കിണറിൽ നിന്ന് വെള്ളം കിട്ടുന്ന വീടുകൾ
- സ്വന്തം കിണറില്ലെങ്കിലും 12 മാസവും വെള്ളം കിട്ടുന്നവർ (ഇവർ രണ്ടുകൂട്ടർക്കും ലഭ്യതയല്ല പ്രശ്നം, വെള്ളത്തിന്റെ ഗുണനിലവാരം ആണ്.)

- വേനൽക്കാലത്ത് ചെറിയതോതിലോ വലിയതോതിലോ ക്ഷാമം അനുഭവിക്കുന്നവർ-കിണറില്ലാത്തവർ, കിണർ വറ്റുന്നവർ
- പഞ്ചായത്തിനകത്തെ വറ്റാത്ത ഉറവിടങ്ങൾ-കിണർ, കുളം കണ്ടെത്തുക. സ്വകാര്യവ്യക്തികളുടെയാണെങ്കിലും കുടിവെള്ളം, അവർക്ക് ദ്രോഹം വരാത്തവിധം, പങ്കിടാൻ അവരെ പ്രേരിപ്പിക്കുക.
- പഞ്ചായത്തിനകത്തെ വറ്റാത്ത ഉറവിടങ്ങളെ അടിസ്ഥാനമാക്കി പ്രാദേശികമായ കുഴൽവെള്ള വിതരണം ആസൂത്രണം ചെയ്യുക. ഒരു പ്രഭവം 8-10 ഉപഭോക്താക്കൾ അല്ലെങ്കിൽ ഏതാനും പ്രഭവങ്ങൾ 50-100 ഉപഭോക്താക്കൾ എന്നിങ്ങനെ ആകാം. നിലവിലുള്ള വിതരണ വ്യൂഹത്തെയും ഇതിനോട് ഉദ്ഗ്രഥിക്കാം. ആളൊന്നുക്ക് ഏറ്റവും കുറഞ്ഞത് 50 ലിറ്റർ പ്രതിദിനം എന്ന മാനദണ്ഡം എടുക്കാം.
- എല്ലാം ചേർത്ത് സമഗ്രമായ ഒരു പ്ലാൻ ഉണ്ടാക്കുക. ഏറ്റവും മഴ കുറഞ്ഞ പഞ്ചായത്തിലും 2000 മി.മീ. മഴയുണ്ട്. ഒരാൾക്ക് 50 ലിറ്റർ വച്ച് പ്രതിവർഷം 20,000 ലിറ്റർ-വെള്ളം മതി, 10ച.മീറ്ററിൽ പെയ്യുന്ന വെള്ളം. 30000 പേരുള്ള, 30 ച.കി.മീ. വിസ്തീർണമുള്ള ഒരു പഞ്ചായത്തിൽ കുടിവെള്ളത്തിനു, 30 ഹെക്ടർ സ്ഥലത്തെ മഴമതി. മൊത്തം മഴയുടെ 1%. ഇത്രയും സംരക്ഷിക്കാൻ പറ്റണം.
- കുളങ്ങളെ ശുദ്ധമാക്കാം; പാറമടകളും കല്ലുവെട്ടുകുഴികളും ജലസംഭരണികളാക്കി മാറ്റാം, നീർത്തടസംരക്ഷണ പ്രവർത്തനത്തിലൂടെ ഭൂഗർഭജല റീച്ചാർജിങ്ങ് മെച്ചപ്പെടുത്താം. ഇതൊക്കെ നീർത്തടാടിസ്ഥാനത്തിൽ ചെയ്യാം. ഇതിന് സമഗ്രമായ ഒരു പദ്ധതി ഉണ്ടാകണം. തൊഴിലുറപ്പ് പദ്ധതി ഇതിനുപയോഗിക്കാം.
- ആളുകൾ വെള്ളം ധൂർത്തടിക്കില്ലെന്ന് ഉറപ്പു വരുത്തണം. മൂലധനച്ചെലവ്, ന്യായമായ നിരക്കിൽ, ഗവൺമെന്റിനോട് ആവശ്യപ്പെടാം. ഒരു ഭാഗം അപ്പോഴും ഉപഭോക്താക്കൾ വഹിക്കണം. ഇത് മാസാമാസമായി രണ്ടോ മൂന്നോ കൊല്ലം കൊണ്ട് അടച്ചു തീർത്താൽ മതിയാകും. ഒരു വാട്ടർ കണക്ഷന് 1000 രൂപ ഉപഭോക്താക്കൾ നല്കണമെന്ന് വയ്ക്കാം. (പ്രതിമാസം 30 രൂപ വീതം 40 മാസത്തേക്ക്.) നടത്തിപ്പ് ചെലവ് ഉപഭോക്താവു തന്നെ വഹിക്കണം. 1000 ലിറ്ററിന് 2-3 രൂപ നിരക്കുവെക്കാം. കൃത്യമായി ചെലവു കണക്കാക്കി അറ്റകുറ്റപ്പണികൾക്കുള്ള ചെലവും കൂട്ടിവേണം അന്തിമമായി നിശ്ചയിക്കാൻ. KWA നടത്തുന്ന വിതരണവും NGO കൾ ഏറ്റെടുത്ത ജലനിധി പദ്ധതികളും ഒക്കെ വാർഡ് അടിസ്ഥാനത്തിലും പഞ്ചായത്ത് അടിസ്ഥാനത്തിലും രജിസ്റ്റർ ചെയ്ത ജനകീയ കുടിനീർ സമിതി ഏറ്റെടുക്കണം. അയൽക്കൂട്ടങ്ങളിലൂടെ രൂപം കൊള്ളുന്ന പഞ്ചായത്ത് വികസന സമിതി ഉണ്ടായാൽ പിന്നെ അത് മതി.

വെള്ളത്തിന്റെ ഗുണനിലവാരം : ആവശ്യത്തിനു വേണ്ട വെള്ളം കിട്ടിയാൽ മാത്രം പോര. ഗുണനിലവാരവും വേണം. ഇപ്പോഴും

കേരളത്തിലെ രോഗാതുരതയിൽ ജലജന്യരോഗങ്ങൾക്കാണ് പ്രാമുഖ്യം. ഇവ കുറയ്ക്കണം. കേരളത്തിലെ കിണറുകളിലെ, മിക്ക വാറും എല്ലാറ്റിലെയും, വെള്ളം അനുവദനീയമായതിൽ വളരെ കൂടുതൽ ബാക്ടീരിയങ്ങൾ ഉള്ളതാണ്. ഇരുകുഴി കക്കൂസുകൾ സാർവത്രികമായതോടെ ഭൂഗർഭജലം മുഴുവൻ മലിനമായി. പടിഞ്ഞാ റൻ നിലവാരങ്ങൾ ആവശ്യമില്ലെങ്കിലും ഇപ്പോഴത്തെ ഇ-കോളി ലോഡ് ഭീകരമാണ്.

- കിണറിൽ നിന്ന് നേരിട്ട് വെള്ളം എടുക്കുന്നവർ കിണറ് ഇടയ്ക്കി ടയ്ക്ക് ക്ലോറിനേറ്റ് ചെയ്യും എന്ന് ഉറപ്പു വരുത്തുക. അതിനായി ക്ലോറിൻ ടാബലറ്റ് വ്യാപകമായി ലഭ്യമാക്കാൻ വേണ്ട സംവിധാനം ഉണ്ടാക്കുക.
- പൈപ്പ് വഴി വെള്ളം കൊടുക്കുന്നവർക്ക് ടാങ്കിൽ-ഉറവിടത്തിൽ-ക്ലോ റിൻ ചേർക്കുക.
- എല്ലാവരും തന്നെ തിളപ്പിച്ച വെള്ളമേ കുടിക്കൂ എന്നത് ഒരു ശീല മാക്കണം. ദിവസം 10 ലിറ്റർ (അല്ലെങ്കിൽ ആവശ്യമുള്ളത്ര) വെള്ളം തിള വരുന്നവരെ ചൂടാക്കി, ചൂടാറാപ്പെട്ടിക്കകത്ത് രണ്ടു മണിക്കൂർ വെച്ചശേഷം എടുത്താൽ കിട്ടുന്നത് മിക്കവാറും രോഗാണുക്കളെല്ലാം നശിപ്പിക്കപ്പെട്ട വെള്ളമായിരിക്കും. ഇതിന് അര കിലോവിൽ കുറവ് വിറകേ വേണ്ടിവരൂ. യാത്ര പോകുമ്പോൾ ആ വെള്ളം കയ്യിൽ കൊണ്ടു പോകാം. തിളപ്പിച്ച് ആറ്റിയ വെള്ളം എല്ലാ റെയിൽവേ സ്റ്റേഷ നുകളിലും ബസ്സ്റ്റാൻഡുകളിലും, എന്തിന് മുറുക്കാൻ കടകളിൽ പോലും കിട്ടുമെന്ന് ഉറപ്പ് വരുത്തണം. ചായയ്ക്ക് തിളപ്പിക്കുന്ന വെള്ള ത്തിൽ ദാഹശമനി, ടീബാഗു രൂപത്തിൽ ഇട്ട്, ചൂടുള്ള ചുക്ക് വെള്ളം, ജീരകവെള്ളം, മല്ലിവെള്ളം, കരിങ്ങാലി വെള്ളം..........എന്തുമാകാം, ലഭ്യമാക്കാം. ഈ 'ഹെർബൽ ടീ' പാക്കറ്റുകൾ ഉണ്ടാക്കുന്നതു തന്നെ ഒരു വ്യവസായമാക്കാം.
- കിൻലെ, ബിസ്ലേറി തുടങ്ങിയ കുപ്പിവെള്ളങ്ങൾ പൂർണമായും വർജിക്കണം, ബഹിഷ്കരിക്കണം എന്ന ക്യാമ്പെയിൻ നടത്തണം. പകരം ഹെർബൽ ടീ, അല്ലെങ്കിൽ തിളപ്പിച്ചു തണുപ്പിച്ച വെള്ളം.
- ഒരു ലിറ്റർ കിണറ്റിലെ വെള്ളത്തിന് ക്ലോറിനേഷൻ, പമ്പിങ്ങ് മുത ലായ ചെലവ് അടക്കം അരപൈസയേ ചെലവു വരൂ. ഒരു ലിറ്റർ തിളപ്പിച്ച് ആറ്റിയ വെള്ളത്തിന് 10 പൈസ മാത്രമാണ് വരുന്നത്. ഒരു ഗ്ലാസ് (200 മില്ലി) ഹെർബൽ ടീക്ക് (ജീരക വെള്ളത്തിന്) 20 പൈസയേ വരൂ.
- പ്ലാസ്റ്റിക് ബോട്ടിലുകൾ നശിപ്പിക്കണ്ട. തിരിച്ചെടുത്ത് കഴുകിയാൽ മതി. യാത്രക്കാർക്ക് 3 രൂപയ്ക്ക് നൽകാം. 2 രൂപയ്ക്ക് തിരിച്ചെ ടുക്കുകയും ആകാം. അതിൽ വെള്ളം നിറച്ചു കൊടുക്കുന്നതിന്;

തിളപ്പിച്ചാറ്റിയ വെള്ളം 1 രൂപ. ജീരകാദി 'ചായ'ക്ക് = 3 രൂപ. (150 മില്ലിക്കല്ല, 1000 മില്ലിക്ക്!)

- ഇന്നത്തെ ചൂഷണാത്മകമായ കുപ്പിവെള്ള വ്യവസായത്തെ പൊളിക്കുക തന്നെ വേണം.
- വഴി മധ്യേ തണുത്തത് കുടിക്കാൻ ആഗ്രഹിക്കുന്നവർ, സംഭാരം, ഇളനീർ, നാരങ്ങ വെള്ളം മുതലായവ കുടിക്കട്ടെ. കമ്പനി പാനീയങ്ങൾ വർജിക്കാൻ ക്യാമ്പെയിൻ ചെയ്യണം.

ഇങ്ങനെ പല തലങ്ങൾ അടങ്ങുന്നതായിരിക്കണം കുടിനീർഗ്രാമ പദ്ധതി

പോഷകാഹാരം

വ്യക്തിപരവും പാരിസ്ഥിതികവുമായ ശുചിത്വം, തദ്വാരാ ഈച്ച വഴിയായും കൊതുകുവഴിയായും പരക്കുന്ന രോഗങ്ങളിൽനിന്നുള്ള മോചനം, ശുദ്ധമായ കുടിവെള്ളം എന്നിവപോലെ തന്നെ ആരോഗ്യത്തിന്റെ കാര്യത്തിൽ അടിസ്ഥാനപരമായ ഒന്നാണ് പോഷകാഹാരം. ഒരു കാലത്ത് പറയാറുണ്ടായിരുന്നു: 'പോഷക'-ആഹാരം എന്നു എടുത്തു പറയേണ്ടതില്ല, മിനിമം ആഹാരം ലഭ്യമാണെങ്കിൽതന്നെ സംഗതി രക്ഷപ്പെടും എന്ന്. ഇന്ന് സ്ഥിതി ഏറെ മാറിയിട്ടുണ്ട്. കേരളത്തിൽ 10–15 ശതമാനം പേർക്കൊഴികെ മറ്റെല്ലാവർക്കും മതിയായ ആഹാരത്തിനുവേണ്ട വരുമാനമുണ്ട്. ഈ 10–15 ശതമാനത്തിൽ ഏതാണ്ട് പകുതിക്ക് വരുമാനദായകമായ തൊഴിൽഉണ്ടാക്കിക്കൊടുക്കാം. അവശരും അശരണരും ആയ മറ്റുള്ളവർക്ക്, മനുഷ്യസ്നേഹപരമായ പദ്ധതികളിലൂടെ, ആവശ്യമായ സഹായം എത്തിക്കാം. എന്നാൽ സംസ്ഥാനത്തെ 80 ശതമാനം പേരെങ്കിലും കലോറി അളവിൽ ആവശ്യമായ ആഹാരം കഴിക്കുന്നുണ്ടെങ്കിലും, അതിന്റെ ചേരുവ ആരോഗ്യത്തിന് യോജിച്ചവ ആയിരിക്കില്ല; പലതും ആരോഗ്യത്തിന് ഹാനികരവും ആയിരിക്കും - ഉദാഹരണം - ഏറെ എണ്ണ, ഏറെ മദ്യം, കേരളത്തെ സബന്ധിച്ചിടത്തോളം ഇന്ന് പോഷകാഹാരത്തിലെ 'പോഷകം' എന്ന വിശേഷണത്തിന് അർഥമുണ്ട്. അമേരിക്കൻ ജങ്ക്ഫുഡ് (ചവറുഭക്ഷണം) പരിഷ്കാരത്തിലേക്ക് കുട്ടികൾ മാറിക്കൊണ്ടിരിക്കുന്ന ഈ സന്ദർഭത്തിൽ പ്രത്യേകിച്ചും.

സമീകൃത ആഹാരം സുസാധ്യമാക്കുന്നതിന് ഏറ്റവും അനുകൂലമായ സസ്യ-ജന്തുവൈവിധ്യമുള്ള നാടാണ് നമ്മുടേത്. ആവശ്യമായ സ്റ്റാർച്ചിന് ധാന്യങ്ങൾക്കുപുറമേ, കിഴങ്ങുകളും ഫലങ്ങളും ഇവിടെ സുഭിക്ഷമാണ്. കൊഴുപ്പിന്-വെളിച്ചെണ്ണയ്ക്ക് - ഒരു ക്ഷാമവും ഇല്ല. ഒരു കാലത്ത്, സോയാബീൻ ലോബിയുടെ താൽപര്യാർഥം വെളിച്ചെണ്ണ ആരോഗ്യത്തിന് ഹാനികരമാണ്, അത് രക്തത്തിലെ കോളിസ്റ്റിറോൾ വർധിപ്പിക്കും എന്നൊക്കെ പ്രചരിപ്പിക്കപ്പെട്ടിരുന്നെങ്കിലും അതൊന്നും ശരിയല്ലെന്നും, പ്രത്യുത മറ്റു എണ്ണകളേക്കാൾ നല്ലതാണ് അതെന്നും

ഇന്ന് ശാസ്ത്രലോകത്തിന് ബോധ്യപ്പെട്ടിട്ടുണ്ട്. കൂടുതൽ വിലകൊടുത്ത് 'ശുദ്ധീകൃത' എണ്ണകളും കുറഞ്ഞ വിലയ്ക്കു കിട്ടുന്ന പാംഓയിലും നിരുത്സാഹപ്പെടുത്തേണ്ടതാണ്. അതുപോലെ, നേരത്തെ പറഞ്ഞ പോലെ സ്റ്റാർച്ചിന് അരിയെ മാത്രം ആശ്രയിക്കുന്ന അവസ്ഥ മാറ്റി, വൈവിധ്യമാർന്ന സ്രോതസ്സുകളെ - മരച്ചീനി, ചക്ക, കടച്ചക്ക, കായ, ചേന, കാച്ചിൽ തുടങ്ങിയവയെ - ഇന്നത്തേക്കാൾ വ്യാപകമായും ബോധ പൂർവവും ആശ്രയിക്കുന്ന അവസ്ഥ വളർത്തിയെടുക്കണം. ഒരു തര ത്തിലുള്ള തദ്ദേശീയഭക്ഷണ (ethnic food) ക്യാമ്പെയിൻ നടത്താവുന്ന താണ്. പാഠപുസ്തകങ്ങളിൽ അവ ഉൾക്കൊള്ളിക്കാവുന്നതാണ്.

വരുന്ന രണ്ടു മൂന്നു പതിറ്റാണ്ടിനുള്ളിൽ, ആഗോളതാപനത്തിന്റെയും മൺശോഷണത്തിന്റെയും ഫലമായി ഉണ്ടാകാൻ പോകുന്ന കടുത്ത ഭക്ഷ്യധാന്യദൗർലഭ്യത്തിൽനിന്ന് രക്ഷപ്പെടുന്നതിന്, അതിന്റെ കാഠിന്യം കുറയ്ക്കുന്നതിന്, ഇത് അത്യാവശ്യമാണ്.

നാല്

ഊർജ സുരക്ഷ

സമ്പൂർണ ഊർജഗ്രാമത്തിന്റെ ഘടകങ്ങൾ

പഞ്ചായത്തിലെ എല്ലാ വീടുകളിലും സ്ഥാപനങ്ങളിലും ദിവസം 2 മണിക്കൂറിൽ അധികം നേരം കത്തിക്കുന്ന എല്ലാ വിളക്കുകളും CFL/LED ആക്കുക. ഇൻകാൻഡിസന്റ് ബൾബുകൾ ഒഴിവാക്കുക. വൈദ്യുതി ഉപയോഗത്തെപ്പറ്റി ചർച്ച നടത്തുക. അടിയന്തരമായി പാലിക്കേണ്ട മുൻകരുതലുകൾ കാണിക്കുന്ന ഒരു ഫോൾഡർ എല്ലാ വീട്ടിലും കൊടുക്കുക.

- ആവശ്യമില്ലാത്തയിടത്തും സമയത്തും ഉള്ള ലൈറ്റും ഫാനും ഓഫാക്കുക
- വൈകുന്നേരം 6 മുതൽ 10 വരെയുള്ള സമയത്ത് ഗ്രൈൻഡർ, ഹീറ്റർ, അയേൺ ബോക്സ്, മൈക്രോവേവ് മുതലായി, കൂടുതൽ കറന്റ് ആവശ്യമുള്ള ഉപകരണങ്ങൾ ഉപയോഗിക്കാതിരിക്കുക. ഫ്രിഡ്ജും 6 മുതൽ 9 വരെ ഓഫാക്കി വെക്കുക.

വൈദ്യുതി ലഭിക്കാത്ത വീടുകൾ (പുതുതായി നിർമിക്കുന്നവയല്ല) കോളനികൾ മുതലായവ ലിസ്റ്റ് ചെയ്യുക. അവർക്ക് വൈദ്യുതി നൽകുക. ഇതെല്ലാം വൈദ്യുതി മിഷന്റെ ഭാഗമായി ചെയ്യേണ്ടതാണ്.

വിറകുകത്തിക്കുന്ന എല്ലാ വീടുകളിലും ദക്ഷത കൂടിയ അടുപ്പുകൾ സ്ഥാപിക്കുക. ഏതു തരം അടുപ്പായാലും വേണ്ടില്ല, ദക്ഷത 30–35% വേണം. ഇതിന്റെ സാമ്പത്തികവും ആരോഗ്യപരവും പാരിസ്ഥിതികവും ആയ പ്രാധാന്യം പ്രചരിപ്പിക്കുക. ഒന്നു മുതൽ ഒന്നര ടൺ വരെ വിറക് ലാഭിക്കാൻ ഇതുകൊണ്ട് കഴിയുന്നു. പണം കൊടുത്തു വാങ്ങുന്നതാണെങ്കിൽ 2000–3000 രൂപ പ്രതിവർഷം ലാഭിക്കാം. അടുപ്പുവെക്കാൻ 2000 രൂപയേ വരൂ.

പുകയില്ലാത്ത തരം അടുപ്പുകളാണെങ്കിൽ, അടുക്കളയിൽ കാർബൺ മോണോക്സൈഡിന്റെ അളവ് ഗണ്യമായി കുറയുന്നതാണ്. ഇത് സ്ത്രീകളുടെയും കുട്ടികളുടെയും അനീമിയ കുറയ്ക്കും, ആരോഗ്യം മെച്ചപ്പെടുത്തും.

- അന്തരിക്ഷത്തിലേക്ക് വിസർജിക്കപ്പെടുന്ന CO_2 വിന്റെ അളവിൽ വീടൊന്നിന് 2-3 ടൺ കുറവ് വരുന്നു.
- ഒരു പഞ്ചായത്തിൽ ഗ്യാസ് മാത്രം കത്തിക്കുന്ന വീടുകൾ കുറവായിരിക്കും. രണ്ടും കൂടിയോ, വിറകോ മാത്രം കത്തിക്കുന്നവ ആയിരിക്കും ഭൂരിപക്ഷം - 60 ശതമാനമെങ്കിലും.
- 5000 വീടുള്ള ഒരു പഞ്ചായത്തിൽ 2000 വീട്ടിലെങ്കിലും ദക്ഷത കൂടിയ അടുപ്പിന്റെ ആവശ്യമുണ്ടായിരിക്കും. പ്രതിവർഷം 4000 ടൺ CO_2 വിസർജനമാണ് ഇതു കൊണ്ട് കുറയുന്നത്. കേരളമാകെ എടുത്താൽ ഇത് 40 ലക്ഷം ടണ്ണായിരിക്കും. നിസ്സാരമായ തുകയല്ല ഇത്.
- ഈ വിവരങ്ങളെല്ലാം കാണിക്കുന്ന ഒരു ഫോൾഡർ എല്ലാ വീട്ടിലും നൽകുക.
- പഞ്ചായത്ത് മെമ്പർമാരായി ചർച്ച ചെയ്യുക. അവരുടെ പദ്ധതിയിൽ ഉൾക്കൊള്ളിക്കുക. ഏറ്റവും ദരിദ്രരായ (BPL സർവേ പ്രകാരം) 10 ശതമാനം പേർക്ക് പഞ്ചായത്തിന്റെ സബ്സിഡി നൽകാം. (50 ശതമാനം) മറ്റുള്ളവരെല്ലാം മുഴുവൻ പണവും കൊടുക്കണം.
- 10-12 ഫിറ്റർമാരെ പരിശീലിപ്പിക്കുക. കുടുംബശ്രീകളിൽ നിന്ന് താൽപര്യമുള്ള സ്ത്രീകളെ എടുത്താൽ മതി. അവരുടെ പരിശീലനച്ചെലവ് പഞ്ചായത്ത് വഹിച്ചാൽ നന്ന്. ഇല്ലെങ്കിൽ അവർ സ്വയം വഹിക്കുന്നതാണ്.
- ഇവർ സഹകരണ സംഘമായി പ്രവർത്തിക്കട്ടെ. തങ്ങളിൽ ഒരാളെയോ, പുറത്തുനിന്ന് ഒരാളെയോ മാനേജരായി നിയമിക്കാം.
- ധൈര്യപ്പെട്ട് സ്ത്രീകൾ മുന്നോട്ടു വരുന്നില്ലെങ്കിൽ, മുൻകൈ എടുക്കാൻ കഴിയുന്ന ഒരാൾക്ക് സ്വകാര്യ സംരംഭമായി തുടങ്ങാം. താൽപര്യമുള്ള 10-12 സ്ത്രീകളെ തൊഴിലാളികളായി നിയമിക്കുന്നു. ശമ്പളമായി പ്രതിമാസം ഒരു നിശ്ചിത തുക (8000 രൂപ?) നല്കുന്നു. രണ്ടു സ്ത്രീകൾഅടങ്ങുന്ന ഒരു ടീം ദിവസം രണ്ട് (മിനിമം ഒന്ന്) അടുപ്പു വെക്കുന്നു. മാസം 40 അടുപ്പു വെക്കുന്നു എന്ന് എടുക്കാം. ഫിറ്റിങ്ങ് ചാർജ് 400 രൂപ എങ്കിൽ 16000 രൂപ കിട്ടുന്നു. 5 ടീം പ്രതിമാസം 150 അടുപ്പ് വയ്ക്കുന്നു. 2-$2^1/_2$ കൊല്ലം കൊണ്ട് പണി പൂർത്തിയാക്കുന്നു. അതിനു ശേഷം അവർ മറ്റെന്തെങ്കിലും പണിക്ക് പോകും.

ചൂടാറാപ്പെട്ടി

- IRTCയുടെ പെട്ടിപോലെ ചൂടുനിൽക്കുന്ന മറ്റൊന്നുമില്ല.
- സ്കൂളുകളിലും മറ്റിടങ്ങളിലും ഡെമൺസ്ട്രേഷൻ - വൻ പ്രചാരണം
- ഒരു പഞ്ചായത്തിൽ 4000 എന്ന് ടാർജറ്റിടുക. 300 രൂപക്ക് കൊടുക്കാൻ കഴിയും

- ഉപയോഗിക്കുന്ന വിധത്തിന് ബ്രോഷർ
- രണ്ടുകൂട്ടം - ചോറും പരിപ്പും (പച്ചക്കറിയും) ഒരു മിച്ച് വെച്ചാൽ ചൂടു കൂടുതൽ നിൽക്കും.
- ആദ്യം വേവിക്കാനായി $^1/_2$ മണിക്കൂർ. പിന്നീട് ഒന്ന് തുറന്ന് അട ച്ചാൽ, ചൂട് നിലനിൽക്കും അധികം വേവില്ല.

ദക്ഷത കൂടിയ അടുപ്പും ചൂടാറാപ്പെട്ടിയും ആയാൽ പരിസ്ഥിതി സൗഹൃദഗ്രാമം (Environment Friendly Village) ആണെന്നു പറയാം. ഇത് സാധിക്കുന്നതാണ്.

ബയോഗ്യാസ്

5000-6000 വീടുള്ള ഒരു പ്രദേശത്ത് പ്രതിദിനം 6000 ലിറ്റർ പാൽ ഉപ യോഗിക്കും. അത്രയും പാൽ തരുന്ന പശുക്കളിൽനിന്ന് പ്രതിദിനം 20 ടൺ ചാണകം ലഭിക്കുന്നതാണ്. വീടുകളിൽനിന്നും മാർക്കറ്റുക ളിൽനിന്നും സ്ഥാപനങ്ങളിൽനിന്നുമായി 6-8 ടൺ ജൈവമാലിന്യങ്ങളും 2000-2500 വീടുകളിൽ ബയോഗ്യാസ് പ്ലാന്റ് സ്ഥാപിച്ച് വിറക് അടുപ്പ് പൂർണമായും ഒഴിവാക്കാൻ കഴിയും. പ്ലാന്റിൽനിന്ന് പുറത്ത് വരുന്ന സ്ലറി യിൽ വളാംശം മുഴുവനും ഉണ്ടായിരിക്കും. വളസേചനത്തിനായി (fertigation) ഉപയോഗിക്കാം.

സൗരോർജം

ആത്യന്തികമായി, ഫോസിൽ ഇന്ധനങ്ങളെ തീരെ ആശ്രയിക്കാത്ത ഒരു അവസ്ഥ വരണം. വൈദ്യുതിയുടെ കാര്യത്തിൽ, ഏറെ താമസി യാതെ, നാലഞ്ചു കൊല്ലത്തിനുള്ളിൽ തന്നെ, സ്വന്തം പുരപ്പുറത്ത് സ്ഥാപിക്കുന്ന സൗരപാനലുകളിൽനിന്ന് സ്വന്തം വീട്ടാവശ്യത്തിനുവേണ്ട മുഴുവൻ വൈദ്യുതിയും ഗ്രിഡിൽ നിന്നു കിട്ടുന്ന അതേ നിരക്കിൽ ഉൽപാ ദിപ്പിക്കാൻ പറ്റുന്ന ഒരു സ്ഥിതി വരുന്നതാണ്. ഒരു കിലോവാട്ട് ശേഷി യുള്ള ഒരു സംവിധാനത്തിൽനിന്ന് പ്രതിമാസം 90-100 യൂണിറ്റ് വൈ ദ്യുതി ലഭിക്കും. 1 KW, 3 KW, 5 KW എന്നീ ശേഷിയുള്ള യൂണിറ്റുകൾ കിലോവാട്ടിന് ഒരു ലക്ഷം രൂപയ്ക്ക് താഴെ കിട്ടാറാകും.

സോളാർ കുക്കറും വാട്ടർഹീറ്ററും ഇന്നുതന്നെ ലാഭകരമാണ്. പ്രതി ദിനം 100 ലിറ്റർ ചൂടുവെള്ളം (70°c) കിട്ടുന്ന ഒരു സോളാർ വാട്ടർ ഹീറ്റ റിന് ഇന്ന് കമ്പനിവില 20,000 രൂപയാണ്. ഒരു ക്യാമ്പെയിന്റെ ഭാഗ മായി ലക്ഷക്കണക്കിന് യൂണിറ്റുകൾ ഉണ്ടാക്കാൻ തീരുമാനിച്ചാൽ അതിന്റെ യഥാർഥവില 15,000 രൂപയിൽ താഴെആയി കുറയും. പ്രതി വർഷം ഒരു ടൺ വിറക് ഇതുകൊണ്ട് ലാഭിക്കാവുന്നതാണ്. ഒരു ജില്ല യിൽ ഇങ്ങനെ ഒരു ക്യാമ്പെയിൻ ആരംഭിച്ചാൽ തുടക്കത്തിൽ 10,000 യൂണിറ്റുകൾക്ക് ഓർഡർ നൽകാൻ കഴിയും. ഒരു പഞ്ചായത്തിൽ 100 മുതൽ 300 വരെ. പുതുതായി നിർമിക്കുന്ന കെട്ടിടങ്ങളിൽ ഇവ സ്ഥാപി ക്കുന്നതിന് മൊത്തം നിർമാണച്ചെലവിന്റെ ചെറിയൊരു ഭാഗമേ ആകൂ.

അതിനു പ്രേരിപ്പിക്കാൻ പ്രയാസമില്ല. അത് ഉത്തരവാദിത്വത്തോടുകൂടി സ്ഥാപിച്ചുകൊടുക്കുന്നതിന് ഒരു സംവിധാനം ഉണ്ടാക്കിയാൽ മതി.

അടുപ്പുസ്ഥാപനം, ചൂടാറാപ്പെട്ടി വിതരണം, ബയോഗ്യാസ് പ്ലാന്റുകൾ, സോളാർ വാട്ടർഹീറ്റർസ്ഥാപനം, എനർജി ഓഡിറ്റിങ്ങ്, വൈദ്യുതി ഉപഭോഗത്തിന്റെ കാര്യക്ഷമത വർധിപ്പിക്കൽ മുതലായവയ്ക്കെല്ലാം കൂടി ഓരോ പഞ്ചായത്തിലും ഒരു എനർജി സർവീസ് കമ്പനി - ഊർജസേവാ കമ്പനി - (ഒരു ഹരിത സാങ്കേതിക വിദ്യ കമ്പനി) സ്ഥാപിക്കാവുന്നതാണ്.

അഞ്ച്

വിദ്യാഭ്യാസം

'**കേ**രളത്തിൽ വിദ്യാഭ്യാസം തൊട്ടാൽ പൊള്ളുന്ന ഒരു വിഷയമാണ്. 1959ൽ അന്നത്തെ കമ്മ്യൂണിസ്റ്റ് മന്ത്രിസഭയ്ക്കെതിരായ വിമോചന സമരത്തിന് കാരണമായത് വിദ്യാഭ്യാസ മേഖലയിൽ അതെടുത്ത നിലപാട് ആയിരുന്നു. വിദ്യ ഒരു കച്ചവടച്ചരക്കല്ലെന്നും വിദ്യാഭ്യാസ സ്ഥാപനങ്ങളെ പണമുണ്ടാക്കാനുള്ള ഉപാധിയായി കാണുന്നത് ആഭാസം ആണെന്നും, വിദ്യാഭ്യാസത്തിൽ സമൂഹത്തിന് ഒരു പങ്കു വഹിക്കാനുണ്ടെന്നും ഉള്ള അന്നത്തെ ഗവൺമെന്റ് എടുത്ത നിലപാടിനെതിരെയാണ് വിമോചനസമരം നടന്നത്.

പിന്നീട്, അര നൂറ്റാണ്ടിനുശേഷം വീണ്ടും അതേകാരണം കൊണ്ടുതന്നെ സ്വകാര്യ വിദ്യാഭ്യാസ മുതലാളിമാർ, പ്രത്യേകിച്ച്, ക്രൈസ്തവ സഭ, ഒരു വിമോചന സമരത്തിന് ആഹ്വാനം ചെയ്യുകയുണ്ടായി. ശരിക്കും 'ആഭാസം' ആയി അധഃപതിച്ച നമ്മുടെ വിദ്യാഭ്യാസത്തെ, അതിന്റെ യഥാർത്ഥ ധർമം നിർവഹിക്കാൻ കഴിവുള്ളതാക്കി മാറ്റാനുള്ള ശ്രമമാണ് ഈ എതിർപ്പിനു തുടക്കത്തിൽ കാരണമായത്. അത് ഏതാണ്ട് 20 കൊല്ലം മുമ്പായിരുന്നു.

അന്ന് കേരളം തയ്യാറാക്കി അംഗീകരിച്ച കരിക്കുലവും ബോധന രീതിയും ഇന്ത്യയിൽ സാർവത്രികമായി ശ്ലാഘിക്കപ്പെട്ടു. ഇന്ത്യാഗവൺമെന്റു തന്നെ അതിന്റെയും കൂടി അടിസ്ഥാനത്തിൽ പുതിയ ദേശീയ കരിക്കുലത്തിന് രൂപം നല്കി.

എന്നാൽ, നിർഭാഗ്യമെന്നു പറയട്ടെ, ആ കരിക്കുലം ഉൾക്കൊള്ളാൻ കേരളത്തിലെ ഉൽപതിഷ്ണുക്കളായ അധ്യാപക സമൂഹം താൽപര്യം കാണിച്ചില്ല. ഗവൺമെന്റ് അവരെ ബോധ്യപ്പെടുത്താൻ ശ്രമിച്ചതുമില്ല. അർധമനസ്സോടെ നടത്തിയ പരിവർത്തനം ഒട്ടേറെ പിഴവുകളിലേക്കു നയിച്ചു. ഇത് മാതാപിതാക്കളെ അസ്വസ്ഥരാക്കി.

എങ്കിലും, പുതിയ കരിക്കുലവും ബോധന രീതിയും - അർധമനസ്സോടെയും വികലമായും ആണ് നല്ലൊരു ശതമാനം അധ്യാപകരും നടപ്പാക്കിയതെങ്കിലും - ശാസ്ത്രീയമായ അതിന്റെ മേന്മകാരണം സാധാരണ ജനങ്ങളുടെ അംഗീകാരം പിടിച്ചു പറ്റാൻ തുടങ്ങി. പഴയ,

മനുഷ്യപ്പറ്റില്ലാത്ത, ഒരു ഉൽപാദനപ്രവർത്തനത്തിനും സജ്ജമാക്കാൻ പറ്റാത്ത വികലവിദ്യാഭ്യാസത്തിൽ ആകൃഷ്ടരായ, ഇടത്തരക്കാരും പണക്കാരും പുതുതായി ഉയർന്നുവന്ന 'ഫൈവ്സ്റ്റാർ' സ്വാശ്രയ സ്ഥാപനങ്ങളിലേക്ക് തങ്ങളുടെ കുട്ടികളെ അയയ്ക്കാൻ തുടങ്ങി എന്നത് ശരിതന്നെ.

അനുകരണഭ്രമം മാത്രമായിരുന്നില്ല കാരണം. സർക്കാർ സ്കൂളുകളിലും, ഗ്രാന്റ് ഇൻ-എയ്ഡ് സ്കൂളുകളിലും-പഠനം നടക്കുന്നില്ല, എന്നും സമരമാണ്, ഇംഗ്ലീഷ് മീഡിയം ഇല്ല, മത്സരാത്മകസമൂഹത്തിൽ തങ്ങളുടെ കുട്ടികൾ പിന്തള്ളിപ്പോകും എന്നൊക്കെ ഭയപ്പെട്ട് ദരിദ്ര വിഭാഗത്തിൽ പെട്ടവർ കൂടി കിടപ്പാടം പണയപ്പെടുത്തിക്കൊണ്ടുപോലും തങ്ങളുടെ കുട്ടികളെ 'വരേണ്യ' വിദ്യാലയങ്ങളിലേക്ക് അയയ്ക്കാൻ തുടങ്ങി. പൊതു വിദ്യാലയങ്ങളിലെ അധ്യാപകർ പോലും, തങ്ങളുടെ കുട്ടികളെ തങ്ങൾ പഠിപ്പിക്കുന്ന സ്കൂളിൽ പഠിപ്പിച്ചാൽ പോര എന്നു പറഞ്ഞ് സ്വകാര്യ വിദ്യാലയങ്ങളിലേക്കയയ്ക്കാൻ തുടങ്ങി. വരേണ്യ വിദ്യാഭ്യാസം, അധഃകൃതവിദ്യാഭ്യാസം എന്ന ചേരിതിരിവ് പൂർണമായും വളർന്നു കഴിഞ്ഞു. പൊതുവിദ്യാഭ്യാസത്തിൽ ജനങ്ങൾക്കുള്ള വിശ്വാസം നഷ്ടപ്പെടുന്നതിനു ഇതൊക്കെ കാരണമായി.

മനുഷ്യരുടെ അടിസ്ഥാന ആവശ്യങ്ങളാണ് ആഹാരവസ്ത്ര പാർപ്പിടാദികളും ആരോഗ്യവും വിദ്യാഭ്യാസവും. അത്ര തന്നെ പ്രധാനമാണ് സുരക്ഷിതത്വബോധവും - തനിക്കും തന്റെ കുട്ടികൾക്കും പേരക്കുട്ടികൾക്കും ഇതൊക്കെ എന്നും ലഭ്യമാകും എന്ന ബോധം. സമൂഹം ഈ സുരക്ഷിതത്വബോധം നല്കിയില്ലെങ്കിൽ ഓരോരുത്തരും വ്യക്തിഗത അടിസ്ഥാനത്തിൽ അതുണ്ടാക്കാൻ ശ്രമിക്കും. അതിന് ഒരേ ഒരു വഴിയേ ഉള്ളൂ. കഴിയുന്നത്ര വ്യക്തിഗത സമ്പത്ത് ആർജിക്കുക. ഇങ്ങനെ കണക്കില്ലാതെ പണം സമ്പാദിച്ചുകൊണ്ടല്ലാതെ സുരക്ഷയില്ലെന്നു ബോധ്യം വന്ന പൗരന്മാരുടെ ഒരു സമൂഹത്തിൽ അഴിമതിയും കളവും പിടിച്ചുപറിയും വളരുന്നത് സ്വാഭാവികമാണ്.

ഇതിൽ നിന്ന് സമൂഹത്തെ രക്ഷിക്കണമെങ്കിൽ ഈ അവസ്ഥ മാറണം. വ്യക്തികൾക്ക് സമൂഹത്തിൽ വിശ്വാസം വരണം. ആഹാര വസ്ത്ര പാർപ്പിടാദികളുടെ കാര്യത്തിൽ ഇന്ന് ആളുകൾക്ക് കുറെയൊക്കെ ആത്മവിശ്വാസം വന്നിട്ടുണ്ട്. തൊഴിലവകാശവും തൊഴിലുറപ്പു പദ്ധതിയും ഇത് വർധിപ്പിച്ചിട്ടുണ്ട്. ആരോഗ്യത്തിന്റെ കാര്യത്തിലും ഈ സുരക്ഷ നൽകാൻ വേണ്ട സംവിധാനങ്ങൾ ഉണ്ട്. അതിൽ വിശ്വാസം ജനിപ്പിക്കുകയും കുറച്ചു കൂടി മെച്ചപ്പെടുത്തുകയും ചെയ്താൽ മതി. എന്നാൽ വിദ്യാഭ്യാസത്തിന്റെ കാര്യം അതല്ല. ഫൈവ്സ്റ്റാർ വിദ്യാലയങ്ങൾ ഉണ്ടായിട്ടുണ്ടെങ്കിലും അവിടെയും, ഏറിയ പങ്കുസ്ഥാപനങ്ങളിലും നടക്കുന്നത് കാട്ടുനീതിയുടെ വിദ്യാഭ്യാസമാണ്. സ്വാർഥതയും തട്ടിപ്പും മാത്സര്യവും വളർത്തുന്ന വിദ്യാഭ്യാസം. സാമൂഹികമായും സാമ്പത്തികമായും ഉയർന്ന കുടുംബത്തിൽ നിന്നു വരുന്ന കുട്ടികൾക്ക് സാധാരണക്കാരെ ചവിട്ടിത്താഴ്ത്താൻ സഹായിക്കുന്ന വിദ്യാഭ്യാസം.

ഇതിൽ കാതലായ മാറ്റങ്ങൾ വരുത്തിയല്ലാതെ സാധാരണക്കാർക്ക് സുരക്ഷിതത്വ ബോധം ഉണ്ടാകില്ല. സംസ്ഥാനത്താകമാനം മാറ്റം വരുത്താനുള്ള ശ്രമങ്ങൾ കടുത്ത എതിർപ്പിനെ നേരിടും. മാറ്റത്തിന്റെ പൊരുൾ മനസ്സിലാക്കാത്തവരിൽ നിന്നും, അതിലും ശക്തമായി പൊരുൾ മനസ്സിലാക്കുന്നവരിൽ നിന്നും. അതിനാൽ, തിരഞ്ഞെടുത്ത, ഏതാനും പഞ്ചായത്തുകളിൽ, ഇപ്പോൾ സാധാരണക്കാർ ആഗ്രഹിക്കുന്നതും അവരുടെ കുട്ടികൾക്ക് സുരക്ഷനൽകുന്നതും സമൂഹത്തിന് ഗുണകരവും ആയ വശങ്ങളിൽ ഊന്നിക്കൊണ്ടുള്ള മാതൃകകൾ സൃഷ്ടിക്കാൻ പരിശ്രമം നടത്താം.

എന്തൊക്കെയാണ് തങ്ങളുടെ കുട്ടികളുടെ വിദ്യാഭ്യാസ സുരക്ഷിതത്വത്തിന്റെ ഭാഗമായി മാതാപിതാക്കൾ ആഗ്രഹിക്കുന്നത്? ഏതാണ്ട് താഴെ പറയുന്ന മുൻഗണനാക്രമമായിരിക്കും അവക്ക്.

(i) തങ്ങളുടെ കുട്ടികൾ ഇംഗ്ലീഷ് പഠിക്കണം, കമ്പ്യൂട്ടർ പഠിക്കണം.

(ii) സ്കൂളിൽ സമരങ്ങൾ ഉണ്ടാവരുത്, പഠിപ്പു നടക്കണം, അച്ചടക്കം വേണം

(iii) സ്കൂൾ ബസ് വേണം - എങ്കിലേ സുരക്ഷിതമായി അവർക്ക് സ്കൂളിൽ പോകാൻ പറ്റൂ

(iv) സ്കൂളിൽ വേണ്ട ഭൗതിക സാഹചര്യങ്ങൾ ഉണ്ടായിരിക്കണം, സ്ക്കൂളും പരിസരവും ആകർഷകമായിരിക്കണം.

കുട്ടികൾ പഠിക്കുന്ന വിഷയങ്ങളെപ്പറ്റിയോ, പഠനത്തിന്റെ ഉള്ളടക്കത്തെപ്പറ്റിയോ, പഠിപ്പിക്കുന്ന അധ്യാപകരുടെ കഴിവിനെയും മനോഭാവത്തേയും പറ്റിയോ ഒന്നും അവർ വേവലാതിപ്പെടാറില്ല. എന്നാൽ സമൂഹം അതിൽ വേവലാതിപ്പെട്ടേ ഒക്കൂ. പുതിയ കരിക്കുലത്തിന്റെ സത്ത ഉൾക്കൊണ്ടു കൈകാര്യം ചെയ്യാനുള്ള അധ്യാപകന്റെ കഴിവ് വർധിപ്പിക്കുകയെന്നതും അതിന് സാഹചര്യം ഒരുക്കുകയെന്നതും സമൂഹത്തിന്റെ ആവശ്യവും കടമയും ആണ്. വിദ്യാഭ്യാസത്തിന് അടിസ്ഥാനപരമായി പരസ്പരവിരുദ്ധങ്ങളായ രണ്ടു പങ്കുകൾ വഹിക്കാനുണ്ട്. നിലവിലുള്ള സ്ഥിതി നിലനിർത്തുകയും ഗതിക്ക് ആക്കം കൂട്ടുകയും ആണ് ഒരു ധർമം. അതിനു വിരുദ്ധമായി, ഗതിയുടെ ദിശ മാറ്റിക്കൊണ്ട് സ്ഥിതിയിൽതന്നെ മാറ്റം വരുത്തുകയെന്നതാണ് രണ്ടാമത്തെ കടമ. ഇന്നത്തെ ഗതി നാശത്തിലേക്കുള്ള ഗതിയാണ്. ആ ഗതിമാറ്റി, സുസ്ഥിരതയിലേക്ക് അതിന്റെ ദിശ തിരിയ്ക്കണം. ഇതിന്റെയൊക്കെ അടിസ്ഥാനത്തിൽ, തെരഞ്ഞെടുത്ത പഞ്ചായത്തുകളിൽ ഏതാണ്ട് താഴെ പറയുന്ന പ്രകാരത്തിലുള്ള ഒരു കർമ പരിപാടി ആസൂത്രണം ചെയ്തു കൂടേ?

ഇംഗ്ലീഷ്

ഇന്ന് ഇംഗ്ലീഷ് സാമ്രാജ്യത്വത്തിന്റെ ഭാഷയൊ വെറും ഒരു വിദേശ ഭാഷയൊ അല്ല. ഗണിതം പോലെയുള്ള ഒരു സാർവദേശീയ ഭാഷയാണ്.

ഗണിതം പോലെ എല്ലാവരും അത് നന്നായി പഠിക്കേണ്ടതാണ്. ലോകത്താകെയുള്ള അറിവിന്റെ ഏറിയ പങ്കും ഇംഗ്ലീഷിൽ കൂടെ കിട്ടും. മറ്റൊരു ഭാഷയിലും ഇതിന്റെ 10 ശതമാനം പോലും കിട്ടുകയില്ല. മാതൃഭാഷ പോലെ തന്നെ പ്രധാനമാണത്. സൈക്കിൾ ചവിട്ടുക, നീന്തുക, കമ്പ്യൂട്ടറിൽ ടൈപ്പു ചെയ്യുക, ഭക്ഷണം പാകം ചെയ്യുക. മുതലായവ പോലെ എല്ലാ മനുഷ്യർക്കും ആവശ്യമായ ഒരു കഴിവാണ് ഇംഗ്ലീഷ് കൈകാര്യം ചെയ്യാനുള്ള ശേഷി. ഇതിനായി,

(i) പഞ്ചായത്തിലെ പൊതുവിദ്യാലയങ്ങളിലെ, സർക്കാരും പ്രൈവറ്റും, അധ്യാപകർക്ക്, പ്രത്യേകിച്ച് 1–7 ക്ലാസ്സുകളിലെ അധ്യാപകർക്ക് ഫങ്ങ്ഷണൽ ഇംഗ്ലീഷ് പഠിപ്പിക്കാനുള്ള ട്രെയിനിങ്ങ് കൊടുത്ത് ശേഷി യുണ്ടാക്കുക. രണ്ടു–മൂന്നു കൊല്ലം വേണ്ടി വരും. അവധി ദിവസങ്ങളും വെക്കേഷനും ഇതിനായി ഉപയോഗിക്കണം.

(ii) എല്ലാ സ്ക്കൂളുകളിലും ഇംഗ്ലീഷ്ഭാഷാപഠനത്തിന്റേതായ ഒരു അന്തരിക്ഷം സൃഷ്ടിക്കുക; ഇംഗ്ലീഷ് പഠനത്തിന് ഒരു ലാബറട്ടറി ഉണ്ടാക്കുക. ഒരു ദൃശ്യ-ശ്രാവ്യ മുറി. ധാരാളം ഇംഗ്ലീഷ് ഫിലിമുകൾ, പ്രത്യേകിച്ചും കാർട്ടൂൺ - സംഭരിക്കാം. മലയാളം പഠിക്കാനും ഈ സംവിധാനം ഉപകരിക്കും.

(iii) ക്ലാസ് ലൈബ്രറി ഉണ്ടാക്കുക. മലയാളത്തിനൊപ്പം ധാരാളം ഇംഗ്ലീഷ് പുസ്തകങ്ങളും സംഭരിക്കുക. ഇംഗ്ലീഷ് പഠനം ചിട്ടപ്പെടുത്തുക.

(iv) അങ്ങനെ ഏഴാം ക്ലാസ്സ് കഴിയുമ്പോഴേക്കും ഇംഗ്ലീഷ് മീഡിയം സ്വകാര്യ സ്ക്കൂളുകളിലെ കുട്ടികളേക്കാൾ നന്നായി ഇംഗ്ലീഷ് കൈകാര്യം ചെയ്യാൻ ഈ മലയാളം മീഡിയം കുട്ടികൾക്ക് കഴിയും എന്ന് കാണിച്ചു കൊടുക്കുക.

കമ്പ്യൂട്ടർ

21-ാം നൂറ്റാണ്ടിൽ കമ്പ്യൂട്ടർ ഉപയോഗിക്കാനുള്ള കഴിവില്ലാത്തവർ പിന്തള്ളപ്പെടും. അക്ഷരാഭ്യാസം പോലെ പ്രാഥമികമായി ത്തീർന്നു കൊണ്ടിരിക്കയാണ് കമ്പ്യൂട്ടർ ശേഷി. അതിനാൽ ഓരോ സ്ക്കൂളിലും 10 അല്ലെങ്കിൽ 20 കുട്ടികൾക്ക് ഒരു കമ്പ്യൂട്ടർ ഉണ്ടാകുകയെന്നത് അഭിലഷണീയമാണ്. തുടക്കത്തിൽ ഒരു ക്ലാസിന് ഒന്നെങ്കിലും. ഏഴാം ക്ലാസ് കഴിയുമ്പോഴേക്കും താഴെ കൊടുക്കുന്ന നേട്ടങ്ങൾ കൈവരിക്കണം.

(i) ഇംഗ്ലീഷിലും മലയാളത്തിലും മിതമായ സ്പീഡിൽ ടൈപ്പ് ചെയ്യാൻ - വേർഡ് പ്രോസസിംഗ്-കഴിയുമാറാകണം.

(ii) ഇമെയിൽ അയയ്ക്കുവാൻ - ഇലക്ട്രോണിക് ആശയവിനിമയം നടത്താൻ - കഴിവുണ്ടാക്കണം.

(iii) ഇന്റർനെറ്റ് പരതി ലോകത്തെ വിജ്ഞാനശേഖരത്തിലേക്കുള്ള കവാടം തുറക്കാൻ അവർക്കു കഴിയണം.

ഇംഗ്ലീഷും കമ്പ്യൂട്ടറും സമൂഹാന്തരിക്ഷത്തിന്റെ ഭാഗമാകണം. തുടർവിദ്യാഭ്യാസപദ്ധതിയുടെ ഭാഗമായി, ഓരോ പഞ്ചായത്തിലും ഒന്നോ കൂടുതലോ ഇംഗ്ലീഷ്-കമ്പ്യൂട്ടർ പഠന കേന്ദ്രങ്ങൾ സ്ഥാപിക്കണം. താൽപര്യമുള്ള എല്ലാ മുതിർന്നവർക്കും, മുകളിൽ പറഞ്ഞ നിലവാരത്തിൽ ഇംഗ്ലീഷിലും കമ്പ്യൂട്ടറിലും പ്രാവീണ്യം ലഭിക്കാൻ സാധ്യതയുണ്ടാക്കുക. തുടക്കത്തിൽ ഒരു ഇംഗ്ലീഷ്-കമ്പ്യൂട്ടർ പഠനകേന്ദ്രം. 4 ബാച്ചുകളിലായി 3 മണിക്കൂർ വീതം 200 പേർക്ക് പഠിക്കാൻ സൗകര്യം. അതിനുള്ള അധ്യാപകർ. മൂലധനച്ചെലവ് പഞ്ചായത്ത്. വഹിക്കണം. അധ്യാപകരുടെയും കാര്യദർശിയുടെയും ശമ്പളം പഠിതാക്കളിൽ നിന്ന്.

കുറെ അധ്യാപകരെങ്കിലും തുടക്കത്തിൽ സഹകരിക്കണം. ഗ്രാമസഭകളിൽ ഈ പ്രോജക്റ്റ് ചർച്ച ചെയ്യണം. ഒരു ഹ്രസ്വനോട്ടീസ് തയ്യാറാക്കി എല്ലാ വീടുകളിലും എത്തിക്കണം. ഇതിനായി പ്രത്യേക ഗ്രാമസഭ വിളിച്ചു കൂട്ടാൻ പറയണം. അതിനുമുമ്പ്, അയൽക്കൂട്ടങ്ങളിൽ ഇതെല്ലാം അവതരിപ്പിച്ച് ചർച്ച ചെയ്യണം. ജനകീയ ആവേശമായി മാറിയാലെ ഇത് സാധ്യമാകൂ.

അധ്യാപനേതര പ്രവർത്തനങ്ങൾക്ക് അധ്യാപകരെ നിയോഗിച്ച്, അധ്യാപന സമയം നഷ്ടപ്പെടുത്തരുത്. ഓരോ സ്കൂളിലും 220 ക്ലിയർ അധ്യയനദിനങ്ങൾ ഉറപ്പാക്കുക; ക്ലാസ് പരീക്ഷകൾ ഇതിൽപെടും. അധ്യയനത്തിന് മുടക്കം വരാത്ത രീതിയിൽ 'സമരങ്ങൾ' പുനരാവിഷ്കരിക്കാം. 'സമര' വിഷയം അസംബ്ലിയിൽ അവതരിപ്പിക്കാൻ കുട്ടികൾക്ക് സന്ദർഭം നൽകാം. വിയോജിപ്പുള്ളവർക്ക് പ്രതികരിക്കാനും സമയം കൊടുക്കാം. അങ്ങനെ നഷ്ടപ്പെടുന്ന സമയം - മാക്സിമം ഒരു മണിക്കൂർ - ക്ലാസ്സുകൾ ഓരോന്നിന്റെയും ദൈർഘ്യം കുറച്ച് ക്രമീകരിക്കാം.

ഇന്ന് മിക്ക സ്കൂളുകൾക്കും സ്കൂൾ ബസ് ഉണ്ട്. എല്ലാ സർക്കാർ/എയ്ഡഡ് സ്കൂളുകളിലും ആവശ്യമായത്ര ബസ്സുകൾ ഉണ്ടെന്ന് ഉറപ്പുവരുത്തണം. ഫീസ് ഈടാക്കാം. അയൽപക്ക സ്കൂളുകളിൽ വിശ്വാസം വന്നാൽ കുട്ടികൾക്ക് നടന്നുപോകാനാകും.

സ്കൂളുകളിലെ-സർക്കാരും സ്വകാര്യവും - മാനേജ്മെന്റ് കമ്മിറ്റികളും അധ്യാപകരക്ഷാ കർത്തൃസമിതികളും സക്രിയവും സക്ഷമവും ആക്കി സ്കൂളിന്റെ ദൈനംദിന പ്രവർത്തനത്തെ സഹായിക്കുക. സ്കൂളിന്റെ ഭൗതികാവസ്ഥ - ഫർണീച്ചർ, കെട്ടിടം, ലാബ് മുതലായവ ഒക്കെ -ഗണ്യമായ തോതിൽ മെച്ചപ്പെടുത്തുക. സ്കൂളിന്റെ എല്ലാവശങ്ങളും ആകർഷകമാക്കണം. കുട്ടികൾക്ക് അവിടെനിന്ന് പോകാൻ തോന്നരുത്. ഇതിനാവശ്യമായ വിഭവങ്ങൾക്ക് പല ഉറവിടങ്ങളുമുണ്ട്. സർക്കാർ ഫണ്ടിനു പുറമേ പൂർവ വിദ്യാർത്ഥികൾ വലിയൊരു സ്രോതസ്സാണ്. പക്ഷേ ഉത്തരവാദപ്പെട്ട ഒരു സംവിധാനം ഉണ്ടാക്കണമെന്നുമാത്രം!

വിദ്യാഭ്യാസം മെച്ചപ്പെടുത്തണമെങ്കിൽ, അറിവ്, കഴിവ്, മനോഭാവം മുതലായ അതിന്റെ എല്ലാ വശങ്ങളും മെച്ചപ്പെടുത്തണമെങ്കിൽ അധ്യാപകർ അതിനൊത്ത് ഉയർന്നേ പറ്റൂ. പഞ്ചായത്തിലെ എല്ലാ

അധ്യാപകർക്കും മെച്ചപ്പെട്ട പുനർവിദ്യാഭ്യാസം നൽകാൻ പദ്ധതിയുണ്ടാക്കണം. ആവശ്യത്തിനു വേണ്ടത്ര അസോസിയേറ്റ് - പകരം - അധ്യാപകരുടെ ഒരു നിര ഉണ്ടായിരിക്കണം. സ്ഥിരം തസ്തികയിലേക്ക് റിക്രൂട്ട് ചെയ്യുന്നത് ഇവരിൽ നിന്നായിരിക്കണം. തുറന്നമാനദണ്ഡങ്ങളുടെ അടിസ്ഥാനത്തിൽ ഇത് നടക്കണം. പണം കൊടുത്ത് അധ്യാപക ജോലി വാങ്ങുന്ന സമ്പ്രദായം അവസാനിപ്പിക്കുക തന്നെ വേണം. അതിന് വിസമ്മതിക്കുന്ന മാനേജ്മെന്റുകളുടെ മേൽ ജനകീയ സമ്മർദം ചെലുത്തണം.

വിദ്യാഭ്യാസരംഗത്ത് നടത്തേണ്ട പ്രധാനമായ ഒരു പരീക്ഷണമുണ്ട്. ഉൽപാദനാധിഷ്ഠിതബോധനം ഗാന്ധിയൻ ബേസിക് വിദ്യാഭ്യാസത്തിന്റെ ആധുനികരൂപം, ഡോ. എസ്.എസ്. കാൽബാഗ് സ്ഥാപിച്ച വിജ്ഞാന ആശ്രമം, പാബൽ (മഹാരാഷ്ട്ര) ഇതിന് നല്ലൊരു ഉദാഹരണമാണ്. ഉൽപാദനപരമായ പ്രവർത്തനം നടത്തുന്നതിലൂടെ ശാസ്ത്രത്തിന്റെ സൈദ്ധാന്തിക വശങ്ങൾ കൂടുതൽ നന്നായി പഠിക്കാനാകും. ഇതിനായി വിദ്യാലയങ്ങളെ കൃഷിയിടങ്ങളും ഉൽപാദനശാലകളും വർക്ക് ഷോപ്പുകളും ഡയറികളും ഒക്കെ ആയി ബന്ധപ്പെടുത്താം. ഒന്നു മുതൽ അഞ്ചു വരെയുള്ള ക്ലാസ്സിലെ കുട്ടികൾ കണ്ടാൽ മതി. സ്വയം ചെയ്യാവുന്നത് സ്കൂളിലെ ടൂൾ റൂമിൽ വെച്ച് ചെയ്യാം. 6-12 ക്ലാസ്സിലെ കുട്ടികൾക്ക് അവരുടെ ഇഷ്ടപ്രകാരം ദീർഘകാലത്തേക്കോ, അല്ലെങ്കിൽ മാറിമാറി ഹ്രസ്വകാലത്തേക്കോ, ഉൽപാദന പ്രവർത്തനത്തിൽ പങ്കാളിത്തം നൽകാം. അതിനുള്ള ചില നിർദേശങ്ങൾ.

(i) ഓരോ ഹൈസ്കൂളിലും (ഹയർ സെക്കണ്ടറിയിലും) ഒരു ചെറിയ വർക്ക് ഷോപ്പ് വേണം. ലാബ് ക്ലാസ് എന്ന പോലെ വർക്ക്ഷോപ്പിനും കരിക്കുലത്തിൽ സമയം കാണണം. ടൂളുകളും യന്ത്രങ്ങളുമായി കുട്ടികൾ പ്രയോഗത്തിലൂടെ പരിചയപ്പെടുന്നു. അത്യാവശ്യം റിപ്പയർവർക്കും ഉത്പാദനവും നടത്തുന്നു.

(ii) സ്കൂളിൽ 8-10 പശുക്കളുള്ള ഒരു ഡയറി നടത്തുന്നു. ജന്തുശാസ്ത്രവും ഡയറി ശാസ്ത്രവും കുറെയൊക്കെ കൃഷിശാസ്ത്രവും സാമ്പത്തികശാസ്ത്രവും പഠിക്കാൻ ഇതിൽ പ്രവർത്തിക്കുന്നതിലൂടെ കുട്ടികൾക്ക് കഴിയുന്നു. ഉൽപാദിപ്പിക്കപ്പെടുന്ന പാൽ കുട്ടികളുടെ ഉച്ചഭക്ഷണത്തിന് ഉപയോഗിക്കാം.

(iii) ഓരോ വിദ്യാലയവും അടുത്തുള്ള ഭൂവുടമകളിൽ നിന്നായി 8-10 ഹെക്ടർ ഭൂമി പാട്ടത്തിനെടുക്കുന്നു. (പാട്ട വ്യവസ്ഥ എന്തെന്നു പഠിക്കാൻ ഇത് അവസരം നൽകുന്നു.) പലതരം പച്ചക്കറികൾ കൃഷി ചെയ്യുന്നു. സസ്യശാസ്ത്രവും കൃഷിശാസ്ത്രവും, പഠിക്കാൻ ഇതിനേക്കാൾ നല്ല മാർഗമില്ല. കുറെയൊക്കെ പ്രയുക്ത സാമ്പത്തിക ശാസ്ത്രവും.

(vi) ഇതുപോലെ വർക്കു ഷോപ്പുകൾ, കെട്ടിട നിർമാണം, കടലോരങ്ങളിൽ മീൻ പിടിത്തം തുടങ്ങി അനേകം തുറകളിലും പ്രായോഗികാനുഭവങ്ങൾ നേടാൻ കുട്ടികളെ സഹായിക്കാം.

അനുകൂലമായ സാഹചര്യങ്ങളുള്ള ഏതാനും പഞ്ചായത്തുകളിൽ ഒരു ഹൈസ്കൂൾ/ഹയർ സെക്കണ്ടറി സ്കൂളിലെങ്കിലും പരീക്ഷണാർഥമായി, തലയ്ക്കു പുറമേ കൈയിനെ കൂടി പഠനത്തിനു ഉപയോഗിക്കുന്ന ഒരു പരീക്ഷണം നടത്താം. അവിടെ ഒരു വർക്ക്ഷോപ്പ്, ഒരു ഡയറി, പറ്റുമെങ്കിൽ ഒരു കൂട് പന്നികൾ എന്നിവ സ്കൂളിനകത്ത് സ്ഥാപിക്കാം. 8–10 ഹെക്ടർ പറമ്പ്, ഉടമകളുമായി-കുട്ടികളുടെ മാതാപിതാക്കളുമായി - ചർച്ച ചെയ്ത് പാട്ടത്തിനെടുക്കാം. കുട്ടികൾ അവിടെ സ്വയം കൃഷി ചെയ്തു പഠിക്കുന്നു. പ്രായോഗിക പ്രവർത്തനത്തിൽ അവരെ സഹായിക്കാനും പഠിപ്പിക്കാനും കർഷകത്തൊഴിലാളികൾ ഉണ്ടാകും. പഞ്ചായത്ത് ലേബർ കമ്പനിയിൽ നിന്ന് ഇതിന് ആളെ കൊടുക്കാം. സൈദ്ധാന്തിക പഠനത്തിന് സ്കൂൾ അധ്യാപകർ തന്നെ ചുമതലപ്പെട്ടിരിക്കും. വേണ്ട കാർഷികോപ കരണങ്ങളും ചെറുയന്ത്രങ്ങളും സ്കൂളിൽ ഉണ്ടായിരിക്കണം. ഇതിനൊക്കെ ആവശ്യമായ മൂലധനം ലഭിക്കാൻ മാനവ വിഭവശേഷി മന്ത്രാലയത്തിലേക്ക് പ്രോജക്റ്റ് നൽകാം-നൂതന ബോധന പരീക്ഷണങ്ങൾ എന്ന രൂപത്തിൽ.

സംസ്കാരം

മനുഷ്യന്റെ ജീവിതത്തിലും അവന്റെ ചുറ്റുപാടിലും മൂന്നു വശങ്ങളുണ്ട്: ഭൗതികം, സാമൂഹികസാമ്പത്തികം, സാംസ്കാരികം. ഇവയിൽ ഏറ്റവും ചലനാത്മകമായതും ജീവത്തായതുമായത് സാംസ്കാരിക വശമാണ്. മനുഷ്യന്റെ വൈകാരികതലവുമായി ബന്ധപ്പെട്ടതാണത്. പ്രവർത്തന പ്രേരകമാണത്. സമൂഹത്തിലെ സാംസ്കാരികപ്രവർത്തനങ്ങളുടെ ഭൗതിക ഇടം, വ്യക്തികൾക്കു പുറമേ, കലാസമിതികൾ, സ്പോർടസ് സമിതികൾ, വായനശാലകൾ മുതലായവയാണ്.

ഒരു കാലത്ത് കേരളത്തിന്റെ പുരോഗമനത്തിന് നേതൃത്വം വഹിച്ചിരുന്നത് വായനശാലകളാണ്. ഇന്നും വായനശാലകളും ലൈബ്രറികളുമുണ്ട്. എന്നാൽ ഇന്ന് അവ താരതമ്യേന നിർജീവങ്ങളാണ്. അവയെ വീണ്ടും ജീവത്തായ കേന്ദ്രങ്ങളാക്കി മാറ്റാൻ പറ്റുമോ? പല സാധ്യതകളും ഉണ്ട്. വായനശാലകൾ-ലൈബ്രറികൾ പഞ്ചായത്തിലെ സ്ഥിരം പഠനസംഘത്തിന്റെ ആസ്ഥാനമാകാം; സാധാരണക്കാർക്ക് ഇംഗ്ലീഷും കമ്പ്യൂട്ടറും പഠിക്കാനുള്ള ഇടമാക്കാം, ആഗോളവത്കരണത്തിന്നെതിരായ പ്രതിരോധകേന്ദ്രമാക്കാം. അതിനാവശ്യമായ, പ്രത്യേക പുസ്തകങ്ങൾ അവിടെ സംഭരിക്കാം.

സമൂഹത്തിലെ തിന്മകളോട് പടവെട്ടുന്നതിൽ സംഗീത-നാടക-ചിത്ര കലകൾക്ക് അതിയായ പ്രാധാന്യമുണ്ട്. നാടൻപാട്ടുകളും ഓട്ടൻതുള്ളലുകളും ധാരാളം ഉദാഹരണങ്ങൾ നല്കുന്നു. ശാസ്ത്രകലാജാഥ ആധുനിക ഉദാഹരണമാണ്. തെരുവുനാടകങ്ങളും. പഞ്ചായത്തിലെ ഒരു കലാസംഘം കേന്ദ്രമാക്കി, ഒരു പ്രതികരണസംവിധാനത്തിന് രൂപം നല്കാനാകാം. ഒരു സ്ഥിരം നാടകകസംഘം. പ്രശ്നങ്ങൾ ഉണ്ടാകുമ്പോൾ -

പ്രാദേശികമോ, സാർവദേശീയമോ ആകാം - അവയോട് പ്രതികരിക്കുന്ന നാടകവേദി.

സ്കൂൾ കുട്ടികളുടെ സംഖ്യയറ്റ സാംസ്കാരികസംഘങ്ങൾക്ക് രൂപം നൽകാം. പുറമേനിന്ന് ലഭ്യമായ പാട്ടുകൾ പാടാം, സ്വന്തം കൃതികളുമാകാം. പ്രഭാതഭേരിയുടെ രൂപത്തിലാകാം, സന്ധ്യാകരോളിന്റെ രൂപത്തിലാകാം, പരിസരശുചിത്വത്തെപ്പറ്റിയാകാം, ഊർജസംരക്ഷണത്തെയും ജലസംരക്ഷണത്തെയും പറ്റിയാകാം, സാമുദായിക മൈത്രിക്കുവേണ്ടിയാകാം, പൊതുമുതൽ നശിപ്പിക്കുന്നതിന്നെതിരാകാം, പഠിപ്പിന് വിഘാതം സൃഷ്ടിക്കുന്ന സമരങ്ങളെപ്പറ്റിയാകാം. കുട്ടികളുടെ പ്രതികരണത്തിന് ശക്തി കൂടും.

നൂറു കോടിയിലധികം ജനങ്ങളുള്ള ഇന്ത്യയുടെ ഒളിമ്പിക് 'നേട്ടങ്ങൾ' ആരെയും നാണിപ്പിക്കും. കേരളത്തിൽ ഒരു പെലേയെയോ ഒരു ബ്രെറ്റ് ലീയെയോ, ഒരു വീനസ്-സെറീന സഹോദരികളെയൊ, ഉണ്ടാക്കിക്കൂടെ? കായികകലകളിൽ മേന്മ നേടാൻ പ്രോത്സാഹിപ്പിക്കുന്ന ഒരു സാഹചര്യം സൃഷ്ടിച്ചുകൂടെ?

കഥകളിയും ക്ലാസ്സിക്കൽ സംഗീതവുമൊക്കെ ഇന്ന് പരിമിതമായ ഒരു സെറ്റ് ആളുകൾക്ക് മാത്രമേ ആസ്വദിക്കാൻ കഴിയുന്നുള്ളു. അവ ഇന്നും ജനകീയ കലകളല്ല. രൂപത്തിൽ മാറ്റം വരുത്തിയല്ല അവയെ ജനകീയമാക്കുന്നത്. മറിച്ച് അവ ആസ്വദിക്കാൻ വ്യാപകമായ തോതിൽ ജനങ്ങളെ പ്രാപ്തരാക്കിക്കൊണ്ടാണ്. വിപ്ലവാനന്തര റഷ്യയിൽ ചെയ്തപോലെ, ക്ലാസിക്കൽ കലകൾ, ആസ്വദിക്കാൻ ജനസാമാന്യത്തിനു കഴിവു നല്കുന്ന ഒരു ജനവിദ്യാഭ്യാസപദ്ധതിക്ക് പഞ്ചായത്തിൽ രൂപം നൽകിക്കൂടെ? സമൂഹത്തിന് ജീവൻ നല്കുന്നത് കലയാണ് എന്ന വസ്തുത തിരിച്ചറിയേണ്ടിയിരിക്കുന്നു.

ആറ്

വ്യവസായം

ആധുനിക-ചക്രവാള വ്യവസായങ്ങൾ

രാസവ്യവസായം

ആധുനിക വ്യവസായങ്ങളിൽ നല്ലൊരു ശതമാനം പൊങ്ങച്ചമൂല്യസൃഷ്ടിക്കുവേണ്ടിയുള്ളതാണ്. ക്ഷേമമൂല്യം സൃഷ്ടിക്കുന്നവയുമുണ്ട്. ഉദാഹരണത്തിന് ഔഷധവ്യവസായം. പൊതുമേഖലയുടെ കെ.എസ്.ഡി.പി., സ്വകാര്യമേഖലയിലുള്ള ഒട്ടനവധി ചെറിയ യൂണിറ്റുകൾ ഇവയെല്ലാം ശാസ്ത്രീയമായി ഏകോപിപ്പിക്കുകയും അവയുടെ ഉൽപാദനത്തിന്റെ നല്ലൊരു ശതമാനം ആരോഗ്യവകുപ്പ് മുൻകൂറായി വാങ്ങുകയും ചെയ്താൽ, ഒരു വശത്ത് അവ നേരിടുന്ന വൻകിട സ്വകാര്യകമ്പനികളുടെ മത്സരത്തെ അതിജീവിക്കാൻഅവയ്ക്കു കഴിയും. മറുവശത്ത് ജനങ്ങൾക്കാവശ്യമായ ഔഷധങ്ങൾ കുറഞ്ഞവിലയ്ക്ക് ലഭ്യമാകുമെന്ന് ഉറപ്പുവരുത്തുകയും ചെയ്യാം.

കേരളത്തിലെ പരിസ്ഥിതിക്ക് താങ്ങാനാവുന്നതിലധികം ഘനരാസവ്യവസായങ്ങൾ ഇന്നു കേരളത്തിലുണ്ട്. പെരിയാറിന്റെ ദുഃഖം തന്നെ അതാണ്. ഉള്ള രാസവ്യവസായങ്ങൾ - അവയിൽ നല്ലൊരു ശതമാനം പൊതുമേഖലാ വ്യവസായങ്ങളാണ് - ഇന്നു നടത്തുന്ന മലിനീകരണം ഗണ്യമായി കുറയ്ക്കാൻ കഴിയും. മാനേജ്മെന്റിന്റെ ഉത്തരവാദിത്വമാണത്. എന്നാൽ ഗവൺമെന്റുതന്നെ അവരുടെ ദുഷ്ചെയ്തികൾക്കു കൂട്ടുനിൽക്കുന്നതായാണ് പലപ്പോഴും കണ്ടിട്ടുള്ളത്. ഏറെ മലിനീകരണം ഉണ്ടാക്കുന്ന ഒന്നാണ് തിരുവനന്തപുരത്തെ ട്രാവൻകൂർ ടൈറ്റേനിയം. അതിന്റെ മലിനീകരണം നിയന്ത്രിക്കാനുള്ള എല്ലാ ശ്രമങ്ങളെയും പണ്ട് തടസ്സപ്പെടുത്തിയത് വ്യവസായമന്ത്രി ആയിരുന്നു. എല്ലാ രാജ്യങ്ങളിലെയും സോഷ്യലിസ്റ്റ് രാജ്യങ്ങളടക്കം, വ്യവസായമന്ത്രിമാർ പരിസ്ഥിതിസംരക്ഷണത്തെ വികസനത്തിനു തടസ്സമായാണ് കണ്ടിരുന്നത്. വികസിത രാഷ്ട്രങ്ങൾ പരിസ്ഥിതിനാശകങ്ങളായ രാസവ്യവസായങ്ങളെ വികസ്വരരാജ്യങ്ങളിലേക്കു മാറ്റുക എന്നൊരു നയം കുറെക്കാലമായി തുടർന്നുവരികയാണ്. അത്തരത്തിലുള്ള ഒന്നായിരുന്നു ഭോപാൽ

ദുരന്തത്തിന് വഴിവെച്ച യൂണിയൻ കാർബൈഡ് ഫാക്ടറി. അതിനെതിരായി നടന്ന എവറെഡി ബാറ്ററി ബഹിഷ്കരണസമരം കുറച്ചു നാൾ പിടിച്ചുനിന്നെങ്കിലും തുടരാൻ കഴിഞ്ഞില്ല. ജനങ്ങളുടെ താൽപര്യത്തെക്കാൾ എവറെഡി ഫാക്ടറിയിലെ തൊഴിലാളികളുടെ താൽപര്യത്തിനാണ് ഇടതുപക്ഷപ്രസ്ഥാനങ്ങൾ അന്ന് മുൻഗണന നൽകിയത്. കേരളത്തിലെ മാവൂർ റയോൺസിന്റെ കാര്യത്തിലും ഇതേ നിലപാടാണ് അവർ സ്വീകരിച്ചത്. മലിനീകരണത്തിന്നെതിരായി സമരം ചെയ്തവരെ വികസനവിരുദ്ധർ എന്നു വിളിച്ച് ആക്ഷേപിച്ചു. വിദേശസഹകരണത്തോടുകൂടിയതും അല്ലാത്തതുമായ പുതിയ ഒരൊറ്റ രാസവ്യവസായവും ഒരൊറ്റ ഘനവ്യവസായവും കേരളത്തിൽ പാടില്ല, അനുവദിക്കില്ല എന്ന നിലപാട് എടുക്കണം. ഇത്, ആത്യന്തികമായി, കേരളത്തിനു ഗുണമേ ചെയ്യൂ.

എൻജിനീയറിങ്ങ്

എല്ലാ വൻകിടവ്യവസായങ്ങളെയും എതിർക്കുക എന്നല്ല ഇതിനർഥം. പലതും, ഇന്നത്തെ സാഹചര്യത്തിൽ, ആവശ്യമുണ്ട്. ഉദാഹരണത്തിന് പാലക്കാട് നിർമിക്കാൻ ഉദ്ദേശിക്കുന്ന വാഗൺ ഫാക്ടറി പൊതുമേഖലയിലാണ്. ഗണ്യമായ പരിസ്ഥിതി ആഘാതങ്ങളൊന്നുമില്ല. എന്നാൽ കുറെപ്പേരെ മാറ്റിത്താമസിപ്പിക്കേണ്ടിവരും. പുനരധിവാസത്തിന്റെ കാര്യത്തിൽ തൃപ്തികരമായ ചരിത്രമല്ല ഒരു ഗവൺമെന്റിനും ഉള്ളത്. പുനരധിവാസം തൃപ്തികരമായി പൂർത്തിയാക്കിയല്ലാതെ ഒരു പദ്ധതിയുടെയും പണി ആരംഭിക്കാൻ പാടില്ല. ഇവിടെ ഒരു പ്രശ്നമുണ്ട്. ഒരു പദ്ധതിക്ക് 'X' ഹെക്ടാർ ഭൂമി പൊന്നും വിലയ്ക്കെടുക്കുന്നു. അവിടെനിന്ന് 'y' എണ്ണം കുടുംബങ്ങൾ മാറ്റപ്പെടുന്നു. അവർക്ക് നിലവിലുള്ള വിലയുടെ അടിസ്ഥാനത്തിൽ നഷ്ടപരിഹാരം നല്കുന്നു. ഇതൊക്കെ ആദ്യമേ ചെയ്യാം. എന്നാൽ പദ്ധതി വരുന്നതോടെ അതിന്റെ ചുറ്റുമുള്ള പ്രദേശത്തിന്റെ വില രണ്ടും മൂന്നും മടങ്ങായി വർധിക്കുന്നു. തങ്ങളുടെ സ്ഥലത്തിനും ആ വില കിട്ടേണ്ടതായിരുന്നു എന്ന് കുടി ഒഴിപ്പിക്കപ്പെട്ടവർക്ക് തോന്നുന്നു. ഇത് സ്വാഭാവികമാണ്. ഈ നഷ്ടബോധം ഒഴിവാക്കാൻ ഒരു നയം സ്വീകരിക്കാവുന്നതാണ്. ആദ്യമേ തന്നെ 'X' ഹെക്ടാറിനു പകരം 2 x ഹെക്ടാറോ 3 x ഹെക്ടാറോ അക്വയർ ചെയ്യുന്നു. അതിനുശേഷം. അവിടെനിന്ന് കുടി ഒഴിപ്പിക്കപ്പെട്ടവർക്ക്, അധികമായി അക്വയർ ചെയ്ത സ്ഥലത്ത് തന്നെ, മുമ്പുണ്ടായിരുന്നതിന്റെ പകുതിയോ മുക്കാലോ സ്ഥലത്ത് ഭൂമി തിരിച്ചു നല്കുന്നു. 'X' ഹെക്ടാറിന് പുറമെയുള്ള ഭൂമിയിലായിരിക്കും ഇത്. അപ്പോൾ എല്ലാവർക്കും ഒരേ തോതിൽ ഗുണവും ദോഷവും ലഭിക്കുന്നു. ഇത്തരമൊരു രീതി വാഗൺ ഫാക്ടറിക്കും സ്വീകരിക്കാവുന്നതാണ്.

തൊഴിൽ സൃഷ്ടിയിലും മൂല്യോൽപാദനത്തിലും മുന്നിൽ നിൽക്കുന്നത് ലഘു എൻജിനീയറിങ്ങ് വ്യവസായങ്ങളാണ്. അവയുടെ പ്രവർത്തന

ക്ഷമത വർധിപ്പിക്കുക, ഉൽപന്നങ്ങളുടെ ഗുണനിലവാരം മെച്ചപ്പെടുത്തുക തുടങ്ങിയതൊക്കെ സിഡ്കോവിന്റെ ഉത്തരവാദിത്വമാണ്. ഓരോ പഞ്ചായത്തിലെയും ചെറുകിട ഉൽപാദനസ്ഥാപനങ്ങൾക്ക് ആവശ്യമായ എല്ലാ സാങ്കേതിക-സാമ്പത്തിക-മാനേജീരിയൽ സഹായങ്ങളും കിട്ടുമെന്നും അവ അടച്ചുപൂട്ടേണ്ടിവരില്ലെന്നും ഉറപ്പാക്കുന്നതിന് പഞ്ചായത്ത് അടിസ്ഥാനത്തിലും പിന്നീട് ജില്ലാ അടിസ്ഥാനത്തിലും അവരുടെ സംഘടന ഉണ്ടാക്കണം. പഞ്ചായത്ത് അവർക്ക് പൂർണ പിന്തുണ നല്കണം. അവരുടെ ഇന്നത്തെ ഏറ്റവും വലിയ തലവേദനകളിൽ ഒന്ന് വൈദ്യുതിയാണ്. മുന്നറിയിപ്പുകൂടാതെയുള്ള വിതരണവിച്ഛേദം, അസ്ഥിരമായ വോൾടേജ്, ഇത് രണ്ടും പരിഹരിക്കേണ്ടതുണ്ട്. സബ്സിഡി കൊടുക്കേണ്ട. പക്ഷേ മറ്റുള്ളവർക്കു കൊടുക്കുന്ന സബ്സിഡി ഇല്ലാത്തവരിൽനിന്ന് ഈടാക്കുന്ന അവസ്ഥ വരരുത്.

കേരളത്തിലെ ജനങ്ങളുടെ ക്ഷേമത്തിനായി, ആഹാരവസ്ത്രപാർപ്പിടാദികൾക്കും ആരോഗ്യ-വിദ്യാഭ്യാസ-വിനോദാദികൾക്കും ആവശ്യമായ എല്ലാ സാധനങ്ങളും കേരളത്തിനകത്തുതന്നെ ഉത്പാദിപ്പിക്കാൻ ഏറെക്കുറെ - മുഴുവനുമല്ല - കഴിയുമാറാകണം. ഇന്നത്തെ ആവശ്യങ്ങളെന്തെല്ലാം? എത്ര? ഉത്പാദനം എത്ര? ഇതിന്റെ അടിസ്ഥാനത്തിൽ ചെറുകിടവ്യവസായത്തിനായി ഒരു മാസ്റ്റർ പ്ലാൻ ഉണ്ടാക്കാവുന്നതാണ്.

ചക്രവാള വ്യവസായങ്ങൾ

ഐടി (ഇൻഫർമേഷൻ ടെക്നോളജി) ബിടി (ബയോ ടെക്നോളജി) എൻടി (നാനോ ടെക്നോളജി) എന്നിവയാണ് ചക്രവാളവ്യവസായങ്ങളായി കണക്കാക്കപ്പെടുന്നത്. ഐടിയും എൻടിയും ഖരഭൗതികത്തിന്റെ - സൂക്ഷ്മഭൗതികത്തിന്റെ - ഭാഗമാണ്, ബിടിയാകട്ടെ ജീവശാസ്ത്രത്തിന്റെയും. ജീവവസ്തുക്കളിന്മേലുള്ള അഭ്യാസങ്ങൾ അത്യന്തം ആപത്കരങ്ങളാണെന്നു തെളിഞ്ഞിട്ടുണ്ട്. തന്മാത്രാതലത്തിലും ജീൻ തലത്തിലുമുള്ള ഇടപെടലുകൾ അതീവശ്രദ്ധയോടെ ചെയ്യേണ്ടതാണ്. ഇന്നു കേരളത്തിൽ, ഈ മേഖലകളിൽ മൗലികമായ ഗവേഷണം നടത്താനുള്ള കഴിവ് പരിമിതമാണ്. പതുക്കെപ്പതുക്കെ വളർത്തിക്കൊണ്ടുവരണം. അത് വിദ്യാഭ്യാസത്തിന്റെ ഭാഗമാണ്. നാനോ ടെക്നോളജിയുടെ പ്രധാനപ്പെട്ട രണ്ടു ഉൽപന്നങ്ങളാണ്, വിവരസങ്കേതികവിദ്യകളും ഫോട്ടോവോൾടേക്ക് വൈദ്യുതിയും.

അതിവിദൂരമല്ലാത്ത ഒരു ഭാവിയിൽതന്നെ പൊട്ടിപ്പോയേക്കാവുന്ന ഒരു കുമിളയാണ് ഇന്നത്തെ 'സോഫ്ട് വെയർ' വ്യവസായമെങ്കിലും, വരുംകാലങ്ങളിൽ, വിവരപ്രേഷണത്തിന് ചരക്കുകടത്തിനേക്കാളും മനുഷ്യരുടെ യാത്രയേക്കാളും പ്രാധാന്യം ഉണ്ടാകുമെന്നതിനാലും ലക്ഷക്കണക്കിന് തദ്ദേശീയസമ്പദ്വ്യവസ്ഥകളെ ഒരൊറ്റ മാനവസമൂഹമാക്കി നിലനിർത്തുന്നതിൽ ഈ വിവരപ്രേഷണവും പരസ്പരമുള്ള ബന്ധവും അതിപ്രധാനമായ പങ്കു വഹിക്കും എന്നതിനാലും വിവരസാങ്കേതിക

വിദ്യയ്ക്ക് പ്രാധാന്യം കല്പിക്കേണ്ടതുണ്ട്. കേരളത്തിന്റെ പൈതൃകം അതിന് അനുയോജ്യവും അനുകൂലവും ആണുതാനും. ആഗോളാടി സ്ഥാനത്തിലുള്ള വിവരസഞ്ചാരത്തിന്റെ ഒരു പ്രധാന കേന്ദ്രമായി കേരളത്തെ വളർത്താവുന്നതാണ്. ഇംഗ്ലീഷ് ഭാഷയും കമ്പ്യൂട്ടറും കൈകാര്യം ചെയ്യാനുള്ള കഴിവ് സാർവത്രികമാക്കേണ്ടതിന്റെ പ്രാധാന്യം മുമ്പു സൂചിപ്പിച്ചതാണ്. 'സ്മാർട് സിറ്റി'യുടെ സ്ഥാനത്ത് സ്മാർട് പഞ്ചായത്തുകളും അങ്ങനെ സ്മാർട് കേരളവും സൃഷ്ടിക്കാവുന്നതാണ്. അതിനായി അരയും തലയും മുറുക്കി ഗോദയിൽ ഇറങ്ങണമെന്നു മാത്രം. അതിൽനിന്ന് നേട്ടമുണ്ടാകും സംശയമില്ല. വലിയ, വലിയ സ്വപ്നങ്ങൾ കാണാൻ ധൈര്യപ്പെടണം.

നാനോ ടെക്നോളജിയുടെ മറ്റൊരു നേട്ടമാണ് സൗരോർജത്തെ നേരിട്ട് വൈദ്യുതിയാക്കി മാറ്റുന്ന SPV സെല്ലുകൾ. അമേരിക്കയിലെ കലിഫോർണിയ സംസ്ഥാനത്തിൽ പത്തു ലക്ഷം കെട്ടിടങ്ങളുടെ ടെറസ്സുകളിൽ സോളാർ സെല്ലുകൾ സ്ഥാപിക്കാനുള്ള പദ്ധതി മുന്നോട്ടുനീങ്ങിക്കൊണ്ടിരിക്കയാണ്. കേരളത്തിൽ പുരപ്പുറത്തുനിന്നുമാത്രം 40,000 മെഗാവാട്ട് സൗരോർജം ജനിപ്പിക്കാവുന്നതാണ്. പാനലുകൾ ഉണ്ടാക്കാൻ പഞ്ചായത്തിനു പറ്റില്ല. ഇറക്കുമതിചെയ്ത സൗരപാനലുകളുടെ അടിസ്ഥാനത്തിൽ വലിയൊരു സൗരവൈദ്യുതി വ്യവസായം ആരംഭിക്കാം. പഞ്ചായത്തുകളുടെ സമ്പൂർണ സൗരവത്കരണത്തിന് രൂപരേഖകൾ ഉണ്ടാക്കാം.

പരമ്പരാഗതവ്യവസായങ്ങൾ

കയർ, കൈത്തറി, ഖാദി, കശുവണ്ടി, ഓട്-ഇഷ്ടിക, മുള-ഈറ, കരകൗശലം, മൺപാത്രനിർമാണം,....എന്നിങ്ങനെ പോകുന്ന ഇവയുടെ പട്ടിക. ലക്ഷക്കണക്കിനു കുടുംബങ്ങൾ ഇവയെ ആശ്രയിച്ചു ജീവിക്കുന്നവരാണ്. മറ്റു വരുമാനമാർഗങ്ങൾ ഇല്ലെങ്കിൽ ഇവരിൽ ഭൂരിപക്ഷം പേർക്കും പട്ടിണി കിടക്കേണ്ടി വരും. ഇവിടെ രണ്ടു പ്രശ്നങ്ങളാണുള്ളത്. ഒന്ന് ഉൽപാദനവും ഉൽപന്നവുമായി ബന്ധപ്പെട്ടത്, മറ്റേത് തൊഴിലാളികളും അവരുടെ കുടുംബങ്ങളുമായി ബന്ധപ്പെട്ടത്. ഉൽപാദനമായി ബന്ധപ്പട്ടത്: അസംസ്കൃത പദാർത്ഥങ്ങൾ, അവയുടെ ഗുണനിലവാരം, സാങ്കേതിക വിദ്യ, ഉൽപാദന ക്ഷമത, ഉൽപന്ന ഗുണത, അവയുടെ ആഭ്യന്തര ഡിമാന്റ്, വിദേശ ഡിമാന്റ് ....എന്നിവയാണ്. തൊഴിലാളികളുമായി ബന്ധപ്പെട്ടവ: തൊഴിൽ ലഭ്യത, കൂലി, ഉൽപാദനക്ഷമത, തൊഴിൽ ജന്യ രോഗങ്ങൾ മുതലായവയാണ്.

ഇതിൽ ഏതൊരു മേഖല എടുത്താലും മൊത്തം ഉൽപന്ന മൂല്യത്തിൽ അധ്വാനത്തിന്റെ മൂല്യം എടുത്താൽ, അത് ആ രംഗത്തുള്ള തൊഴിലാളികളുടെ കുടുംബത്തെ നിലനിർത്താൻ പര്യാപ്തമാകില്ല എന്ന് കാണാം. ഒന്നുകിൽ ആ രംഗത്തുള്ള തൊഴിലാളികളുടെ എണ്ണം കൂടുതലാണ്, അല്ലെങ്കിൽ അവരുടെ ഉൽപാദനക്ഷമത കുറവാണ്. ഇടനിലക്കാർ

തട്ടിയെടുക്കുന്ന ലാഭം പരിമിതപ്പെടുത്തണം. പക്ഷേ അതുകൊണ്ടു മാത്ര മാകില്ല. ഓരോ മേഖലയിലെയും ആളുകളുടെ എണ്ണം കുറയ്ക്കണം. പുറത്തായവർക്ക് വേറെ വരുമാനമാർഗം ഉണ്ടാകണം. അല്ലെങ്കിൽ, ഉൽപാദനക്ഷമത വർധിക്കുന്നതിലൂടെ ലഭ്യമായ മിച്ച സമയം മറ്റു തൊഴിലുകൾക്കായി വിനിയോഗിക്കണം - ഡൈവേഴ്സിഫൈ ചെയ്യണം. ഇത് രണ്ടും കൂടിയും ആകാം. യഥാർഥ സഹകരണം, ഉപഭോഗത്തിന്റെ ആഭ്യന്തരവത്കരണം, ആധുനികീകരണം തുടങ്ങിയവ ആയിരിക്കും പരി വർത്തനത്തിന്റെ മുദ്രാവാക്യങ്ങൾ. പഞ്ചായത്തടിസ്ഥാനത്തിൽ എടു ക്കാവുന്ന നടപടികൾക്കു പരിമിതിയുണ്ടെങ്കിലും അവ കൂടുതൽ വേഗം നടപ്പാക്കാവുന്നതാണ്.

കയർ

ഒരു പ്രധാന പ്രശ്നം തൊണ്ട്, അഴുക്കൽ, നാരാക്കൽ എന്നിവയാണ്. കേരഗ്രാമം പദ്ധതി നടപ്പാക്കിയാൽ പഞ്ചായത്തിനകത്തെ തൊണ്ടു മുഴുവൻ ശേഖരിക്കാൻ പറ്റും. സംഭരണച്ചെലവ് കുറവുമായിരിക്കും. ഇപ്പോൾ 20-25 ശതമാനമാണ് സംഭരിക്കപ്പെടുന്നത്. കയർവ്യവസായ ത്തിന് ഇന്നും ഭാവിയിലും ആവശ്യമുള്ളത്ര തൊണ്ട് കേരളത്തിൽ തന്നെ ലഭ്യമാണ്.

പരമ്പരാഗത രീതിയിൽ തൊണ്ടഴുക്കാൻ ഇനി കഴിയില്ല. മലിനീകര ണമുണ്ടാക്കാത്ത പുതിയ സാങ്കേതിക വിദ്യകൾ വളർത്തിയെടുക്കു ന്നതുവരെ പച്ചത്തൊണ്ടിൽ നിന്ന് നാരെടുക്കുകയേ നിവൃത്തിയുള്ളൂ. അതിനാൽ തേങ്ങ ഉണങ്ങുന്നതിനു മുമ്പു തന്നെ പൊളിച്ച് തൊണ്ട് താമസംവിനാ ഡിഫൈബറിങ്ങ് പ്ലാന്റിന് എത്തിക്കാൻ സംവിധാനം ഉണ്ടാക്കണം. ഉണ്ടാക്കാൻ പറ്റും. കൈകൊണ്ട് തൊണ്ടുതല്ലുന്ന സമ്പ്ര ദായം പാടെ ഒഴിവാക്കണം. തൊണ്ടിന്റെ അളവനുസരിച്ചും യന്ത്രത്തിന്റെ മിനിമം ആവശ്യം അനുസരിച്ചും പറ്റിയ സ്ഥലങ്ങളിൽ തൊണ്ടു തല്ലുന്ന യന്ത്രങ്ങൾ സ്ഥാപിക്കാം. അവിടെ നിന്ന് ക്ലീൻ ചെയ്ത് തരം തിരിച്ച നാര് സ്പിന്നിങ്ങ് യൂണിറ്റുകൾക്കു നൽകാം. തൊണ്ടു തല്ലുന്ന സ്ഥലത്ത് കുന്നു കൂടുന്ന പിഥ്, ഫംഗസ്സോ ഞാഞ്ഞൂളോ വഴി കമ്പോസ്റ്റ് ചെയ്ത് വളമായും പൂഴിമണൽ പ്രദേശങ്ങളിലെ സോയിൽ കണ്ടീഷനർ ആയും ഉപയോഗിക്കാം.

കൈകൊണ്ട് കയർ പിരിക്കുന്ന സ്ഥിതി തുടരാനാകില്ല. ലഘുയന്ത്ര ങ്ങൾ ലഭ്യമാണ്. അവയുടെ ഉൽപാദനക്ഷമത വളരെ കൂടുതലാണ്. കയർ പിരിയന്ത്രം, തൊണ്ടു തല്ലുന്ന സ്ഥലത്ത് തന്നെ സ്ഥാപിച്ച് കയറാക്കി അയയ്ക്കാവുന്നതാണ്.

കയറായി പിരിക്കാതെ കോംബ് ചെയ്ത് നേരിട്ട് ഷീറ്റാക്കാനുള്ള വിദ്യയും രൂപം കൊണ്ടിട്ടുണ്ട്. വിവിധ നാരുകൾ മിക്സ് ചെയ്യുന്ന സാങ്കേ തിക വിദ്യകൾ സമാഹരിക്കേണ്ടതുണ്ട്.

നെയ്ത്ത്, കയറ്റുമതി മുതലായവയിൽ പഞ്ചായത്തിന് ചെയ്യാവുന്ന കാര്യങ്ങൾ കുറവാണ്. പക്ഷേ ആഭ്യന്തര ഉപഭോഗം വർധിപ്പിക്കാൻ കഴിഞ്ഞേക്കും. പ്രത്യേകിച്ച് കാർപ്പെറ്റുകളുടെയും മറ്റും കാര്യത്തിൽ.

കേരളത്തിൽ $3^1/_2$ ലക്ഷത്തിലധികം തൊഴിലാളികൾ കയർ മേഖലയിൽ പണിയെടുക്കുന്നതായാണ് കണക്ക്. അത്രയും ആളുകളെ കയർ മേഖലയ്ക്ക് താങ്ങാനാകില്ല. പരമാവധി ഒരു ലക്ഷം പേർ. അപ്പോൾ കൈക്കൊള്ളേണ്ട ചില നടപടികൾ:

(i) യന്ത്രവത്കരണം നടത്തി ഉൽപാദനക്ഷമത മൂന്നു നാലു മടങ്ങായി വർധിപ്പിക്കുക

(ii) പകുതിയിലധികം തൊഴിലാളികളെ മറ്റു തൊഴിലുകളിലേക്ക് തിരിച്ചു വിടുക.

(iii) തൊണ്ടു സംഭരണം ഇരട്ടിയായി വർധിപ്പിക്കുക.

(iv) അത്രയും ഉൽപന്നങ്ങൾക്കുള്ള മാർക്കറ്റ് കണ്ടെത്തുക.

കയർ മേഖലയിൽ കുറുക്കു വഴികൾ ഒന്നുമില്ല. ഒരു ലക്ഷത്തിൽ താഴെ തൊഴിലാളികളെ മാത്രമെ യഥാർഥത്തിൽ കയർ മേഖലക്ക് ആകെ ഉൾക്കൊള്ളാൻ കഴിയൂ. യന്ത്രവത്കരണവും ആധുനികവത്കരണവും കൂടാതെ പിടിച്ചു നിൽക്കാൻ ആവില്ല. ഇതിന് ഒരു തുടക്കം കുറിക്കാൻ പഞ്ചായത്തുകൾക്ക് മുൻകൈ എടുക്കാൻ കഴിഞ്ഞേക്കും. കയർ മേഖലയുടെ സൂക്ഷ്മ സാമ്പത്തികം ആഴത്തിലുള്ള ചർച്ചയ്ക്ക് വിധേയമാക്കുകയാണ് തുടക്കത്തിൽ ചെയ്യാവുന്നത്.

കൈത്തറി-ഖാദി

കയർ പോലെ തന്നെ രോഗാതുരമായ ഒരു മേഖലയാണ് കൈത്തറി. കടുത്ത റിബേറ്റ് റാക്കറ്റിന്റെയും അഴിമതിയുടെയും കൂത്തരങ്ങാണിത്. അതിൽ നിന്നു രക്ഷപ്പെട്ടുകൊണ്ടല്ലാതെ കൈത്തറി മേഖലയിലെ തൊഴിലാളികളെ രക്ഷിക്കാൻ ആകില്ല.

പവർലൂമിനോടും മിൽതുണികളോടും മത്സരിക്കാൻ കൈത്തറിക്ക് എളുപ്പമല്ല. അവയിൽ സാധ്യമല്ലാത്ത ഡിസൈനുകൾ കൊണ്ടു മാത്രമേ മത്സരിക്കാൻ പറ്റൂ. ഖാദിക്കും ഇത് ബാധകമാണ്. പവർലൂം നിരോധനം, നിർബന്ധിത വാങ്ങൽ, സ്കൂൾ യൂണിഫോം, സബ്സിഡി മുതലായവ കൊണ്ടൊന്നും അവയെ രക്ഷിക്കാനാകില്ല എന്ന് കഴിഞ്ഞ അരനൂറ്റാണ്ടു കാലത്തെ അനുഭവം കാണിക്കുന്നു.

കേരളത്തിൽ കൈത്തറിയുടെ കേന്ദ്രീകരണമുള്ള ഏതാനും പ്രദേശങ്ങളുണ്ട്. ബാലരാമപുരം (തിരുവനന്തപുരം), ചേന്ദമംഗലം (എറണാകുളം) കൂത്താമ്പിള്ളി (പാലക്കാട്) ചിറയ്ക്കൽ(കണ്ണൂർ) മുതലായവ അവയിൽ പെടുന്നു. പുനരുദ്ധാരണ പരീക്ഷണങ്ങൾക്കായി ആ പ്രദേശങ്ങൾ തിരഞ്ഞെടുക്കാം.

തുടക്കത്തിൽ കൈത്തറിയിൽ നിന്ന് ഏറ്റവും പുതിയ പവർ ലൂമുകളിലേക്ക് മാറാം. കിട്ടാവുന്നതിൽ വെച്ച് ഏറ്റവും നല്ല ഡിസൈനർമാരുടെ സേവനം ലഭ്യമാക്കാം. കൈത്തറിയിൽ മാത്രം പറ്റുന്നത് അതിലും അല്ലാത്തത് പവർ ലൂമിലുമായി പുതിയ ഡിസൈനുകൾ ചെയ്യുക. രാസ നിറങ്ങൾ പടിപ്പടിയായി ഉപേക്ഷിച്ചു പൂർണമായും ഓർഗാനിക് നിറങ്ങളിലേക്ക് മാറുക. അവയ്ക്ക് ഏറെ പ്രിയമുണ്ട്. ഓർഗാനിക് നിറങ്ങളിൽ ഗവേഷണ വികസന പ്രവർത്തനം ഇനിയും ശക്തിപ്പെടുത്തേണ്ടതുണ്ട്.

ഖാദിയുടെ കാര്യം കൂടുതൽ സങ്കീർണമാണ്. പരുക്കൻ വസ്ത്രങ്ങൾക്ക് ഒരു നിഷ് മാർക്കറ്റേയുള്ളൂ. കോഴിക്കോട് IIM ന്റെ നേതൃത്വത്തിൽ കൊല്ലത്ത് ഒരു ഖാദി സംഘത്തിൽ നടത്തിയ പരീക്ഷണമുണ്ട്. പഴയ ഢാക്ക മസ്ലിൻ തിരിച്ചു കൊണ്ടു വരിക. 300 കൗണ്ടുള്ള നൂൽ ചർക്കയിൽ നൂൽക്കാമെന്ന് കണ്ടിരിക്കുന്നത്രേ. അതുകൊണ്ടു നെയ്യുന്ന തുണി ഊഹിക്കാൻ പറ്റാത്തത്ര നേർത്തതായിരിക്കും. അതിന് മാർക്കറ്റുണ്ടായിരിക്കും. അത്ര പണക്കാരുണ്ട് നമ്മുടെ നാട്ടിൽ. ആദ്യം നൂൽ നൂൽക്കുന്നതിനുള്ള ആത്മവിശ്വാസം നേടാം. ഖാദിയുടെ കേന്ദ്രീകരണമുള്ള ഏതാനും പ്രദേശങ്ങളിൽ പത്തോ ഇരുപതോ പേർക്കു വീതം ഇത്രയും നേർത്ത നൂൽ നൂൽക്കാനുള്ള പരിശീലനം ലഭിച്ചാൽ, അടുത്ത ഘട്ടങ്ങളിലേക്ക് കടക്കാം. 10–20 പേരെ ഇതിന് പരിശീലിപ്പിക്കുക എന്നത് ഒരു വിഷമവും കൂടാതെ പഞ്ചായത്ത് പദ്ധതി ആക്കാം.

കശുവണ്ടി

മുഖ്യമായും കയറ്റുമതിയെ ആശ്രയിക്കുന്ന ഒന്നാണിത്. കൃഷിക്കാർക്ക് തോട്ടണ്ടിക്ക് കിട്ടുന്ന വിലയേയും അണ്ടിവറുത്ത് തല്ലി പരിപ്പാക്കുന്നതിനുള്ള കൂലിയെയും അപേക്ഷിച്ച് മുതലാളിക്കു കിട്ടുന്ന ലാഭം താരതമ്യേന വളരെ കൂടുതലാണ്. ഇവിടെ പല തന്ത്രങ്ങൾ പ്രയോഗിക്കാവുന്നതാണ്

(i) തൊഴിലാളികൾ സഹകരണ സംഘമായി സംഘടിക്കുക. അണ്ടി സംഭരിച്ച് പരിപ്പുവിറ്റ് പണം വരുന്നതുവരെയുള്ള മൂലധനച്ചെലവിന് വേണ്ട പണം അവർക്ക് ലഭ്യമാക്കുക.

(ii) കർഷകരും ഈ സംഘവും തമ്മിലുള്ള ബന്ധം ഉറപ്പിക്കുക. കിട്ടാവുന്ന അണ്ടി മുഴുവൻ സംഘം വഴി ശേഖരിക്കുക. കൂടുതൽ വില നൽകേണ്ടി വരും. അത് കർഷകനാണ് ലഭിക്കുന്നത്.

(iii) ആഭ്യന്തര ഉപഭോഗം ഗണ്യമായി വർധിപ്പിച്ച്, കയറ്റുമതി മുതലാളിമാരെ പരമാവധി ഒഴിവാക്കുക. മൊത്തം ഉൽപാദനത്തിന്റെ 80–90 ശതമാനം ഇന്ത്യക്കകത്തു തന്നെ വിൽക്കാൻ കഴിയണം.

(vi) തൊഴിലാളികളുടെ എണ്ണം കുറച്ച് ഓരോരുത്തർക്കും 200 ദിവസം എങ്കിലും പണി കിട്ടുമാറാക്കുക.

(vii) അല്ലെങ്കിൽ കശുവണ്ടി തൊഴിലാളികൾ മറ്റു ജോലികളിൽ കൂടി ഏർപ്പെടുക.

ഓട്-ഇഷ്ടിക-കല്ല്-മണൽ

ഇവയുടെ ഡിമാന്റിന് കുറവില്ല. കൂലിയും താരതമ്യേന മെച്ചപ്പെട്ടതാണ്. പക്ഷേ ഖനനങ്ങൾ സൃഷ്ടിക്കുന്ന പാരിസ്ഥിതിക പ്രശ്നങ്ങൾ ഭീകരമാണ്. ശാസ്ത്രീയമായ രീതികളും നിബന്ധനകളും ഉണ്ടെങ്കിലും അതൊന്നും പാലിക്കാറില്ല. കർക്കശമായ നിലപാട് എടുക്കുക തന്നെ വേണം. പഞ്ചായത്തിൽ ഇതിനായി ഒരു 'വാച്ച് ഡോഗ്' സംഘം ഉണ്ടാക്കണം. ശാസ്ത്രീയമായ രീതിയിലേ ഖനനം നടത്തു എന്ന് ഉറപ്പു വരുത്തണം.

കളിമൺ ഖനനം നടത്തുമ്പോൾ മേൽമണ്ണ് നശിപ്പിക്കാതെ, പരിമിതമായ അളവിൽ മാത്രം ഖനനം നടത്തി, പാടത്തെ പൂർവസ്ഥിതിയിൽ പാടമായി ത്തന്നെ നിലനിർത്തുക. പറമ്പിലാണ് ഖനനം നടത്തുന്നതെങ്കിൽ അതിനെ പാടമായി മാറ്റുക. ഇതിനകം നശിപ്പിക്കപ്പെട്ട, ഇപ്പോൾ നീർക്കെട്ടുകൊണ്ട് കൃഷിയോഗ്യമല്ലാതായിത്തീർന്ന പാടങ്ങളെ, ഒരു ഭാഗം കൂടുതൽ താഴ്ത്തി മീൻ വളർത്തുവാൻ പറ്റിയ കുളമായും, ആ മണ്ണുകൊണ്ട് നികത്തി ബാക്കി ഭാഗം കൃഷിയോഗ്യമായ പാടമായും മാറ്റാം. പുതിയ ഭൂവിനിയോഗബിൽ കർക്കശമാവുന്നതിലൂടെ ഇത് നിർബന്ധപൂർവ്വം ചെയ്യിക്കാനാകും. ഭൂവിനിയോഗ നിയന്ത്രണത്തിന്റെ ആവശ്യത്തെപ്പറ്റി ജനങ്ങൾക്കിടയിൽ, പ്രത്യേകിച്ചും സ്കൂൾ വിദ്യാർഥികൾക്കിടയിൽ, ആഴത്തിലും വ്യാപകമായും ബോധവത്കരണം നടത്തുക.

ചെങ്കല്ലുവെട്ടുമ്പോഴും കരിങ്കൽപാറ പൊട്ടിക്കുമ്പോഴും ഒരു ദീർഘകാല പ്ലാൻ ഉണ്ടാക്കണം. അന്തിമമായി പാറക്കുഴികളെല്ലാം തന്നെ മഴവെള്ള സംഭരണികളാകണം. പ്രത്യേകിച്ച് ഒരു അധികച്ചെലവും കൂടാതെ ചെയ്യാവുന്ന ഒന്നാണ്. ഭൂമിക്കടിയിലുള്ളത്, മണ്ണായാലും കല്ലായാലും വെള്ളമായാലും മണലായാലും അത് വ്യക്തിഗത സ്വത്തല്ല. സമൂഹത്തിന്റെ സ്വത്താണ് എന്ന കാര്യം ബോധ്യപ്പെടുത്തുകയും അതിന്റെ നിയന്ത്രണത്തിനു വേണ്ട നിയമനിർമാണം നടത്തുകയും വേണം.

മണൽ വാരുന്നതു പൂർണമായും, പഞ്ചായത്തിന്റെ മാത്രം നിയന്ത്രണത്തിൽ ആക്കാതെ, ഒരു ജനകീയ കമ്മിറ്റിയുടെ കൂടി നിയന്ത്രണത്തിൽ ആക്കണം. ഇപ്പോൾ കളക്ടർ ഒറ്റയ്ക്കു എടുക്കുന്ന തീരുമാനങ്ങൾ ഒരു ജനകീയവാച്ച് ഡോഗ് കമ്മറ്റിയുടെ തീരുമാനങ്ങൾക്ക് വിധേയമാക്കണം. ശാസ്ത്രീയമായ തോതിൽ മണൽ ഖനനത്തെ പരിമിതപ്പെടുത്തുമ്പോൾ, ഇന്നത്തെ ഡിമാന്റ് തൃപ്തിപ്പെടുത്താൻ കഴിയാതാകും. വർധമാനമായ തോതിൽ കരിങ്കൽ പൊടിച്ച മണലിലേക്ക് മാറേണ്ടി വരും. ഇപ്പോൾതന്നെ ഏറെ മാറിയിട്ടുണ്ട്.

ചുരുക്കത്തിൽ, ഭൂമി ക്രയവിക്രയം ചെയ്യുമ്പോൾ വ്യക്തിക്കുള്ള അവകാശം മേൽ മണ്ണ്, 50-60 സെ.മീ, ഉപയോഗിക്കാൻ മാത്രമുള്ളതാണ്. കൃഷിചെയ്യാം, കെട്ടിടം വെക്കാം, കളിസ്ഥലം ഉണ്ടാക്കാം, റോഡു

നന്നാക്കാം, കിണർ കുഴിക്കാം, കുളം കുഴിക്കാം. എന്നാൽ ഭൂമിക്കടിയിലുള്ള കളിമണ്ണ്, കല്ല്, മണൽ, വെള്ളം എന്നിവയിന്മേലെല്ലാം സമൂഹത്തിനാകെ അവകാശമുണ്ട്. സമൂഹത്തിന്റെ നിയന്ത്രണത്തിലേ അവ ഖനനം ചെയ്യാവൂ. അതിൽ നിന്നുള്ള വരുമാനത്തിന്റെ നല്ലൊരു പങ്ക്- എത്ര എന്ന് തിട്ടപ്പെടുത്താം - സമൂഹത്തിനാകെ അവകാശപ്പെട്ടതാണ് എന്ന കാഴ്ചപ്പാട്, ആവർത്തിച്ചാവർത്തിച്ചു നടത്തുന്ന ബോധവത്കരണത്തിലൂടെ സമൂഹമനസ്സിൽ ഉറപ്പിക്കുക.

ഇതിനായി, വിദഗ്ധർ അടങ്ങിയ ഒരു ജനകീയ ഖനന നിയന്ത്രണ സമിതിക്ക്, രൂപം കൊടുക്കണം. അവരുടെ നിർദേശങ്ങൾ അയൽക്കൂട്ടങ്ങളിലും ഗ്രാമസഭകളിലും വിശദീകരിക്കാം. 'പ്രകൃതി ഒരാളുടെയും സ്വകാര്യസ്വത്തല്ല. ഇന്നത്തെ സമൂഹത്തിന്റേയും സ്വത്തുമല്ല. വരും തലമുറകൾക്കു കൂടി അവകാശപ്പെട്ടതാണ്, നമുക്കു കിട്ടിയതിനേക്കാൾ മെച്ചപ്പെട്ട രീതിയിൽ അവർക്ക് കൈമാറേണ്ടതാണ്', എന്ന ഉദാത്തമായ ആശയം അവരുടെ ഇടയിൽ പ്രചരിപ്പിക്കണം.

മുള, ഈറ, ചൂരൽ

ഇവയുടെ കാര്യത്തിൽ രണ്ടു പ്രധാന തലങ്ങൾ ഉണ്ട്: (i) അസംസ്കൃത വസ്തുക്കളുടെ ലഭ്യത, (ii) തൊഴിലുകളുടെ ലഭ്യത. ഈറ്റയുടെയും ചൂരലിന്റെയും ലഭ്യത, ഗണ്യമായി വർധിപ്പിക്കാൻ കഴിയില്ല. എന്നാൽ ഉത്പന്നമൂല്യം ഗണ്യമായി വർധിപ്പിക്കാൻ കഴിയും. അതിനാണ് ഊന്നൽ നല്കേണ്ടത്. ലോകത്തിന്റെ വിവിധ ഭാഗങ്ങളിൽ നിലനിൽക്കുന്ന വൈദഗ്ധ്യങ്ങൾ തേടി കണ്ടു പിടിക്കുന്നതിൽ അതീവ താൽപര്യമുള്ള സംഘങ്ങളെ ഏതാനും പഞ്ചായത്തുകളിലെങ്കിലും രൂപീകരിക്കാൻ കഴിയണം.

മുള നാനാതരം ഉപയോഗങ്ങൾക്കു വഴങ്ങുന്നതാണ്. വനങ്ങളുള്ള പഞ്ചായത്തുകളിൽ ഫോറസ്റ്റ് അധികൃതരുമായി ആലോചിച്ച്, വനവൽക്കരണ പരിപാടികളുടെ ഭാഗമായി പ്ലാവ്, കടപ്ലാവ്, മാവ്, നെല്ലി മുതലായവയ്ക്കു പറമേ, പറ്റിയ പ്രദേശത്ത് വൻതോതിൽ മുളയും നടാം. ഇത് വേഗത്തിൽ വളരും. പ്രതി ഹെക്ടർ ഉൽപാദനക്ഷമത ഉയർന്നതാണ്. മേത്തരം നിർമാണ പദാർഥം തരുന്നു. അങ്ങനെ കാർബൺ സ്ഥിരീകരണത്തെ സഹായിക്കുന്നു. സംസ്കരിച്ച മുളകൾക്ക് 15-20 കൊല്ലമോ അതിൽ കൂടുതലോ ഈടുണ്ട്. വളർച്ചാ സമയത്തിന്റെ ഇരട്ടി.

കടലാസ്സുണ്ടാക്കാൻ ഒരിക്കലും മുള നൽകരുത്. ഇന്ന് അവർക്കു കൊടുക്കുന്ന വിലയ്ക്ക് സാധാരണക്കാർക്ക് ലഭ്യമാക്കണം. ഇതിനായി ഗവൺമെന്റിൽ സമ്മർദ്ദം ചെലുത്താം. ഒപ്പം തന്നെ മുളവളർത്തൽ പരിപാടി ഊർജിതമായി ആരംഭിക്കുകയും ചെയ്യാം.

പല വീട്ടുവളപ്പുകളിലും മുളയുണ്ട്. ഏറെയും വേലിക്കാവശ്യമായ മുളയാണ്. അത് വെട്ടിയെടുത്ത് കടകളഞ്ഞ് തൽസ്ഥാനത്ത് തടി

മുളകൾ-വണ്ണമുള്ളവയും കനമുള്ളവയും-നടാം. വേലിക്ക് സാർവത്രികമായി ശീമക്കൊന്ന ഉപയോഗിക്കുകയാണ് നല്ലത്. അത് പച്ചിലവളവും വിറകും തരുന്നു.

മൺപാത്രങ്ങൾ

മൺപാത്രങ്ങളുടെ ഉപയോഗം കുറയുകയാണ്. സ്റ്റുഡിയോ പോട്ടറിയുടെ ഡിമാന്റാകട്ടെ വളരുകയുമാണ്. ഇന്ന് അവർക്ക് ഏറ്റവും ആവശ്യമായിട്ടുള്ളത്.

(i) നല്ല കളിമൺ അരച്ച് കിട്ടാനുള്ളസംവിധാനം. അതിന്റെ ഗുണനിലവാരം ശാസ്ത്രീയമായി നിജപ്പെടുത്തി, കഴിയുന്നത്ര കുറഞ്ഞ വിലയ്ക്ക് ലഭ്യമാക്കുക

(ii) ചക്രത്തിന്റെയും ചൂളയുടെയും ആധുനികവത്കരണം

(iii)ഉത്പന്നങ്ങളുടെ ഡിസൈൻ, വിപണനം

ആദ്യത്തേതിന് സെറാമിക് ശാസ്ത്രജ്ഞരുടെ സഹായം വേണം. രണ്ടാമത്തേതിന് സാങ്കതിക വിദഗ്ധരുടെ. മൂന്നാമത്തേതിന് മറ്റൊരു വൈദഗ്ധ്യമാണ് വേണ്ടത്. കുംഭാരന്മാരുടെ കേന്ദ്രീകരണം ഉള്ള പഞ്ചായത്തുകളെ, ആ വ്യവസായം മെച്ചപ്പെടുത്തുന്നതിനായി സമഗ്രമായ പദ്ധതിയുണ്ടാക്കാൻ പ്രേരിപ്പിക്കുക, സഹായിക്കുക. പത്തോ പതിനഞ്ചോ ക്ലസ്റ്ററുകളിൽ മൺപാത്രവ്യവസായത്തെ ആകെ ആധുനികവത്കരിക്കുക എന്ന ലക്ഷ്യമിടുക.

ഇതിന്റെ ഭാഗമായി, അവരെ സമ്പൂർണ സാക്ഷരരാക്കുക, ക്ലാസ് ഏഴ് തുല്യത കൈവരിക്കാൻ പ്രേരിപ്പിക്കുക. കുട്ടികൾ 12-ാം ക്ലാസ്സുവരെ പഠിക്കുമെന്ന് ഉറപ്പുവരുത്തുക. അതോടൊപ്പം അവരുടെ മൺകലയിലെ വൈദഗ്ധ്യവും വളർത്തുക. മൺപാത്രവ്യവസായത്തിന്റെയാകെ അടുത്ത തലമുറയുടെ നേതാക്കളാകണം അവർ. ആവശ്യമായ സെറാമിക്സും എൻജിനിയറിങ്ങും ഡിസൈനും ഉൾക്കൊള്ളുന്ന ഒരു 3 വർഷ ഡിപ്ലോമാ കോഴ്സ് അവർക്കായി ഉണ്ടാക്കുക.

ഏഴ്

സാമൂഹിക സുരക്ഷ

'കേരളത്തിന്റെ ഉയർന്ന സാമൂഹിക സൂചകങ്ങളുടെ ഒരു പ്രധാന ഉറവിടം മറ്റു സംസ്ഥാനങ്ങളുമായി താരതമ്യപ്പെടുത്തുമ്പോൾ ഇവിടെ ഉണ്ടായിരുന്ന സാമൂഹിക സുരക്ഷാ സംവിധാനമാണ്. അതിൽ പ്രധാന പ്പെട്ട നാലെണ്ണം ഇവയാണ്.

(i) ശക്തമായ പൊതുവിതരണ വ്യവസ്ഥ-സാർവത്രിക റേഷൻ വ്യവസ്ഥ

(ii) ഉയർന്ന ക്ലാസ്സുവരെയുള്ള, ഏതാണ്ട് സാർവത്രികമായ, സൗജന്യ സ്ക്കൂൾ വിദ്യാഭ്യാസം.

(iii) പൊതുജനാരോഗ്യ സംവിധാനത്തിന്റെ താരതമ്യ മേന്മയും വിസ്തൃ തിയും

(iv) സമഗ്രമായ ഭൂപരിഷ്കരണവും അവകാശബോധവും ഉയർന്ന കൂലിയും.

ഇവയെ എല്ലാം തന്നെ ദുർബലപ്പെടുത്തുകയെന്നത് നിയോ ലിബറലിസത്തിന്റെ താൽപര്യമാണ്, പ്രഖ്യാപിതലക്ഷ്യമാണ്. സാമൂ ഹിക സുരക്ഷയെന്നത് ലിബറൽ വ്യവസ്ഥയ്ക്ക് കടക വിരുദ്ധമാണ്. കാരണം അത് മാർക്കറ്റിന്റെ സ്വതന്ത്ര പ്രവർത്തനത്തിൽ ഇടപെടലാകും. 19-ാം നൂറ്റാണ്ടിന്റെ ഉത്തരാർധത്തിൽ തെക്കെ ഇന്ത്യയിലുണ്ടായ ഒരു ക്ഷാമത്തെ നേരിടാനായി അന്നത്തെ ഗവർണർ ധാന്യം സംഭരിക്കാനും ദുരിതാശ്വാസ പ്രവർത്തനങ്ങൾക്ക് പണം ശേഖരിക്കാനും തുടങ്ങിയ പ്പോൾ, ധാന്യവിതരണം മാർക്കറ്റിൽ ഇടപെടലാണ് എന്നു പറഞ്ഞു കൊണ്ട് അത് നിരോധിക്കുകയുണ്ടായി അന്നത്തെ ഇന്ത്യാ സെക്രട്ടറി. സ്മിഥിയൻ ലിബറലിസം കത്തിനിൽക്കുന്ന കാലമായിരുന്നു അത്. അതിന്റെ പുതിയ ഭാഷ്യമായ നിയോലിബറലിസത്തിന്റെ കാലഘട്ടമാണ് ഇന്നത്തേത്. എല്ലാ സാമൂഹിക സുരക്ഷാ സംവിധാനങ്ങളും ദുർബല പ്പെടുത്തുക എന്നത് അതിന്റെ ലക്ഷ്യമാണ്. ഈ ലക്ഷ്യം മറയ്ക്കാനായി 'സോഷ്യൽ സെക്യൂരിറ്റി നെറ്റ്' എന്ന കപടമായ ഒരാശയം അവർ മുന്നോട്ടു വച്ചു. ഇതിനെ എതിർത്ത് തോല്പിക്കണം. സാമൂഹിക സുരക്ഷ പൂർവാധികം ശക്തിപ്പെടുത്തണം. എങ്കിൽ മാത്രമേ അമിതമായ സ്വത്ത് ആർജിക്കാനുള്ള ആഗ്രഹത്തിന് കടിഞ്ഞാണിടാൻ കഴിയൂ.

പൊതുവിതരണം, തൊഴിലിനും വേതനത്തിനുമുള്ള അവകാശം, സൗജന്യ വിദ്യാഭ്യാസം, സൗജന്യ ചികിത്സാ സംവിധാനം, ചെലവു കുറഞ്ഞ പാർപ്പിടം, കുട്ടികൾ, വൃദ്ധർ, രോഗികൾ, പാർശ്വവത്കരിക്കപ്പെട്ടവർ എന്നിവർക്ക് ഏർപ്പെടുത്തുന്ന പ്രത്യേക ശ്രദ്ധാസംവിധാനങ്ങൾ മുതലായവയാണ് പ്രധാന സാമൂഹിക സുരക്ഷാ മേഖലകൾ. വിദ്യാഭ്യാസത്തെയും ആരോഗ്യത്തെയും കുറിച്ചു അന്യത്ര വിവരിച്ചിട്ടുണ്ട്. ഇവിടെ നമുക്ക് തൊഴിൽ, പൊതുവിതരണം, പാർപ്പിടം എന്നിവ പരിശോധിക്കാം.

തൊഴിലുറപ്പ്

'തൊഴിലുറപ്പ് പദ്ധതി', സമ്പൂർണ തൊഴിലവകാശത്തിനുള്ള പന്ഥാവിലെ ആദ്യത്തെ കാൽവെപ്പാണ്. അത് ഉറപ്പിക്കണം. വികസിപ്പിക്കണം. ഇപ്പോൾ ഒരു വീട്ടിൽ നിന്ന് ഒരാൾക്ക് 100 ദിവസം, മിനിമം കൂലിക്ക് തൊഴിൽ നല്കാൻ കഴിയും. ഇന്നത്തെ മിനിമം കൂലിവച്ച് പ്രതിവർഷം 25000 രൂപ. ഒരു കുടുംബത്തിന് ഇത്രയും വരുമാനം കൊണ്ട് കഴിയാൻ പറ്റില്ല.

ആരോഗ്യം, വിദ്യാഭ്യാസം, പാർപ്പിടം എന്നിവ ഉറപ്പാക്കിയാൽ, പൊതുവിതരണം ശക്തിപ്പെടുത്തിയാൽ, ഭക്ഷണം, വസ്ത്രം മുതലായ മറ്റു ചെലവുകൾക്കായി നാലാളുള്ള ഒരു കുടുംബത്തിന് പ്രതിവർഷം 90,000 രൂപ, പ്രതിമാസം 7500 രൂപ വേണം. ഒരാൾക്കേ തൊഴിലുള്ളൂ എങ്കിൽ പ്രതിമാസം 7500 രൂപ വേണം. (ആശ്രിതത്വ അനുപാതം 4 ആണ്) ആശ്രിതത്വ അനുപാതം 3 ആണെങ്കിൽ പ്രതിമാസം 5000-6000 രൂപ മതിയാകും. തൊഴിലുറപ്പ് പദ്ധതി പരിഷ്കരിച്ച് ഒരാൾക്ക് പ്രതിവർഷം 240 തൊഴിൽ ദിനങ്ങളും ഒരു ദിവസത്തിന് 400 രൂപ കൂലിയും (ഇന്നത്തെ വിലനിലവാരത്തിൽ) മൗലിക അവകാശമായി അംഗീകരിക്കണം

അത്രയും ഉറപ്പുവരുത്താൻ കഴിഞ്ഞാൽ, ഒരു കുടുംബം ദാരിദ്ര്യരേഖയിൽ നിന്ന് രക്ഷപ്പെടും. സ്വാശ്രയ വിദ്യാലയങ്ങളിൽ കുട്ടികളെ അയയ്ക്കാനോ, സ്വകാര്യ ആസ്പത്രികളിൽ ചികിത്സിക്കാനോ പറ്റില്ല. അതിന്റെ ആവശ്യവും വരരുത്.

തെരഞ്ഞെടുത്ത ഏതാനും പഞ്ചായത്തുകളിൽ സമ്പൂർണ ദാരിദ്ര്യ നിർമാർജനം ലക്ഷ്യമിടാമോ? തൊഴിലെടുക്കാൻ കഴിയുന്നവരാരുമില്ലാത്ത, പ്രത്യേക പ്രശ്നങ്ങളുള്ള, വീടുകൾക്ക് പ്രത്യേക പരിപാടിയിടാം. ബാക്കിയുള്ളവർക്ക് ഓരോ വീട്ടിൽ നിന്ന് ഒന്നോ, രണ്ടോ, കൂടുതലോ പേർക്കായി മാസം 20-22 ദിവസം, കൊല്ലം 250 ദിവസം തൊഴിൽ നൽകാനാകുമോ? വാർഷിക വരുമാനം ഒരു ലക്ഷം രൂപയെങ്കിലും കിട്ടുമെന്ന് ഉറപ്പിക്കാൻ പറ്റുമോ? പറ്റേണ്ടതാണ്. നേരത്തെ പറഞ്ഞ പോലെ ഒരു തൊഴിലും എടുക്കാൻ കഴിയാത്ത ആളുകൾ മാത്രമുള്ള കുടുംബങ്ങൾക്ക് പ്രത്യേക പദ്ധതി-മാനവിക പദ്ധതി - ആലോചിക്കണം.

(i) എല്ലാ പഞ്ചായത്തിലും NREGSന് രജിസ്ട്രേഷൻ നടന്നിട്ടുണ്ട്. രജിസ്റ്റർ ചെയ്യാത്ത, തൊഴിലെടുക്കാൻ പറ്റുന്ന എല്ലാവർക്കും അതിലും കൂടുതൽ വരുമാനം ലഭിക്കുന്ന തൊഴിലുണ്ടെന്നു വേണം കരുതാൻ.

(ii) അവരുടെ കുടുംബങ്ങളിൽ മൊത്തം എത്രപേർ തൊഴിൽ സന്നദ്ധരാണ് എന്ന അവരോട് ചോദിച്ചു മനസ്സിലാക്കുക. വാർഡു മെമ്പറും രണ്ടുപേരും കൂടിയാൽ ഒരാഴ്ചക്കകം ഈ കണക്കെടുക്കാം.

(iii) തൊഴിലെടുക്കാൻ ആഗ്രഹമുള്ള എല്ലാവരെയും, ഒരാൾ എന്ന പരിമിതപ്പെടുത്താതെ, ചേർത്തു കൊണ്ട് ഒരു പഞ്ചായത്ത് ലേബർ കമ്പനി തുടങ്ങുക പഞ്ചായത്ത് സ്പോൺസർ ചെയ്യുന്നതാകും ഇത്. പഞ്ചായത്ത് നോമിനേറ്റ് ചെയ്യുന്ന രണ്ടുപേരും അംഗങ്ങൾ തെരഞ്ഞെടുക്കുന്ന മൂന്നുപേരും കൂടിയ ഒരു ഡയറക്ടർ ബോർഡ്. അംഗങ്ങൾ ഷെയർ എടുക്കണം. 100 രൂപയുടെ മിനിമം ഷെയർ. പഞ്ചായത്ത് ഒരു നിശ്ചിത തുക ലോൺ നല്കും.

(iv) ഇതിൽ അംഗങ്ങളായവർക്ക് പ്രതിമാസം 8000 രൂപ ശമ്പളം നല്കും പ്രതിമാസം 22 ദിവസം പണിയെടുക്കണം. കായികാധ്വാനം. അതിന് മാനദണ്ഡം ഉണ്ടാക്കും. അറിയാത്ത പണികൾക്ക് - ഉദാഹരണത്തിന് തെങ്ങുകയറ്റം, ചെത്ത്, ഗ്രാഫ്ടിങ്ങ്, പച്ചക്കറിക്കൃഷി എന്നിങ്ങനെ പലതും - പരിശീലനം കൊടുക്കും. പണികൾ പിടിച്ചു നൽകേണ്ടത് കമ്പനിയുടെ ഉത്തരവാദിത്വമാണ്. പഞ്ചായത്ത് നിയോഗിക്കുന്ന ഡയറക്ടർമാരിൽ ഒരാളും തൊഴിലാളികൾ നിശ്ചയിക്കുന്ന ഡയറക്ടർമാരിൽ ഒരാളും ഫുൾടൈം ആയിരിക്കും. അവർക്കു നൽകേണ്ട വേതനം കമ്പനി നിശ്ചയിക്കും. അവരുടെ ഉത്തരവാദിത്വമായിരിക്കും തൊഴിൽ കണ്ടെത്തുകയും തൊഴിലാളികളെ നിയോഗിക്കുകയും ചെയ്യുക എന്നത്.

(v) പഞ്ചായത്തിനകത്ത് പണിക്ക് ആളെ ആവശ്യമുള്ളവർ കമ്പനിയിൽ വിളിച്ചു പറഞ്ഞ്, സ്ഥലം, ദിവസം, പണിയുടെ സ്വഭാവം എന്നിവ പറഞ്ഞ് ബുക്ക് ചെയ്യും. കമ്പനിയുടെ ഉത്തരവാദിത്വത്തിൽ ആളെ അയക്കും. കൂലി നേരിട്ടു നൽകില്ല. ബുക്ക് ചെയ്യുമ്പോൾ കമ്പനിക്ക് നൽകും. ഓരോ പണിക്കുമുള്ള നിരക്ക് കമ്പനി നിശ്ചയിക്കും.

(vi) പഞ്ചായത്തിനു വേണ്ടി NREG പണികളിൽ തൊഴിലാളികളുടെ ഭാഗത്തുനിന്നു വേണ്ട കാര്യങ്ങളെല്ലാം ഈ കമ്പനി ചെയ്തു കൊടുക്കും. കൂലി അതത് തൊഴിലാളിയുടെ ബാങ്കിലേക്ക് അയയ്ക്കും. ബാക്കി ദിവസത്തിന് ആനുപാതികമായ ശമ്പളവും കമ്പനി നൽകും. പണിയും കൊടുക്കും.

ഇത്തരം ഒരു സംരംഭത്തിന് തയ്യാറുള്ള പഞ്ചായത്തുകളിൽ നിന്ന് ആരംഭിക്കാം. അതിന് അവരെ സഹായിക്കണം. ആദ്യം അവരെ ബോധ്യപ്പെടുത്തണം. ഇതാണ് ജനകീയ സംഘടനകളുടെ പ്രോജക്റ്റ്. ഹരിത

ഗ്രാമം, കേരഗ്രാമം, അന്നഗ്രാമം മുതലായ പദ്ധതികൾ നടപ്പാക്കുമ്പോൾ ഒരു പഞ്ചായത്തിൽ ഒന്നോ രണ്ടോ ലക്ഷം പുതിയ തൊഴിൽ ദിനങ്ങൾ ആവശ്യമായി വരും. ആയിരം പേരുള്ള ഒരു ലേബർ കമ്പനിക്കു പോലും സാധ്യതയുണ്ട്. ഓരോ പ്രത്യേക പണിക്കും ചുമത്തുന്ന ചാർജ് നിശ്ചയിക്കണം. കമ്പനിയിലെ ജീവനക്കാർക്ക് ശമ്പളത്തിനു പുറമേ നൽകേണ്ട ആനുകൂല്യങ്ങൾ, മറ്റു ചെലവുകൾ എന്നിവ നിശ്ചയിക്കണം. അതിനൊത്ത വരവുണ്ടാക്കണം. വിശദമായ പ്രോജക്ട് റിപ്പോർട്ട് തയ്യാറാക്കുമ്പോൾ ഇതൊക്കെ പരിഗണിക്കണം.

'ദാരിദ്ര്യമുക്ത ഗ്രാമം' - അതായിരിക്കണം മുദ്രാവാക്യം. ഇത് സാധ്യമാണ്.

പൊതുവിതരണം

പൊതുവിതരണം ശക്തിപ്പെടുത്തുക. റേഷൻ ഷോപ്പുകളും മാവേലി സ്റ്റോറുകളും കൂട്ടുക. റേഷൻ ഷോപ്പിലൂടെ ദൈനംദിനാവശ്യങ്ങൾക്ക് വേണ്ട എല്ലാ സാധനങ്ങളും കിട്ടുമാറാക്കുക. ഇതിനായി കേന്ദ്രസർക്കാരിൽ നിർബന്ധം ചെലുത്തണം. കേരള സർക്കാരും ഒരു ഷെയർ നൽകണം. എന്നാൽ ഇതിനെല്ലാം പരിമിതിയുണ്ട്.

അവശ്യസാധനങ്ങളുടെ വിപണിയിൽ ഇടനിലക്കാരുടെ എണ്ണം കുറയ്ക്കുകയും പൂഴ്ത്തിവെപ്പ് മുതലായവ തടയുകയുമാണ് മറ്റൊരുമാർഗം. ഇപ്പോഴത്തെ അവസ്ഥ ഉപഭോക്താവ് കനത്ത വില കൊടുക്കുന്നു; ഉൽപാദകന് കുറഞ്ഞവിലയും. ഒന്നാം അധ്യായത്തിൽ വിവരിച്ച പ്രത്യക്ഷ വിപണനത്തിലൂടെ, ഉപഭോക്താവും ഉൽപാദകനും തമ്മിൽ നേരിട്ടു ബന്ധപ്പെടുന്നതിലൂടെ, രണ്ടുപേർക്കും ഗുണമുണ്ടാകും. മറ്റൊരിടത്ത് പറഞ്ഞ സ്ത്രീകളുടെ ഉൽപാദന സംഘങ്ങളും സ്ത്രീകളുടെ മാർക്കറ്റിങ്ങ് ഫെഡറേഷനും കേരസൗഭാഗ്യ മുതലായ പദ്ധതികളും ഇതിന് സഹായിക്കും. നെല്ല്, തേങ്ങ, മരച്ചീനി, കായ, ചക്ക, മാങ്ങ മുതലായവയ്ക്കും പഞ്ചായത്ത് തല ഏകോപനം ഉപകരിക്കും.

പാർപ്പിടം

സാമൂഹിക സുരക്ഷയുടെ ഒരു പ്രധാന ഘടകമാണ് പാർപ്പിടം. കേരളത്തിലെ ജനങ്ങളിൽ 96-97% ശതമാനത്തിനും രണ്ടു സെന്റ് പുരയിടമെങ്കിലും ഉണ്ട്. അതിൽ തന്നെ 90-95 ശതമാനത്തിനും വീടുകളുമുണ്ട്. എന്നാൽ, ഇവയിൽ 10-15 ശതമാനം ആവാസയോഗ്യത തീരെ ഇല്ലാത്ത വീടുകളാണ്. അവർക്ക് 'മിനിമം' സൗകര്യങ്ങളോടു കൂടിയ വീടുകൾ ഉണ്ടാകുക എന്നത് ഒരു ലക്ഷ്യമാണ്.

ഒരു പഞ്ചായത്തെടുത്താൽ 300 മുതൽ 500 വരെ വീടുകൾ ഇത്തരത്തിൽ പെട്ടതായിരിക്കും മിനിമം വേണ്ട സൗകര്യങ്ങൾ: വലുപ്പം, വെടുപ്പ്, വെള്ളം, വൈദ്യുതി എന്നിവ പ്രധാനമാണ്. ഒരു അംഗത്തിന് 20 ച.മീ

വിസ്തീർണം എന്നെടുക്കാം. 10 ൽ താഴെ ആയാൽ അസഹ്യമാം വിധം കുറവായിരിക്കും. വൃത്തിയാക്കാവുന്ന തറയും ചുമരും, ഓട്, കോൺക്രീറ്റ് കൂര, ശുദ്ധമായ കുടിവെള്ള ലഭ്യത ഇതൊക്കെ ഉറപ്പുവരുത്തണം.

ദരിദ്രരുടെയും ഇടത്തരക്കാരുടെയും പേടി സ്വപ്നമാണ് ഗൃഹ നിർമാണം.

- കല്ല്, മണൽ, സിമന്റ്, കമ്പി എന്നിവയുടെ തീപിടിച്ച വില.

- പണിക്കാരുടെ കുറവ്, കൂലിക്കൂടുതൽ, മോശമായ പണി ഇവ യാണ് പ്രധാന പ്രശ്നങ്ങൾ.

പഞ്ചായത്തു തോറും കല്ല്, മണൽ, ഇഷ്ടിക എന്നിവയ്ക്ക് സഹ കരണാടിസ്ഥാനത്തിൽ സ്റ്റോറുകൾ ഉണ്ടാക്കാം. പെർമിറ്റുകൾ കൊടു ക്കുന്നതിന് അവർക്ക് മുൻഗണന നല്കാം. അതിൽ കൂടുതൽ ആവശ്യ മുള്ളവരിൽ നിന്ന് വർധിച്ച വില ഈടാക്കാം.

ലേബർ കമ്പനിയിലെ തൊഴിലാളികളിൽ ചിലരെ കെട്ടിട നിർമാണ ത്തൊഴിലുകൾ പഠിപ്പിക്കാം. അങ്ങനെ നിർമാണത്തൊഴിലാളികളെ സപ്ലൈ ചെയ്യാൻ കഴിയും. സിമന്റും കമ്പിയും പെയിന്റും പഞ്ചായത്തിന്റെ നിയന്ത്രണത്തിലല്ല.

ഏതെങ്കിലും ചില പഞ്ചായത്തുകളിൽ, മണൽ-കല്ല്-ഇഷ്ടിക മാഫിയകളെ നിലയ്ക്കു നിർത്തി, കൺട്രോൾ വിലയ്ക്ക് അവ ലഭ്യ മാക്കുന്ന സംവിധാനം ഉണ്ടാക്കാൻ ശ്രമിക്കാം. ആ പഞ്ചായത്തുകളിലെ എല്ലാ ഗൃഹങ്ങളും മനുഷ്യവാസ യോഗ്യമാക്കാം. സാനിറ്ററി കക്കൂസ്, ശുദ്ധജലലഭ്യത, വൈദ്യുതി കണക്ഷൻ ഇവ എല്ലാവർക്കും ഉണ്ടെന്ന് ഉറപ്പു വരുത്താം.

ഭൂമി തരിശിടുന്നത് സാമൂഹികവിരുദ്ധമാണ് എന്ന് സാമാന്യമായി അംഗീകരിക്കപ്പെട്ടിട്ടുണ്ട്. അതുപോലെതന്നെയാണ് പാർക്കാൻ ആളി ല്ലാത്ത പാർപ്പിടങ്ങളും. അത്തരം പാർപ്പിടങ്ങൾ സർക്കാർ ഏറ്റെടുത്ത് ആവശ്യക്കാർക്ക് വാടകയ്ക്ക് കൊടുക്കണം. സ്വന്തമായി ഒരുവീട് താമസിക്കാനുള്ളവർക്ക് നിക്ഷേപം എന്ന നിലയ്ക്ക് രണ്ടാമതൊരു വീട് കെട്ടാൻ അനുമതി നിഷേധിക്കാം.

ആവാസയോഗ്യതയുടെ ഒരു ഭാഗമാണ് പരിസര ശുചിത്വം. ചപ്പു ചവറുകൾ ഇല്ലാത്ത റോഡുകൾ, സ്വതന്ത്രമായി നീരൊഴുകുന്ന കാന കൾ, ചെത്തി വൃത്തിയാക്കിയ ഓരങ്ങൾ, വൃത്തിയുള്ള വേലികൾ- ഇതെല്ലാം കൂടിച്ചേർന്ന ഒരു 'ന്യൂലുക്ക്' പഞ്ചായത്തിനെപ്പറ്റി ആലോ ചിക്കാം. മിനിമം ആവശ്യമുള്ള വേതനം ലഭിക്കുന്നവർക്കും സ്വന്തം കെട്ടിടം ഉണ്ടാക്കാൻ പറ്റില്ല. അതിനാൽ സമൂഹത്തിന്റെ സഹായം വേണ്ടി വരും.

വീടുകൾ ആവാസയോഗ്യമാക്കാൻ വേണ്ട മിനിമത്തിൽ ഭൂരിപക്ഷം ആളുകളും തൃപ്തരല്ല. കൂടുതൽ വലുപ്പം വേണം, കൂടുതൽ മോടി

വേണം. ഇതിനെ വീടിന്റെ പൊങ്ങച്ചധർമം എന്നു വിളിക്കാം. ഇപ്പോൾ സ്വർണത്തേക്കാൾ ഉറപ്പുള്ള നിക്ഷേപമാണ് വീട്. ഇത്തരം നിക്ഷേപങ്ങളായി അനേകം വീടുകളും ഫ്ളാറ്റുകളും വന്നിട്ടുണ്ട്. അവയെ നിരുത്സാഹപ്പെടുത്തണം. അവർ സാധനങ്ങൾക്ക് മാർക്കറ്റ് വില നല്കട്ടെ. പഞ്ചായത്ത് , കനത്ത സ്വത്തുനികുതിയും കെട്ടിടനികുതിയും ഈടാക്കട്ടെ. അങ്ങനെ നിക്ഷേപമെന്ന നിലയ്ക്ക് അത് ആകർഷകമല്ലാതായിത്തീരട്ടെ. സ്റ്റാൻഡേർഡ് നിർമ്മാണച്ചെലവിന്റെ ഒരു നിശ്ചിത ശതമാനം പ്രതിവർഷ കെട്ടിടനികുതിയായി ഈടാക്കാം.

സ്ഥലം മാറി വരുന്ന, ആ പ്രദേശത്ത് വീടില്ലാത്ത, ആളുകൾക്ക് താമസിക്കാനായി ഏതാനും വാടകക്കെട്ടിടങ്ങൾ പഞ്ചായത്തുവകയായി നിർമിക്കാം. എത്ര എന്നത് ഓരോ പഞ്ചായത്തിലും വ്യത്യസ്തമായിരിക്കും.

ഓരോ ഫ്ളാറ്റിലും ഓരോ വീട്ടിലും ഒന്നോ, രണ്ടോ എക്സ്ട്രാ കിടപ്പു മുറികൾക്കു പകരം ഏതാനും ഫ്ളാറ്റുകൾക്ക് പൊതുവായ ഒരു നിശ്ചിത എണ്ണം കിടപ്പുമുറികൾ ആ കെട്ടിടത്തിൽ തന്നെ തീർക്കാം. ഉദാഹരണം 4 ഫ്ളാറ്റ് വീതം 4 നിലയുള്ള ഒരു കെട്ടിടം. ഓരോരുത്തർക്കും 3 ബെഡ് റൂം ഫ്ളാറ്റ്. അത് രണ്ടായി കുറയ്ക്കുന്നു പൊതുവായി 4 ബെഡ് റൂമുകൾ ഉണ്ടാക്കുന്നു. 12 ബെഡ് റൂമിന്റെ ചെലവും നിർമാണ സാമഗ്രികളും കുറയ്ക്കാം.

ഇൻഷുറൻസ് അഥവാ അത്യാഹിതനിധി

ഇന്ന് ഓരോരുത്തരും തങ്ങളുടെ വയസ്സുകാലത്തേക്കും രോഗചികിത്സയ്ക്കും ഒക്കെ വേണ്ട പണം സ്വന്തമായി സ്വരൂപിച്ചുവെക്കാൻ നിർബന്ധിതരാണ്. പ്രോവിഡന്റ് ഫണ്ട്, വ്യക്തിഗതവും സാമൂഹികവും ആയ ഇൻഷുറൻസ് എന്നിവ ഭാഗികമായ സഹായം ചെയ്യുന്നുണ്ട്. എന്നാൽ ആർക്കും അവയിൽ പൂർണവിശ്വാസം ഇല്ല. അമേരിക്കയിലെപ്പോലെ ഫെഡറൽതലത്തിലും സംസ്ഥാനതലത്തിലുമുള്ള 'സാമൂഹികസുരക്ഷാനിധി' സമ്പ്രദായം ഏർപ്പെടുത്തുകയാണ് ഒരു സാധ്യത. മറ്റൊന്ന് പഞ്ചായത്ത്തലത്തിലുള്ള ഒരു സാമൂഹികസുരക്ഷാ സംവിധാനം ഉണ്ടാക്കലാണ്. ഇനിയും മറ്റൊന്ന്. പല കമ്പനികളിലും നടപ്പാക്കിയിട്ടുള്ള ഫാമിലി ബെനഫിറ്റ് സംവിധാനം പഞ്ചായത്തിലാകെ നടപ്പാക്കാം. പഞ്ചായത്തിൽ ഒരു ക്ഷേമനിധി ഏർപ്പെടുത്തുന്നു. അതിൽനിന്ന്, രോഗം, പ്രായാധിക്യം, തൊഴിലില്ലായ്മ തുടങ്ങിയവകൊണ്ട് വരുമാനമില്ലാത്തവർക്ക് വേണ്ട മുഴുവൻ സഹായവും നല്കുന്നു. രോഗചികിത്സ പൂർണമായും സൗജന്യം. കുട്ടികളുടെ വിദ്യാഭ്യാസവും അങ്ങനെതന്നെ. അയൽക്കൂട്ടങ്ങളിൽനിന്നായി തെരഞ്ഞെടുക്കപ്പെടുന്ന ഒരു സുരക്ഷാസമിതിയാണ് ആർക്ക് എന്തു സഹായം കൊടുക്കണമെന്നു തീരുമാനിക്കേണ്ടത്. ഓരോ കൊല്ലവും ഇങ്ങനെ കൊടുക്കുന്ന പണം മുഴുവനും അടുത്ത കൊല്ലത്തെ 'സുരക്ഷാനികുതി' ആയി പിരിച്ചെടുക്കുന്നു.

ഓരോരുത്തരുടെ സാമ്പത്തികനില അനുസരിച്ച് നികുതിയുടെ അളവ് നിശ്ചയിക്കാം. ആകെ പിരിച്ചെടുക്കുന്ന തുക, ആകെ ചെലവായ തുകയ്ക്ക് തുല്യമായിരിക്കണം. സംസ്ഥാന-കേന്ദ്രനികുതികളിൽ നിന്ന് ഒരംശം ഓരോ വർഷവും പഞ്ചായത്ത്തല സുരക്ഷാ നികുതിഫണ്ടിലേക്ക് നൽകുകയാണെങ്കിൽ വ്യക്തികൾ നേരിട്ടു നൽകേണ്ട നികുതിയുടെ അളവ് കുറയും. കുടുംബത്തിന് കിട്ടുന്ന സഹായം ആ കുടുംബം നൽകുന്ന സുരക്ഷാനികുതിക്ക് ആനുപാതികമായിരിക്കില്ല, അവരുടെ യഥാർഥ ആവശ്യം അനുസരിച്ചായിരിക്കും. തങ്ങളുടെയോ കുടുംബാംഗങ്ങളുടെയോ സുരക്ഷയ്ക്കായി, താൻ തന്നെ വ്യക്തിഗതമായി കൂടുതൽ കൂടുതൽ സമ്പാദിച്ച് സമ്പത്ത് കുന്നുകൂട്ടണം എന്ന തോന്നൽ കുറയ്ക്കാൻ ഇത് സഹായിക്കും.

ഇതെല്ലാം ഉട്ടോപ്യൻ ആണ്, അപ്രായോഗികമാണ് എന്ന് കരുതുന്നവരാണ് പലരും. അതുതന്നെയാണ് പരാജയം ഉറപ്പുവരുത്തുന്നതും. ശുഭാപ്തി വിശ്വാസമില്ലാത്ത, ഭാവിയെപ്പറ്റി സ്വപ്നം കാണാൻ ഭയക്കുന്ന ഒരു ജനതയ്ക്ക് മേൽഗതിയില്ല. വസ്തുനിഷ്ഠ സാഹചര്യങ്ങളുടെയും ശാസ്ത്രീയ വിശകലനത്തിന്റെയും അടിസ്ഥാനത്തിൽ ഉണർന്നിരിക്കുമ്പോൾ കാണുന്ന സ്വപ്നങ്ങളെ അടുത്ത ഘട്ടങ്ങളിലേക്ക് - വിചിന്തനം, ആസൂത്രണം, പ്രവർത്തനം, എന്നീ ഘട്ടങ്ങളിലേക്ക് കൊണ്ടുപോകാൻ കഴിയുന്നതാണ്.

നമ്മുടെ പഞ്ചായത്തുകളെ വിദേശവസ്തു വിമുക്തങ്ങളാക്കാൻ പരമാവധി ശ്രമിക്കാം. വിദേശികളോ അവരുടെ ഇന്ത്യൻ സിൽബന്തികളോ ഉണ്ടാക്കുന്ന ചരക്കുകൾ ബഹിഷ്കരിച്ച് തദ്ദേശീയവും ദേശീയവുമായ ചരക്കുകൾ മാത്രമെ വാങ്ങൂ എന്നു തീരുമാനിക്കാം. അങ്ങനെ നിയോലിബറൽ സാമ്രാജ്യത്വത്തിനെതിരായി അവരുടെതന്നെ യുദ്ധക്കളത്തിൽ, അതായത് വിപണിയിൽ, നിന്നുകൊണ്ടുതന്നെ ഒരു കുരിശുയുദ്ധം പ്രഖ്യാപിക്കാം. വിവിധങ്ങളായ ഈ പ്രതിരോധമുറകളും പ്രത്യാക്രമണങ്ങളും ഭൂമിശാസ്ത്രപരമായി ലക്ഷക്കണക്കിന് കേന്ദ്രങ്ങളിൽ, ഗ്രാമങ്ങളിൽ- നടക്കുമ്പോൾ അതിനെ നേരിടാൻ ആഗോള സാമ്രാജ്യത്തിന് കഴിയാതെ പോകും.

എന്നാൽ ഇത്തരത്തിൽ വ്യാപകമായ ഒരു പ്രതിരോധ-പ്രത്യാക്രമണം പ്രായോഗികമാക്കാൻ ശക്തമായ ഒരു രാഷ്ട്രീയ സംവിധാനം ഉണ്ടായേ തീരു. അതിന്, ഒരേപോലുള്ള പ്രശ്നങ്ങൾ നേരിടുന്നവരും ഒരേതരത്തിലുള്ള താത്പര്യമുള്ളവരും ആയ, തുടർച്ചയായി ദരിദ്രവത്കരിക്കപ്പെടുന്ന വർഗങ്ങൾ വ്യത്യസ്ത രാഷ്ട്രീയപ്പാർട്ടികളിൽ കുടുങ്ങി പരസ്പരം പോരടിക്കുന്നതിനു പകരം ഒന്നിച്ചുചേരുകയും തങ്ങളുടെ താത്പര്യങ്ങൾ ധ്വംസിക്കുന്നവരെ നേരിടുകയും ചെയ്യണം. അങ്ങനെ ജാതി/മത/ഭാഷാ/പ്രാദേശിക അടിസ്ഥാനത്തിലും വ്യക്തികളോടുള്ള കൂറിന്റെ അടിസ്ഥാനത്തിലും ഛിന്നഭിന്നമായിക്കൊണ്ടിരിക്കുന്ന ഇന്നത്തെ

രാഷ്ട്രീയ രംഗം കൂടുതൽ കൂടുതൽ യഥാർഥ വർഗതാല്പര്യങ്ങൾക്ക് അനുസൃതമായി പുനഃക്രമീകരിക്കപ്പെടണം.

കേരളത്തിലെ ഒരു പഞ്ചായത്തിലെ ജനങ്ങൾ ഇത്തരത്തിൽ ഉണർന്നിരുന്ന് സ്വപ്നം കാണാൻ ധൈര്യപ്പെട്ടു. തത്ക്കാലം ആ പഞ്ചായത്തിനെ **സ്വപ്നഭൂമി** എന്നു വിളിക്കുന്നു. അവർ കണ്ട സ്വപ്നത്തിന്റെ വിശദാംശങ്ങൾ അടുത്ത ഭാഗത്തിൽ കൊടുക്കുന്നു.

മൂന്ന്

സ്വപ്നഭൂമി

ആമുഖം

ഒരു സംഘസ്വപ്നം

നമ്മുടെ സ്വപ്നത്തിലുള്ള ഒരു പഞ്ചായത്ത്. അത് കേരളത്തിൽ എവിടെയുമാകാം. അതിനാൽ തൽക്കാലം അതിന് സാങ്കല്പികമായ ഒരു പേർ നല്കിയിരിക്കുന്നു: **സ്വപ്നഭൂമി**. കേരളത്തിലെ ഇടനാട്ടിൽ സ്ഥിതി ചെയ്യുന്ന ഒരു യഥാർഥ പഞ്ചായത്താണത്. അതിന്റെ വിവരങ്ങൾ താഴെ കൊടുക്കുന്നു.

വിസ്തീർണം	:	2500 ഹെ.
ജനസംഖ്യ - 2011	:	23500
വീടുകളുടെ എണ്ണം	:	4900

കൃഷി പ്രധാനവും ഒരു നഗരത്തിനടുത്തു സ്ഥിതിചെയ്യുന്നതുമായ ഒരു പഞ്ചായത്താണത്. അവിടത്തെ കൃഷിക്കാരുടെയും ചെറുപ്പക്കാരുടെയും സ്ത്രീകളുടെയും പ്രതിനിധികളും ജനപ്രതിനിധികളും ആയി 60-70 പേർ അഞ്ച് ദിവസം ഒരുമിച്ചും ഗ്രൂപ്പുകളായും ഇരുന്ന് 'സംഘസ്വപ്നങ്ങൾ' മെനഞ്ഞു; അവയ്ക്ക് മൂർത്തമായ രൂപങ്ങളും വിശദമായ ഉള്ളടക്കവും നല്കി, ലക്ഷ്യങ്ങൾ നിർവചിച്ചു, മാർഗങ്ങൾ നിർണയിച്ചു. ആ സ്വപ്നമാണ് വരുന്ന പേജുകളിൽ പകർത്തിയിരിക്കുന്നത്.

സ്വപ്നഭൂമിയുടെ ഇന്നത്തെ സമ്പദ്വ്യവസ്ഥ

അതൊരു കാർഷികഗ്രാമമാണ്. വ്യവസായങ്ങൾ നാമമാത്രമേ ഉള്ളൂ. എന്നാൽ ഒരു നഗരപ്രാന്തഗ്രാമമാകയാൽ അത് ഒരു ഗ്രാഗര പ്രദേശം - rurban area - ആയി മാറിയിരിക്കുന്നു. തൃതീയമേഖലയിൽ പണിയെടുക്കുന്ന ഒട്ടേറെ പേർ അവിടെ താമസിക്കുന്നുണ്ട്. പട്ടിക 6ൽ സ്വപ്നഭൂമിയിലെ ഭൂവിനിയോഗത്തിന്റെ ചിത്രം കൊടുത്തിരിക്കുന്നു.

പട്ടിക ആറ് സ്വപ്നഭൂമിയിലെ ഭൂവിനിയോഗം		
വിള	വിളവിസ്തീർണം ഹെക്ടർ	വാർഷിക ഉൽപാദനം
അരി	250	1250 ടൺ
തെങ്ങ്	600	45 ലക്ഷം തേങ്ങ
റബ്ബർ	320	450 ടൺ
പച്ചക്കറി	120	1000 ടൺ
മരച്ചീനി	40	1000 ടൺ
കശുമാവ്	60	60
മിശ്രവിളകൾ	200	
കാർഷികേതരം	200	
തരിശ്	110	
കാട്	600	
	——	
	2500	

ഇതാണ് നിലനിൽക്കുന്ന അവസ്ഥ. ചർച്ചകളിൽനിന്നും മറ്റു നാടുകളുടെ അനുഭവപഠനങ്ങളിൽനിന്നും സ്വപ്നഭൂമിയിലെ വാസികൾ ചില പ്രാഥമിക നിഗമനങ്ങളിൽ എത്തി.

(i) ഒരു വിളയും സാധ്യമായ വിളവിന്റെ മൂന്നിലൊന്നുപോലും തരുന്നില്ല. സൂക്ഷ്മവും വിവേകപൂർവവും ആയ ഇടപെടലുകളിലൂടെ മിക്ക വിളകളുടെയും ഉൽപാദനക്ഷമത രണ്ടും മൂന്നും മടങ്ങായി വർധിപ്പിക്കാവുന്നതാണ്. റബ്ബറിന്റെയൊഴികെ.

(ii) ഒരു കാലത്തും തങ്ങൾക്കാവശ്യമായ അരി, പഞ്ചായത്തിനുള്ളിൽ ഉൽപാദിപ്പിക്കാൻ പറ്റുന്നതല്ല. ലോകത്താകമാനവും ധാന്യോൽപാദനം കുറയുന്നതാണ്. കാലംചെല്ലുന്തോറും അരി ഇറക്കുമതി ചെയ്യാനുള്ള സാധ്യത കുറഞ്ഞുവരുന്നതാണ്. അതിനാൽ തങ്ങളുടെ ഭക്ഷണച്ചേരുവയിൽ ധാന്യങ്ങളുടെ അളവ് ഗണ്യമായി കുറയ്ക്കേണ്ടിവരും.

(iii) എന്നാൽ ചേന, കാച്ചിൽ, മരച്ചീനി, കായ, ചക്ക, കടച്ചക്ക മുതലായവയിലൂടെ ആവശ്യമായതിലും കൂടുതൽ കാർബോഹൈഡ്രേറ്റ് പഞ്ചായത്തിനകത്തുതന്നെ ഉൽപാദിപ്പിക്കാൻ കഴിയുന്നതാണ്.

തങ്ങളുടെ സന്തതിപരമ്പരകളെയും സംസ്കാരവും നിലനിർത്തണമെങ്കിൽ ഭക്ഷണത്തിന്റെ കാര്യത്തിൽ കേവലമായ സ്വയംപര്യാപ്തത കൈവരിച്ചേ മതിയാകൂ. വൈവിധ്യവർധനവിനുവേണ്ടി അയൽഗ്രാമങ്ങളുമായി കൊടുക്കൽ വാങ്ങലുകളിൽ ഇടപെടാമെങ്കിലും അതിജീവനത്തിന്റെ പ്രശ്നമായിത്തീരരുത് ഈ കൊടുക്കൽ വാങ്ങലുകൾ.

ഈ നിഗമനങ്ങളുടെ അടിസ്ഥാനത്തിൽ അവർ ഭക്ഷ്യസ്വയംപര്യാപ്തത എന്നത് ഏറ്റവും പ്രധാനപ്പെട്ട ലക്ഷ്യമായി തീരുമാനിച്ചു. പഞ്ചായത്തിലെ ജനസംഖ്യ 30000ത്തിന് താഴെയായി സ്ഥിരീകരിക്കപ്പെടുമെന്നാണ് അവരുടെ കണക്കുകൂട്ടൽ. അവർക്കും അവരുടെ സന്തതിപരമ്പരകൾക്കും കാലംചെല്ലുന്തോറും കൂടുതൽ കൂടുതൽ ഉയർന്ന ഗുണതയോടുകൂടി ജീവിക്കാൻ സാധ്യമാകണം എന്ന പൊതുധാരണയിൽ അവരെത്തി. ഇതിനായി സർവസമ്മതവും വിട്ടുവീഴ്ച ചെയ്യാനാകാത്തതുമായ ചില ലക്ഷ്യങ്ങൾ അവർ പ്രഖ്യാപിച്ചു.

ഓരോ വ്യക്തിയും ആരോഗ്യവാനായി ചുരുങ്ങിയത് 80 കൊല്ലമെങ്കിലും ജീവിക്കണം. ശരാശരി പ്രതീക്ഷിത ആയുസ്സ് 80 വയസ്സിനുമുകളിൽ ആയിരിക്കണം. ഇതിനു വേണ്ടി ചെയ്യേണ്ടതെന്തോ അതൊക്കെ ചെയ്തിരിക്കും.

സമൂഹത്തിലെ എല്ലാ അംഗങ്ങൾക്കും ആവശ്യമായ ഭക്ഷണം - കലോറി, പ്രോട്ടീൻ, വിറ്റാമിൻ, കൊഴുപ്പ്, ലവണങ്ങൾ എല്ലാം - പഞ്ചായത്തിനുള്ളിൽതന്നെ ഉൽപാദിപ്പിക്കും. ധാന്യങ്ങൾക്ക് - അരിക്കും ഗോതമ്പിനും - ഇന്നു നല്കുന്ന പ്രാമുഖ്യം പടിപ്പടിയായി കുറച്ചുകൊണ്ടുവരും. മാനവജാതിയുടെ ആദിമ ഭക്ഷണങ്ങളായ കായ്കനികൾ, പഴങ്ങൾ, കിഴങ്ങുകൾ, മാംസം എന്നിവയിലേക്കു ഭാഗികമായിട്ടെങ്കിലും തിരിച്ചുപോകും.

അവശ്യം വേണ്ട വസ്ത്രം ഉണ്ടാക്കാൻ വേണ്ട നാരുകൾ - പരുത്തിയോ, ലിനനോ, റയോണോ പഞ്ചായത്തിനകത്തോ, ചുറ്റുമുള്ള പഞ്ചായത്തുകളുമായി സഹകരിച്ചോ ഉൽപാദിപ്പിക്കും. നൂൽക്കൽ, നെയ്ത്ത്, ഉടുപ്പാക്കൽ മുതലായവയും അടുത്തുള്ള പഞ്ചായത്തുകളുമായി സഹകരിച്ച് സംഘടിപ്പിക്കും. വസ്ത്രത്തെ ആഡംബരമായി കാണുന്ന ചിന്താഗതിയിൽ മാറ്റം വരുത്തും.

എല്ലാ കുടുംബങ്ങൾക്കും മനുഷ്യാവാസയോഗ്യമായ പാർപ്പിടങ്ങൾ ഉണ്ടാകും. ഒരു പാർപ്പിടത്തിൽ അവശ്യം വേണ്ട പ്രത്യേക ഇടങ്ങളും - കിടപ്പുമുറി, സ്വീകരണമുറി, അടുക്കള, കക്കൂസ്, കുളിമുറി എന്നിവയും - ശുദ്ധജലസ്രോതസ്സ്, വൃത്തിയുള്ള പരിസരം, യാത്രാസൗകര്യം എന്നിവയും ഉണ്ടായിരിക്കും. ആളൊന്നുക്ക് മിനിമം 20 ച. മീ. വലുപ്പം ഉറപ്പുവരുത്തും. 40 ച. മീറ്ററിൽ കൂടാൻ പാടില്ലെന്നും നിജപ്പെടുത്തും. ഒരു കുടുംബത്തിന് ഒരു പാർപ്പിടമേ ഉണ്ടാകാവൂ എന്നും തീരുമാനിച്ചു. പുതിയ പാർപ്പിടങ്ങൾ നിർമിക്കാതെതന്നെ ഇതെല്ലാം നടപ്പാക്കാൻ

വേണ്ടവ പഞ്ചായത്തിൽ ഇപ്പോൾതന്നെ ഉണ്ട്. അതിനാൽ പുതിയവയ്ക്ക് കർശനമായ നിയന്ത്രണം ഏർപ്പെടുത്തും.

ശാരീരികമായോ ബൗദ്ധികമായോ അധ്വാനിക്കാൻ കഴിവുള്ള എല്ലാവർക്കും അധ്വാനിക്കാനുള്ള സന്ദർഭം ഉണ്ടാക്കിയിരിക്കും. ഓരോതരം അധ്വാനത്തിനും സമൂഹത്തിന് പൊതുവെ സമ്മതമായ നിരക്കിൽ പ്രതിഫലം നല്കുന്നതായിരിക്കും.

വരുമാനത്തിലും സ്വത്തിലും ഉള്ള അന്തരം കുറച്ചുകൊണ്ടുവരും. ഏറ്റവും താഴെക്കിടയിലുള്ള 10 ശതമാനത്തിന്റെ ശരാശരി വരുമാനവും ഏറ്റവും സമ്പന്നരായ 10 ശതമാനത്തിന്റെ വരുമാനവും തമ്മിലുള്ള അന്തരം മൂന്നു മടങ്ങിൽ കൂടില്ല എന്നു ഉറപ്പുവരുത്തും.

തങ്ങൾക്കു കൂടുതൽ ഇഷ്ടപ്പെട്ട, മനസ്സിന് കൂടുതൽ ആനന്ദം തരുന്ന തൊഴിലുകൾക്ക് താരതമ്യേന കുറഞ്ഞ പ്രതിഫലംകൊണ്ട് തൃപ്തിപ്പെടാൻ ആളുകൾ പഠിക്കേണ്ടിവരും.

ഓരോരുത്തരും ഊഴമിട്ട് വ്യത്യസ്ത പണികൾ മാറിമാറി ചെയ്യുന്നതായിരിക്കും. മടുപ്പ് ഒഴിവാക്കാനും സർഗാത്മകത വർധിപ്പിക്കാനും ഇത് സഹായിക്കും.

അപ്രതീക്ഷിതമായി വേണ്ടി വരുന്ന ചെലവുകൾക്കായി പണം സമ്പാദിച്ചുവെക്കുക എന്നതിന്റെ ആവശ്യം ഇല്ലാതാക്കും. അപകടങ്ങൾ, രോഗചികിത്സ, വിവാഹാദി അടിയന്തിരങ്ങൾ മുതലായവയ്ക്കുവേണ്ടി വരുന്ന ചെലവുകൾ സാമൂഹികസുരക്ഷാഫണ്ടിൽനിന്ന് വഹിക്കുന്നതായിരിക്കും.

അതുപോലെ കുട്ടികളുടെ വിദ്യാഭ്യാസം, ആരോഗ്യസേവനം എന്നിവ എല്ലാവർക്കും പൂർണമായും സൗജന്യമായിരിക്കും. പണിയെടുക്കാൻ പറ്റുന്നത്രകാലം എല്ലാവർക്കും എത്രവേണമെങ്കിലും പണിയെടുക്കാം. ഇന്ന വയസ്സിൽ റിട്ടയർ ചെയ്തുകൊള്ളണമെന്ന നിർബന്ധമില്ല. വൃദ്ധർക്കും മാറാരോഗികൾക്കും വളർച്ചയില്ലാത്ത കുട്ടികൾക്കും വേണ്ടി 'സാന്ത്വനഗൃഹങ്ങൾ' നടത്തും. കുട്ടികളുടെ 'അമ്മ'മാർ ആയും വൃദ്ധരുടെ 'പുത്രി'മാർ ആയും ആരോരുമില്ലാത്ത മധ്യവയസ്കരായ സ്ത്രീകൾ കൂടി അടങ്ങുന്നതായിരിക്കും ഈ സാന്ത്വന ഗൃഹങ്ങൾ. അണുകുടുംബങ്ങളുടെ മേൽ അവരുടെ ഭാരം വരുന്നതല്ല. ഇതിനെല്ലാം ആവശ്യമായ പണം ജനങ്ങൾ തന്നെ നികുതിയായി നല്കുന്നതായിരിക്കും - സ്കാൻഡിനേവിയൻ രാജ്യങ്ങളിലെന്നപോലെ.

ഉപജീവനസമ്പാദനത്തിനായി ഭൂരിപക്ഷം പേർക്കും ഗ്രാമത്തിനു വെളിയിൽ പോകേണ്ടി വരില്ല. അനേകം പഞ്ചായത്തുകൾ കൂടിച്ചേർന്നു നടത്തുന്ന സംരംഭങ്ങളിൽ പണിയെടുക്കുന്നവർക്കു മാത്രമേ പുറത്തു പോകേണ്ടിവരൂ. ഭൂരിപക്ഷം പേർക്കും നടന്നോ, സൈക്കിളിലോ ജോലിക്ക് പോകാൻ പറ്റും. മോട്ടോർ വാഹനങ്ങൾ ഉപയോഗിക്കേണ്ടിവരില്ല. (അധികം താമസിയാതെതന്നെ മോട്ടോർ വാഹനങ്ങൾ ഓടാതാകും എന്ന് അവർക്ക് അറിയാം)

ഉപജീവനത്തിനു വേണ്ടിയുള്ള നിർബന്ധിത യാത്ര വേണ്ടിവരില്ലെങ്കിലും വർധമാനമായ തോതിൽ ലഭ്യമാകുന്ന ഒഴിവുസമയം നാടും ലോകവും കാണുന്നതിനായി ഉപയോഗിക്കുന്നതിൽ പലർക്കും താൽപര്യമുണ്ടാകും. സ്വപ്നഭൂമിയിലെ വാസികളെ പുറംലോകവുമായി ബന്ധപ്പെടുത്തുന്ന നല്ല റോഡുകളും, നാഷണൽ ഹൈവേയും പഞ്ചായത്തിനകത്തുതന്നെ ഉണ്ട്. ഏതാണ്ട് 10 കിലോമീറ്റർ അകലെ റെയിൽ പാതയും ഉണ്ട്. 50 കിലോമീറ്റർ അകലെ ഒരു വിമാനത്താവളവും ഉണ്ട്.

ആധുനിക കാലഘട്ടത്തിൽ സൈബർ സ്പേസും സൈബർ ഹൈവേയുമുപയോഗിച്ച് ലോകത്ത് എവിടെ വേണമെങ്കിലും എത്താം. സ്വപ്നഭൂമിയെ ഒരു 'സ്മാർട് ഗ്രാഗരം' ആക്കി മാറ്റുന്നതാണ്. എല്ലാവരും സൈബർ ഹൈവേ ഉപയോഗിക്കാൻ കഴിവുള്ളവരായിരിക്കും; ഇംഗ്ലീഷ് ഭാഷ നന്നായി കൈകാര്യം ചെയ്യുന്നവരായിരിക്കും. ബൗദ്ധികവും സാംസ്കാരികവുമായ ജീവിതത്തിൽ അവർ ലോകപൗരന്മാരാണ്. കമ്പ്യൂട്ടർ ശേഷിയും ഇംഗ്ലീഷ്ഭാഷാശേഷിയും സാർവത്രികമാക്കുക എന്നത് സ്വപ്നഭൂമി ഏറ്റവും ആദ്യമായി ഏറ്റെടുത്ത പരിപാടികളിൽ ഒന്നായിരിക്കും.

സ്വപ്നഭൂമിയിൽ ജനിക്കുന്ന ഓരോ കുട്ടിക്കും മിനിമം 12 വർഷത്തെ വിദ്യാഭ്യാസം ലഭിക്കുന്നതായിരിക്കും. അതിനാവശ്യമായ വിദ്യാലയങ്ങൾ സ്വപ്നഭൂമിയിൽ തന്നെയുണ്ട്. തദ്ദേശീയമായി ലഭ്യമായ വിഭവങ്ങളും സൗരോർജവും ആഗോളതലത്തിൽ ലഭ്യമായ അറിവും ഉപയോഗിച്ച് ആദ്യം പറഞ്ഞ കാര്യങ്ങൾ യാഥാർഥ്യമാക്കാൻ വേണ്ട പ്രവർത്തനങ്ങൾ നടത്തേണ്ടത് ഇന്നത്തെ കുട്ടികളാണ്. അതിനവരെ പ്രാപ്തരാക്കുന്ന വിദ്യാഭ്യാസമാണ് അവർക്കു നൽകുക. കമ്പ്യൂട്ടർ വിരുതും ഇംഗ്ലീഷ് ഭാഷാ ശേഷിയും സാർവത്രികമാക്കുകയും സാർവദേശീയ പൗരൻ (വസുധൈവകുടുംബകം) എന്ന മൂല്യബോധം അവരിൽ ഉറപ്പിക്കുകയും ചെയ്യും.

ഭാവിയിലെ സ്വപ്നഭൂമിയിൽ 'രാഷ്ട്രീയപ്രവർത്തകർ' എന്ന ഒരു പ്രത്യേകവിഭാഗം ഉണ്ടായിരിക്കില്ല. എല്ലാ പൗരന്മാരും സമൂഹത്തിന്റെ നടത്തിപ്പിൽ ഒന്നല്ലെങ്കിൽ മറ്റൊരു പങ്കു വഹിക്കുന്നതായിരിക്കും. ഭരണരംഗത്തെ എല്ലാ പ്രവർത്തകരും തിരഞ്ഞെടുക്കപ്പെട്ടവരായിരിക്കും.

അയൽക്കൂട്ടതലത്തിൽ പ്രത്യക്ഷജനാധിപത്യം വേരുറച്ചിരിക്കും. പ്രത്യേകാവശ്യങ്ങൾക്ക് വാർഡുതലത്തിലും പൊതുസഭകൾ കൂടുന്നതായിരിക്കും. തെരഞ്ഞെടുക്കപ്പെട്ടവരെല്ലാം തന്നെ തിരിച്ചുവിളിക്കലിന് വിധേയരായിരിക്കും.

നയരൂപീകരണം, നീതിനിർവഹണം, ഭരണനിർവഹണം എന്നീ ഉത്തരവാദിത്വങ്ങൾ കൂടുതൽ വ്യാപകമായി പങ്കുവെക്കപ്പെടും. പൗരഹിതമനുസരിച്ചും വ്യക്തിഹിതമനുസരിച്ചും ആയിരിക്കും ഓരോരുത്തരെയും ഉത്തരവാദിത്വങ്ങൾ ഏല്പിക്കുക.

സ്വപ്നഭൂമിയിലെ ജനങ്ങൾ തങ്ങളുടെ ലക്ഷ്യങ്ങളും പെരുമാറ്റച്ചട്ട ങ്ങളും മേൽപറഞ്ഞ രീതിയിൽ നിർവചിച്ചത് ചില ധാരണകളുടെ അടി സ്ഥാനത്തിലായിരുന്നു. അവയെ ഇങ്ങനെ ക്രോഡീകരിക്കാം.

(i) ആഗോളതലത്തിൽ മുതലാളിത്തവ്യവസ്ഥ വരുന്ന രണ്ടു മൂന്നു പതിറ്റാണ്ട് കാലത്തേക്കെങ്കിലും നിയാമകമായി നിലനിൽക്കുന്നതാ യിരിക്കും.

(ii) അന്തരീക്ഷത്തിലെ ഹരിതഗൃഹവാതക സാന്ദ്രത തുടർച്ചയായി വർധിച്ചുകൊണ്ടിരിക്കും. 600 ഉം 700 ഉം ppm വരെ അത് ഉയരുന്ന താണ്. ആഗോളതാപനില അപകടമേഖലയ്ക്ക് മുകളിലേക്ക് കട ക്കുന്നതാണ്.

(iii) അതിൻഫലമായി ശാസ്ത്രജ്ഞർ ഭയപ്പെടുന്ന എല്ലാ ദുരന്തങ്ങളും യാഥാർഥ്യമായിത്തീരുന്നതാണ്. അവ്യവസ്ഥിതമായ കാലാവസ്ഥ അഥവാ അകാലാവസ്ഥ; കൂടുതൽ കൂടുതൽ ശക്തമായ പേമാരി കളും കൊടുങ്കാറ്റുകളും ചുഴലിക്കാറ്റുകളും; ഹിമാനികളുടെ സങ്കോചം; ധ്രുവമഞ്ഞുരുകൽ; സമുദ്രവിതാനം ഉയരൽ; ശുദ്ധജല ക്ഷാമം.... ഇതെല്ലാം യാഥാർഥ്യമാകാനുള്ള സാധ്യത ഉയർന്നതാണ്. ചിലവ വരുന്ന ഏതാനും പതിറ്റാണ്ടിനുള്ളിൽ തന്നെ പ്രകടമാകാൻ തുടങ്ങും.

(iv) കൃഷി മൊത്തത്തിലും ധാന്യക്കൃഷി പ്രത്യേകിച്ചും വർധിച്ച തോതിൽ ചൂതാട്ടമായി മാറും. ആഗോളഭക്ഷ്യധാന്യലഭ്യത 20 ശതമാനം വരെയും ഇന്ത്യയിലേത് 50 ശതമാനം വരെയും കുറഞ്ഞേക്കാം. ഇന്നു നടക്കുന്നപോലെ അന്യസംസ്ഥാനങ്ങളിൽനിന്ന് അരിയും ഗോതമ്പും ലഭിക്കുമെന്ന് പ്രതീക്ഷിക്കാൻ പറ്റില്ല. കേരളത്തിന കത്തെ ഉൽപാദനം, ഇന്നത്തെ ആവശ്യത്തിന്റെ നാലിൽ ഒന്നിൽ കുറവായിരിക്കും. ധാന്യഭക്ഷണം കുറയ്ക്കേണ്ടിവരും. വീണ്ടും മര ച്ചീനിയെയും കാച്ചിൽ, ചേന മുതലായ കിഴങ്ങുകളെയും ചക്ക, കട ച്ചക്ക, കായ മുതലായ ഫലങ്ങളെയും വ്യാപകമായി ആശ്രയി ക്കേണ്ടിവരും. ആദിമമനുഷ്യരുടെ ആഹാരം ഇവയൊക്കെ തന്നെ ആയിരുന്നു.

(v) പെട്രോളിയത്തിന്റെയും പ്രകൃതിവാതകത്തിന്റെയും ലഭ്യത തുടർച്ച യായി കുറഞ്ഞുവരും. വില വർധിക്കും. ഒന്നൊന്നര പതിറ്റാണ്ടി നുള്ളിൽ, 2040 ആകുമ്പോഴയ്ക്കുംതന്നെ, നിരത്തിൽ കാറുകൾ ഓടുന്നത് ഗണ്യമായി കുറയും. പാർപ്പിടത്തിൽനിന്ന് തൊഴിലിട ത്തേക്ക് നടന്നോ സൈക്കിളിലോ പോകാൻ പറ്റുന്നവിധത്തിൽ സമൂഹജീവിതത്തെ ക്രമീകരിക്കേണ്ടിവരും; വളരെ നിഷ്കൃഷ്ടമായ സ്ഥലീയ ആസൂത്രണം നടത്തേണ്ടിവരും.

(vi) ആത്യന്തികമായി മനുഷ്യർക്ക് സുഭിക്ഷമായ ഒരേ ഒരു ഊർജ ഉറവിടമേ ഉള്ളൂ: സൂര്യൻ. ജലവൈദ്യുതിയും പവനോർജവും

ഉദ്ഭവിക്കുന്നത് സൂര്യനിൽനിന്നു തന്നെയാണ്. അവയുടെ ലഭ്യതയ്ക്ക് സ്ഥല-കാല-പരിമാണപരങ്ങളായ പരിമിതികൾ ഉണ്ട്. പ്രഭാസങ്കലനം സൗരോർജം സംഭരിച്ചുവെക്കുന്നതിനുള്ള ഒരു മാർഗമാണ്. അതിന്റെ ദക്ഷത കുറവാണ്. അതിനാൽ ഭക്ഷണം ഉൽപാദിപ്പിക്കാൻ മാത്രമേ അത് ഉപയോഗിക്കാവൂ. ഒരു കാരണവശാലും പ്രഭാസങ്കലനത്തെ ഇന്നത്തെ രീതിയിൽ വ്യാവസായിക ഊർജത്തിനുള്ള മാർഗമായി കാണരുത്. 'ബയോഡീസൽ' എന്നത് അർഥശൂന്യത മാത്രമല്ല ക്രൂരതകൂടിയാണ്. ഭാവിയിൽ സ്ഥിതി മാറിയേക്കാം. ഉയർന്ന പ്രഭാസങ്കലന ദക്ഷതയുള്ള ചില സസ്യങ്ങൾ ഉണ്ട്. ഊർജം സംഭരിച്ചുവെക്കുന്ന സംഭരണികളായി അവ ഉപയോഗിക്കപ്പെട്ടേക്കാം.

(vii) സൗരോർജത്തെ താപോർജമാക്കിയും, ആ താപോർജത്തെ വൈദ്യുതിയാക്കി മാറ്റിയും, ഫോട്ടോ വോൾടെയ്ക്ക് സെല്ലുകൾ ഉപയോഗിച്ച് നേരിട്ടു വൈദ്യുതി ഉൽപാദിപ്പിച്ചും നമുക്കാവശ്യമുള്ള മുഴുവൻ ഊർജവും ഉൽപാദിപ്പിക്കാവുന്നതാണ്. അതിന് താമസിയാതെ തന്നെ തുടക്കം കുറിക്കേണ്ടതാണ്.

(viii) നാം നിത്യേന ഉപയോഗിക്കുന്ന പല ലോഹങ്ങളുടെയും ശേഖരം അവസാനിക്കാറായി. പുനശ്ചക്രണം ചെയ്യുക മാത്രമാണ് അവ തുടർന്നും ലഭ്യമാക്കാനുള്ള മാർഗം. വികസിതരാജ്യങ്ങളിൽ പുനശ്ചക്രണവ്യവസായം അതിവേഗം വളർന്നുവരുന്ന ഒന്നാണ്. സ്വപ്നഭൂമിയിൽനിന്ന് 'വേസ്റ്റ്' എന്ന സങ്കല്പനത്തെ ആത്യന്തികമായി നിഷ്കാസനം ചെയ്യും. പ്ലാസ്റ്റിക്, ലോഹങ്ങൾ, കുപ്പികൾ എല്ലാം തന്നെ, ഒരു തുണ്ടുപോലും കളയാതെ ശേഖരിക്കുകയും ജില്ലാതലത്തിൽ നടത്തുന്ന പുനശ്ചക്രണശാലകളിലേക്ക് അയയ്ക്കുകയും ചെയ്യും.

ഈ ധാരണകളുടെയും ലക്ഷ്യങ്ങളുടെയും അടിസ്ഥാനത്തിലാണ് സ്വപ്നഭൂമിയിലെ നിവാസികൾ തങ്ങളുടെ ഭാവിയെക്കുറിച്ച് സ്വപ്നം കണ്ടത്. ആ സംഘസ്വപ്നത്തിന് വിവിധങ്ങളായ അങ്കങ്ങൾ ഉണ്ട്. ഭക്ഷണം, ഊർജം, പാർപ്പിടം, വസ്ത്രം, വ്യാവസായികോൽപാദനം, വിദ്യാഭ്യാസം, ആരോഗ്യം, സംസ്കാരം, സാമൂഹികസുരക്ഷ, ഭരണം - ഇത്യാദി അങ്കങ്ങൾ.

ഒന്ന്

കൃഷി, മൃഗപരിപാലനം

സ്വപ്നഭൂമിയിലെ പരമാവധി ജനസംഖ്യ 30,000 ആയിരിക്കും എന്ന അടിസ്ഥാനത്തിൽ, പ്രതിവർഷം ആവശ്യമായ പ്രധാന ഭക്ഷ്യസാമഗ്രികളുടെ ഡിമാന്റ് താഴെപറയും പ്രകാരമാണ് അവർ കണക്കാക്കിയിട്ടുള്ളത്.

പട്ടിക ഏഴ്

ഭക്ഷ്യപദാർത്ഥങ്ങളുടെ പ്രതിവർഷ ഡിമാന്റ്

ഇനം	ആളൊന്നുക്ക് പ്രതിദിനം വേണ്ടത് ഗ്രാം	30000 പേർക്ക് പ്രതിവർഷം ടൺ	ഉല്പാദന ക്ഷമത ടൺ/ഹെക്ടർ	ആവശ്യമായ ഭൂമി ഹെക്ടർ
ധാന്യങ്ങൾ	80	900	4.5	200
കിഴങ്ങുകൾ	300	3300	30	110
പഴം, പച്ചക്കറി	300	3300	20	165
മത്സ്യം, മാംസം, മുട്ട	50	600	5	120
പാൽ	250	3000	12	250
തേങ്ങ, എണ്ണ	200	60 ലക്ഷം	20,000	300
ആകെ				1145

ആഹാരത്തെപ്പോലെ പ്രധാനമാണ് കുടിവെള്ളവും. പൊതുവിൽ ജലസമൃദ്ധമാണ് സ്വപ്നഭൂമി. പകുതിയിലധികം കിണറുകളിലും വറ്റാത്തവയാണ്. അവയിലെ വെള്ളം മലിനമാകാതെ സൂക്ഷിക്കും. പമ്പ് ചെയ്ത് ടാങ്കിൽ നിറച്ച് പൈപ്പിൽകൂടെ ലഭ്യമാക്കും. സോളാർ വാട്ടർ ഹീറ്റർ ഉപയോഗിച്ച് കുടിവെള്ളം രോഗാണുമുക്തമാക്കും. മറ്റു വീടുകളിൽ അയൽക്കൂട്ടാടിസ്ഥാനത്തിൽ തദ്ദേശീയ കുടിവെള്ള പദ്ധതികൾ ഉണ്ടാക്കി, കുടിവെള്ളത്തിന്റെ ദൗർലഭ്യം പൂർണമായി പരിഹരിക്കുന്നതാണ്.

കാപ്പി, തേയില, കരിമ്പ് എന്നിവ പഞ്ചായത്തിനകത്ത് കൃഷിചെയ്യുന്നില്ല. പഞ്ചായത്തിന്റെ ഉയർന്ന പ്രദേശത്ത് - ഏതാണ്ട് 300 മീറ്റർ ഉയരം - ഇരുപതോളം ഹെക്ടാറിൽ കാപ്പികൃഷി പറ്റിയേക്കും. പരീക്ഷിച്ചുനോക്കേണ്ടിയിരിക്കുന്നു. വിജയിക്കുകയാണെങ്കിൽ 20-30 ടൺ കാപ്പിക്കുരു പ്രതിവർഷം ഉൽപാദിപ്പിക്കാൻ കഴിയും. ഭൂരിപക്ഷം പേരും ചായ കുടിക്കുന്നവരാകയാൽ കാപ്പി ഇത്രയും മതിയാകും. പോരാത്തത് വയനാട്ടിലെ കൃഷിക്കാരിൽനിന്ന് വാങ്ങുകയും ചെയ്യാം.

പഞ്ചായത്തിന്റെ മൊത്തം വിസ്തൃതി 2500 ഹെക്ടാർ ആണ്. അതിൽ 600 ഹെക്ടാർ വനപ്രദേശമാണ്. വനത്തിൽ പകുതിയിലധികം ജീർണിച്ചതാണ്. വനംവകുപ്പിന്റെ അധീനതയിലാണെന്നു മാത്രം. പങ്കാളിത്ത വനവത്കരണത്തിലൂടെ ഏതാണ്ട് 300 ഹെക്ടാറിനു തുല്യമായ പ്രദേശത്ത് പുനർവനവൽക്കരണപദ്ധതി നടപ്പാക്കാൻ പഞ്ചായത്ത് മുൻകൈ എടുക്കും. മൊത്തം നടുന്ന വൃക്ഷങ്ങളിൽ പകുതി വനജാതികളും പകുതി തടിക്കു പുറമേ ഭക്ഷണം കൂടി തരുന്ന മാവ്, പ്ലാവ്, കടപ്ലാവ്, ആഞ്ഞിലി, അയിനി, നെല്ലി മുതലായവയുമായിരിക്കും. ഈ കാടുകളിൽ നിന്ന് പ്രതിവർഷം 1000-1500 ടൺ ചക്ക, കടച്ചക്ക, മാങ്ങ, നെല്ലിക്ക മുതലായവ കിട്ടുമാറാക്കാം.

ബാക്കിയുള്ള 1900 ഹെക്ടാറിൽ 200 ഹെക്ടാർ കാർഷികേതര ആവശ്യങ്ങൾക്ക് ഉപയോഗിക്കുന്നു; 110 ഹെക്ടാർ സ്ഥിരം തരിശാണ്. ബാക്കി വരുന്ന 1600 ഹെക്ടറിൽ 1200 ഹെക്ടർ ഭക്ഷ്യവിളകൾക്കും 300 ഹെക്ടാർ റബ്ബറിനും ഗുണകരമായ മറ്റു വിളകൾക്കുമായി ഉപയോഗിക്കുന്നു. തെങ്ങിന്റെ വിസ്തൃതി പകുതിയിൽ താഴെ ആയി കുറയ്ക്കും. തെങ്ങുകൃഷിക്ക് അനുയോജ്യമല്ലാത്ത പലയിടങ്ങളിലും ഇന്നു തെങ്ങു നട്ടിരിക്കുന്നു. ഇന്ന് ഒരു തെങ്ങിൽനിന്ന് പ്രതിവർഷം ശരാശരി 35-40 തേങ്ങയാണ് കിട്ടുന്നത്. സാധ്യത 250-300 തേങ്ങയാണ്. ശരാശരി ഉൽപാദനം 120-150 തേങ്ങയാക്കി ഉയർത്താൻ കഴിയും. അതിനായി, കേരസൗഭാഗ്യമെന്ന പേരിൽ പ്രത്യേകമായ ഒരു പരിപാടി ആസൂത്രണം ചെയ്തിട്ടുണ്ട്.

ഇന്ന് 300-350 ഹെക്ടർ പ്രദേശത്ത് റബ്ബറുണ്ട്. കുതിച്ചുയർന്ന റബ്ബർ വിലയിൽ ആകൃഷ്ടരായി പലരും റബ്ബറിലേക്കു മാറുന്നുണ്ട്. എന്നാൽ ഗ്രാമവാസികൾ ഒരു കാര്യം തിരിച്ചറിഞ്ഞുകൊണ്ടിരിക്കയാണ്. പെട്രോളിന്റെ ലഭ്യത കുറയുന്ന മുറയ്ക്ക് അതിന്റെ വില കൂടും. പലരും കാർ ഉപയോഗം കുറയ്ക്കും; വരുന്ന പത്തുപതിനഞ്ചുകൊല്ലത്തിനുള്ളിൽ കാർവിപണി ക്രാഷ് ചെയ്തേക്കാം. കാറിന്റെ ഉത്പാദനം കുറഞ്ഞേക്കാം. സാധനങ്ങളുടെ കടത്തും; ടയറിന്റെ ആവശ്യവും കുറയാം; അപ്പോൾ റബ്ബറിന്റെ ആവശ്യവും കുറയും; റബ്ബറിന്റെ വിലയും. വിളയുടെ വിസ്തീർണം വർധിപ്പിക്കുകയില്ലെന്നും പടിപ്പടിയായി കുറച്ചുകൊണ്ടുവരുമെന്നും തീരുമാനിച്ചു. തുടക്കത്തിൽ, പരീക്ഷണാർഥം, റബ്ബർ ക്കൃഷിയെ ഏകവിളസമ്പ്രദായത്തിൽനിന്ന് മിശ്രവിളസമ്പ്രദായത്തിലേക്കു

മാറ്റും. കടുംവെട്ടുനടത്തി ക്ലിയർചെയ്ത പ്രദേശങ്ങളിൽ പുതിയ റബ്ബർ നടുന്നത്, മുമ്പത്തേതിന്റെ മൂന്നിൽ രണ്ടായി കുറയ്ക്കും. ഇടവിളകളായി, പ്ലാവ്, കടപ്ലാവ്, മാവ്, നെല്ലി എന്നിവ നടുന്നതായിരിക്കും. റബ്ബറിനു നൽകുന്ന അതേ ശ്രദ്ധയും ശുശ്രൂഷയും ഇവയ്ക്കും നൽകുന്നതായിരിക്കും. പത്തുകൊല്ലംകൊണ്ട് ഈ പരീക്ഷണത്തിന്റെ ഫലം അറിയും - അന്നത്തെ അവസ്ഥ വെച്ച് ഭാവിപരിപാടി തീർച്ചയാക്കും.

വികസിത രാജ്യങ്ങൾ, വിശിഷ്യ USA, വൈദ്യുതി ഉത്പാദനരംഗത്തുനിന്ന് പ്രകൃതിവാതകം പടിപ്പടിയായി ഒഴിവാക്കുകയും അങ്ങനെ മിച്ചം വരുന്നതിനെ വാഹനങ്ങൾ ഓടിക്കാൻ ലഭ്യമാക്കുകയും ചെയ്യാം. സൗരനിലയങ്ങൾ വ്യാപകമാകുന്നതുവരെ കൽക്കരി ഉപയോഗിക്കാം. അങ്ങനെ വാഹനവ്യവസായത്തിന്റെ ആയുസ്സ് കുറെക്കൂടി നീട്ടാം. സ്വപ്നഭൂമിയിലെ നിവാസികൾ ഈ സാധ്യതയും അവഗണിക്കുന്നില്ല.

സ്വപ്നഭൂമിയിലെ കൃഷിയെക്കുറിച്ച് നിവാസികൾ ചില സാമാന്യ തീരുമാനങ്ങൾ എടുത്തിട്ടുണ്ട്:

ഒരു തുണ്ടുഭൂമിപോലും തരിശായിടില്ല. പ്രായോഗികമായി പരമാവധി സാധ്യമായ ഉൽപാദനം നടക്കുമെന്ന് ഉറപ്പുവരുത്തും. വിളചേരുവയെക്കുറിച്ച് പൊതുവിൽ അംഗീകരിച്ച ചില ധാരണകൾ ഉണ്ടാക്കുന്നതായിരിക്കും.

കൂടുതൽ കൂടുതൽ കൃഷിയിടങ്ങളിൽ സമഗ്രവും സസൂക്ഷ്മവും ആയ കൃഷിരീതികൾ നടപ്പാക്കും. മൊത്തത്തിൽ പഞ്ചായത്തിൽ ആകെ ഒരു തരത്തിലല്ലെങ്കിൽ മറ്റൊരുതരത്തിലുള്ള സൂക്ഷ്മക്കൃഷി നടപ്പാക്കും. ഏറിയ പങ്കും തുറന്ന കൃഷിയിടങ്ങൾതന്നെ ആയിരിക്കും. ഡ്രിപ് ഇറിഗേഷൻ, ഫെർടിഗേഷൻ (വളസേചനം), ജൈവവളങ്ങൾ, ജൈവകീടനാശിനികൾ, വർധിച്ച അധ്വാനനിക്ഷേപം ഇതൊക്കെ വ്യാപകമാക്കും. രാസവളങ്ങളിൽ നിന്നും കൃഷിയെ പടിപ്പടിയായി മോചിപ്പിക്കും. രാസമരുന്നുകളിൽനിന്ന് പൂർണമായും.

എല്ലാ ജൈവാവശിഷ്ടങ്ങളും ജൈവമാലിന്യങ്ങളും, മനുഷ്യരുടെയും മൃഗങ്ങളുടെയും മലമൂത്രാദികളും എല്ലാംതന്നെ മണ്ണിലേക്കു തന്നെ തിരിച്ചു ചെല്ലും എന്നു ഉറപ്പുവരുത്തും. ബാക്ടീരിയങ്ങളെക്കൊണ്ട് വിഘടിപ്പിക്കാവുന്ന എല്ലാറ്റിനെയും കമ്പോസ്റ്റിങ്ങ് വഴിയിലൂടെയോ മെഥിനേഷൻ വഴിയോ സംസ്കരിക്കും. മെഥിനേഷൻ പ്ലാന്റുകളെ പ്രധാന പാചകവാതകസ്രോതസ്സുകളാക്കും. തൊട്ടടുത്തുള്ള നഗരത്തിലെ ജൈവമാലിന്യത്തെ ഇതിനായി ഉപയോഗിക്കും.

ജൈവവള ലഭ്യത വർധിപ്പിക്കുന്നതിനായി സ്വപ്നഭൂമിയിലെ നിവാസികൾ മറ്റൊരു പരിപാടി കൂടി ആരംഭിച്ചു. ഇ.എം.എസ്. നമ്പൂതിരിപ്പാടിന്റെ നേതൃത്വത്തിലുള്ള കേരളത്തിന്റെ ഒന്നാമത്തെ മന്ത്രിസഭ നടപ്പാക്കിയ ശീമക്കൊന്ന വിപ്ലവത്തിന്റെ പുനരാവിഷ്കാരമാണിത്. 50 കൊല്ലത്തിനു ശേഷവും ഇന്നും നമ്മുടെ വേലിയരികുകളിൽ ധാരാളമായി ശീമക്കൊന്ന

നിൽക്കുന്നത് കാണാം. എന്നാൽ ഇന്നത് ബോധപൂർവമുള്ള ജൈവവള ക്കൃഷിയല്ല. രാസവളത്തിന്റെ അതിപ്രസരം ജൈവവളത്തെ ആട്ടി യോടിച്ചു. സ്വപ്നഭൂമിയിലെ വാസികൾ വരാൻപോകുന്ന രാസവള ദൗർലഭ്യത്തെ മുൻകൂട്ടിക്കാണുന്നു. ജൈവവള ലഭ്യത വർധിപ്പിക്കാൻ ബോധപൂർവമായ ആസൂത്രണം നടത്തുന്നു.

പഞ്ചായത്തിൽ ആകെ 6000ത്തോളം പറമ്പുകളും പുരയിടങ്ങളും ഉണ്ട്. ഒന്നിനെ മറ്റൊന്നിൽനിന്ന് വേർതിരിക്കുന്ന വേലിയോ മതിലോ ഉണ്ട്. എല്ലാ വേലികളും മതിലുകളും എടുത്താൽ മൊത്തം ഏതാണ്ട് 1500 കിലോമീറ്റർ നീളം വരും. ഈ വേലിയരികുകളിൽ മുഴുവൻ ഒരു മീറ്റർ ഇടവിട്ടുകൊണ്ട് ശീമക്കൊന്ന നടുന്നതാണ്. ഒരു ജൈവ വേലി. ഏതാണ്ട് 15 ലക്ഷം കൊന്നത്തൈകൾ. മൂന്നു കൊല്ലത്തിനുള്ളിൽ, പ്രതി വർഷം 3000 ടൺ പച്ചിലവളവും 4000 ടൺ ഉണങ്ങിയ ചുള്ളിക്കമ്പും അതിൽനിന്നു ലഭിക്കുന്നതാണ് എന്നാണ് കണക്കുകൂട്ടിയിരിക്കുന്നത്.

ഇന്ന് അനുഭവപ്പെടുന്ന തൊഴിലാളി ദൗർലഭ്യം നാളെ ഉണ്ടാകി ല്ലെന്നാണ് പ്രതീക്ഷ. നിർമാണവ്യവസായം ഏറെത്താമസിയാതെതന്നെ തകരുന്നതാണ്. ഇപ്പോൾതന്നെ ആവശ്യത്തേക്കാൾ 20-30 ശതമാനം കൂടുതൽ പാർപ്പിടങ്ങളുണ്ട്. റിയൽ എസ്റ്റേറ്റ് ഒരു ചൂതാട്ടവ്യവസായ മാണിന്ന്. അധികം താമസിയാതെ അത് തകരും. അപ്പോൾ തൊഴിൽ നഷ്ടപ്പെടുന്നവരിൽ നല്ലൊരു ശതമാനം കാർഷികമേഖലയിലേക്ക് തിരിച്ചുവരും.

കാർഷികമേഖലയിലെ തൊഴിൽശക്തിയെ ഫാക്ടറി രീതിയിൽ പുനഃ സംഘടിപ്പിക്കും. ഒരു കാർഷികത്തൊഴിലാളി സഹകരണസംഘത്തിൻ കീഴിൽ. ഓരോ വാർഡിലും 40-50 പേർ വീതം വരുന്ന ഒരു ബ്രിഗേഡ്. 3 ഹെക്ടാറിന് ഒരു തൊഴിലാളി എന്ന തോതിലായിരിക്കും ആരംഭം. ഇത് തൊഴിലാളികളുടെ തന്നെ സംഘമാണ്. ഇന്ത്യൻ കോഫി ഹൗസ് തൊഴിലാളികളുടേതുപോല. ഇവർക്ക് മാസശമ്പളമാണ്. ഇ.എസ്.ഐ., പ്രോവിഡന്റ് ഫണ്ട്, അവധിദിനങ്ങൾ, മറ്റേർനിറ്റി ലീവ്, ആർജിതാവധി - എല്ലാ ആനുകൂല്യങ്ങളുമുണ്ടാകും.

ഭൂമിയുമായുള്ള ഇവരുടെ ബന്ധം മുഖ്യമായും രണ്ടുതരത്തിൽപെട്ട തായിരിക്കും.

(i) കൃഷിയുടെ ഉത്തരവാദിത്വം ഭൂവുടമയുടെ തന്നെ. സംഘം അയാൾക്ക് ആവശ്യമുള്ള സമയത്ത്, ആവശ്യമുള്ളത്ര തൊഴിലാളികളെ അയച്ചുകൊടുക്കുന്നു. അവരുടെ പണിയുടെ ഉത്തരവാദിത്വം സംഘം ഏറ്റെടുക്കുന്നു. ചാർജും സംഘത്തിനാണ് കൊടുക്കേണ്ടത്.

(ii) ഏറിയ പങ്കു ഇടങ്ങളും നന്നെ ചെറുതായിരിക്കും - പത്തോ ഇ രുപതോ സെന്റ് മാത്രം. അതിൽനിന്നുള്ള വരുമാനം ഒന്നിനും തിക യില്ല. ഉടമകൾ കൃഷിപ്പണിയുടെ 'തലവേദന' ആഗ്രഹിക്കുന്നില്ല. അവർ കുടുംബശ്രീക്കോ മറ്റുള്ളവർക്കോ തങ്ങളുടെ ഭൂമിയിൽ കൃഷിചെയ്യാൻ

അനുവാദം കൊടുക്കുന്നുണ്ട്. അതിന് ഒരു പ്രതിഫലം ഈടാക്കുകയും ചെയ്യുന്നു. ഇന്നു നടക്കുന്ന കാര്യമാണിത്. ഇതിനെ കൂടുതൽ ചിട്ടപ്പെടുത്താം. പുതിയൊരു പാട്ടവ്യവസ്ഥയാണിത്. പഴയ വ്യവസ്ഥ അല്ല. ഭൂമിയിൽ കൃഷിചെയ്യാനുള്ള അവകാശം നല്കുന്നത് ഒറ്റപ്പെട്ട കൃഷിക്കാരനല്ല, പഞ്ചായത്ത് വികസന സമിതിക്കാണ്. ഭൂവുടമയുടെയും തൊഴിലാളിയുടെയും, രണ്ടു കൂട്ടരുടെയും താൽപര്യങ്ങൾ സംരക്ഷിച്ചുകൊണ്ടുള്ള ഒരു ഏർപ്പാടായിരിക്കും ഇത്.

മറ്റൊരു രീതിയിലും ഭൂവുടമയെയും തൊഴിലാളിയെയും ഭൂമിയെയും തമ്മിൽ ബന്ധിപ്പിക്കാൻ കഴിയും. സഹകരിക്കാൻ തയ്യാറുള്ള, സൗഹൃദപരമായ സമ്മർദത്തിനു വഴങ്ങുന്ന ചെറുതും ഇടത്തരവും വലുതും ആയ എല്ലാ ഭൂവുടമകളും കർഷകത്തൊഴിലാളികളും അടങ്ങുന്ന ഒരു സഹകരണസംഘം. സംഘത്തിലേക്കുള്ള ഉടമകളുടെ സംഭാവനയാണ് തങ്ങളുടെ ഭൂമിയിൽ സംഘം നിർദേശിക്കുന്ന കൃഷിചെയ്യാനുള്ള സമ്മതപത്രം. എന്തൊക്കെ, എവിടെയൊക്കെ, എങ്ങനെ കൃഷിചെയ്യണമെന്ന് സംഘം കൂട്ടായി തീരുമാനിക്കുന്നു. ഭൂമി നല്കിയവർക്ക് അവരുടെ ഭൂമിയുടെ ഗുണത്തിനും വലുപ്പത്തിനും ആനുപാതികമായി ഒരു വാർഷികപ്രതിഫലം നിശ്ചയിക്കുന്നു. എല്ലാവരും കൂടിച്ചേർന്നാണ് ഇത് നിശ്ചയിക്കുന്നത്. സമ്മതമല്ലാത്ത ഭൂവുടമകൾക്ക് അപ്പോൾ തന്നെ പിന്മാറാം. കുറച്ചുകാലം കഴിഞ്ഞും പിന്മാറാം. ഒരു കൊല്ലത്തെ മുൻകൂർ നോട്ടീസ് വേണമെന്നു മാത്രം. ഉത്പന്നങ്ങൾ മുഴുവൻ സംഘത്തിന്റെയാണ്. അത് വിറ്റുകിട്ടുന്ന പണംകൊണ്ടാണ് തൊഴിലാളികളുടെ ശമ്പളവും മറ്റാനുകൂല്യങ്ങളും നൽകുന്നത്, ഭൂവുടമകളുടെ പ്രതിഫലവും നല്കുന്നത്. മുഴുവൻ തൊഴിലാളികളും ഭൂവുടമകളും ഉത്പന്നങ്ങൾ വാങ്ങുന്നവരുമാണ് - ഉപഭോക്താക്കൾ ആണ്. അധികം വരുന്നതേ മറ്റുള്ളവർക്ക് വില്ക്കേണ്ടതുള്ളു. കമ്പ്യൂട്ടറിൽ കണക്കുവെക്കുന്നതുകാരണം പൊതുപണത്തിന്റെ ആവശ്യം കുറയുന്നതാണ്. ഇംഗ്ലണ്ടിലെ LETS (Local Economy and Trading Systems), അമേരിക്കയിലെയും മെക്സിക്കോവിലെയും ജനകീയ കറൻസി സമ്പ്രദായങ്ങൾ, യുറോപ്പിലെ മൊൺഡ്രാഗൺ പോലുള്ള സഹകരണസംഘങ്ങൾ മുതലായവയുടെയെല്ലാം അനുഭവങ്ങൾ വായിച്ചുപഠിച്ചവരാണ് സ്വപ്നഭൂമിയുടെ നിവാസികൾ.

ഏത് തരത്തിലുള്ള സംഘടനയാണ് വേണ്ടത് എന്ന ചർച്ച നടന്നുകൊണ്ടിരിക്കയാണ്.

കാർഷികമേഖലയിലെ പ്രവർത്തനങ്ങൾ ആസൂത്രണം ചെയ്യുമ്പോൾ സ്വപ്നഭൂമിവാസികളെ ഭരിച്ചിരുന്ന വികാരം ഇതായിരുന്നു: സൂര്യനിൽനിന്ന് നമ്മുടെ പാടങ്ങളിലും പറമ്പുകളിലും എത്തുന്ന വികിരണത്തിന്റെ കഴിയുന്നത്ര വലിയ ഒരംശത്തെ പ്രഭാസങ്കലനം വഴി ജൈവദ്രവ്യമായി - ഭക്ഷണമായും ജൈവവളമായും വിറകായും തടിയായും ഒക്കെ - മാറ്റുക, അതിന് അനുകൂലമായ സാഹചര്യങ്ങൾ സൃഷ്ടിക്കുക.

സൗരോർജം മാത്രമാണ് തടസ്സം കൂടാതെ എന്നും സൗജന്യമായി ലഭിക്കുമെന്ന് ഉറപ്പുള്ള ഒരേയൊരു വരം. മഴയും സൗജന്യം തന്നെ. പക്ഷേ അതിന്റെ ലഭ്യത അനിശ്ചിതസ്വഭാവത്തോടുകൂടിയതാണ്. മണ്ണും അധ്വാനവും നമ്മുടെ നിയന്ത്രണത്തിലാണ്. വെള്ളവും ഒട്ടൊക്കെ നിയന്ത്രിക്കാം. ശരിയായ മനോഭാവവും കൂട്ടായ പ്രവർത്തനവും ചേർന്നാൽ തങ്ങളുടെ സ്വപ്നഭൂമിയെ സ്വർഗമാക്കി മാറ്റാമെന്നവർ തിരിച്ചറിഞ്ഞിരുന്നു.

'അസ്ഥാനത്തിരിക്കുന്ന സമ്പത്താണ് മാലിന്യം' എന്ന മാവോ വചനം അവർക്ക് പരിചിതമാണ്. അവരുടെ ശബ്ദകോശത്തിൽ നിന്ന് മാലിന്യം എന്ന സങ്കല്പം അവർ നിഷ്കാസനം ചെയ്തു. മറ്റുള്ളവർ മാലിന്യമെന്നു പറയുന്ന എന്തിനെയും സമ്പത്തായി കാണാൻ അവർ പഠിച്ചു. അതിനാൽ റോഡരികുകളിൽ മറ്റു പഞ്ചായത്തുകളിലും പട്ടണങ്ങളിലും കാണുന്ന ചവറുകളൊന്നും ഈ പഞ്ചായത്തിൽ കാണില്ല. ഗാർഹികമായ അവശിഷ്ടങ്ങൾ, ഹോട്ടൽ അവശിഷ്ടങ്ങൾ, കല്യാണമണ്ഡപത്തിലെ സദ്യയുടെ അവശിഷ്ടങ്ങൾ മുതലായവയെ അവർ മുന്തിയ ഇനം സമ്പത്തായി കരുതി. പന്നികളുടെ സഹായത്തോടെ അതിനെയെല്ലാം മനുഷ്യന്റെ പഥ്യാഹാരമായ പോർക്ക് ആയി രൂപാന്തരപ്പെടുത്തി. 20 അമ്മപ്പന്നികളുള്ള ഒരു പന്നിവളർത്തൽ കേന്ദ്രമുണ്ടവർക്ക്. ഒരേ സമയം 200 പന്നിക്കുട്ടികൾക്കുള്ള കൂടുകൾ ഉണ്ട്. 20 പന്നികളെയോ പശുക്കളെയോ 40 ആടുകളെയോ പ്രതിദിനം കശാപ്പുചെയ്യാൻ കഴിയുന്ന, ശാസ്ത്രീയമായി നിർമിച്ച ഒരു അറവുശാലയുണ്ട് സ്വപ്നഭൂമിയിൽ. അയൽപക്ക പഞ്ചായത്തുകൾക്കു കൂടി അത് ഉപകരിക്കുന്നു.

വർഷത്തിൽ ശരാശരി 2000 ലിറ്റർ (പ്രതിദിനം 7–8 ലിറ്റർ) പാൽ തരുന്ന 6 പശുക്കൾവീതമുള്ള 100 ഗാർഹിക ഡയറികൾ ഉണ്ട്. ഓരോ ഡയറിയും 40–50 വീടുകൾക്ക് ആവശ്യമായ പാൽ നൽകുന്നു. ഇതുകൂടാതെ 'ക്ഷീരസൗഭാഗ്യ' എന്ന സഹകരണസംഘത്തിന്റെ നേരിട്ടുകീഴിൽ പ്രതിവർഷം 3000 ലിറ്റർ പാൽ തരുന്ന 100 പശുക്കളുടെ ഒരു കേന്ദ്രഡയറിയും ഉണ്ട്. ഗാർഹിക ഡയറികളും സഹകരണസംഘത്തിലെ അംഗങ്ങളാണ്. അതിനോടനുബന്ധിച്ച് ഒരു സംസ്കരണശാലയും. കേന്ദ്രമൃഗാശുപത്രിയിൽ മൃഗഡോക്ടർക്കുപുറമേ ഒരു ഡയറി സ്പെഷ്യലിസ്റ്റുമുണ്ട്. 2000 ലിറ്റർ പാൽ അത് ദിവസേന അടുത്തുള്ള നഗരത്തിലേക്ക് അയയ്ക്കുന്നുണ്ട്.

700–800 പശുക്കൾക്കും അത്രതന്നെ കിടാങ്ങൾക്കുമായി പ്രതിവർഷം 10000–12000 ടൺ പുല്ല്/വയ്ക്കോൽ ആവശ്യമാണ്. നെൽക്കൃഷിചെയ്യുന്ന പാടത്തിൽനിന്ന് 60 ഹെക്ടറും തെങ്ങിൻതോപ്പുകളിൽ ഇടവിളയായി 100 ഹെക്ടറും തീറ്റപ്പുൽക്കൃഷിക്കായി നീക്കിവെച്ചിരിക്കുന്നു. ഇതിൽനിന്ന് ആവശ്യമായ തീറ്റ ലഭിക്കുന്നതാണ്. പ്രതിവർഷം 2000 ടൺ കാലിത്തീറ്റ വേണം. ഇതിൽ 500–600 ടൺ മാത്രമേ പഞ്ചായത്തിനകത്ത് ഉൽപാദിപ്പിക്കാൻ പറ്റൂ. ബാക്കി വേണ്ടത് ഇറക്കുമതി ചെയ്യേണ്ടിവരും.

നേരത്തെ പറഞ്ഞപോലെ പഞ്ചായത്തിൽ ഇപ്പോൾ 600ൽ പരം ഹെക്ടറിൽ തെങ്ങാണുള്ളത്. ഏതാണ്ട് ഒന്നൊന്നര ലക്ഷത്തോളം

തെങ്ങുകൾ. അതിൽ മൂന്നിൽ ഒന്നു ഭാഗം പ്രായേണ ഒരു ഫലവും തരാത്ത ഗ്രഹണിത്തെങ്ങുകളാണ്. അവ മുഴുവൻ മുറിച്ചുകളയും. അവ മുറിച്ചു കിട്ടുന്ന തടിയും പട്ടയും ഒക്കെ ബോയ്‌ലറിലേക്ക് നല്കുന്നതായിരിക്കും. ബയോമാസ് തെർമൽ സ്റ്റേഷന്റെ തുടക്ക ഇന്ധനം തെങ്ങായിരിക്കും. ഒപ്പംതന്നെ മേത്തരം വിത്തുതേങ്ങകൾ പാകി നടീൽ തൈകൾ ഉണ്ടാക്കുന്നതായിരിക്കും. എണ്ണ കൂടുതൽ നല്കുന്ന ഇനങ്ങൾ, കറിക്ക് അരച്ചുചേർക്കാൻ പറ്റിയ ഇനങ്ങൾ, ഇളന്നീരിനും നീരയ്ക്കും പറ്റിയ ഇനങ്ങൾ ഇവ വേർതിരിച്ച് ലേബൽ ചെയ്തു നടുന്നതായിരിക്കും. ഏറ്റവും മികച്ച പരിചരണം നല്കി പ്രതിവർഷം മിനിമം 120–150 തേങ്ങയെങ്കിലും ഓരോന്നിൽനിന്നും കിട്ടുമെന്ന് ഉറപ്പുവരുത്തും. അതിന് 10 കൊല്ലം പിടിക്കും. പതുക്കപ്പതുക്കെ പ്രായമായ, വിളവു കുറഞ്ഞ കൊന്നത്തെങ്ങുകൾ വെട്ടിമാറ്റും. അവയുടെ തടി സംസ്കരിക്കാനും ഈർന്ന് സൈസാക്കാനുമുള്ള ഒരു പ്ലാന്റു സ്ഥാപിക്കുന്നതായിരിക്കും. അയൽ പഞ്ചായത്തിനു കൂടി ഇത് തുടക്കത്തിൽ ഉപകരിക്കും. അന്തിമമായി 300 ഹെക്ടർ സ്ഥലത്തേക്ക് തെങ്ങുകൃഷി ചുരുക്കം. അതിൽനിന്ന് 50–60 ലക്ഷം തേങ്ങ ഉൽപാദിപ്പിക്കപ്പെടും. അതിനാവശ്യമായ ശുശ്രൂഷ നൽകും. കാർഷികസഹകരണസംഘത്തിൽ ഇതിനായി 'കേരസൗഭാഗ്യ' എന്ന പേരിൽ ഒരു പ്രത്യേക ബ്രിഗേഡ് ഉണ്ടായിരിക്കും. 6000 കുടുംബങ്ങൾക്ക് പ്രതിവർഷം 300 തേങ്ങ എന്ന കണക്കിൽ കറിയാവശ്യത്തിനായി 20 ലക്ഷം തേങ്ങ വകയിരുത്തിയിരിക്കുന്നു. പ്രതിവർഷം ആവശ്യമായി വരുന്ന 300 ടൺ വെളിച്ചെണ്ണയ്ക്ക് 30 ലക്ഷം തേങ്ങ വേണ്ടിവരും. 10–15 ലക്ഷം തേങ്ങ ഇളന്നീർ പ്രായത്തിൽ ഉപയോഗിക്കാനുള്ളതാണ്. തൈകൾ നടുമ്പോൾ തന്നെ ഈ അനുപാതം കണക്കിലെടുത്തിരിക്കും. അനുയോജ്യമായ അമ്മത്തെങ്ങുകൾ കണ്ടെത്തി ആവശ്യമായ വിത്തുതേങ്ങകൾ സംഭരിച്ച് മുളപ്പിച്ച് തൈ വളർത്തുക എന്നതും കാർഷികസഹകരണസംഘത്തിന്റെ പ്രവർത്തനങ്ങളിൽ ഉൾപ്പെടുന്നു.

അരി, കിഴങ്ങുകൾ, ഫലങ്ങൾ, പച്ചക്കറികൾ എന്നിവയിലൂടെ ആയിരിക്കും ഗ്രാമത്തിന്റെ ഭക്ഷ്യസുരക്ഷ ഉറപ്പുവരുത്തുക. ഓരോന്നും എത്രയെത്ര വേണ്ടിവരുമെന്ന് അവർ കണക്കാക്കിയിട്ടുണ്ട്. പട്ടിക 7 കാണുക. 200 ഹെക്ടാർ സ്ഥലത്ത് മാത്രമായിരിക്കും നെല്ല് കൃഷിചെയ്യുക. വാർഷിക ഉൽപാദനക്ഷമത (2 വിള) 5 ടൺ എന്ന് എടുത്തിരിക്കുന്നു. ജൈവക്കൃഷി രീതിയിൽ അതിലധികം ഉൽപാദിപ്പിക്കാൻ പറ്റുമെന്ന് ഇപ്പോൾ പ്രതീക്ഷിക്കുന്നില്ല. ആകെ 900 ടൺ അരി ഉണ്ടാക്കും. ആളൊന്നുക്ക് പ്രതിദിനം 80 ഗ്രാം. ഉപയോഗം പതുക്കെപ്പതുക്കെ അതിലേക്ക് കുറച്ചുകൊണ്ടുവരും.

120 ഹെക്ടർ സ്ഥലത്ത് മരച്ചീനി, ചേന, കാച്ചിൽ മുതലായവ ആവശ്യാനുസരണം കൃഷിചെയ്യും. ശരാശരി ഉൽപാദനക്ഷമത 30 ടൺ എന്ന് എടുക്കാം. പ്രതിവർഷം 3600 ടൺ കിട്ടുന്നു. ആളൊന്നുക്ക് പ്രതിദിനം 300 ഗ്രാം.

160 ഹെക്ടർ സ്ഥലത്ത് പച്ചക്കറികളും പഴവർഗങ്ങളും കൃഷി ചെയ്യുന്നു. പയർവർഗങ്ങൾക്ക് പ്രാമുഖ്യം നൽകും. വേണ്ട പ്രോട്ടീൻ ലഭിക്കാൻ അവ ആവശ്യമാണ്. 5ഉം 10ഉം 20ഉം 50ഉം സെന്റു വീതമുള്ള 400 പോളിഹൗസുകൾ നിർമിക്കും. മൊത്തം 50 ഹെക്ടർ. ഇവയിൽ വെണ്ട, വഴുതന, തക്കാളി, പയർ, കോളിഫ്ളവർ, കാബേജ്, ബീൻസ് എന്നു തുടങ്ങി വിവിധങ്ങളായ പച്ചക്കറികൾ കൃഷിചെയ്യും. പ്രതിവർഷം 2500 ടൺ പച്ചക്കറി ഉണ്ടാക്കും. 100 ഹെക്ടർ സ്ഥലത്ത് വാഴക്കൃഷി നടത്തും. പ്രതിവർഷം 1000 ടൺ പഴം പ്രതീക്ഷിക്കുന്നു. 50 ഹെക്ടർ സ്ഥലം ഭക്ഷ്യമരക്കൃഷിക്കുള്ളതാണ്. വീട്ടുവളപ്പുകളിൽ പ്ലാവ്, കടപ്ലാവ്, മാവ് എന്നിവയ്ക്കായിരിക്കും പ്രാമുഖ്യം. പ്രത്യേകിച്ചും കടപ്ലാവിന്. വീടൊന്നിന് ശരാശരി 2 കടപ്ലാവ് എന്ന നിലയ്ക്ക് 10,000 തൈകൾ നടും. ആവശ്യമായ തൈകൾ പ്രത്യേകമായി ഉണ്ടാക്കും. ഒരു ഹെക്ടറിൽനിന്ന് പ്രതിവർഷം 20–30 ടൺ കടച്ചക്ക പ്രതീക്ഷിക്കാം. വരിക്കച്ചക്കയും 30 –40 ടൺ പ്രതീക്ഷിക്കാം. 40–50 ഹെക്ടർ പ്രദേശം ഇലക്കറികൾക്കും പപ്പായ, പൈനാപ്പിൾ മുതലായ മറ്റു പഴവർഗങ്ങൾക്കുമായി ഉപയോഗിക്കുന്നു. ഗ്രാമത്തിലെ നിവാസികൾക്ക് ആവശ്യമായ മുഴുവൻ സമീകൃതാഹാരവും ഗ്രാമത്തിനകത്തുതന്നെ ഉൽപാദിപ്പിക്കുമെന്ന് ഉറപ്പുവരുത്തുക ആയിരുന്നു ലക്ഷ്യം.

ഉലുവ, ജീരകം, കടുക് മുതലായ മസാലകളും ഉപ്പും മറ്റു അല്ലറ ചില്ലറവസ്തുക്കളും മാത്രമേ സ്വപ്നഭൂമിക്ക് പുറത്തുനിന്ന് കൊണ്ടുവരേണ്ടതുള്ളു. സമ്പൂർണ ഭക്ഷ്യസുരക്ഷ ഉറപ്പിക്കുകയാണ് ലക്ഷ്യം. കാലാവസ്ഥാവ്യതിയാനങ്ങൾകൊണ്ടു ഉൽപാദനത്തിൽ വരുന്ന ഏറ്റക്കുറച്ചിലുകൾ നേരിടാനുള്ള മാർജിൻ ഉണ്ട്. കാലിക ഉൽപന്നങ്ങളുടെ –ചക്ക, മാങ്ങ, കടച്ചക്ക മുതലായവ – ഷെൽഫ് ലൈഫ് വർധിപ്പിക്കാനായി അവ സംസ്കരിക്കുന്നതിനുള്ള ഒരു വിവിധോദ്ദേശ്യസംസ്കരണശാലയും ഇവർ സ്ഥാപിക്കുന്നതാണ്.

കാർഷികമേഖലയിലെ പ്രവർത്തനങ്ങൾ ആസൂത്രണം ചെയ്യാൻ സ്വപ്നഭൂമിയുടെ ആസൂത്രണസമിതി ആദ്യമായി ചെയ്തത് വിശദമായ ഒരു കാർഷികസർവേ നടത്തുകയായിരുന്നു. ഓരോ വീടും കൃഷിയിടവും പഠിച്ചും സ്വയം മണ്ണിൽ പണിയെടുക്കുന്ന ഉടമകളെ വേർതിരിച്ചറിഞ്ഞും മറ്റുള്ളവരുടെ കാര്യത്തിൽ, തങ്ങളുടെ മണ്ണിൽനിന്ന് പ്രതിവർഷം തങ്ങൾക്കു കിട്ടുന്ന അറ്റാദായം എത്രയെന്നു ചോദിച്ചറിഞ്ഞും അത് വർധിപ്പിക്കാനുള്ള തന്ത്രം രൂപീകരിക്കണം എന്ന് അവരെ ബോധ്യപ്പെടുത്തി. ഉപയോഗിക്കപ്പെടാതെ കിടക്കുന്ന മണ്ണും, ഉൽപാദനക്ഷമത കുറഞ്ഞ വിളകൾ സ്ഥിതിചെയ്യുന്ന മണ്ണും കൂടുതൽ ഉൽപാദനക്ഷമമാക്കുന്നതിന്റെ ആവശ്യം ബോധ്യപ്പെടുത്തി. അതിനു സ്വയം ഉത്തരവാദിത്വം എല്ക്കുന്നവരെ തിരിച്ചറിഞ്ഞ് ബാക്കിയുള്ളവരുടെ പറമ്പിലെയും പാടത്തിലെയും കൃഷിയുടെയും വിള മാനേജ്മെന്റിന്റെയും ഉത്തരവാദിത്വം പഞ്ചായത്ത് വികസനസമിതി അവരുടെ സമ്മതത്തോടെ

ഏറ്റെടുത്തു. ഉടമകൾക്ക് ഇതേവരെ കിട്ടിയിരുന്ന അറ്റാദായത്തേക്കാൾ ഉയർന്ന ഒരു തുക വാർഷിക പ്രതിഫലമായി കൊടുക്കാൻ തീർച്ചയാക്കി. ആകെയുള്ള ആറായിരത്തോളം ഉടമകളിൽ 4500 പേർ തങ്ങളുടെ ഭൂമിയിൽ കൃഷിചെയ്യാനുള്ള അവകാശം പഞ്ചായത്ത് വികസനസമിതിക്കു വിട്ടുകൊടുത്തു. ഇവരുടെ മൊത്തം ഭൂമി 1500 ഹെക്ടാറായിരുന്നു. അതിൽ ഉൽപാദനക്ഷമത കുറഞ്ഞ തെങ്ങ്, മാവ്, പ്ലാവ്, പടുമരങ്ങൾ മുതലായവ വെട്ടിക്കളഞ്ഞാൽ 500 ഹെക്ടാർ ഭൂമി, ആസൂത്രിതമായ കൃഷികൾക്ക് വിധേയമാക്കാമെന്നു കണ്ടു.

ക്ഷീര സൗഭാഗ്യ ക്ലസ്റ്റർ

പഞ്ചായത്തിനെ ആകെ 50-60 വീതമുള്ള 100-120 ക്ലസ്റ്ററുകളാക്കി വിഭജിച്ചു. ഓരോ ക്ലസ്റ്ററിലും രണ്ടു അയൽക്കൂട്ടങ്ങൾ. ഓരോ ക്ലസ്റ്ററിലെയും മൊത്തം ഭൂമി ശരാശരി 10 ഹെക്ടാർ. അതിൽ ആസൂത്രിത കൃഷിക്ക് ലഭ്യമായ ഭൂമി 3-4 ഹെക്ടർ വീതം വരും. (നെൽപാടങ്ങളെ വേറെ നിർത്തി) നിലവിലുള്ള ക്ഷീരകർഷകരെ ഉൾപ്പെടുത്തിക്കൊണ്ട് ഓരോ ക്ലസ്റ്ററിലും 6 പശുക്കളും അവയുടെ കിടാങ്ങളും ഉള്ള മിനി ഡയറികൾ സ്ഥാപിക്കാനാണ് പ്ലാൻ. ഈ ഡയറികൾ ഒരു വശത്ത് കൃഷിയും മറുവശത്ത് ഗാർഹിക ബയോഗ്യാസ് പ്ലാന്റുകളും ആയി ഉദ്ഗ്രഥിക്കുന്നതാണ്. അതിനുള്ള ഒരു നഖചിത്രം തയ്യാറാക്കി. പരസ്പരബന്ധങ്ങൾ മനസ്സിലാക്കാൻ ഈ ചിത്രം സഹായിച്ചു. ഈ കൂട്ടായ്മയുടെ സാമ്പത്തികം മതിച്ചിട്ടുണ്ട്.

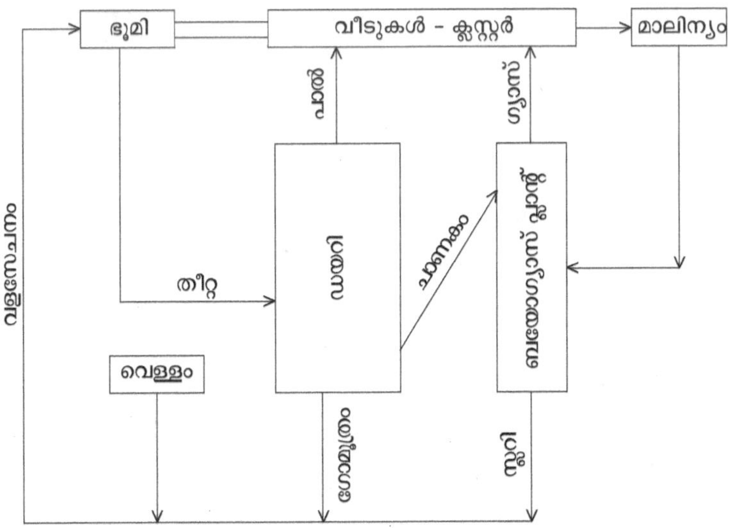

പാൽ - പച്ചക്കറി - പാചകവാതക ശൃംഖല

ഈ ക്ലസ്റ്റർ പ്രദേശത്ത് ആകെ 60 കുടുംബങ്ങളാണുള്ളത്. അവരുടെ അധീനത്തിലുള്ള ഭൂമി 12 ഹെക്ടാർ. അതിൽ പഞ്ചായത്ത് വികസന സമിതി കൃഷിക്കു നൽകിയ ഭൂമി 6 ഹെക്ടർ. അതിൽ ആസൂത്രിത കൃഷിക്കു ലഭ്യമായ ഭൂമി 4 ഹെക്ടർ.

ക്ഷീരസൗഭാഗ്യസംഘത്തിൽ അംഗങ്ങളായ കുടുംബങ്ങൾ	:	40
അവർക്ക് ആവശ്യമുള്ള പാൽ ദിനംപ്രതി	:	30ലിറ്റർ
പ്രതിവർഷ ഡിമാന്റ്	:	11000 ലി
പ്രതിവർഷം വേണ്ട പച്ചക്കറി/പഴം	:	10 ടൺ
ഡയറിയുടെ ഉൽപാദനശേഷി പ്രതിവർഷം	:	12000 ലി.
(6 പശുക്കൾ ഃ 2000 ലിറ്റർ/വർഷം)		
മാട്ടിറച്ചി പ്രതിവർഷം	:	120 കി.
കക്കൂസുമായി ബന്ധിപ്പിച്ച ബയോഗ്യാസ് പ്ലാന്റുകൾ	:	40 വീട്
ഗോമൂത്രം പ്രതിദിനം	:	100–120 ലി.
ചാണകം പ്രതിദിനം	:	250 കി.
പ്രതിദിനം വേണ്ട പുല്ല്	:	200 കി.
അതിനുവേണ്ട കൃഷിഭൂമി	:	0.5 ഹെ.
പച്ചക്കറിക്ക് ലഭ്യമായത്	:	1–1.5 ഹെ.
ഫലവൃക്ഷങ്ങൾക്ക്	:	1.5–2.0 ഹെ.
സേവനം/തൊഴിൽ		
ഡയറി	:	3 പേർ
ബയോഗ്യാസ്	:	3 പേർ
കൃഷി	:	6 പേർ
ആകെ	:	12 പേർ

ഇവരാണ് കമ്പനി ഡയറക്ടർ ബോർഡ്.

അംഗങ്ങളായ കുടുംബങ്ങൾ - 40 പേർ

ഗോമൂത്രവും അതിൽനിന്നുണ്ടാക്കുന്ന ജീവാമൃതവും ബയോഗ്യാസ് പ്ലാന്റിൽനിന്ന് പുറത്തുവരുന്ന സ്ലറിയും കൂടിയാൽ 4 ഹെക്ടറിനും. ആവശ്യമുള്ള മുഴുവൻ വളവും കിട്ടുന്നതാണ്. പ്രതിദിനം 2000 ലിറ്റർ വെള്ളവും (മൂത്രം + സ്ലറി)

ക്ഷീരസൗഭാഗ്യ സംഘത്തിലെ അംഗങ്ങൾക്ക് ആവശ്യമായ മുഴുവൻ പാലും പച്ചക്കറിയുടെയും പഴത്തിന്റെയും സിംഹഭാഗവും ഈ സംവിധാനത്തിലൂടെ കിട്ടുന്നു. പാചകവാതകവും മാട്ടിറച്ചിയും

ലഭ്യമാകുന്നു. പ്രതിവർഷം ഏതാണ്ട് 20000–25000 രൂപ വിലവരുന്ന സാധനങ്ങളും സേവനങ്ങളും. ഉൽപാദനവും ഉപഭോക്താവും തമ്മിലുള്ള സാമ്പത്തികദൂരവും ഭൗതികദൂരവും ഏതാണ്ട് ശൂന്യമായിത്തീരുന്നു.

പഞ്ചായത്തിൽ ആകെ 100–120 സ്വയംപര്യാപ്ത ക്ഷീരസൗഭാഗ്യ സംഘങ്ങൾ ഉണ്ടാക്കും. ഇടവിള കൃഷിചെയ്യാവുന്ന കരഭൂമി മുഴുവൻ അവർ പാട്ടത്തിന് എടുക്കും. ഏതാണ്ട് 400–500 ഹെക്ടാർ. ഇതിൽ മിനി ഡയറികൾക്കും ഒരു കേന്ദ്ര ഡയറിക്കും ആവശ്യമുള്ള മുഴുവൻ പുല്ലും അവർ ഉൽപാദിപ്പിക്കുന്നു. മിനി ഡയറികൾക്ക് 10000 ടൺ പുല്ല്; കേന്ദ്ര ഡയറിക്ക് (100 പശുക്കൾ, 200 കുട്ടികൾ) 2500 ടൺ പുല്ല്. മൊത്തം പുല്ലു ഉൽപാദനം 12500 ടൺ. ഇതിന് 60–80 ഹെക്ടാർ സ്ഥലം മാറ്റി നിർത്തി. ബാക്കി 450–500 ഹെക്ടാർ ഉണ്ട്. ശാസ്ത്രീയമായ സൂക്ഷ്മ കൃഷി വ്യാപകമായി സ്വീകരിച്ചു. പച്ചക്കറി ഉൽപാദനക്ഷമത ഹെക്ടാറിന് പ്രതിവർഷം 30 ടണ്ണിൽ കൂടുതലായി ഉയർത്താൻ പറ്റുമെന്ന് അവർ തീരുമാനിച്ചു. പഞ്ചായത്തിന് 3300–3500 ടൺ പച്ചക്കറി. അത്രയും കിഴങ്ങുകളും വേണം. അതിന് 100–150 ഹെക്ടാർ ഭൂമി മതിയാകും.

പറമ്പുകളിൽ നിലവിലുള്ള വൃക്ഷങ്ങൾ സംരക്ഷിക്കുക, അവയിൽ നിന്ന് വിളവെടുക്കുക, പ്രായമായവ വെട്ടിമാറ്റുക, നെൽപാടങ്ങൾ കിട്ടുന്നതു മുഴുവനും ഏറ്റെടുത്ത് കൃഷി ചെയ്യുക. എന്നിവയ്ക്കായി പഞ്ചായത്താസ്ഥാനത്തിൽ ഒരു കാർഷികസേവാസംഘം ഉണ്ടാക്കും. ഉടമകൾക്കാവശ്യമായ എല്ലാ തൊഴിൽ സേവനവും ഇവർ നൽകും. വാർഡിൽ തുടക്കത്തിൽ 5 പേർ എന്ന തോതിൽ പഞ്ചായത്തിലാകെ 100 പേരാണ് തുടക്കത്തിൽ. ഈ സംഘത്തിൽ ഉണ്ടായിരിക്കുക. പഞ്ചായത്തിനാവശ്യമുള്ള എല്ലാ കാർഷികോപകരണങ്ങളും ഇവർക്ക് വിട്ടുകൊടുക്കും. പറമ്പിനു വേണ്ട ചെറിയ ഉപകരണങ്ങൾ വാങ്ങിക്കും. വെള്ളമുള്ള പ്രദേശമാണ്. നെല്ലിന്റെ വിളതീവ്രത 1.8ൽ കുറയാതെ നോക്കാം. ഉൽപാദനക്ഷമത 3.5 ടൺ അരി/ഹെക്ടാർ. രണ്ടും വിളകൾക്കും കൂടി ചുരുങ്ങിയത് 5 ടൺ അരി പ്രതി ഹെക്ടാർ.

രണ്ട്

പാർപ്പിടം, ഊർജം, വ്യവസായം

പാർപ്പിടം

ആഹാരവും കുടിവെള്ളവും കഴിഞ്ഞാൽ മനുഷ്യരെ സംബന്ധിച്ചിട ത്തോളം പ്രധാനമായത് പാർപ്പിടമാണ്. കേരളത്തിലെ മറ്റു മിക്ക പഞ്ചാ യത്തുകളെയും പോലെ സ്വപ്നഭൂമിയിലും ആവശ്യത്തിലധികം പാർപ്പിട ങ്ങൾ ഉണ്ട്. 8000ത്തോളം. ഏതാണ്ട് അറുന്നൂറു പാർപ്പിടങ്ങൾ, കൊല്ല ത്തിൽ പത്തുശതമാനത്തിൽ കൂടുതൽ കാലം ആൾപാർപ്പില്ലാതെ കിട ക്കുന്നതാണ്. ഇത് പ്രകൃതിവിഭവങ്ങളുടെ - മണൽ, കല്ല്, കളിമണ്ണ്, സിമന്റ്, കമ്പി മുതലായവയുടെ - വൃഥാവ്യയമാണ്. നിരവധി തവണ നടന്ന ചർച്ചകളിലൂടെയും സൗഹൃദപരമായ സാമൂഹികനിർബന്ധത്തി ലൂടെയും, സ്ഥിരമായി ആൾപാർപ്പില്ലാത്ത - അതായത് ഉടമസ്ഥർ കൊല്ല ത്തിൽ 2 മാസമെങ്കിലും താമസിക്കാത്ത - എല്ലാ പാർപ്പിടങ്ങളും ഒരു പൊതുപാർപ്പിടപൂളിലേക്ക് നൽകാമെന്ന് ഉടമസ്ഥർ സമ്മതിച്ചു. താമസി ക്കാൻ വീടില്ലാത്തവർക്ക് ന്യായമായ വാടകയ്ക്ക് പാർക്കാൻ കൊടുക്കുന്നു. റിയൽ എസ്റ്റേറ്റ് ബിസിനസ്സിന്റെ ഭാഗമായി നിക്ഷേപമെന്ന നിലയ്ക്ക് വീടോ ഫ്ളാറ്റുകളോ കെട്ടാൻ മേലിൽ ആർക്കും അനുവാദം നൽകില്ല എന്നവർ തീരുമാനിച്ചു. പാർക്കാൻ സ്വന്തമായി കേരളത്തിൽ എവിടെ യെങ്കിലും ഒരു വീടുള്ളവർക്ക് ഈ പഞ്ചായത്തിൽ രണ്ടാമതൊരു വീടു പണിയാൻ അനുവാദമില്ല. വിവാഹം കഴിഞ്ഞ് പുതിയ കുടുംബങ്ങൾ ഉണ്ടാകുമ്പോൾ അവർക്ക്, പഞ്ചായത്തിൽ ആൾപാർപ്പില്ലാതെ കിടക്കുന്ന വീടുകൾ വാങ്ങാം. അല്ലെങ്കിൽ വാടകയ്ക്ക് താമസിക്കാം. പുതിയതായി കെട്ടാൻ അനുവാദം നൽകില്ല. ഇതാണ് തീരുമാനം. ഒരു പാർപ്പിടവും ഇല്ലാത്ത തീരെ ദരിദ്രവിഭാഗത്തിൽപെട്ടവർക്ക്, ഇപ്പോൾ ആൾപാർപ്പി ല്ലാത്ത കെട്ടിടങ്ങൾ പൊന്നും വില കൊടുത്തുവാങ്ങി, താമസിക്കാനായി കൊടുക്കുന്നതാണ്. മിതമായ വാടകയേ ഈടാക്കൂ. അത് വില്ക്കാൻ അധികാരമില്ല.

ഒരു പാർപ്പിടം ശരിയായ പാർപ്പിടമാകണമെങ്കിൽ ശുദ്ധമായ കുടി വെള്ളം കിട്ടണം; തടസ്സം കൂടാതെ വൈദ്യുതി കിട്ടണം; ചുറ്റുപാട് വൃത്തിയുള്ളതായിരിക്കണം. ഈച്ചയും കൊതുകും ഉണ്ടാകരുത്.

പഞ്ചായത്തിന്റെ ആരോഗ്യനയത്തിൽ ഇതെല്ലാം ഉൾക്കൊള്ളിച്ചിട്ടുണ്ട്. ഇവയ്ക്കു പുറമേ മിനിമം വേണ്ട വാഹനസൗകര്യവും ഉണ്ടായിരിക്കണം.

ഊർജം

എല്ലാ ജീവന്റെയും തായ്‌വേര് കിടക്കുന്നത് ഊർജത്തിലാണ്. ഭക്ഷണത്തിന്റെ രൂപത്തിലുള്ള ഊർജത്തിന്റെ ഒരു നിരന്തരപ്രവാഹമാണ് ജീവൻ. മറ്റെല്ലാ ജീവികളും പ്രഭാസങ്കലനത്തിലൂടെ ചെടികൾ സംഭരിക്കുന്ന സൗരോർജത്തെ മാത്രം ആശ്രയിച്ചു ജീവിക്കുന്നവരാണ്. മനുഷ്യൻ എന്ന ജീവിമാത്രമാണ് അപ്പപ്പോൾ കിട്ടുന്ന സൗരോർജത്തിനു പുറമേ, പണ്ടുകാലത്ത് ചെടികൾ സംഭരിച്ച് കൽക്കരിയുടെയും എണ്ണയുടെയും രൂപത്തിൽ ഭൂമിക്കടിയിൽ സംഭരിച്ചുവച്ചിരുന്ന ഊർജത്തെ കൂടി ഉപയോഗിക്കാൻ തുടങ്ങിയത്. ഈ പുരാസംഭൃത ഊർജത്തിന്റെ (paleo energy) അടിസ്ഥാനത്തിലാണ് മനുഷ്യന്റെ സംസ്കാരം - വീടുകളും റോഡുകളും പാലങ്ങളും നഗരങ്ങളും നൂറുനൂറായിരം ഉപഭോഗവസ്തുക്കളും ഒക്കെ - വളർത്തിയെടുത്തത്. അന്നന്ന് നടക്കുന്ന പ്രഭാസങ്കലനത്തിലൂടെ ലഭിക്കുന്ന ഊർജം കൊണ്ടുമാത്രം മനുഷ്യർക്ക് ഇന്ന് ജീവിക്കാനാകില്ല. സംഭൃത ഊർജശേഖരങ്ങളിൽ - പെട്രോളിയവും പ്രകൃതിവാതകങ്ങളും - മൂന്നു നാലു പതിറ്റാണ്ടുകൾക്കുള്ളിൽ തീരുന്നതാണ്. കൽക്കരിയും ഈ നൂറ്റാണ്ടിനുള്ളിൽതന്നെ കത്തിച്ചുതീർക്കും. അനന്തസ്രോതസ്സായി കരുതിയിരുന്ന ആണവോർജം 'അന്തക'സ്രോതസ്സാണെന്ന് വന്നിരിക്കുന്നു. ലോകമാകെ ഗുരുതരമായ ഒരു ഊർജപ്രതിസന്ധിയിൽ അകപ്പെട്ടിരിക്കയാണ്. സ്വപ്നഭൂമിയിലെ നിവാസികൾ ഇതിനെക്കുറിച്ചു ബോധവത്തുക്കളാണ്.

സ്വപ്നഭൂമിയിൽ എണ്ണയുടെയോ കൽക്കരിയുടെയോ നിക്ഷേപങ്ങളില്ല. വാഹനങ്ങൾ ഓടിക്കാൻ എണ്ണ കിട്ടാതാകും എന്നവർക്ക് അറിയാം. അതിനാൽ നടന്നും സൈക്കിളിലും യാത്ര ചെയ്തുകൊണ്ട്, ജീവിതസന്ധാരണപ്രവർത്തനങ്ങൾ നടത്താൻ പറ്റുന്ന വിധത്തിൽ അവർ ജീവിതക്രമത്തെയാകെ പുനരാസൂത്രണം ചെയ്തുകൊണ്ടിരിക്കയാണ്. അതിൽ ആദ്യം ചെയ്തത്, തങ്ങളുടെ ഊർജോപഭോഗത്തെ കൂടുതൽ കാര്യക്ഷമമാക്കുക എന്നതായിരുന്നു. രണ്ടാമത് ചെയ്തത് ഉപയോഗശൂന്യമായി പോകുന്ന ഊർജസ്രോതസ്സുകളെ (ബയോമാസ്, ബയോഗ്യാസ്) വീണ്ടെടുക്കുക എന്നതായിരുന്നു. മൂന്നാമതായി സൗരോർജം എടുക്കുന്നതിന് പ്രഭാസങ്കലനപാതയ്ക്കു പുറമെ നേരിട്ട് താപമായും (ഇത് പണ്ടേ ചെയ്തിരുന്നതാണ്) പ്രഭാവൈദ്യുതി (ഫോട്ടോവോൾടെയ്ക്) യായും വർധിച്ച തോതിൽ ഉപയോഗിക്കുക എന്നത് ആയിരുന്നു.

ഇന്ന് പഞ്ചായത്തിലെ മൊത്തം വൈദ്യുതി ഡിമാന്റ് പ്രതിവർഷം 150 ലക്ഷം യൂണിറ്റാണ്. അത് വർധിച്ച് ഏതാണ്ട് 300 ലക്ഷം യൂണിറ്റിൽ സ്ഥിരീകരിക്കപ്പെടുമെന്നു വിശ്വസിക്കുന്നു - ആളൊന്നുക്ക് പ്രതിവർഷം 1000-1200 യൂണിറ്റ്. മുഴുവനും ലഭിക്കുന്നത് ഇലക്ട്രിസിറ്റി ബോർഡിന്റെ

ഗ്രിഡിൽനിന്നാണ്. ആദ്യമായി അവർ ചെയ്യുക തങ്ങളുടെ പഞ്ചായത്തിനകത്തുള്ള 11KV ലൈനുകളുടെയും എല്ലാ 440V വിതരണലൈനുകളുടെയും ട്രാൻസ്ഫോർമറുകളുടെയും ഉത്തരവാദിത്വം ഏറ്റെടുക്കുകയാണ്. തങ്ങളുടെ വിതരണവ്യൂഹത്തെ ഒരു തദ്ദേശീയഗ്രിഡ് ആക്കി മാറ്റും. വൈദ്യുതിബോർഡിൽ നിന്നും വൈദ്യുതി മൊത്തമായി വാങ്ങുന്നു. ഗ്രീൻ എനർജി കമ്പനിയാണ് ഇത് നടത്തുന്നത്. ഈ ഗ്രിഡിലേക്കാണ് ബയോമാസിൽനിന്നുള്ള വൈദ്യുതി നൽകുന്നത്.

ഗ്രീൻ എനർജി കമ്പനി

പഞ്ചായത്ത് വികസനസമിതി പ്രൊമോട്ട് ചെയ്യുന്ന ഒരു പ്രൊഡ്യൂസർ കമ്പനിയാണിത്. ഇതിന് നാലു ഡിവിഷനുകൾ ഉണ്ടായിരിക്കും.

1. സോളാർ ഡിവിഷൻ

സോളാർ വാട്ടർഹീറ്റർ, സോളാർ വൈദ്യുതിയുൽപാദനം എന്നിവയ്ക്ക് ഉത്തരവാദപ്പെട്ടിരിക്കുന്നു. സോളാർ ടെക്നോളജിയിൽ പ്രത്യേക പരിശീലനം നേടിയ എൻജിനീയർമാരും ടെക്നീഷ്യന്മാരും ആണ് ഈ ഡിവിഷന്റെ ചുമതല വഹിക്കുന്നത്. വീടുകളുടെയും സ്ഥാപനങ്ങളുടെയും പുരപ്പുറങ്ങൾ, കളിസ്ഥലങ്ങൾ, റോഡുകൾ, കനാലുകൾ, തോടുകൾ മുതലായവ സൗരപ്രകാശം ലഭിക്കുന്ന ഇടങ്ങളിൽ നിന്നായി 25 മെഗാവാട്ട് വരെ ഉൽപാദിപ്പിക്കാം. 15 മെഗാവാട്ട് ഉൽപാദനശേഷി സ്ഥാപിക്കാനാണ് ലക്ഷ്യം. 6000 ഗാർഹിക സോളാർ വാട്ടർ ഹീറ്ററുകളും 400 സ്ഥാപന വാട്ടർ ഹീറ്ററുകളും സ്ഥാപിക്കുക എന്നതും ലക്ഷ്യമാണ്. പത്തു കൊല്ലംകൊണ്ട് ഈ ലക്ഷ്യം നേടാനാകുമെന്ന് അവർ പ്രതീക്ഷിക്കുന്നു. പൂർണമായും ഗ്രിഡുമായി ബന്ധിതമായ ഒരു വ്യൂഹമായിരിക്കും ഇത്.

2. ബയോമാസ് ഡിവിഷൻ

പഞ്ചായത്തിൽ പ്രതിവർഷം ആകെ ഉൽപാദിപ്പിക്കപ്പെടുന്ന 20000 –25000 ടൺ ബയോമാസ്സിൽ (ഉണക്ക) 8000 ടൺ കത്തിക്കാൻ മാത്രം ഉതകുന്ന വിറകായിരിക്കും എന്ന് മതിച്ചിരിക്കുന്നു. 5 മെഗാവാട്ട് ഉൽപാദനശേഷിയുള്ള ഒരു തെർമൽ സ്റ്റേഷൻ ഉപയോഗിച്ച് 3 മണിക്കൂർ നേരം (വൈകുന്നേരം 6 മുതൽ 9 വരെ) പ്രവർത്തിപ്പിക്കാൻ കഴിയും. വിശദമായ പഠനം ഇനിയും നടത്തേണ്ടതുണ്ട്. ഗ്യാസിഫിക്കേഷൻ രീതിയാണോ നീരാവി ടർബൈൻ രീതിയാണോ വേണ്ടത് എന്നും പഠിക്കേണ്ടിയിരിക്കുന്നു. മതിപ്പുചെലവ് 30 കോടി രൂപ.

3. ബയോഗ്യാസ്

പഞ്ചായത്തിലെ എല്ലാ വീടുകളിലും ടോയ്‌ലറ്റുമായി ബന്ധിപ്പിച്ച് ബയോഗ്യാസ് പ്ലാന്റ് സ്ഥാപിക്കും. ഡയറികളിൽനിന്നുള്ള ചാണകം,

അടുക്കള മാലിന്യം, കാർഷികവേസ്റ്റ് എല്ലാം ചേർന്ന് മുഴുവൻ വീടുകളിലെയും പാചകഊർജം നൽകാൻ കഴിയുമെന്ന് മതിച്ചിരിക്കുന്നു. അതിനു ചുമതലയുള്ള ഒരു ഡിവിഷനുമുണ്ട്.

4. തദ്ദേശീയ ഗ്രിഡ്

11KV, 400 V ലൈനുകളും ട്രാൻസ്ഫോർമറുകളും അടങ്ങുന്ന വിതരണവ്യൂഹം കമ്പനി ഏറ്റെടുക്കുന്നു. പഞ്ചായത്തിൽ ഉത്പാദിപ്പിക്കുന്നതും പോരാതെ വരുന്ന സന്ദർഭങ്ങളിൽ സംസ്ഥാനഗ്രിഡിൽനിന്ന് സ്വീകരിക്കുന്നു. അധികം ഉണ്ടാവുന്ന സമയത്ത് തിരിച്ചു കൊടുക്കുന്നു.

ഇന്ധനക്കാടുകൾ - ജെട്രോഫ മുതലായവ - വളർത്തുന്നത് അശാസ്ത്രീയമാണെന്നു കണ്ട് സ്വപ്നഭൂമി നിവാസികൾ അതിനെ നിരാകരിച്ചിരുന്നു. മറ്റു ഉപയോഗങ്ങൾ ഇല്ലാത്ത ഭാഗങ്ങളെ മാത്രമേ ഇന്ധനമായി ഉപയോഗിക്കാവൂ. വേലിയരുകിൽ വളർത്തുന്ന ശീമക്കൊന്ന ഊർജത്തിനു വേണ്ട വിറകും പച്ചിലവളവും തരുന്നു.

വ്യവസായം

സ്വപ്നഭൂമിയിലെ ജനങ്ങൾക്ക് വ്യവസായവത്കരണത്തെ കുറിച്ച് വ്യക്തമായ കാഴ്ചപ്പാടുണ്ടായിരുന്നു. വൻതോതിൽ ഭൂമി വേണ്ട, വൻതോതിൽ വെള്ളം വേണ്ട, വൻതോതിൽ വൈദ്യുതി വേണ്ട, കൈകാര്യം ചെയ്യാനാകാത്ത മലിനീകരണം നടത്തുന്ന ഒരു വ്യവസായവും തങ്ങളുടെ പഞ്ചായത്തിൽ വേണ്ട എന്ന് അവർ നേരത്തെ തന്നെ തീരുമാനിച്ചിരുന്നു. സാമാന്യേന എല്ലാവരും ദൈനംദിനം ഉപയോഗിക്കുന്ന വ്യാവസായികോത്പന്നങ്ങൾ ഉണ്ട്: സോപ്പ്, അലക്കുപൊടി, ലോഷനുകൾ തുടങ്ങിയ ശുചീകരണവസ്തുക്കൾ. അവയെല്ലാം പഞ്ചായത്തിനകത്ത് ഉണ്ടാക്കാൻ പറ്റുന്നതാണ്. ബ്രാന്റ് അടിമത്തത്തിൽനിന്ന് പടിപ്പടിയായി മോചനം നേടാം. അതുപോലെ കോളകൾ ആദിയായ പാനീയങ്ങളിൽ നിന്നു മോചനം നേടാം. പകരം ഇളന്നീർ, നീര, സംഭാരം, നാരങ്ങവെള്ളം, ഔഷധപാനീയങ്ങൾ (ചുക്കുവെള്ളം, ജീരകവെള്ളം, രാമച്ചവെള്ളം, ഇത്യാദി.....) മുതലായ തദ്ദേശീയ പാനീയങ്ങൾ. കളിപ്പാട്ടങ്ങൾ, അലങ്കാരദീപങ്ങൾ, പലതരം സ്റ്റാന്റുകൾ, വ്യത്യസ്ത തടിയുൽപന്നങ്ങൾ, വിശിഷ്യ തെങ്ങിൻ തടിയുൽപന്നങ്ങൾ, നോട്ടുബുക്കുകൾ മുതലായവ മിക്കതും പഞ്ചായത്തിനകത്ത് തന്നെ ഉത്പാദിപ്പിക്കാൻ തുടങ്ങും. കേരളത്തിലെ പരമ്പരാഗതവ്യവസായങ്ങളിൽ പ്രമുഖങ്ങളായ കയർ, കൈത്തറി, കശുവണ്ടി മുതലായവ പഞ്ചായത്തിൽ പ്രധാനമായിരുന്നില്ല. പഞ്ചായത്തിലെ കേരസൗഭാഗ്യപദ്ധതിയുടെ ഭാഗമായി ശേഖരിക്കപ്പെടുന്ന തൊണ്ട് തല്ലി ഒന്നാം തരം നാരാക്കി കയറുൽപാദനമേഖലകളിലേക്ക് അയയ്ക്കുന്നു. ഇതിനായി ഒരു യൂണിറ്റ് വിഭാവനം ചെയ്തിട്ടുണ്ട്. ആഹാരത്തിനും പാർപ്പിടത്തിനും പുറമേ, മനുഷ്യർക്ക് വസ്ത്രം അടക്കം വ്യവസായനിർമിതമായ ഒട്ടനവധി സാധനങ്ങളുടെ ആവശ്യമുണ്ട്. ഏറ്റവും പ്രധാനമായത് കാലികമായി മാത്രം ലഭ്യമാകുന്ന ഭക്ഷ്യപദാർഥങ്ങളെ

വർഷം മുഴുവൻ ഉപയോഗിക്കാൻ പറ്റുന്നവിധത്തിൽ സംസ്കരിച്ച് സൂക്ഷിച്ചുവെക്കുകയാണ്. പണ്ട് വീടുകളിൽ പലതും അച്ചാറായും ഉണക്കിയും മറ്റുപലതരത്തിലും കൂടുതൽ കാലത്തേക്ക് സൂക്ഷിച്ചുവെച്ചിരുന്നു. ഇന്ന് അവ വ്യവസായമാണ്. മൊത്തത്തിൽ പറഞ്ഞാൽ കാർഷികോൽപന്ന വ്യവസായങ്ങൾ. പഞ്ചായത്തിലുണ്ടാകുന്ന എല്ലാ, അക്ഷരാർഥത്തിൽതന്നെ എല്ലാ, കാർഷികോൽപന്നങ്ങളെയും അന്നന്നു ഉപയോഗിക്കാൻ കഴിയുന്നത് ഒഴിച്ച് ബാക്കിയെല്ലാം സംസ്കരിച്ച് മൂല്യവർധിതവും ദീർഘകാലം സൂക്ഷിക്കാവുന്നതുമായ ഉൽപന്നങ്ങളാക്കി മാറ്റും. തദ്ദേശീയമായി ഉപഭോഗം കഴിച്ചു ബാക്കിയുള്ളതെല്ലാം, അടുത്തുള്ള നഗരങ്ങളിലേക്ക് വിൽപനയ്ക്കയയ്ക്കും. 60–70 ശതമാനവും തദ്ദേശീയമായിത്തന്നെ ഉപഭോഗിക്കപ്പെടുമെന്നാണ് മതിപ്പ്. ഒരു ഇടത്തരം ഫല സംസ്കരണയൂണിറ്റും (1000 ടൺ പ്രതിവർഷം). 8 പ്രാഥമിക സംസ്കരണയൂണിറ്റുകളും (200 ടൺ പ്രതിവർഷം) വിഭാവനം ചെയ്തിട്ടുണ്ട്. കാർഷികോൽപന്ന വ്യവസായത്തിന് നല്ല ഭാവിയുള്ള പഞ്ചായത്താണ് സ്വപ്നഭൂമി.

സ്വപ്നഭൂമിയിലെ നിവാസികൾക്കാവശ്യമായ വസ്ത്രങ്ങൾ ഉണ്ടാക്കാൻ ഇപ്പോൾ കഴിയില്ല. അതിനാൽ തുണി ബൾക്കായി ഇറക്കുമതി ചെയ്യുന്നു. വീടുകളിലും ഫാക്ടറികളിലുമായി ആവശ്യമായ എല്ലാ തരം ഉടുപ്പുകളും ഉണ്ടാക്കുന്നു. അവർക്ക് തനതായ ഒരു ബ്രാൻഡ് ഉണ്ട്. മാധ്യമങ്ങളിൽ പരസ്യപ്പെടുത്തുന്ന ഒരു സാധനവും വാങ്ങില്ലെന്ന് അവർ വ്രതമെടുത്തിട്ടുണ്ട്.

കമ്പ്യൂട്ടർ ഘടകങ്ങൾ ഒന്നും പഞ്ചായത്തിൽ ഉണ്ടാക്കാൻ പറ്റില്ല. കമ്പ്യൂട്ടർ അസമ്പിൾ ചെയ്യാനും പ്ലാനില്ല. എന്നാൽ പഞ്ചായത്തിൽ ഒന്നാന്തരം ഒരു സർവീസ് യൂണിറ്റ് ഉണ്ടാക്കും. ഹാർഡ് വെയർ റിപ്പയർ, വാർഷിക പരിരക്ഷണം മുതലായവ ഏറ്റെടുക്കും. ഓരോ വീട്ടിലും കമ്പ്യൂട്ടർ ഉണ്ടായിരിക്കും. 21-ാം നൂറ്റാണ്ടിൽ ഒരു ലോകപൗരൻ കൂടി ആയേ ആർക്കും ജീവിക്കാൻ പറ്റൂ. അതിനുള്ള അവശ്യനിബന്ധനയാണ് ബന്ധപ്പെടൽ. അതിനുള്ള ടൂൾ ആണ് കമ്പ്യൂട്ടർ. സ്വപ്നഭൂമിയെ ഒരു 'സ്മാർട്ട് പഞ്ചായത്ത്' ആയി വളർത്തിക്കൊണ്ടിരിക്കയാണ്. എല്ലാവരും കമ്പ്യൂട്ടർ ഉപയോഗിച്ച് മലയാളത്തിലും ഇംഗ്ലീഷിലും ടൈപ്പ് ചെയ്യാൻ പഠിക്കും; ഇന്റർനെറ്റ് ഉപയോഗിച്ച് ആഗോളവിവര സാഗരത്തിൽ നീന്താൻ കഴിവുള്ളവരാക്കും.

ചില്ലറ വില്പന

സൂപ്രർ ബസാറുകളും മാളുകളും അമേരിക്കയിലെയും യൂറോപ്പിലെയും, മനില, ജൊഹന്നാസ്ബർഗ്, കാരക്കാസ്, കൊളംബോ എന്നു തുടങ്ങി നിരവധി നഗരങ്ങളിലെയും പ്രാദേശിക സമൂഹബന്ധങ്ങൾ നശിപ്പിച്ച കഥ, മൈക്കൽ ഷൂമന്റെ തദ്ദേശീയതയിലേക്ക് (Going Local) എന്ന പുസ്തകത്തിൽനിന്നും മറ്റു പ്രസിദ്ധീകരണങ്ങളിൽനിന്നും സ്വപ്ന

ഭൂമിയിലെ നിവാസികൾ മനസ്സിലാക്കിയിരുന്നു. വാൾമാർട്, കോസ്റ്റേകോ തുടങ്ങിയ റീട്ടെയ്ൽ ഭീമന്മാരുടെ വളർച്ചയോടുകൂടി. നഗരത്തിൽ പല പലയിടങ്ങളിലായി ചിതറിക്കിടക്കുന്ന ചില്ലറവിൽപനശാലകൾ, അവയിൽ ഓരോന്നിനുമുള്ള സ്ഥിരം പറ്റുവരവുകാർ, അവർ തമ്മിലുള്ള സൗഹൃദ ബന്ധങ്ങൾ, എല്ലാം തകർന്നു. തങ്ങളുടെ പഞ്ചായത്തിന് ഈ ഗതി വരരുത് എന്ന് അവർ തീരുമാനിച്ചിരുന്നു. ഇന്ത്യാഗവൺമെന്റ് സാധാരണക്കാർക്കോ, ഗ്രാമങ്ങൾക്കോ വേണ്ടിയുള്ള ഗവൺമെന്റല്ലെന്നും നഗരങ്ങളിലെയും ഗ്രാമങ്ങളിലെയും പണക്കാർക്കു മാത്രം വേണ്ടിയുള്ള ഗവൺമെന്റാണെന്നും, അതിനെ നിയന്ത്രിക്കുന്നത് വിദേശി-സ്വദേശി സാമ്പത്തിക ഭീമന്മാരാണെന്നും അവർ കണ്ണിൽ ചോരയില്ലാത്ത അട്ടകളാണെന്നും ഒക്കെ സ്വപ്നഭൂമി വാസികൾ തിരിച്ചറിഞ്ഞിരുന്നു. അവരുടെ കടന്നാക്രമണത്തെ പ്രതിരോധിക്കാനായി ഉന്നതവോൾടതയിലുള്ള ഒരു ബോധവത്കരണപരിപാടി അവർ നടപ്പാക്കി. സ്കൂളുകൾ, പൊതുസ്ഥാപനങ്ങൾ, അയൽക്കൂട്ട സഭകൾ എല്ലാം ഇതിന് അവർ ഉപയോഗപ്പെടുത്തി. വിദേശനിർമിതങ്ങളും വിദേശമൂലധനവുമായി കൂട്ടുചേർന്നു ഇന്ത്യയിൽ ഉണ്ടാക്കിയതും ആയ എല്ലാ ചരക്കുകളും ബഹിഷ്കരിക്കുന്നതോടൊപ്പം വിദേശമൂലധനമുള്ളതോ, അവരുമായി കൂട്ടുകെട്ടുള്ളതോ ആയ എല്ലാ വിപണനശൃംഖലകളെയും ബഹിഷ്കരിക്കാനും അവർ തീരുമാനിച്ചു. കച്ചവടസ്ഥാപനങ്ങൾക്ക് അനുമതി നൽകാനുള്ള തങ്ങളുടെ അധികാരം ഉപയോഗിച്ച് അത്തരം സ്ഥാപനങ്ങൾ പഞ്ചായത്തിനകത്ത് ആരംഭിക്കുന്നത് തടഞ്ഞു. നഗരത്തിൽ പണിക്കുപോയി വരുന്നവർ നഗരത്തിലെ അത്തരം സ്ഥാപനങ്ങളിൽനിന്ന് സാധനങ്ങൾ വാങ്ങിക്കൊണ്ടു വരുന്നത് നിരുത്സാഹപ്പെടുത്തി. മാധ്യമങ്ങളിൽ പരസ്യംചെയ്യുന്ന എല്ലാ സാധനങ്ങളും വർജിക്കും എന്നൊരു നയം അവർ പ്രചരിപ്പിച്ചു. വാങ്ങുന്നവന്റെ വിവേചനാധികാരത്തെ വിൽക്കുന്നവന്റെ വിപണനശക്തിക്കെതിരായി അവർ പ്രയോഗിച്ചു. ഗ്രാമത്തിലെ ഏറിയ പങ്ക് ഉത്പന്ന കൈമാറ്റങ്ങളും തദ്ദേശീയവനിതാവിപണനസംഘങ്ങളിലൂടെയാണ് നടക്കുക. ഗ്രാമത്തിൽ മുമ്പുണ്ടായിരുന്ന ചില്ലറ വില്പനശാലകളൊന്നും അടച്ചിട്ടില്ല. അവയും ഈ വനിതാവിപണനസംഘത്തിലെ അംഗങ്ങളായി മാറി. അവരുടെ ഉപജീവനം അങ്ങനെ ഉറപ്പാക്കി.

മൂന്ന്

വിദ്യാഭ്യാസം, ആരോഗ്യം, സാമൂഹികസുരക്ഷ

വിദ്യാഭ്യാസം

ഇന്നത്തെ കുട്ടികളാണ് നാളത്തെ പൗരന്മാർ. അവരാണ് നാളത്തെ സ്വപ്നഭൂമി നിർമിക്കേണ്ടവർ. ഇന്നത്തെ പൗരന്മാർക്ക് ദീർഘകാല ശീലങ്ങളുടെ മാറാപ്പുണ്ട്. അത് ഇറക്കിവെക്കുന്നതിൽ അവർ പൂർണായി വിജയിച്ചെന്നു വരില്ല. ആ മാറാപ്പിൽ നല്ലതും കെട്ടതും വേർതിരിച്ച്, കെട്ടത് തിരസ്കരിച്ച്, നല്ലതിനെ വളർത്തുന്നതിന് സഹായിക്കുന്നതും അവശ്യം വേണ്ടതുമായ പ്രക്രിയ ആണ് വിദ്യാഭ്യാസം. സ്വപ്നഭൂമിയിൽ അതിശക്തമായ ഒരു 'ഉൽകൃഷ്ടവിദ്യാഭ്യാസ സമിതി' ഉണ്ട്. ഉൽകൃഷ്ട വിദ്യാഭ്യാസം എന്നു വിളിക്കുന്നത് സോദ്ദേശ്യമാണ്. ഇന്നു കേരളത്തിലും ഇന്ത്യയിലും ആദരിക്കപ്പെടുന്നത് നികൃഷ്ടവിദ്യാഭ്യാസമാണ്, ഭാവിയുടെ സാധ്യതകളും ഭീഷണികളും വേർതിരിച്ചറിയാൻ സഹായിക്കാത്ത വിദ്യാഭ്യാസമാണ്, മാനവസത്തയെ നശിപ്പിക്കുന്ന വിദ്യാഭ്യാസമാണ്, തനിക്കു താൻ മാത്രം, മറ്റെല്ലാവരും തോല്പിക്കപ്പെടേണ്ട ശത്രുക്കാണ് എന്ന ഉപബോധം വളർത്തുന്ന വിദ്യാഭ്യാസമാണ്, സമൂഹത്തിലെ യഥാർഥ ഉൽപാദനപ്രവർത്തനങ്ങളിൽ, കൃഷിയിലും വ്യാവസായികോൽപാദനത്തിലും ഒരു തരത്തിലുള്ള അറിവും കൗശലങ്ങളും നൽകാത്ത വിദ്യഭ്യാസമാണ്, പഴമയുടെ ജീർണഭാണ്ഡം പേറുന്ന വിദ്യാഭ്യാസമാണ്. എന്നാൽ വിദ്യഭ്യാസത്തെ തൊട്ടുകളിക്കുന്നത് തീക്കളിയാണെന്ന് സ്വപ്നഭൂമിക്കാർക്കറിയാം. 1957 ലെ കമ്യൂണിസ്റ്റ് മന്ത്രിസഭയുടെ അനുഭവം അവർ മറന്നിട്ടില്ല. കഴിഞ്ഞ പതിറ്റാണ്ടിൽ നടന്ന പുരോഗമനപരമായ വിദ്യാഭ്യാസപരിവർത്തനങ്ങളോട് സ്ഥാപിത താൽപര്യക്കാരായ സമൂഹവിഭാഗങ്ങൾ കൈക്കൊണ്ട നിലപാടും അവർ കണ്ടിട്ടുള്ളതാണ്. എന്നാൽ ക്ലാസ് റൂമിൽ അധ്യാപികയ്ക്കുള്ള സവിശേഷ സ്ഥാനം അവർ മനസ്സിലാക്കിയിട്ടുണ്ട്. പഞ്ചായത്തിൽ ആകെ 200 ഓളം അധ്യാപകരുണ്ട്. കൂടാതെ ബിഎഡ് ബിരുദം എടുത്തവർ 40-50 പേരുണ്ട്. ടിടിസി മാത്രമുള്ളവരെ ഡിഗ്രി എടുക്കാൻ പഞ്ചായത്ത് സഹായിക്കും. ഉൽകൃഷ്ടശിക്ഷാസമിതി അവർക്ക് നിരന്തരം പരിശീലനങ്ങൾ നൽകിക്കൊണ്ടിരിക്കുന്നു. അതിൽ

ഇടപെടാൻ സർക്കാർ വിദ്യാഭ്യാസവകുപ്പിനെ - ബിആർസി, ഡയറ്റ്, എസ് സി ഇ ആർ ടി ആരെയും - അനുവദിക്കില്ല എന്ന നിലപാടെടുത്തു. സമരം ചെയ്ത് സ്വന്തം അധ്യാപകരുടെ പരിശീലനത്തിനുള്ള അധികാരം നേടിയെടുത്തു. വകുപ്പിലെ വിദഗ്ധരുടെ സഹായം ചോദിച്ചുവാങ്ങി. അങ്ങനെ വിദ്യാഭ്യാസത്തിലൂടെ ഭാവിയിലെ പൗരന്മാർക്ക് വേണ്ട ഉൽക്കൃഷ്ടമായ കഴിവുകളും ദിശാബോധവും നൽകാൻ അവർ ശ്രമിച്ചു. ഇതിനായി അവർ സ്വീകരിച്ച നടപടിക്രമം ഇതായിരുന്നു.

സർക്കാർ പാഠപുസ്തകങ്ങളും കരിക്കുലവും പൂർണമായി അംഗീകരിച്ചു. വിദ്യാഭ്യാസവകുപ്പ് നൽകിയിട്ടുള്ള പുരോഗമനപരമായ മാർഗനിർദേശങ്ങൾ, മറ്റിടങ്ങളിൽ സത്തയറിയാതെ കാട്ടിക്കൂട്ടലായി മാറിയപ്പോൾ, അതിന്റെ സത്ത മനസ്സിലാക്കി നടപ്പിലാക്കാൻ അധ്യാപകരെ പ്രേരിപ്പിച്ചു, പരിശീലിപ്പിച്ചു.

കരിക്കുലത്തിലെ ഭൗതികവും രസതന്ത്രവും കൃഷിയും കണക്കും ഒക്കെ പഠിപ്പിക്കുമ്പോൾ ചുറ്റുമുള്ള ജനങ്ങളുടെ ജീവിതവുമായി അതിനെ ബന്ധപ്പെടുത്തി. എല്ലാ കുട്ടികൾക്കും ഉൽപാദനക്ഷമമായ പ്രവർത്തനങ്ങളിൽ - കൃഷി, വിവിധ വിളകൾ, പശുവളർത്തൽ, പന്നി/മത്സ്യം/കോഴി വളർത്തൽ, ഓട്ടോ റിപ്പയർ ഷോപ്പുകൾ, ഗാർഹികോൽപന്ന റിപ്പയർ ഷോപ്പുകൾ - പഞ്ചായത്തിലുള്ള എല്ലാ പഠനയിടങ്ങളും അവർ ഉപയോഗപ്പെടുത്തി. ഗാന്ധിയുടെ അടിസ്ഥാനവിദ്യാഭ്യാസത്തിന്റെ പരിഷ്കൃതരൂപമായിരുന്നു അത്. പാഠ്യപദ്ധതിപ്രകാരമുള്ള പഠനത്തെ സമത്വം, സുസ്ഥിരത, സ്വാതന്ത്ര്യം, സഹിഷ്ണുത, വൈവിധ്യം മുതലായ അടിസ്ഥാന 'പ്രശ്ന'ങ്ങളുമായി ബന്ധപ്പെടുത്തി ജീവത്തും സക്രിയവും ആക്കുക എന്നതായിരുന്നു ലക്ഷ്യം.

ഇതിനായി സ്വപ്നഭൂമിയിലെ ജനങ്ങൾ കുട്ടികളുടെ പാഠ്യപദ്ധതിയിൽ ചില കാര്യങ്ങൾ കൂടി കൂട്ടിച്ചേർത്തു. ഹൈസ്കൂൾ പാഠ്യപദ്ധതിയിലാണ് ഇത് ചേർത്തത്. എന്നാൽ ഇതിലടങ്ങിയ മൂല്യബോധം പ്രൈമറിതലത്തിൽ ഉടനീളം നിഴലിക്കുന്ന വിധമാണ് ക്ലാസ്സ് റൂം പ്രവർത്തനങ്ങൾ ആസൂത്രണം ചെയ്തത്. ചെറുവാക്യങ്ങളുടെ രൂപത്തിൽ അവ താഴെ കുറിക്കുന്നു.

- ഈ ഭൂമി ഉണ്ടായിട്ട് 450 കോടി കൊല്ലത്തിൽ അധികമായി.
- ഇതിൽ ജീവൻ ഉദയംകൊണ്ടിട്ട് 350 കോടിയിലധികം കൊല്ലമായി.
- മനുഷ്യൻ എന്ന ജീവജാതി പ്രത്യക്ഷപ്പെട്ടിട്ട് രണ്ടു ലക്ഷം കൊല്ലമേ ആയിട്ടുള്ളൂ.
- ഈ ഭൂമിയിലെ മരങ്ങൾ, ചെടികൾ, വെള്ളം, ഗുഹകൾ - എല്ലാം തന്നെ എല്ലാ ജീവജാതികളും ഉപയോഗിച്ചിരുന്നു - മനുഷ്യരും
- ഒന്നും ആരുടെയും 'സ്വന്തം' ആയിരുന്നില്ല. പണ്ടുകാലത്ത് മനുഷ്യരും ഒന്നിനെയും തന്റെ 'സ്വന്തം' ആയി കരുതിയിരുന്നില്ല.

- താരതമ്യേന അടുത്തകാലത്ത് - 5000-6000 കൊല്ലക്കാലമായി - മാത്രമേ 'ഇത് എന്റേത്, എന്റേത് മാത്രം ആണ്' എന്ന ധാരണ മനുഷ്യരിൽ രൂപംകൊണ്ടിട്ടുള്ളൂ.
- ചില ജീവികൾ തങ്ങളുടെ ഇരതേടൽ പ്രദേശം തങ്ങളുടേതായി കാത്തുസൂക്ഷിക്കാറുണ്ട്. അതിനവയെ സഹായിച്ചത് അവരുടെ കായികബലമായിരുന്നു.
- പ്രകൃതിയെ, ഭൂമിയെയും അതിലെ വിഭവങ്ങളെയും, സ്വന്തമാക്കാൻ മനുഷ്യരെ സഹായിച്ചതും അവരുടെ 'ബലം' തന്നെ ആയിരുന്നു.
- ഭൂമിയെയും, അതിലെ വിഭവങ്ങളെയും സ്വകാര്യസ്വത്തായി കാണാൻ ഈ ബലവും മറ്റുള്ളവർ അതംഗീകരിക്കലും അല്ലാതെ, മറ്റൊരു ന്യായീകരണവുമില്ല. ഒരു നീതിയും ഇല്ല.
- ഈ ഭൂമിയും അതിലെ വിഭവങ്ങളും മറ്റു ജീവികൾക്കെന്നപോലെ എല്ലാ മനുഷ്യർക്കും അവകാശപ്പെട്ടതാണ്.
- ഭാവിതലമുറകൾക്കും അവകാശപ്പെട്ടതാണ്.
- ഏതാനും പേർ മറ്റുള്ളവരുടെയും ഭാവിതലമുറകളുടെയും അവകാശങ്ങൾ അപഹരിക്കുന്നത് ന്യായീകരിക്കാൻ പറ്റില്ല.
- ഭൂമിയുടെയും അതിലുള്ള വിഭവങ്ങളുടെയും മേൽ വ്യക്തികൾക്കുപരിയായി സമൂഹത്തിന്റെയാകെ നിയന്ത്രണം വേണം.
- മനുഷ്യർ പ്രകൃതിയെ രൂപാന്തരപ്പെടുത്തിക്കൊണ്ടാണ് ജീവിക്കുന്നത്. ഭാവിതലമുറകളുടെയോ മറ്റു മനുഷ്യരുടെയോ ജീവികളുടെയോ ജീവിക്കാനുള്ള സൗകര്യം നശിപ്പിക്കാൻ ആർക്കും അധികാരമില്ല. രൂപാന്തരണപ്രവർത്തനങ്ങളുടെ - അതായത് ഉൽപാദന പ്രവർത്തനങ്ങളുടെ - മേൽ സമൂഹത്തിന്റെയാകെ നിയന്ത്രണം വേണം.
- ഭൂമിയും പ്രകൃതിവിഭവങ്ങളും കഴിഞ്ഞാൽ പിന്നെ ഉൽപാദനത്തിൽ ആവശ്യമുള്ളത് ഉപകരണങ്ങൾ - യന്ത്രങ്ങൾ ആണ്. വ്യവസായ ഉടമകൾ പറയും: ഈ യന്ത്രങ്ങൾ ഞങ്ങളുടെ സ്വന്തമാണ് എന്ന്. അതിലും അർഥമില്ല.
- ഇന്നു കാണുന്ന ഓരോ യന്ത്രവും വിവിധദേശങ്ങളിൽ വിവിധ കാലങ്ങളിൽ ജീവിച്ചിരുന്നവരുടെ അധ്വാനത്തിന്റെ പരിണതഫലമം മാത്രമാണ്. അവരുടെ പിൻഗാമികൾക്കെല്ലാം, അതായത് നമുക്കെല്ലാം, ഒരേപേലെ അവകാശപ്പെട്ടതാണ് അവയെല്ലാം.
- ഇന്ന് വ്യാപകമായിക്കൊണ്ടിരിക്കുന്ന ഉപയോഗിച്ചുവലിച്ചെറിയൽ സംസ്കാരം രണ്ടു ദ്രോഹങ്ങൾ ചെയ്യുന്നു (i) അസംസ്കൃത പദാർഥങ്ങൾ വൃഥാവ്യയം ചെയ്യപ്പെടുന്നു (ii) മാലിന്യം ഈട്ടം കൂടുന്നു.

- കാറ്, വിമാനം മുതലായവ കൂടി ഇതിന് വിധേയമാകുന്നു. അവയുടെ ഉപയോഗകാലം കുറയ്ക്കുന്നു. അവയുടെ ഈട് കുറയ്ക്കുന്നു. ഫാഷൻ മാറ്റുന്നു. അതിവേഗം അവ കാലഹരണപ്പെടുന്നു, ജങ്ക് ആയിത്തീരുന്നു.
- ഇത് കൊണ്ടുണ്ടാകുന്ന ദോഷഫലങ്ങൾ കുറച്ചൊന്നുമല്ല. മുതലാളിമാർക്ക് ലാഭം ഉണ്ടാക്കുകയല്ല, മനുഷ്യരുടെ ആവശ്യങ്ങൾ നിവർത്തിക്കയാണ് ലക്ഷ്യം എന്നു തീരുമാനിച്ചാൽ പരിഹാരം കാണാവുന്നതേയുള്ളു.

മലിനീകരണം, ആഗോളതാപനം തുടങ്ങിയ പാഠഭാഗങ്ങളുമായി ബന്ധപ്പെടുത്തി, മാനവരാശി - ഒപ്പം അവരും - നേരിടാൻ പോകുന്ന മഹാദുരന്തവും അതിനെ മറികടക്കാനായി സ്വപ്നഭൂമി കൈക്കൊള്ളുന്ന നടപടികളും അതിൽ അവർക്ക് വരാൻ പോകുന്ന ഭാരിച്ച ഉത്തരവാദിത്വവും അവരെ ബോധ്യപ്പെടുത്തും.

ഇന്നത്തെ ആഗോളവ്യവസ്ഥയുടെ, മത്സരാധിഷ്ഠിതമുതലാളിത്ത വ്യവസ്ഥയുടെ അനിവാര്യഫലമാണ് ആഗോളതാപനവും കാലാവസ്ഥാ മാറ്റവും എന്ന് മനസ്സിലാക്കാൻ അവരെ സഹായിക്കും. അതിന്നെതിരായി, മറ്റൊരു ലോകത്തിനുവേണ്ടി ലോകമെമ്പാടും നടക്കുന്ന പ്രവർത്തനങ്ങളിൽ അവർ ഭാഗഭാക്കാകേണ്ടിയിരിക്കുന്നു എന്നും അവരെ പറഞ്ഞു മനസ്സിലാക്കും.

ലോകത്താകെ നടക്കുന്ന ഇത്തരം പ്രവർത്തനങ്ങൾ സ്വയം കണ്ടെത്താനും അതിൽ ഭാഗഭാക്കാകാനും അവരെ സഹായിക്കുന്നതിനായി രണ്ടു സവിശേഷകഴിവുകൾ അവർക്കുണ്ടാക്കിക്കൊടുക്കും (a) എല്ലാവർക്കും ഇംഗ്ലീഷ് ഭാഷ അനായാസമായി കൈകാര്യംചെയ്യാൻ, എഴുതാനും വായിക്കാനും പറയാനും ഉള്ള കഴിവ്, വളർത്തും (b) എല്ലാവർക്കും കമ്പ്യൂട്ടർ ഉപയോഗിച്ച് പരസ്പരം ബന്ധപ്പെടാനും ലോകവിജ്ഞാന സാഗരത്തിൽ നീന്തിത്തുടിക്കാനും ഉള്ള കഴിവ് ഉണ്ടാക്കിക്കൊടുക്കും.

ഇന്നത്തെ വികസന സങ്കല്പത്തിലെ വൈകല്യങ്ങൾ തിരിച്ചറിയാൻ അവരെ സഹായിക്കും.

മാനവസംസ്കാരത്തിന്റെയും കേരളസംസ്കാരത്തിന്റെയും മഹത്തായ പൈതൃകങ്ങൾ തിരിച്ചറിയാനും ആസ്വദിക്കാനും സ്വായത്തമാക്കാനും അവരെ സഹായിക്കും.

ഇതിനെല്ലാം നേതൃത്വം വഹിക്കുന്നത് അവിടത്തെ അധ്യാപകസമൂഹവും ഉൽക്കൃഷ്ട വിദ്യാഭ്യാസസമിതിയുമാണ്.

RtE ആക്ടിന്റെ സത്ത ഒട്ടും തന്നെ ചോരാത്തവിധത്തിൽ നടപ്പിലാക്കാൻ ശ്രമിക്കും. ആക്ടിൽ പറഞ്ഞ മിനിമം സൗകര്യങ്ങൾ എല്ലാ സ്കൂളുകളിലും, ഗവൺമെന്റും സ്വകാര്യവും, ഉണ്ടായിരിക്കുമെന്ന് ഉറപ്പുവരുത്തും.

സ്കൂൾ മാനേജ്മെന്റ് കമ്മിറ്റി ആക്ടിൽ പറഞ്ഞ പ്രകാരം രൂപീകരിക്കും. അതിനെ പരമാധികാരസമിതിയാക്കും. തടസ്സം നിൽക്കുന്ന സ്വകാര്യമാനേജ്മെന്റുകളെ സാമൂഹ്യസമ്മർദം ചെലുത്തി RtE നിബന്ധനകൾ അംഗീകരിപ്പിക്കും.

എല്ലാ അധ്യാപകരും പഞ്ചായത്തിനുള്ളിൽ തന്നെ - അതായത് സ്കൂളിൽനിന്ന് അരമണിക്കൂർ സൈക്ലിങ്ങ് ദൂരത്തിൽ - താമസിക്കണമെന്ന് നിർബന്ധിക്കും. വേണ്ടിവന്നാൽ അവർക്ക് ക്വാർട്ടേഴ്സ് നൽകും.

അധ്യയന സമയം കാലത്ത് 8.30 മുതൽ വൈകുന്നേരം 15-30 വരെ ആക്കും - സ്കൂൾ സമയം 08.00 മുതൽ 16.00 വരെയും. 16.00 മണിക്കു ശേഷം സ്കൂൾ കെട്ടിടങ്ങൾ ജനങ്ങളുടെ മറ്റു ആവശ്യങ്ങൾക്ക് ലഭ്യമാക്കും.

ആരോഗ്യം

ഓരോ വ്യക്തിക്കും ആരോഗ്യത്തോടുകൂടി 80 കൊല്ലമെങ്കിലും ജീവിച്ചിരിക്കാൻ കഴിയണം; ഓരോ വ്യക്തിയുടെയും ജീവിതത്തിലാകെ, പ്രവർത്തനക്ഷമതയ്ക്ക് ക്ഷതമേല്പിക്കുന്ന തരത്തിലുള്ള രോഗാതുരത ഗണ്യമായി 7-8 ശതമാനത്തിൽ താഴെയായി കുറയ്ക്കുക, ശിശുമരണനിരക്ക് 8ൽ താഴെയാക്കുക, മാതൃമരണനിരക്ക് 0.5ൽ താഴെയാക്കുക മുതലായ ലക്ഷ്യങ്ങളാണ് സ്വപ്നഭൂമിക്കാർ നോട്ടമിട്ടിരിക്കുന്നത്. ഇത് സാധിക്കാൻ വികസിത രാജ്യങ്ങളുടേതുപോലുള്ള സാമ്പത്തികവളർച്ച ആവശ്യമില്ലെന്ന് തെളിയിച്ചതാണല്ലോ 'കേരള മാതൃക' എന്ന പേരിൽ അറിയപ്പെടുന്നത്. ഇതിൽ പ്രധാന ഘടകങ്ങൾ ആഹാരം, കുടിവെള്ളം, പരിസരശുചിത്വം, രോഗപ്രതിരോധം, ജീവിതശൈലി എന്നിവയാണ്. മിതവും സമീകൃതവും ആയ ആഹാരം, തിളപ്പിച്ചു ശുദ്ധീകരിച്ച കുടിവെള്ളം, ഈച്ചയും കൊതുകും ഇല്ലാത്ത പരിസരം, ശരീരത്തിന് മിനിമം ആവശ്യമായ വ്യായാമം നൽകുന്ന ജീവിതചര്യ, സാർവത്രിക കുത്തിവെപ്പുകൾ എന്നിവയെല്ലാം ഒരു ശീലമാക്കിയിരിക്കുന്നു. അയൽക്കൂട്ടതലത്തിൽ വ്യാപകമായ ആരോഗ്യവിദ്യാഭ്യാസം നല്കി; എല്ലാവർക്കും വേണ്ട ആഹാരം പഞ്ചായത്തിൽതന്നെ ഉൽപാദിപ്പിക്കപ്പെടുമെന്ന് ഉറപ്പുവരുത്തി; ആഹാരത്തിനുള്ള അവകാശത്തെ മൗലികാവകാശമായി അംഗീകരിച്ചു; സോളാർ വാട്ടർ ഹീറ്ററും ചൂടാറാപ്പെട്ടിയുമുപയോഗിച്ച് ആവശ്യമുള്ളത്ര രോഗാണുവിമുക്ത ജലം എല്ലാവർക്കും ലഭ്യമാക്കി; എല്ലാവരും അവശ്യം വേണ്ട രോഗപ്രതിരോധകുത്തിവെപ്പുകൾ എടുത്തിട്ടുണ്ടെന്ന് ഉറപ്പുവരുത്തി; ശരീരമനങ്ങി പണിയെടുക്കുന്ന ശീലം കുട്ടിക്കാലം മുതൽക്കേ ബോധപൂർവം വളർത്തിയെടുത്തു; അതുപോലെ എല്ലാ കുട്ടികളും സൈക്കിൾ ഓടിക്കാൻ പഠിക്കുന്നു, എല്ലാവരും സ്കൂളിലേക്ക് സൈക്കിളിൽ പോകുന്നു; അതിനായി സുരക്ഷിത സൈക്കിൾ പാതകൾ ഉണ്ടാക്കുന്നു, സ്ക്കൂൾ സമയത്ത് മറ്റു വാഹനങ്ങൾക്ക് നിയന്ത്രണം വെക്കുന്നു. ഓരോ സ്കൂളിലും ഒരു സൈക്കിൾ പൂളുണ്ട്. കുട്ടികൾക്ക്

സൗജന്യമായി അവ ഉപയോഗിക്കാം. ഇത് ഒരു ആരോഗ്യപരിപാടിയും അതേസമയം ഹരിതപരിപാടിയുമാണ്. അയൽപക്കസ്കൂൾ സമ്പ്രദായം നടപ്പാക്കിയിട്ടുള്ളതിനാൽ കുറഞ്ഞ ദൂരമേ കുട്ടികൾക്ക് പോകേണ്ടതുള്ളു. പഞ്ചായത്തിൽ 9 വലിയ കുളങ്ങളുണ്ട്. അവയെ നീന്തൽ പഠിക്കാനുള്ള സുരക്ഷിത സ്വിമ്മിങ്ങ്പൂളുകൾ ആക്കി രൂപാന്തരപ്പെടുത്തിയിട്ടുണ്ട്. എല്ലാ കുട്ടികളെയും നീന്തൽ പഠിപ്പിക്കുന്നു. അങ്ങനെ സമൂഹത്തിന്റെ സ്വാസ്ഥ്യത്തിനാവശ്യമായ ആഹാരം, കുടിവെള്ളം, വ്യായാമം, ശുചിത്വം, രോഗപ്രതിരോധം എന്നീ അഞ്ചു നടപടികളും നടപ്പാക്കുന്നതാണ്. ഇതിനൊന്നും ഭീമമായ പണച്ചെലവില്ല, തിരിച്ചറിവും ഇച്ഛാശക്തിയുമാണ് വേണ്ടത്.

ആരോഗ്യത്തെ ഹനിക്കുന്ന ഒരു പ്രധാന ഘടകമാണ് മദ്യപാനം, മയക്കുമരുന്നുകളുടെ ഉപയോഗം, പുകവലി മുതലായ ശീലങ്ങൾ. പുകവലി നേരത്തെതന്നെ കുറഞ്ഞിരുന്നു. സ്ത്രീകൾ മുൻകൈ എടുത്ത് സ്വപ്നഭൂമിയെ പൂർണമായും ഫലപ്രദമായും മദ്യവിമുക്തമാക്കും. കുട്ടികൾക്കിടയിൽ മയക്കുമരുന്നുകൾ പ്രചരിപ്പിക്കുന്ന മാഫിയയെ മാതൃകാപരമായി ശിക്ഷിച്ചുകൊണ്ടും മരുന്നിന് അടിപെട്ടവരെ ചികിത്സിച്ചുകൊണ്ടും അതിന്റെ ഉപഭോഗവും ഇല്ലാതാക്കുന്നതാണ്.

എല്ലാ രംഗത്തും മത്സരം കഴിയുന്നത്ര ഒഴിവാക്കിയും സഹകരണം പ്രേരിപ്പിച്ചും കൂട്ടായ നേട്ടങ്ങളിൽ ആനന്ദം കാണാൻ പഠിപ്പിച്ചു. കൗമാരപ്രായത്ത് ആവശ്യം വേണ്ടി വരാറുള്ള കൗൺസിലിങ്ങ് നടത്തിയും കുട്ടിക്കാലം മുതൽക്കേ മാനസിക സംഘർഷങ്ങൾ കുറച്ചുകൊണ്ടും ശാരീരികാരോഗ്യത്തിനു പുറമേ വൈകാരിക (മാനസിക) ആരോഗ്യവും ഉറപ്പുവരുത്തുന്നു. തനിക്ക് താനോ തന്റെ വീട്ടുകാരോ മാത്രമല്ല കൂട്ടുകാരും നാട്ടുകാരുമുണ്ട് എന്ന സുരക്ഷിതത്വബോധം, മാനസികരോഗങ്ങളും ആത്മഹത്യാപ്രവണതയും ഏതാണ്ട് തുടച്ചുമാറ്റാവുന്നതാണ്.

രോഗചികിത്സയിലും സ്വപ്നഭൂമി ഗണ്യമായ നേട്ടം കൈവരിക്കും. അവിടത്തെ പ്രൈമറി ഹെൽത്ത് സെന്റർ 20 കിടക്കകൾ ഉള്ള ഒരു ആശുപത്രിയാക്കും. ഒരു ആയുർവേദ ഡോക്ടറും ഒരു ഹോമിയോ ഡോക്ടറും 6 അലോപ്പതി ജോക്ടർമാരും 2 ഫാർമസിസ്റ്റുകളും 6 നഴ്സുമാരും 2 ഹെൽത്ത് ഇൻസ്പെക്ടർമാരും നല്ല പരിശീലനം ലഭിച്ച 30 സാമൂഹിക-ആരോഗ്യപ്രവർത്തകരും അടങ്ങുന്ന ഒരു ആരോഗ്യസേനയുണ്ട് സ്വപ്നഭൂമിക്ക്. പൊതുഉപയോഗത്തിനായി മൂന്നു ആംബുലൻസ് വാനുകളുണ്ട്. അവശരായ രോഗികളെ സൗജന്യമായി ആശുപത്രിയിൽ എത്തിക്കാൻ അവ ഉപയോഗിക്കാം. രണ്ടു ഡോക്ടർമാർ എപ്പോഴും ആംബുലൻസ് ഉപയോഗിച്ച് ഫീൽഡ് ആശുപത്രികളായി പ്രവർത്തിക്കുന്നു. വേണ്ടി വന്നാൽ രോഗികളെ വീട്ടിൽ ചെന്നു കണ്ട് ചികിത്സിക്കുന്നു. ആശുപത്രിയിൽ അവശ്യം വേണ്ട എല്ലാ പരിശോധനാ ഉപകരണങ്ങളും ഉണ്ട്. ഒന്നും ഉപയോഗശൂന്യമല്ല. കേടുവരുന്നത് അപ്പപ്പോൾ നന്നാക്കുന്നു.

ജില്ലാ ആശുപത്രിയിലേക്ക് 15 കിലോമീറ്റർ ദൂരമേയുള്ളു. സമീപത്തുള്ള മെഡിക്കൽ കോളേജ് ആശുപത്രിയിലേക്കും ഏതാണ്ട് അത്ര ദൂരമേയുള്ളു. പഞ്ചായത്ത് ആശുപത്രിയിൽ നൽകാൻ പറ്റാത്ത, സ്പെഷ്യലിസ്റ്റ് ചികിത്സ ആവശ്യമുള്ള സന്ദർഭങ്ങളിൽ ആശുപത്രിയുടെ ആംബുലൻസിൽ തന്നെ, ഒരു ഹെൽത്ത് ഇൻസ്പെക്ടറോ സാമൂഹികാരോഗ്യ പ്രവർത്തകരോ രോഗികളെ ജില്ലാ ആസ്പത്രിയിലോ, മെഡിക്കൽ കോളേജ് ആശുപത്രിയിലോ എത്തിക്കുകയും ഡോക്ടറെ ഏല്പിക്കുകയും ചെയ്യുന്നു. സധാരണ രോഗികൾക്കും വീട്ടുകാർക്കും അനുഭവപ്പെട്ടുവന്നിരുന്ന മിക്ക പ്രയാസങ്ങളും അങ്ങനെ ഒഴിവാക്കുന്നു.

ആശുപത്രി ഡിസ്പെൻസറിയിൽ, ചികിത്സയ്ക്ക് ആവശ്യമായ എല്ലാ മരുന്നുകളും സ്റ്റോക് ചെയ്തിരിക്കും. പൊളിഞ്ഞു കൊണ്ടിരുന്ന ചെറുകിട ഔഷധനിർമാതാക്കളും കെഎസ്ഡിപിയും കൂടിച്ചേർന്നു ഒരു ജനകീയ ഔഷധക്കമ്പനിക്കു രൂപം കൊടുത്തിരുന്നു. മറ്റു പല പഞ്ചായത്തുകളെയും പോലെ സ്വപ്നഭൂമിയും അതിൽ തീരെ മോശമല്ലാത്ത ഷെയർ എടുത്തിട്ടുണ്ട്. എല്ലാ മരുന്നുകളും ജനറിക് പേരിലാണ് വിപണനം ചെയ്യുന്നത്. ഉൽപാദിപ്പിച്ച കമ്പനിയുടെ പേരും ഉണ്ടായിരിക്കും. വില, സ്വകാര്യ കമ്പനികളുടെതിന്റെ മൂന്നിലൊന്നോ അതിൽ കുറവോ ആണ്. പബ്ലിക് ആസ്പത്രികൾക്ക് ആവശ്യമായ മിക്കവാറും എല്ലാ മരുന്നുകളും അവർ ഉണ്ടാക്കുന്നു. ഡോക്ടർമാർ കമ്പനികളെ പ്രീതിപ്പെടുത്താനായി ബ്രാന്റ് മരുന്നുകളും ആവശ്യമില്ലാത്ത മരുന്നുകളും കുറിച്ചുകൊടുക്കുന്ന സമ്പ്രദായം ഗണ്യമായി കുറഞ്ഞിരിക്കുന്നു.

ഈ ആരോഗ്യപ്രവർത്തനങ്ങൾക്കെല്ലാം നേതൃത്വം നല്കുന്നത് പഞ്ചായത്തിലെ വിപുലീകൃത പൊതുജനാരോഗ്യ സ്റ്റാൻഡിങ്ങ് കമ്മിറ്റിയാണ്. അതിൽ പഞ്ചായത്ത് ആശുപത്രിയിലെ ഡോക്ടർമാർക്കു പുറമേ സ്വകാര്യ പ്രാക്ടീസ് നടത്തുന്നവരും ഉണ്ട്. സ്വകാര്യ ആശുപത്രികളുടെ പ്രവർത്തനവും, ബഹിഷ്കരണമടക്കമുള്ള സാമൂഹികസമ്മർദം പ്രയോഗിച്ച്, നീതിയുക്തമാക്കി മാറ്റാനും പഞ്ചായത്തിന് ഏറെക്കുറെ കഴിഞ്ഞിട്ടുണ്ട്.

സാമൂഹികസുരക്ഷ

1. തനിക്കും തന്റെ കുട്ടികൾക്കും പേരക്കുട്ടികൾക്കും ആരോഗ്യപ്രദവും ആഹ്ലാദകരവും ആയ ജീവിതം നയിക്കാൻ കഴിയണമെന്ന് എല്ലാവരും ആഗ്രഹിക്കുന്നു. ലോകത്ത് ഒരിടത്ത് അങ്ങനെയുള്ള ഒരു സമൂഹം ഉണ്ടായിരുന്നു. 1960കളിലെയും 1970കളിലെയും സോവിയറ്റ് യൂണിയൻ. ഇന്ന് ക്യൂബയിൽ ഒഴികെ ലോകത്ത് മറ്റൊരിടത്തും അങ്ങനെയുള്ള ഒരു സമൂഹമില്ല.
2. ഇന്ന് ലോകത്തെമ്പാടും മനുഷ്യർ തങ്ങളുടെയും കുട്ടികളുടെയും ഭാവിയെക്കുറിച്ച് ആശങ്കാകുലരാണ്. തന്റെ ജീവിതം താൻ തന്നെ ഉറപ്പുവരുത്തണം. അതായത് പിടിപ്പത് പണം സമ്പാദിക്കണം.

ഇതാണ് ഓരോരുത്തരും കരുതുന്നത്. മുതലാളിത്ത വ്യവസ്ഥയുടെ മൗലിക സ്വഭാവമാണിത്. തനിക്കുതാൻ മാത്രം എന്ന്.

3. അതിനാൽ എല്ലാവരും ടെൻഷനിൽ ആണ്. ഇതിന് അയവുവരുത്താൻ കഴിയുമോ? കഴിയണം. അതിന് എന്തുവേണം? എല്ലാവർക്കും മതിയായ ആഹാരം, ശുദ്ധമായ കുടിവെള്ളം, വൃത്തിയുള്ള പരിസരം, അവശ്യം വേണ്ട പാർപ്പിടം, ആരോഗ്യസേവനം, യാത്രാസൗകര്യം, പങ്കാളിത്തം, ആശങ്കകളിൽനിന്ന് മോചനം എന്നിവയെല്ലാം അടങ്ങുന്നു.

4. സ്വപ്നഭൂമിയിൽ പിറന്ന് ജീവിക്കുന്ന ഓരോ കുട്ടിക്കും പൗരനും അവരുടെ കുട്ടികൾക്കും പേരക്കുട്ടികൾക്കും സമ്പൂർണ സുരക്ഷ ഉറപ്പാക്കുക എന്ന ലക്ഷ്യത്തോടുകൂടി അവർ താഴെപറയുന്ന നടപടികൾ അംഗീകരിച്ചു.

   ആദ്യമായി എല്ലാവർക്കും തൊഴിലും വരുമാനവും ഉറപ്പുവരുത്തുക എന്നതായിരുന്നു ലക്ഷ്യം. അങ്ങനെ 'ഉപജീവനം' ഉറപ്പാക്കുക. അവിടെ ദാരിദ്ര്യരേഖയ്ക്ക് താഴെ ആരുമില്ല, എല്ലാവർക്കും അവശ്യം വേണ്ട വരുമാനമുണ്ട്, ഈ വരുമാനംകൊണ്ട് അവശ്യം വേണ്ട സാധനങ്ങളും സേവനങ്ങളും കിട്ടുമെന്ന് ഉറപ്പാക്കുക. വ്യത്യസ്ത തരം തൊഴിലുകൾക്ക് നൽകുന്ന പ്രതിഫലത്തിൽ ഇന്ന് നിലനിൽക്കുന്ന അതിഭീമമായ അന്തരം കുറച്ചുകൊണ്ടുവരും. എല്ലാവർക്കും വീടുള്ളതിനാലും ആരോഗ്യം, വിദ്യാഭ്യാസം മുതലായവ സൗജന്യമായതിനാലും അവശ്യഉപഭോഗ സാധനങ്ങളുടെ വില തദ്ദേശീയമായിത്തന്നെ നിയന്ത്രിക്കുന്നതിനാലും ഈ കുറവ് അവരുടെ ജീവിതനിലവാരത്തെ കുറയ്ക്കുന്നതല്ല. ധൂർത്ത് മാത്രമാണ് കുറയ്ക്കേണ്ടിവരിക. സ്വകാര്യസേവനങ്ങൾക്കും ഈടാക്കുന്ന പ്രതിഫലത്തിന്റെ മേൽ നിയന്ത്രണം ഏർപ്പെടുത്താം.

5. നല്ല രീതിയിലുള്ള ആരോഗ്യസേവനവും വിദ്യാഭ്യാസവും സൗജന്യമോ, കുറഞ്ഞ ചെലവിലോ ആയി ലഭ്യമാക്കാം. പാർപ്പിടം വേണ്ടവർക്ക് ഒഴിഞ്ഞുകിടക്കുന്നവ പാർക്കാനായി നല്കാം. തൊഴിലിന്നുള്ള അവകാശം മൗലികാവകശമായി അംഗീകരിച്ചു. 'സ്ത്രീധന' സമ്പ്രദായം ഇല്ലാതായിരുന്നു. ധൂർത്തമായ ആഡംബരവിവാഹങ്ങളും മറ്റു പരിപാടികളും തുടർച്ചയായി കുറച്ചുകൊണ്ടുവരും.

6. സദാ ശ്രദ്ധ നല്കേണ്ടിവരുന്ന, സ്വയംകാര്യങ്ങൾ നിർവഹിക്കാൻ കഴിയാത്ത കുട്ടികൾക്ക് ആജീവനാന്തമോ, നിശ്ചിതകാലത്തിനോ താമസിക്കാൻ പറ്റുന്ന 'SOS' മാതൃകയിലുള്ള 'അമ്മവീടുകൾ' ഉണ്ടാക്കാം. ഒരമ്മ, ഏതാനും കുട്ടികൾ. അതേ മാതൃകയിൽ, സദാ പരിചരണം ആവശ്യമുള്ളവരും അല്ലാത്തവരും ആയവർക്ക് 'മകൾവീടുകൾ ഉണ്ടാക്കാം. ഒന്നു വീട്ടിൽ നിരാലംബരായ രണ്ടു സ്ത്രീകൾ മകളുടെ ധർമം നിർവഹിക്കുന്നു. അവരുടെകൂടി നാലഞ്ച്

അമ്മൂമ്മമാരും അപ്പൂപ്പന്മാരും. മാതാപിതാക്കൾ മക്കൾക്ക് താങ്ങാനാവാത്ത ഭാരമായിവരുന്ന സന്ദർഭങ്ങളുണ്ട്. അതുപോലെ ജനിതകമായ രോഗംമൂലം, ആജീവനാന്തം കുട്ടികളുടെയോ, മാതാപിതാക്കളുടെയോ പരിചരണം ആവശ്യമായി വരുമ്പോൾ അത് ആ കുടുംബത്തെ തകർക്കുന്നു. മനസ്സാക്ഷിക്കുത്തില്ലാതെ, സമൂഹത്തിന്റെ ആശിർവാദത്തോടെ അതിൽനിന്നു രക്ഷപ്പെടാനുള്ള സംവിധാനമാണ് 'അമ്മവീടും' 'മകൾവീടും'. ഇപ്പോൾ ഒരു 'അമ്മവീടും' ഒരു 'മകൾ വീടും' ആണ് പ്ലാൻ. കൂടുതൽ ആവശ്യമായി വന്നാൽ പുതിയവ ഉണ്ടാക്കും.

7. മാതാപിതാക്കളുടെ അശ്രദ്ധ കാരണമോ, കഴിവില്ലായ്മ കാരണമോ ഒരു കുട്ടിയും കഷ്ടപ്പെടില്ല എന്ന് ഉറപ്പാക്കും. മക്കളുടെ അശ്രദ്ധ കാരണമോ പ്രായോഗികമായ പ്രയാസങ്ങൾ കാരണമോ, ഒരു അമ്മൂമ്മയും അപ്പൂപ്പനും കഷ്ടപ്പെടുകയില്ല എന്നും ഉറപ്പുവരുത്തും. ആയ കാലത്ത് എത്ര പണം സമ്പാദിച്ചാലും വയസ്സാകുമ്പോൾ പലരും ഒറ്റപ്പെടുന്നു. പണം കൊണ്ട് മാത്രം പരിഹാരം കാണാൻ കഴിയില്ല.
8. തന്റെ വയസ്സുകാലത്ത് പാർക്കാൻ ഒരു ഇടമുണ്ട്, ശുശ്രൂഷിക്കാൻ ആളുമുണ്ട്. അതിനായി താൻ പെരുത്ത് പണം സമ്പാദിക്കേണ്ടതില്ല എന്നു വരുമ്പോൾ, തന്റെ കുട്ടികളുടെ ആരോഗ്യകരമായ വികാസം സമൂഹത്തിന്റെ കൂടി ഉത്തരവാദിത്വമായി മാറിയിരിക്കുന്നു എന്ന ബോധ്യം വരുമ്പോൾ ചെറുപ്പക്കാരുടെ മനസ്സിലെ എല്ലാ ടെൻഷനും അയയുന്നു. ജീവിതം കൂടുതൽ സുന്ദരമായിത്തീരുന്നു.

പഞ്ചായത്ത് വികസനസമിതി

തിരഞ്ഞെടുപ്പിലൂടെ രൂപം കൊണ്ട പഞ്ചായത്ത് സമിതികളുടെ നിയമപരവും രാഷ്ട്രീയവുമായ പരിമിതികൾ തിരിച്ചറിഞ്ഞ സ്വപ്നഭൂമിയിലെ നിവാസികൾ തങ്ങളുടെ വികസനപ്രവർത്തനങ്ങൾക്ക് ചുക്കാൻ പിടിക്കാനായി ഒരു പഞ്ചായത്ത് വികസനസമിതി 10–15 കൊല്ലം മുമ്പേ രൂപീകരിച്ചിരുന്നു. കുറെക്കാലമായി അത് പ്രവർത്തനരഹിതമായിരുന്നു. അവരതിനെ പുനരുജ്ജീവിപ്പിച്ചു. 20–25 കുടുംബങ്ങൾ ചേർന്ന അയൽക്കൂട്ടങ്ങളിൽനിന്ന് തെരഞ്ഞെടുക്കപ്പെട്ട ഈരണ്ടു പ്രതിനിധികൾ (ഒരു പുരുഷനും ഒരു സ്ത്രീയും) ചേർന്നാണ് പഞ്ചായത്ത് വികസനസമിതിയുടെ ജനറൽബോഡിയുണ്ടാകുന്നത്. തെരഞ്ഞെടുക്കപ്പെട്ട പഞ്ചായത്തംഗങ്ങൾ, വിവിധ ഡിപ്പാർട്ടുമെന്റുകളെ പ്രതിനിധീകരിക്കുന്ന ഉദ്യോഗസ്ഥന്മാർ എന്നിവരും വികസനസമിതിയുടെ പൊതുസഭയിലെ അംഗങ്ങൾ ആണ്. വാർഡുതലത്തിൽ വാർഡ് വികസനസമിതികളും ഉണ്ട്. അധ്യക്ഷ(ൻ) വാർഡ്മെമ്പർ ആണ്. പഞ്ചായത്ത് പ്രസിഡന്റാണ് പഞ്ചായത്ത് വികസനസമിതിയുടെ അധ്യക്ഷ(ൻ). ഒരു തരത്തിൽ പറഞ്ഞാൽ പഞ്ചായത്തിന്റെ നിർവഹണവിഭാഗമാണിത്. ചാരിറ്റബ്ൾ സൊസൈറ്റി ആയി രജിസ്റ്റർ ചെയ്ത ഇത് ഒരു എൻജിഒ ആണ്. പരമ്പരാഗത എൻജിഒകളിൽ

നിന്ന് തികച്ചും വ്യത്യസ്തമായ ഒന്ന്. സർക്കാരിനേക്കാൾ കൂടുതൽ പ്രവർത്തനവേഗമുള്ള ഒരു സംവിധാനം. സ്വപ്നഭൂമിയിൽ ഈ പഞ്ചായത്ത് വികസനസമിതിയാണ് എല്ലാ വികസനപ്രവർത്തനങ്ങൾക്കും നേതൃത്വം നല്കുന്നത്. കാർഷികരംഗം, ക്ഷീരരംഗം, മത്സ്യമാംസരംഗങ്ങൾ, ഊർജരംഗം, ആരോഗ്യ-ശുചിത്വരംഗം, വിദ്യാഭ്യാസരംഗം, സേവനരംഗം - ഓരോ മേഖലയിലെയും സവിശേഷപ്രവർത്തനങ്ങൾ നടത്താനായി വികസനസമിതിയോട് അഫിലിയേറ്റ് ചെയ്തതും സ്വന്തമായ പ്രവർത്തനസ്വാതന്ത്ര്യത്തോടുകൂടിയതുമായ സംവിധാനങ്ങൾക്കും - ചാരിറ്റബൽ സൊസൈറ്റി, പ്രൊഡ്യൂസർ കമ്പനി തുടങ്ങിയ വ്യത്യസ്തരൂപങ്ങൾ - രൂപം നൽകിയിട്ടുണ്ട്. കാർഷികസഹകരണസംഘം, ക്ഷീരസൗഭാഗ്യ, കേരസൗഭാഗ്യ, ഗ്രീൻ എനർജി കമ്പനി, ശുചിത്വസേന, ഉൽകൃഷ്ടവിദ്യാഭ്യാസ സമിതി, ആരോഗ്യസേന മുതലായവ ഉദാഹരണങ്ങളാണ്.

സ്വയംപര്യാപ്ത ഗ്രാഗര റിപ്പബ്ലിക്

സ്വപ്നഭൂമിയിലെ ജനങ്ങൾ ഗാന്ധിജിയുടെ സ്വയംപര്യാപ്തഗ്രാമീണ റിപ്പബ്ലിക് എന്ന സങ്കല്പത്തെ ഗൗരവപൂർവം എടുത്തു. 'സ്വയംപര്യാപ്തത' ഉൽപാദനവുമായി ബന്ധപ്പെട്ട ആശയമാണ്. 'ഗ്രാമീണ റിപ്പബ്ലിക്' എന്നത് ജനങ്ങളുടെ രാഷ്ട്രീയപരമാധികാരവുമായി ബന്ധപ്പെട്ടതാണ്. 'മഹാസാഗരവലയങ്ങൾ' എന്നത് ഗാന്ധിയുടെ സമൂഹസങ്കല്പത്തിന്റെ ചുരുക്കെഴുത്താണ്. ഗാന്ധിജി അതിനെ വിളിച്ചിരുന്നത് സർവോദയ ജനാധിപത്യം എന്നാണ്. ഗാന്ധിജി എഴുതി:

'സംഖ്യയറ്റ ഗ്രാമങ്ങൾ കൂടിച്ചേർന്ന ഈ ഘടനയിൽ പരന്നു പരന്നു പോകുന്ന വലയങ്ങൾ കാണാം. മേലോട്ടുമോലോട്ടുപോകുന്നവയല്ല. ജീവിതം എന്നത് താഴെയുള്ളവർ താങ്ങിനിൽക്കുന്ന അഗ്രത്തോടുകൂടിയ പിരമിഡായിരിക്കില്ല. അതൊരു സാഗരവലയമായിരിക്കും. അതിന്റെ കേന്ദ്രത്തിൽ വ്യക്തിയാണ്, സ്വന്തം ഗ്രാമത്തിനുവേണ്ടി ആത്മത്യാഗം ചെയ്യാൻ സന്നദ്ധതയുള്ള വ്യക്തി. വ്യക്തികൾ കൂടിച്ചേർന്നതാണ് ജീവിതം - ഒരൊറ്റ ജീവിതം. അക്രമികളോ അഹങ്കാരികളോ അല്ലാത്ത, വിനയാന്വിതരായ, ഏതൊരു സാഗരവലയത്തിന്റെ ഭാഗമാണോ തങ്ങൾ അതിന്റെ മുഴുവൻ മഹത്വവും ഉൾക്കൊണ്ട വ്യക്തികളുടെ സംഘാതം.

ഈ സാഗരവലയങ്ങളിലെ പുറംവലയം ഉള്ളിലുള്ളവയെ ഞെക്കിക്കൊല്ലില്ല. മറിച്ച് ഉള്ളിലുള്ള എല്ലാറ്റിനും ശക്തി പകരുകയാണ് ചെയ്യുക. അതിലൂടെ സ്വയം ശക്തിപ്പെടുകയും. ഇതെല്ലാം ഉട്ടോപ്യനാണ്, അപ്രായോഗികമാണ്, അതുകൊണ്ട് അതെച്ചൊല്ലി സമയം കളയേണ്ടതില്ല എന്നു പറഞ്ഞ് ചിലർ എന്നെ ചൊടിപ്പിക്കുമായിരിക്കും. അവരോട് എനിക്ക് ഇത്രയേ പറയാനുള്ളു. ഒരാൾക്കും യൂക്ലിഡിയൻ ബിന്ദു അടയാളപ്പെടുത്താൻ കഴിയില്ല. എന്നിട്ടും ആ സങ്കല്പനത്തിന് ശാശ്വത

മൂല്യമുണ്ട്. അതേപോലെ എന്റെ ചിത്രത്തിനും മാനവജീവിതത്തിൽ ശാശ്വതമായ ഒരു സ്ഥാനമുണ്ടായിരിക്കും' (ഹരിജൻ, 28.7.1946)

സ്വയംപര്യാപ്ത ഗ്രാമീണ റിപ്പബ്ലിക്ക് എന്നത് നാം എത്തിച്ചേരാൻ ആഗ്രഹിക്കുന്ന ഒരവസ്ഥയാണ്. ഇതിന്റെ പ്രായോഗികതയെക്കുറിച്ചു സംശയിക്കുന്നവരുണ്ട്. ഗാന്ധിതന്നെ പറഞ്ഞിട്ടുണ്ടല്ലോ, ഇത് ഒരു ആദർശസമൂഹമാണ്, അതിലേക്ക് അടുക്കാനെ കഴിയൂ, അവിടെ എത്താൻ കഴിയില്ല എന്ന്. അതിലേക്ക് അടുക്കാൻ കഴിയണമെങ്കിൽ ആദ്യം സ്വയംപര്യാപ്തത നേടണം. ഇതിന് രണ്ടു ഘടകങ്ങളുണ്ട്. 'സ്വയം' എന്ന പദത്തിന്റെ അർഥം – വ്യക്തി? കുടുംബം? ഗ്രാമം? പഞ്ചായത്ത്? ജില്ല....? ഗാന്ധി ഊന്നൽ നല്കുന്നത് വ്യക്തിക്കും ഗ്രാമത്തിനുമാണ്. ഇന്ന് ഗ്രാമത്തിന്റെ സ്ഥാനത്ത് പഞ്ചായത്തിനെ സ്ഥാപിക്കാം. കേരളത്തിലെ പഞ്ചായത്തുകൾ ഗ്രാമങ്ങളും നഗരങ്ങളുമാണ്. അതിനാൽ അവയെ ഗ്രാഗരങ്ങൾ (rurban) എന്നു വിളിക്കാം. പര്യാപ്തത എന്ന പദത്തിന്റെ അർഥത്തെ ഇഷ്ടംപോലെ വലിച്ചുനീട്ടാം. അവിടെയാണ് ആർത്തിയും ആവശ്യവും തമ്മിൽ വേർതിരിച്ചറിയാനുള്ള വിവേകത്തിന്റെ പ്രാധാന്യം വരുന്നത്. ക്ഷേമമൂല്യങ്ങളുടെ കാര്യത്തിൽ മാത്രമേ പര്യാപ്തതയ്ക്ക് അർഥമുള്ളു. പൊങ്ങച്ചമൂല്യങ്ങൾക്കും വിദ്രോഹമൂല്യങ്ങൾക്കും ഒരു പരിധിയുമില്ല. അവ തിരസ്കരിച്ചില്ലെങ്കിൽ ഒരിക്കലും പര്യാപ്തത കൈവരിക്കാനാകില്ല.

ക്ഷേമമൂല്യങ്ങളിൽപോലും സ്വയംപര്യാപ്തമാകാൻ ഉയർന്ന ശാസ്ത്രത്തിന്റെയും സാങ്കേതികവിദ്യയുടെയും ആവശ്യമുണ്ട്.

(i) സൗരോർജത്തെ സുഭിക്ഷമായി എടുക്കാൻ കഴിയണം.

(ii) എല്ലാ വസ്തുക്കളും സമ്പൂർണ പുനശ്ചക്രണത്തിന് വഴങ്ങണം.

(iii) അധ്വാനത്തിന്റെ ഉൽപാദനക്ഷമത തുടർച്ചയായി വർധിക്കണം.

മാത്രമല്ല, ക്ഷേമമൂല്യമുള്ള വസ്തുക്കളുടെപോലും ദീർഘദൂരവ്യാപാരം കുറച്ചുകൊണ്ടുവരണം. ഇത് ഓട്ടാർക്കിയോ സങ്കോചമോ അല്ല. ഓരോ ഗ്രാഗരവും സ്ഥൂലലോകത്തിന്റെ സൂക്ഷ്മപതിപ്പായി മാറുകയാണ്.

ഇതിനു വിപരീതമായ ഒരു ചിന്താഗതിയുണ്ട്. തദ്ദേശീയമായ കൊള്ളക്കൊടുക്കകൾക്ക് പരിമിതിയുണ്ട്, ആഗോളതലത്തിലുള്ള വ്യാപാരം തുടർച്ചയായി വർധിപ്പിച്ചുകൊണ്ടേ വളർച്ച സാധ്യമാകൂ എന്നാണ് അവരുടെ വാദം. മാത്രമല്ല, വളർച്ചയാണ് വികസനത്തിന്റെ മർമം എന്നും അവർ കരുതുന്നു. ആഗോളവ്യാപാരത്തെ പരിമിതപ്പെടുത്തുന്നത് വളർച്ചയുടെ നിരക്കു കുറയ്ക്കുമെന്നും അത് ഹാനികരമാകുമെന്നും അവർ വിശ്വസിക്കുന്നു. വാൾമാർട്ടും കോസ്കോയുമൊക്കെ ഇന്ത്യയിലെ ഗ്രാമങ്ങളുടെ വികസനത്തെ ഉദ്ദീപിപ്പിക്കുമെന്ന് അവർ വിശ്വസിക്കുന്നു.

എന്നാൽ അമേരിക്കയിൽ ഈ വൻ വിപണനശൃംഖലകൾ വരുത്തിവെച്ച വിന മനസ്സിലാക്കിയിരുന്ന സ്വപ്നഭൂമിയിലെ വാസികൾ ഈ വാദങ്ങളെ തിരസ്കരിച്ചു. ഗാന്ധിജി വിഭാവനം ചെയ്ത സ്വയംപര്യാപ്ത

ഗ്രാമീണ (ഗ്രാഗര) റിപ്പബ്ലിക്കിലേക്കാണ് സ്വപ്നഭൂമി വളരേണ്ടത് എന്നവർ കരുതുന്നു. ആ കാഴ്ചപ്പാടിന്റെ അടിസ്ഥാനത്തിലാണ് അവർ തങ്ങളുടെ സ്വപ്നങ്ങൾ മെനഞ്ഞത്.

സ്വയംപര്യാപ്തത നേടുക മാത്രമല്ല സ്വപ്നഭൂമിയുടെ ലക്ഷ്യം. തങ്ങളുടെ ജീവിതായോധനപ്രവർത്തനങ്ങൾകൊണ്ട് ഭൂമിയിൽ പതിയ്ക്കുന്ന കാർബൺ പാദമുദ്ര കുറച്ചുകൊണ്ടുവരികയും, അവസാനം നേരത്തെ അർപ്പിക്കപ്പെട്ട പാദമുദ്രകൾ പതുക്കെപ്പതുക്കെ മായ്ക്കുകയും (eracing of carbon foot print) ചെയ്യുക എന്നതും അവരുടെ ലക്ഷ്യമായിരുന്നു. പടിപ്പടിയായി ഊർജത്തിന്റെ കാര്യത്തിൽ ഫോസിൽ ഇന്ധനങ്ങളിൽനിന്ന് പൂർണമായ മോചനം നേടും. ജൈവാവശിഷ്ടങ്ങളുടെ ഉപയോഗം കാർബൺ പാദമുദ്ര പതിപ്പിക്കുന്നതല്ല. അതിനെ കാർബൺ ഉദാസീനം (carbon neutral) എന്നു വിളിക്കുന്നു.

അവർ പ്രതിവർഷം ഏതാണ്ട് 3000 ടൺ തടി ഉണ്ടാക്കുന്നുണ്ട്. ഇവ നന്നായി സംസ്കരിച്ചാൽ നൂറും ഇരുന്നൂറും കൊല്ലം കേടുവരാതെ നിലനിൽക്കും. വനസംരക്ഷണത്തിനായി മരത്തിന്റെ ഉപയോഗം കഴിവതും ഒഴിവാക്കുക എന്ന നയമായിരുന്നു കുറെക്കാലമായി സ്വീകരിച്ചുവന്നിരുന്നത്. പഞ്ചായത്തിനകത്ത് സ്ഥിരമായി നിൽക്കുന്ന ജൈവദ്രവ്യത്തിന്റെ അളവ് പരമാവധി വർധിപ്പിക്കും. ഹെക്ടറൊന്നിന് ഏതാണ്ട് 150 ടൺ ആയി ഉയർത്തി. ഇതിൽനിന്ന് പ്രതിവർഷം 3000 ടൺ തടി കിട്ടുന്നു. വെട്ടിയ മരത്തിന്റെ സ്ഥാനത്ത് പുതിയവ നടുന്നു. അവ കൂടുതൽ ഉയർന്ന തോതിൽ അന്തരിക്ഷത്തിൽനിന്നു CO_2 വലിച്ചെടുക്കുന്നു. വെട്ടിയെടുത്ത തടി നിർമാണാവശ്യങ്ങൾക്കായി ഉപയോഗിക്കും. ഉത്തരം, കഴുക്കോൽ, പട്ടിക, തൂണ്, വാതിൽ, ജനൽ, ഫർണിച്ചർ, പിന്നെ തറ, ചുമർ ഇത്യാദികൾക്കും. 3000 ടൺ തടിയെന്നാൽ, 1500 ടൺ കാർബൺ ആണ്. അതുണ്ടാക്കാനായി 6000 ടൺ CO_2 അന്തരിക്ഷത്തിൽനിന്ന് വലിച്ചെടുത്തിട്ടുണ്ട്. അത് അടുത്ത 100-200 കൊല്ലത്തേക്ക് അന്തരിക്ഷത്തിലേക്ക് തിരിച്ചുചെല്ലുന്നതല്ല. ഏതാണ്ട് 20 ഹെക്ടർ കാർബൺ പാദമുദ്ര മായ്ച്ചുകളഞ്ഞ (negative carbon foot print) ഫലമാണിത്. പഞ്ചായത്തിന്റെ പുറമേനിന്ന് കൊണ്ടുവരുന്ന സാധനങ്ങളിൽ ഉറഞ്ഞു കൂടിയിട്ടുള്ള കാർബൺ പാദമുദ്രയുടെ വലുപ്പം അത്രകണ്ട് കുറയുന്നു.

ഇത്തരത്തിലുള്ള ഒരു പരിപാടി ആഗോളതലത്തിൽ നടപ്പാക്കുകയാണെങ്കിൽ, അന്തരിക്ഷത്തിൽനിന്ന് മരങ്ങൾ വലിച്ചെടുക്കുന്ന CO_2 വിന്റെ ഒരു ഭാഗത്തെ തടി ഉത്പന്നങ്ങളുടെ രൂപത്തിൽ സ്ഥിരീകരിക്കുകയാണെങ്കിൽ അന്തരിക്ഷത്തിലെ CO_2വിന്റെ അളവ് പതുക്കെപ്പതുക്കെ കുറച്ചുകൊണ്ടുവരാൻ സാധിക്കും. ഒരു വേള 150-200 കൊല്ലത്തിനുള്ളിൽ അതിന്റെ സാന്ദ്രത 300 ppm ന് താഴേക്കുതന്നെ കൊണ്ടുവരാൻ കഴിഞ്ഞേക്കും. കാർബൺ തിരിച്ചു പിടിക്കാനുള്ള ഏറ്റവും നല്ല മാർഗമാണിത്.

പിൻമൊഴി

ഇതെല്ലാം ഇന്ന് സ്വപ്നമാണ്. എന്നാൽ അവ യഥാർത്ഥ്യമാക്കുകയെന്നത് അസാധ്യമല്ല. അസാധ്യമെന്നു തോന്നുന്നതിനെ സാധ്യമാക്കുകയെന്നതാണ് യഥാർഥ വിപ്ലവരാഷ്ട്രീയം. സ്വപ്നം കാണുവാൻ ഭയക്കാതിരിക്കുക. മൂർത്തമായ സ്വപ്നങ്ങളില്ലാതെ മറ്റൊരു കേരളം സൃഷ്ടിക്കാനാകില്ല. ഇതാണ് സ്വപ്നഭൂമി നിവാസികൾ വിശ്വസിക്കുന്നത്.

■

www.ingramcontent.com/pod-product-compliance
Lightning Source LLC
LaVergne TN
LVHW060613051026
849519LV00002B/576